डोहकाळिमा

('निळासांवळा', 'पारवा', 'हिरवे रावे', 'रक्तचंदन'
या कथासंग्रहांतील निवडक कथांचा संग्रह)

जी. ए. कुलकर्णी यांचे कथासंग्रह

निळासांवळा (१९५९)
पारवा (१९६०)
हिरवे रावे (१९६२)
रक्तचंदन (१९६६)
काजळमाया (१९७२)
सांजशकुन (१९७५)
रमलखुणा (१९७५)
पिंगळावेळ (१९७७)
पैलपाखरे (१९८६)
डोहकाळिमा (निवडक कथा) (१९८७)
कुसुमगुंजा (१९८९)
आकाशफुले (१९९०)
सोनपावले (१९९१)
रक्तमुद्रा (२०२३)

डोहकाळिमा

('निळासांवळा', 'पारवा', 'हिरवे रावे', 'रक्तचंदन'
या कथासंग्रहांतील निवडक कथांचा संग्रह)

संपादन आणि प्रस्तावना
म. द. हातकणंगलेकर

पॉप्युलर प्रकाशन, मुंबई

डोहकाळिमा
(म-४७९)
पॉप्युलर प्रकाशन
ISBN 978-81-7185-271-0

DOHKALIMA
(Marathi : Short Stories)
G. A. Kulkarni

पहिली आवृत्ती : १९८७ / १९०९
दुसरी आवृत्ती : १९९१ / १९१२
पुनर्मुद्रण : १९९६ / १९१८
तिसरी आवृत्ती : २०१४ / १९३५
दुसरे पुनर्मुद्रण : २०१९ / १९४०
तिसरे पुनर्मुद्रण : २०२३ / १९४५
चौथे पुनर्मुद्रण : २०२४ / १९४६

प्रकाशक
अस्मिता मोहिते
पॉप्युलर प्रकाशन प्रा. लि.
३०१, महालक्ष्मी चेंबर्स
२२, भुलाभाई देसाई रोड
मुंबई ४०० ०२६

अक्षरजुळणी
अन्वय, मुंबई
संतोष गायकवाड, पुणे

मुद्रक
ट्रिनिटी अकॅडमी फॉर कॉर्पोरेट ट्रेनिंग लि.
पुणे

अ नु क्र म

दुसऱ्या आवृत्तीची प्रस्तावना

११ डिसेंबर १९८७ रोजी जी.एं.चे पुण्यात निधन झाले. आपल्या प्रस्थानाची मानसिक तयारी त्यांनी करून ठेवली होती. आपण पत्करलेल्या जबाबदारीची व्यवस्थाही ते मृत्यूपूर्वी कित्येक वर्षे करीत होते. मृत्यू आणि मृत्यूपलीकडच्या संभाव्य अस्तित्वाची जाणीव यांनी त्यांचे मन आणि बुद्धी आयुष्यभर ग्रस्त होती. त्यांचा मृत्यू तसा अनपेक्षितपणे घडला. मोठी प्रेतयात्रा निघाली नाही. मोजकी माणसे, त्यातली बरीच उपरी, उपस्थित होती. जी.एं.ना हवे होते तसेच घडले. यापेक्षा अधिक चांगल्या ठिकाणी मृत्यू यावा अशी चित्रे त्यांनी रंगवली होती. तसे घडणार नाही याची त्यांना खात्री असावी. नियतीचा हा अखेरचा फेरा होता.

मृत्यूनंतर मात्र त्यांच्याबद्दल कुतूहलाला आणि कौतुकाला उधाण आले. ते अजुनी पुरते ओसरले नाही. वाचकांचा इतका लोभ आणि भक्ती साहित्यिकाच्या वाट्याला फार क्वचित येते. यांपैकी बहुसंख्य जी.एं.चे दूरस्थ वाचक आहेत. डॉक्टर, वकील, इंजिनिअर्स, चार्टर्ड अकौंटंट, जंगल अधिकारी आणि अन्य व्यावसायिक ज्यांचा साहित्याशी संबंध सामान्यतः अपेक्षित असत नाही. मराठी साहित्याचे, ललित साहित्याचे आवाहन विशिष्ट शिक्षित वर्गापुरतेच मर्यादित राहिले होते. जी.ए. म्हणत की आपल्या कथांतून आपण सनातन मानवी परिस्थितीचा शोध घेत आहोत. ते किती सार्थ होते याचा पडताळा या घटनेत मिळाला. जिवंत असताना जी.एं.नी आपल्याभोवती एक संरक्षक तटबंदी उभी केली होती. ती त्यांच्या मृत्यूनंतर तत्काळ ढासळली. जी.एं.च्या धाकामुळे अनेक वाचकांनी स्वतःला आवर घातला होता तो गळून पडला. त्यांच्या मृत्यूनंतर त्यांच्यासंबंधी भरभरून, आवेगाने लिहिले गेले. मासिकांचे खास अंक निघाले, साप्ताहिके, वृत्तपत्रे यांतून विस्तृत लेख प्रसिद्ध झाले. त्यांची साचून राहिलेली पुस्तके एकामागोमाग एक प्रसिद्ध झाली. 'मुग्धाची रंगीत कहाणी', 'माणसे अरभाट आणि चिल्लर', 'कुसुमगुंजा' इ. समीक्षेची, परिचयाची, आठवणींची पुस्तकेही बाहेर

पडली. 'डोहकाळिम्यात डोकावताना' रा. ग. जाधव, 'जी. ए. एक पोर्ट्रेट' सुभाष अवचट, 'कृष्णचंदन' धनंजय आचार्य, 'जी. ए. एक स्वप्न' आप्पा परचुरे, धों. वि. देशपांडे, वसंत आबाजी डहाके, विजय पाडळकर, एस. डी. इनामदार यांची पुस्तके प्रसिद्धीच्या मार्गावर आहेत. जी.एं.च्या पत्रांचे संकलन होत आहे. दोन हजार पृष्ठे भरतील इतका हा पत्रसंभार आहे. या प्रचंड प्रतिसादाचा अर्थ काय? आजचे प्रसिद्धिमाध्यमाचे प्रस्थ हे एक कारण दिसते. अधिक खोलवरचे कारण म्हणजे जी.एं.चे असाधारण साहित्य कर्तृत्व आणि वाचकांना त्याबद्दल वाटणारी कृतज्ञता हे असावे. इतक्या गांभीर्याने आणि व्याकूळ वृत्तीने जीवनाचा अर्थ शोधणारा मराठी ललित लेखक त्यांना माहीत नव्हता. आपल्या मनाचा अनिवार ताबा घेऊन त्याला सुन्न करून सोडणारा दुसरा लेखक त्यांना आठवत नव्हता.

जी.एं.नी काय केले आणि काय दिले? प्रथम म्हणजे त्यांनी साहित्याशी असणाऱ्या अविभाज्य निष्ठेचा आदर्श स्वतःसाठी आणि वाचकासाठी घालून दिला. ज्या काळात वाङ्मयीन अभिरुची गढूळ आणि सवंग होत चालली होती त्या काळात या आदर्शाने आश्चर्ययुक्त भीती निर्माण केली. ज्यांना ती पेलवली नाही त्यांनी तिच्याकडे सवंग तुच्छतेने अगर छटेल उपहासाने पाहिले. अन्य रंजक माध्यमांपेक्षा वाङ्मय ही वेगळी गोष्ट आहे, ती एक प्रकारची ध्यानधारणा आहे. काही प्रतिभावान प्राण्यांच्या बाबतीत तोच अलौकिक आनंदाचा आणि मोक्षाचा मार्ग आहे असा त्यांचा अनुभव होता. काही वाचकांपर्यंत तो त्यांनी आपल्या कथासाहित्यातून पोहचविला.

जी.एं.नी कथेचा एक समावेशक आणि मूलगामी बंध निर्माण करण्याचा प्रयत्न केला. लोककथा, बोधकथा, दृष्टांतकथा, रूपककथा, संसारकथा, मनोविश्लेषण करणारी नवकथा हे सर्व आकार आत्मसात करून आपले समृद्ध रूप सिद्ध करणारी मराठी कथा त्यांनी निर्माण केली. नवकथा त्यांनी पुढे नेली का? असा प्रश्न कधीकधी विचारला जातो. या तऱ्हेचा घाटसापेक्ष आणि काळसापेक्ष विचार अप्रस्तुत ठरावा अशी संपन्न सार्थकता कथारूपाला देण्याचा जी.एं.चा प्रयत्न होता. कथारूपाचे त्यांचे चिंतन वेगळ्या पातळीवर चाललेले होते. कथेचा आकार म्हणजे कथेच्या आशयगर्भाचे यथार्थ आकलन आणि आविष्कार अशी त्यांची धारणा होती. त्यांच्या दृष्टीने आकार हे केवळ वाङ्मयीन मूल्य नव्हते; तर ते एक आध्यात्मिक मूल्य म्हणून त्यांना जाणवत असावे. जी.एं.ची कथासाधना ही जीवनार्थाची साधना होती. It was a mode of personal emancipation.

आशयाच्या शोधाबरोबरच जी.ए. भाषेच्या आणि कल्पनेच्या वैभवाचे खानदान आपल्यासमोर उभे करतात. त्यांची गडकरी भक्ती, बालकवींबद्दलचे गाढ प्रेम, Walter Paler, Oscar Wilde या लेखकांच्या चमत्कृतीपूर्ण, झळकणाऱ्या शैलीविभ्रमांचा अनुनय आणि या सर्व वैशिष्ट्यांचे, मूळ कानडी बोली भाषेच्या ठसक्याशी आणि ग्रामीण

विनोदाशी केलेले मिश्रण यामुळे जी.एं.च्या शैलीला एक वेगळे चैतन्य आणि चव प्राप्त होते.

जीवनाचा चिरंतन अर्थ शोधण्याचे माध्यम म्हणून जी.एं.नी राजघराण्यातील व्यक्तींचा आणि त्यांना पडलेल्या प्रश्नांचा उपयोग केला नाही. असा उपयोग त्यांनी आपल्या दृष्टांतकथांत अगर प्राचीन दंतकथा, परिकथा यांच्या पुनर्निर्मितीत केला. त्यांच्या बहुसंख्य संसारकथांत मात्र त्यांनी सर्वसामान्य, अतिसामान्य माणसांची आयुष्ये अशा तऱ्हेने उलगडली की त्यांच्या दरिद्री, भणंग आयुष्यातही मूलभूत मानवी प्रश्नांचे दर्शन घडावे आणि ही सामान्य माणसे त्यांच्या समरप्रसंगात आणि संघर्षक्षणात श्रेष्ठ मानवी शक्तींची आदर्शरूपे भासावीत. त्यामुळे त्यांच्या भणंग दिसणाऱ्या जीवनालाही शोकात्मिकेचे वजन आणि प्रतिष्ठा प्राप्त होते. सामान्य माणसांच्या जीवनातला हा वैश्विक अर्थ अन्य कुणी मराठी कथाकाराने शोधला आहे असे आढळत नाही.

जागतिक वाङ्मयीन श्रेष्ठतेला स्पर्श करण्याची आकांक्षा बाळगणारा हा मराठी कथाकार होय. याची जाणीव मराठी समीक्षकांना क्रमाक्रमाने येत राहील.

– म. द. हातकणंगलेकर

प्रस्तावना

मराठी वाङ्मयात कथालेखक म्हणून जी. ए. कुलकर्णी यांनी आपले स्थान निर्विवादपणे प्रस्थापित केले आहे. प्रथम दर्जाचे कथालेखक म्हणून माहीत झाल्यानंतरही लेखनाच्या सरावातून, अतिरेकातून सहजपणे निर्माण होणारा उथळपणा आपल्या कथालेखनात येणार नाही याची त्यांनी प्रखर दक्षता घेतली आहे. त्यांनी निर्लेप कलात्मकतेचे व्रतच अंगीकारले आहे. त्यांच्या या व्रतस्थतेचा गौरव रसिकांनी आणि समीक्षकांनी केलेला आहे.

व्रतस्थतेची बैठक ही गंभीर मनोधारणेची असते. ही धारणा जीवनविषयक व कलाविषयक असू शकते. या दोन्ही धारणा कलावंताच्या ठिकाणी एकत्र नांदताना आढळतील असे नाही. जी.एं.च्या ठिकाणी त्या एकत्र नांदताना आढळतात. साहित्यात प्रकट होणारा प्रगल्भ, गाढ जीवनानुभव हा मानवी दुःखाची अथांगता व अगम्यता आणि नियतीची अंतिम अनाकलनीयता यांच्या सखोल जाणिवेतून व प्रदीर्घ चिंतनातून निर्माण झालेला असतो. आधुनिक साहित्यात आणखी एक प्रमुख जाणीव दिसते ती म्हणजे मानवी आसक्तीच्या व व्यवहाराच्या निरर्थकतेची. जी. एं.ची व्रतस्थता वरील सर्व जाणिवांना कवटाळताना दिसते. निरर्थकतेच्या जाणिवेने विद्ध झालेला मानव मात्र, विशेष करून कलावंत, निरर्थकतेच्या पसाऱ्यातच साफल्याचे सुवर्णकण शोधत असतो. जी.एं.मधला कलावंत हे क्षण प्रामुख्याने कलामग्नतेत शोधत असला तरी सनातन भावजीवनाचे धर्मही त्याला अर्थपूर्णतेचा भरवसा देत राहतात.

जी.एं.च्या पहिल्या चार कथासंग्रहांतील निवडक कथांचा हा संग्रह आहे. त्या काळातील त्यांच्या कथेचे जे प्रधान गुणधर्म आहेत, त्यांच्या निदर्शक कथा निवडण्याचा प्रयत्न केला आहे. जी.एं.चे पहिले चार कथासंग्रह म्हणजे 'निळासावळा' (१९५९), 'पारवा' (१९६०), 'हिरवे रावे' (१९६२), आणि 'रक्तचंदन' (१९६६). या योजनेस लेखकाचीही संमती मिळाली. कथांच्या निवडीत त्यांनी संपादकांना संपूर्ण स्वातंत्र्य दिले

आणि तरी महत्त्वाच्या सूचनादेखील केल्या. त्यांनी केलेल्या या सहकार्याचा उल्लेख करणे आवश्यक आहे. संग्रहाचे नावही त्यांच्या संमतीने निश्चित करण्यात आले आहे. नावासंबंधीचा त्यांचा काटेकोर विचार त्यांच्या दृष्टिकोनाशी सुसंगत आहे.

कथासंग्रहांना जी.एं.नी दिलेली नावे ही मननीय आहेत. 'निळासावळा', 'पारवा', 'हिरवे रावे' आणि 'रक्तचंदन' ही सारी रंगांनी माखलेली नावे. केवळ रंगछटांच्या सवंग आवडीतून ती वर आलेली आहेत असे नाही. या नावात बहिरंगांच्या पातळ आवरणाखाली शिरून अंतरंगांचा शोध घेण्याची ओढ दिसते. ही रंगांची नावे हलकी, एकपदरी वाटत नाहीत. ती क्रमाने जाडसर होताना दिसतात. शेवटी तर रक्तचंदनाचा लेपच बनतो. कथांच्या सकसतेची व गहिरेपणाची ही निशाणी वाटते. पुढच्या संग्रहात काजळमायाच कालवली जाते. यानंतर प्रसिद्ध झालेल्या कथासंग्रहांची नावे; 'सांजशकुन', 'रमलखुणा', 'पिंगळावेळ', 'अमृतफळे' ही घनगंभीर अज्ञातावर ओरखडे उमटविणाऱ्या चिन्हांची निदर्शक आहेत.

संग्रहांना जी.एं.नी लिहिलेल्या अर्पणपत्रिकाही आशयगर्भ आहेत. 'निळासावळा' या संग्रहाची अर्पणपत्रिका अशी : 'इंदू, सुशी व जाई या तीन आठवणींना-'. दुसरी अर्पणपत्रिका : 'प्रभावती आणि नंदा यांस- तरीदेखील तुमची माया मला मिळते.' तिसरी अर्पणपत्रिका : 'कै. तीर्थरूप ताईस- रात्री उशिरा घरकाम करताना तुला सोबत व्हावी म्हणून लहानपणी मला समोर बसवून तू पुष्कळ कथा सांगितल्यास. आता तू गेल्यावर मला त्या कथांची सोबत आहे.' 'रक्तचंदन'ची अर्पणपत्रिका अधिक विस्तृत आहे. तीत अनेक निकटवर्ती जिव्हाळाच्या व्यक्तींचा व प्रसंगांचा भावपूर्ण आलेख आहे. जी.एं.च्या अंतःकरणात जे भावगंध खोलवर रुजले आहेत, त्यांच्या स्मृती म्हणजे त्यांच्या कलेचा एक साफल्यकंद आहे. हे साफल्यकंद साकार करण्याचा प्रयत्न जी.ए. आपल्या कथांतून व्याकूळ तन्मयतेने करीत असतात. प्रत्येक वेळी जे हाती गवसते त्याचे स्वरूप पाहून त्यांचे मन आशंकेने भरून येते की काय असे वाटते. कलेच्या क्षेत्रातील अलौकिक असमाधानाची (divine discontent) जात हीच असावी.

जी.एं.च्या कथांत साकार झालेला ध्यास हा एका संमिश्र, यातनागाढ व्यक्तिमत्त्वाने घेतलेला ध्यास आहे. या ध्यासात रूढ सामाजिक जाणिवेला अवसर नाही. सामाजिक मूल्ये व संदर्भ म्हणजे एक भयावह, हास्यास्पद गुंतागुंत आहे. असाच जी.एं.चा प्रकट अभिप्राय दिसतो. सामाजिकता हा नियतीच्या क्रूर खेळाचा केवळ दृश्य भाग आहे. जी. एं.चे भावसाफल्य या भयावह गुंतवळीतच गुरफटलेले आहे आणि ही गुंतवळ जीवघेणी ठरते ती तिच्या निरर्थकतेमुळे. या निरर्थकतेची शापित, जहरी छाया अवघ्या मानवजातीला व्यापून दशांगुळे उरते.

या निरर्थकतेची अवाढव्य चित्रमयता वेगवेगळ्या कोनांतून न्याहाळण्याचा जी.ए. प्रयत्न करीत असतात. या निरर्थकतेचे सार त्यांनी काही कथांतून ठळकपणे मांडले आहे.

'बळी' या सुरुवातीच्या कथेत ते बीभत्स उन्मादात साकार झाले आहे. 'माणूस नावाचा बेटा' या कथेत ते विकट उपहासात कालवले आहे. तर 'माणसाचे काय, माकडाचे काय?' या कथेत ते काव्यात्म व तत्त्वमग्न बनले आहे.

'बळी' ही जी.एं.च्या सुरुवातीच्या कथांपैकी एक कथा. त्यांच्या कथासाहित्याचे जे भव्य वास्तुशिल्प तयार झाले आहे त्याच्या काही दालनांची वैशिष्ट्ये बीजरूपाने या कथेत दिसतात. 'अमाशी' या नावाने ही कथा पहिल्याने मराठवाड्यातील एका मासिकात प्रसिद्ध झाली होती. त्या काळी मराठवाडा-विदर्भातील मासिके पश्चिम महाराष्ट्रात फारशी पोहचत नसत. त्यामुळे जी.एं.च्या या विलक्षण कथेकडे कुणाचे तसे लक्ष गेले नसावे. संस्कृतीच्या विशिष्ट संदर्भात तयार होणाऱ्या मानवी घटनांतून माणसाच्या आयुष्यातील सनातन वास्तवाचा वेध घेण्याचा जी.एं.चा प्रयत्न असतो. असे करताना आधुनिक कालस्वराशी विसंगत असा प्राचीन सूर ते लावतात असा भास होतो. पण खोलात जाऊन पाहिले तर ते आधुनिक जाणिवेचा सूरच अधिक गाढ सच्चेपणाने पकडीत आहेत असे कळते. प्रा. रा. ग. जाधव यांनी या स्वरूपाचे विवेचन आपल्या जी.एं.वरील समीक्षालेखात केले आहे. 'बळी' या कथेत विठी जोगतिणीच्या बेवारशी ठरलेल्या वेड्याविद्र्या मुलीची, 'अमाशी'ची हृदयद्रावक कहाणी आहे. अमावस्येच्या अमंगळ वेळी जन्मली म्हणून 'अमाशी'. रानटी समजुतीच्या आणि धार्मिक भावनेच्या कैफात एके दिवशी गावकरी दगडांनी ठेचून तिचा बळी घेतात. दगडांनी ठेचलेली, काटक्यासारख्या वाळक्या शरीराची अमाशी एक पाय ताठ करीत अखेरचे घुंगरू किणकिणवून कायमची गप्प झाली तेव्हा पाटील उद्गारला, 'फुकट आलं जन्माला लांडरू. फुकट मरून गेलं. आणि आपणसुद्धा फुकटच जन्मलो आणि असेच एक दिवस माती होऊन जाणार झालं!' हे उद्गार काढताना कधीकाळी विठी जोगतिणीशी झालेल्या संगाची धुंदी आणि पेटलेल्या दिवटीप्रमाणे उजळलेल्या शरीराची आठवण त्याच्या मनात चांदण्यासारखी फिकुटली होती. कशाचाच ताळमेळ लागत नव्हता, अधिकउणे ध्यानात येत नव्हते. सारेच आकारहीन, ओंगळ, फुटके होऊन गेले होते.

अर्थहीनतेच्या या केंद्रवर्ती कंदाभोवती तरारणारी अन्य जळजळीत वैशिष्ट्येही आपल्या ध्यानात येतात. परंपरेने चालत आलेले एका खेड्यातले आणि माणसांच्या एका गटाचे जे जीवन जी.एं.नी वर्णिलेले आहे ते इतिहासपूर्वकालातील उग्र, आदिम, आंधळे आणि नियतीच्या अदृश्य विळख्यात सापडलेले दिसते. पिसाटलेल्या क्षणी त्यांचे मूळ स्वरूप प्रकट होते आणि ती माणसे 'वेड्याविद्र्या केसाळ पशूप्रमाणे' दिसू लागतात. त्यांच्या बोटांतून बाकदार नखे बाहेर पडतात, दातांतून लवलवणाऱ्या हावऱ्या जिभा दिसतात. देवीला संतुष्ट करण्यासाठी जेव्हा ते अनाथ मुलीवर तुटून पडतात तेव्हा संगीताचे, वासनांचे आणि क्रौर्याचे थैमान कळसाला पोहचते. माणसाच्या आदिम

प्रेरणांचा शोध घेणे ही जी.एं.च्या चिंतनाची आणि जीवनदर्शनाची एक प्रमुख दिशा आहे, याचे प्रत्यंतर या पहिल्या कथेत ठळकपणे येते.

जी.एं.च्या कथा दीर्घकथा असतात. त्या कादंबरीचा परिणाम घडवून आणतात. त्यांच्या कथाविषयाची मांडणी केवळ प्रसंग, पात्रापुरती मर्यादित राहत नाही. विस्तृत, दीर्घकालीन सामुदायिक आणि वंशीय जीवनाचे संदर्भ त्यांना वेढत, वेटाळत राहतात. ज्या चांदगावात ही अघोरी, थरारक घटना घडते ते केवळ एक कोणतेही खेडे राहत नाही. ते खेडे इतिहासाच्या संदर्भाने जडशीळ आणि सघन झालेले असते. गावाला लागून पश्चिमेला चौखांबी टेकडी आहे; साऱ्या गावावर विशाल फणा धरल्याप्रमाणे दिसणारा ज्योतिर्गड आहे. तीन-चार आळ्यांचे आणि पन्नास-शंभर लोकांचे ते खरे वंशाचे चांदगाव. मैदानावर नवीन वसलेले शहरी नखऱ्याचे म्हणजे चोरांचे, उंडगे गाव हे निराळे. ज्योतिर्गड हा या गावचा पुरातन मानबिंदू. शेवटचा गडकरी, महादा पाटील लढाईत कामी आला आणि बलदंड माणसांचे वैभव नष्ट झाले. गडाचे डोळे गेल्यासारखे झाले. कुटुंबे परागंदा झाली. पाणी प्यायला येणारी घोडी नाहीशी झाली. शंभर माणसांना सावली देऊ शकणारे झाड उमळून पडले आणि त्याची गाडीभर आतडी वर उसळली. गावाची नुसती कात राहिली. माणसांची रया गेली आणि पाटलाची दुर्दशा झाली. रामोशाच्या नालातली माणसे सुडाच्या सत्रात संपून गेली होती. गावात घरांना तोटा नव्हता. पण खणखणीत मनाची, सोटदंडाची माणसे नाहीशी झाली होती. या परिसरात राहणारी माणसे अवशेषासारखी गतकाळात मुरलेली, निसर्गशक्तींच्या रांगड्या, अर्ध्यामुर्ध्या आकारासारखी तरळणारी, दडपलेल्या इच्छा-आकांक्षांच्या ओझ्यांनी पिचलेली किंवा बेताल, बेभान बनणारी, आपल्यातील पशुत्वाच्या उद्रेकाचे आसूड सटासट वाजवून विक्राळ, अज्ञात भीतीचे दर्शन घडविणारी, माणसे म्हणून परिचित असणारी पण भयकारी उद्रेक म्हणून प्रथमच आपल्यासमोर उतरणारी. पाटील, कुंभार, गुरव, लोहार, देवाचे जाणणाऱ्या आणि देवाचे करणाऱ्या, अतृप्त म्हाताऱ्या विधवा स्त्रिया, यांच्या व्यक्तिरेखा ग्रामीण जीवनाचे चित्रण करणाऱ्या अनेक मराठी लेखकांनी काढलेल्या आहेत. पण जी.ए. याच व्यक्तींना आदिम प्रेरणांचे जबरदस्त संदर्भ देत उभे करतात आणि तसे करताना त्यांचे लौकिक व्यक्तित्व असंख्य तपशिलांनी आणि बोलण्याच्या लकबींनी शाबूत ठेवतात. मग सखाराम पाटील, केवड्यासारख्या पावलांच्या आणि देवबाभळीचा मादक, निकोप वास असणाऱ्या विठी जोगतिणीशी संग करणारा केवळ एक लंपट, रांगडा माणूस राहत नाही. या संगाचे शापित फळ म्हणून वावरणाऱ्या वेड्याबागड्या अमाशीचा दुरून सांभाळ करणारा, गावाची हावरट खुनशी नजर तिच्यावर पडली आहे हे ध्यानात येताच दुःखातिशयाने अंतरी विव्हळ झालेला एक शोकात्मा बनतो. नेहमीच्या परिसरात भेटणारी परिचित पात्रे जी.एं.च्या आकलनात गाढ, गडद रूप धारण करतात. अखिल मानवी जीवनाचे सारासार आणि विवेकाविवेक स्वतःत जिरवून ती प्राचीन बनतात.

या कथेचे दुसरे ध्यानात येणारे वैशिष्ट्य म्हणजे कथा हलकी, विरविरीत पोताची वाटत नाही. केवळ विषय गंभीर, नाट्यमय, थरारक असल्याने ती गंभीर वाटते असे नव्हे. नाट्यात्म विषय गंभीर निवेदनशैलीत मांडणाऱ्या सर्व कथा सघनतेचा अनुभव देतातच असे नाही. जी.एं.च्या कथांची वीण साध्या सणंगासारखी नसते. रात्रंदिवस खपून एकाच ठिकाणी घातलेल्या अनेक टाक्यांनी जाड थराचा आणि वरच्या बाजूला खानदानी, टिकणारे, ऐश्वर्यसंपन्न रंग आणि आकृती जमवीत, जोडीत जसा एखादा गालिचा विणणारा मनुष्य परंपरेने हातात आणि नजरेत उतरलेले कसब टाक्याटाक्यागणीक उमटवीत जातो तशीच त्यांच्या कथेची वीण बसत जाते. या गालिच्याची किंमत एखादा जाणकार रसिकच अंतःकरणाच्या खानदानाने करू शकतो. नेहमीच्या बाजारात ही वस्तू ठेवता येत नाही आणि ठेवली तर नेहमीच्या गिऱ्हाइकाची नजर तिच्याकडे जाईल याची खात्री नसते. जी.एं.च्या निवेदनाला हे वजन कसे प्राप्त होते? एक तर, आपल्याला अवगत झालेल्या सखोल, विशाल आकलनाचा पट कथेच्या रूपाने संथपणे उलगडत जावयाचा आहे या जाणिवेने ते लेखनाला सुरुवात करतात. एक थरारक, साक्षात्कारी, समक्षतेचा क्षण त्यांच्या नजरेसमोर असतो; पण तिकडे सत्वर जाऊन पोहचावे अशी घाई त्यांना नसते. आपल्या नेमून दिलेल्या मार्गाने संथ, कळाहीन आयुष्य दिवसादिवसाने मागे टाकीत असताना हा क्षण फडा काढलेल्या नागासारखा समार येऊन ठाकतो, अशी त्यांची धारणा असल्याने त्यांचे निवेदन असेच दिवसादिवसांनी पुढे सरकते. प्रत्यख जगण्याचे तपशील या निवेदनात भरत जातात. त्यामुळे आजचा दिवस कसा उजाडला, दिवस समोर कसा पसरला, या तऱ्हेचे उल्लेख त्यांच्या कथेत येतात. केवळ तपशिलांची विपुलता आणि नियती निर्णयाची अपरिहार्यता इतकेच घटक निवेदनाला सुघनता देतात असे नव्हे. सामान्य माणसांची ओंगळ, विद्रूप, कळाहीन दिसणारी आयुष्ये ही मानवजातीच्या अविरत, अप्रतिहत जीवनप्रवाहापासून वेगळी करता येत नाहीत. प्रत्येक लहानसहान आयुष्याची मुळे ही अनंतकाळच्या मानव जीवनात गुंतलेली असतात. ही गुंतवणूक जी.ए. निवेदनातून जडवीत असतात. निवेदन हे एका मागोमाग एक येणाऱ्या प्रसंगांचे कथन करीत नाही; तर या प्रसंगाचे स्वरूपदर्शन अखंड धगधगणाऱ्या चिंतनाच्या, चिंतनतप्त प्रतिमांच्या मुशीतून घडत जाते. निवेदनाची गती संथ भासली तरी ती ज्वालामुखीच्या प्रखर मुखातून सांडणाऱ्या तप्त, धुमसणाऱ्या धातूंच्या जाड द्रवाची अप्रतिहत गती आहे. हे द्रव यंत्राच्या साहाय्याने खणलेल्या आणि कारखान्याचे भट्टीत वितळवल्या जाणाऱ्या धातूंचे नाही. ते पृथ्वीच्या गर्भात अनेक शतकांची उष्णता पचवून तयार झालेल्या द्रवाची प्रलयंकारी तप्तता धारण करते. या कथेतील अवर्षणाचे वर्णन मुद्दाम पहा.

यासारख्या वर्णनात विनाशचे, ऱ्हासाचे, औदासीन्याचे जे रस उकळतात, त्यांचा उगम जाणिवेचे तळ उचकटून झाला आहे असे वाटते. दृश्य थरावर पसरलेल्या

वर्णनापेक्षा या वर्णनांची घनता आणि वजन वेगळे आहे हे जाणवते.

या प्रकारच्या वर्णनांचा अविभाज्य घटक म्हणून जी.ए. उपमा-प्रतिमांचा वापर करतात. यामुळे ते जाणीवपूर्वक आपली शैली भरजरी वस्त्रालंकारांनी मढवीत असतात, असा त्यांच्यावर आक्षेप घेतला जातो. काही ठिकाणी तो समर्थनीय वाटला तरी एखादा लेखक जेव्हा सातत्याने एखादे वैशिष्ट्य अबाधित राखतो, त्या वेळी तो केवळ एक आभरणाचा प्रकार आहे असे मानता येत नाही. त्याची अनुभव घेण्याची आणि आकलनाची जी रीत आहे, तिचाच तो एक भाग आहे असे समजणे अधिक युक्त होते. 'घुंगरे पायात घालून विठा जोगतीण येते ती लाल पेरवाच्या फाकीसारखी असते', 'काटेरी फडाला टपोरे रक्ताळ फळ या त्याप्रमाणे इतके दिवस मूक बसलेली हलगी टरकू लागली', 'भिंतीतून दैत्य उपटल्याप्रमाणे हलग्याचा आवाज कानावर आदळला', 'पाच-सात माणसे एकदम दंश झाल्याप्रमाणे ताडकन भिरभिरू लागली व त्यांच्या पावलांनी धुळीचे गडद फूत्कार उडू लागले.' या जोमदार उद्रेकाप्रमाणे तलम कल्पकतेचे बुंदही मधूनच उमटतात. 'दादूभट इतरांची वाट न पाहता शांत चांदण्यावरील बुडबुड्याप्रमाणे चालू लागला', 'मध्येच एखाद्या कबुतराच्या पंखाचा आवाज झाला की चांदण्याला घडी पडून ते चुरगाळते की काय असे वाटावे.' या कथेत बहुतांशाने उपमाच आलेल्या आहेत. नंतरचे रूप हे नाना कळा सामावून घेणाऱ्या घनदाट प्रतिमांचे बनते.

खोलवर रुजलेली प्रतिके ही जी.ए.च्या कथालेखनाचे आणखी एक ठळक वैशिष्ट्य. वेडसर अमाशीच्या बुट्टीत वडाच्या पानांच्या खाली बटबटीत डोळ्यांची एक गबदूल बेडकी असते. या बेडकीला रंगीत कागदाचे तुकडे बेलफळाच्या डिंकाने चिकटवून ती सजवते. तिच्या मनाच्या कोपऱ्यात बसलेल्या झगझगीत रंगाच्या बेडकीला तिला एकदा प्रत्यक्ष भर उन्हात पाहायचे होते. बेडकीचा पाय सुतळीने बुट्टीच्या एका जाड पट्ट्याला बांधला होता, त्यामुळे उडी मारून सुटण्याची तिची धडपड व्यर्थ ठरत होती. तिची ही असहाय धडपड पाहून वेड्या अमाशीला अनावर हसू फुटून ती घुंगूर बांधलेला पाय जमिनीवर आपटून गळ्यातील कवड्यांच्या माळेतील एक कवडी आनंदाने चोखू लागते. नरबळीसाठी लोकांच्या अंगात वारे संचारते. सत्त्या कुंभार बुट्टीला जोराने लाथ मारतो तेव्हा दोरा तुटून बेडकी पच्चदिशी लांब जाऊन भिंतीवर आदळते, आणि पाय पसरून फुटते. तो अघोरी झंझावात शांत झाल्यावर दगडात पालथ्या पडलेल्या अमाशीजवळ सखाराम पाटील बसतो आणि विचारात पडतो. त्याला कशाचादेखील अर्थ समजला नाही. लिबलिबीत गोळा झालेल्या बेडकीपासून फडाच्या चिरडलेल्या बोंडासारख्या डोक्यापर्यंत कश्श्याचाच त्याला ताळमेळ लागला नाही. या तऱ्हेने बेडकी हा केवळ एका प्राण्याचा तपशील राहत नाही. तर ती एका विशाल आशयाचे प्रतीक बनते. प्राण्यांची जी अर्थगाढ प्रतीके जी.ए. कथांतून जाणीवपूर्वक वापरतात त्याची यशस्वी सुरुवात या कथेत सापडते.

जी.एं.ची पहिली कथा त्यांच्या लेखनाच्या सर्व विशेषांनी पक्व होऊन अवतरते. ती पहिली असली तरी तिच्यात व्रतस्थ चिंतनाच्या सर्व खाणाखुणा स्पष्ट दिसतात. कथेचा आशय, तिचा परिसर, तिचे वातावरण, आदिम मानवी प्रेरणांचे आकलन, उपमा, प्रतिमांचे वेगळेपण, व्यक्तिदर्शनातला भरगच्चपणा, भाषाशैलीतली वेधकता आणि संपन्नता, सर्व घटकांचे एकजिनसी रसायन बनविण्याची किमया आणि वाचकांचे मन सुन्न, हल्लक करणारा परिणाम निर्माण करण्याचे सामर्थ्य, मधूनच विषारी ओरखड्यासारखा चरे उठविणारा विनोद, भाषेला मिळणारी कानडी वाणाची किनार ही वैशिष्ट्ये जी.एं.ची कथा अन्य मराठी कथेपासून वृत्तीने, वर्णाने, परिणामाने अतिशय वेगळी आहे याची जाणीव करून देतात.

'माणूस नावाचा बेटा' या सत्यकथेत १९५३ साली प्रसिद्ध झालेल्या कथेमुळे जी.एं.कडे वाचकांचे लक्ष प्रथम वेधले गेले. जी.एं.च्या भूमिकेचा एक महत्त्वाचा भाग समजून घेण्यासाठी ही कथा उपयुक्त आहे. त्या वेळेपर्यंत आपल्या अंतर्यामी जमा झालेले वाचन, चिंतन आणि प्रवृत्ती यांचे उमाळे या कथेत जी.एं.नी भरभरून रिते केले आहेत. त्यामुळे कथेच्या घाटाकडेही त्यांचे लक्ष उरले नाही. (विस्तारभयामुळे या कथेचा समावेश या संग्रहात करता आलेला नाही.)

इंजिनियर होण्याची महत्त्वाकांक्षा बाळगणारा दत्तू एका बुरसट शाळेत शिक्षक म्हणून चिकटतो आणि आपल्या सभोवती पसरलेल्या ढिगातून अर्थ शोधण्याचा प्रयत्न करतो. चारचौघांसारखा सरळ, सफल संसार त्याला नको असतो. त्याच्या समोरची कारटी मोठी होणार होती. आपल्यासारखीच पोरे जगावर सोडणार होती, त्यांना दरडोई एक मत मिळणार होते आणि त्याच्या आधारावर तो जनताजनार्दनाला 'आम्हाला समजेल असे वाङ्मय द्या, आम्हाला समजेल असे संगीत द्या हो!' असे ओरडत हिंडणार होता. त्या साऱ्यांना टचाटचा चिरडून टाकावे असे दत्तूला वाटले. यांपैकी दोघा-तिघांनाच आपण रंगून शिकवलेली 'औदुंबर' ही कविता कळणार, बाकी सारे काडेचिराईत-

शाळेच्या जंजाळातून दत्तू संध्याकाळच्या तरल, पिवळ्या प्रकाशात उतरला आणि अलिप्ततेची सुखद छाया त्याच्या मनावर पसरली. तो विचार करू लागला. 'काय आहे सारे हे?' आणि हे पाहत असलेला दत्तू तरी कोण? पण ही त्याची भावना फार वेळ टिकली नाही. वाऱ्याने दूर गेलेले ओलसर वस्त्र पुन्हा येऊन अंगाला चिकटावे त्याप्रमाणे सारे जीवन त्याला चिकटले. त्या गुंतवळ्यात तो सापडला. हॉटेलात गेल्यावर तेथे जनावराप्रमाणे बकाबक खाणाऱ्या लोकांकडे पाहून त्याला वाटले, "काय साम्य आहे आपल्यात आणि या माणसांत? निव्वळ ऐंद्रिय आवडीतही सारखेपणा नाही. एकजण थुलथुलीत ढिसाळ बाई पाहून विरघळतो, तर दुसऱ्याला तिच्यामुळे वैराग्य वाटू लागते."

घोषवाक्यावर दत्तूचा विश्वास नाही. बुद्धिवंतांचे ते बिनहाडाचे भूतपोर विश्वमानव!

या रक्तमांसरहित विश्वमानवावर प्रेम काय करायचे डोंबल! त्यापेक्षा विश्वस्त्रीशी संभोग करा! त्याला दिसले की, आपल्याकडील थोर माणसांच्या चरित्रात जिवंत माणसांचा साक्षात्कार नाही. निव्वळ वासनेने शरीर कधीच जळले नाही. रागाच्या भरात शब्द गेल्याने अगदी जिव्हाळ्याच्या जागी कधी जखम झाली नाही. कधी मोहाने, कधी महत्त्वाकांक्षेने कुणाचा तरी विश्वासघात करून पापक्षालनासाठी आयुष्यभर वणवण करण्याची कुणावर पाळी आली नाही. आपली चरित्रे म्हणजे वाङ्मयात मांडून ठेवलेली एकसाची सहस्रलिंगे, त्यात कानकाप्या व्हॅन्गॉफ, जुगारी डोस्टोव्हस्की, लिंगपिसाट मोपॉसां आहे कोठे? त्याच्या परिचयात गणपत नानासारखा एखादाच असा बेबंद माणूस दत्तूला आढळला होता. एखादा ग्रीक देवाने माणसांच्या जगात यावे तसे ते क्लबमध्ये येत. बाकीचे सारे मोरेप्रमाणे दुर्दैवी जीव. त्यांनी बाभळीचे रोपटे लावले तरी ते जळून जावे अशी त्यांच्या नशिबाची चाल.

दत्तूला दिसत होते की एकट्याची या जगात एकसारखी फसवणूक चाललेली असते. कुठले तरी पदक मिळालेला महान राष्ट्रीय चित्रपट भिकार, शेंबडा ठरतो. भारतीचा ताप उतरेल म्हणून ऐटीत डॉक्टर सांगतात व नंतर पंधरा दिवसांतच तिचे डोळे मिटतात. आपल्या बहिणीला सोन्याच्या एका नाजूक साखळीला जपावे तसे दत्तूने जपले होते. लग्न झाल्यानंतर एकदीड वर्षातच ती हृद्रोगाने वारली होती. कुणाच्याही आयुष्याला नंदादीपाप्रमाणे उजळू शकली असती अशी ही बहीण स्वतःच्या अंधारातच वठून गेली.

खरेच! माणसांची आयुष्ये म्हणजे पिसलेले पित्ते, त्यातून आकृती तरी काय काढायची? एकजण तारुण्याच्या एका आठवणीवर आयुष्याला धार लावीत बसतो तर दुसरा पत्नीच्या मृत्यूनंतर चौदाव्या दिवशी बोहल्यावर चढतो. मालकंसाचा भव्य विस्तार, मोटारखालची किंकाळी, बाळंत होत असतानाचा आक्रोश, चुंबनाचे चुटूक संगीत, प्रेत बाहेर नेत असतानाची कालवाकालव हे सारे जीवनाचे भागच आणि ती भोगणारी सारी माणसेच. बेलसेनमध्ये कैद्यांना जिवंत जाळणारी माणसेच, हिरोशिमामध्ये अपंग झालेली हजारो माणसेच व तो प्रसंग त्यांच्यावर आणणारीही! आपले मांस कपोतांना देणारा शिबी आणि नररुंडांचा गोपूर रचणारा तैमूर! क्रूसावर हातापायात खिळे ठोकल्यावर वेदनेने Eloi, Eloi असे उद्गार काढणारा ख्रिस्त आणि त्याच क्रूसाखाली त्याचे कपडे कुणाला मिळावे यासाठी कवड्या खुळखुळविणारे पहारेकरी; ही सारी माणसेच! या साऱ्याच बिंदूंना छेदून जाणारे ते वर्तुळ तरी कोणते? या साऱ्यात जीव भरणारी ही विश्वाची नाडी तरी कोणती आहे? सगळा आंधळा, सिक्वेन्स न देणारा वेडा डाव! आपण सारेचजण एक अनिवार्य, विशाल शिक्षा भोगणारे गुन्हेगार आहोत. दत्तूच्या वडिलांनी सर्व ओझे शिरावर घेऊन आपले मन न विरजता ठेवले होते. दत्तूला कसलीच उदाहरणे आतापर्यंत सहज सुटली नव्हती. सगळा नुसता वांझोट्या,

म्हाताऱ्या प्रश्नांचा जनानखाना. त्यात त्याचे मन कंचुकीप्रमाणे निष्फळ हिंडत असे आणि तरी जीवनासक्तीचे धागे त्याला पुन्हा गुरफटून टाकीत. जीवनाच्या वांझोट्या गुंतवळ्यात दत्तूला आसरा असतो तो नंदादीपाप्रमाो तेवणारी बहीण व न विरजलेले मन शाबूत ठेवणारे वडील यांच्या स्मृतींचा आणि एकदा रंगून शिकवलेल्या 'औदुंबर' या कवितेचा! उमद्या, उत्सुक पण चिंतनशील सौंदर्यासक्त संवेदना-तीव्र मनाला ग्रासणारे अर्थहीनतेच्या तात्त्विक स्वरूपाचे दिग्दर्शन जी.एं.ची ही कथा तन्मयतेने आणि भरगच्च तपशिलांनी करते.

याच भूमिकेचे विशाल, विश्वात्मक दर्शन घडवणारी एक कथा आहे 'माकडाचे काय, माणसाचे काय?' ही सेवानिवृत्त गणिताचे प्राध्यापक सुब्राव कामत यांच्या अखेरच्या दिवसाची कथा. महिन्याभराच्या तापानंतर त्यांचा मेंदू हल्लक व चपळ बनला आहे. स्वतः बांधलेल्या आपल्या आवडत्या वास्तूत बसून ते आयुष्यभर जोडलेल्या जिव्हाळ्याच्या धाग्यांची एकाकीपणे आठवण करीत आहेत. त्यांना वाटत आहे की आता आपली दिवसांची नाणी संपत आली आहेत. मग आता हौसेने टेकाडाच्या उतारावर बांधलेल्या या वास्तूला आपलेपण कोण देणार? सुब्रावांनी एक रंगीत मासिक उचलले. त्यात तारे, ग्रह, तेजोमेघ, तारामंडळे इत्यादी आभाळाची अपार श्रीमंती चित्रमय केली होती. एक चित्र देवयानी तारामंडळाचे होते. अभ्रकाची पूड फेकलेल्या आभाळात ते अतिमानवी विशाल जग आपल्याच वेड्या गतीत भिरभिरत होते. कोट्यवधी सूर्य पोटात घेऊन बसलेल्या देवयानी तारामंडळाकडून प्रकाशकिरण इथपर्यंत यायला वीस लाख प्रकाशवर्षे लागतात हे वाचून त्यांचे मन दडपून गेले. अरे, या चित्रातील माणूस निर्माण होण्याच्या आधी देवयानीमधून निघाला असेल, आणि कुणास ठाऊक, हा म्हातारा, केस विरळ झालेला सुब्राव हे चित्र पाहत असता मधल्या काळात ते तारामंडळ नष्टही झाले असेल! म्हणजे आज आभाळात खरे तारे किती आणि ताऱ्यांची भुते किती हे त्यांना समजेना, आणि अशा तऱ्हेने शून्य, निःशब्द विश्व पाहिल्यावर त्यांचे अंग किंचित कापू लागले - म्हणजे माणूस निर्माण होण्यापूर्वी शंभर फूट लांबीचे प्राणी चिखलात धिंगाणा घालून एकमेकांना नष्ट करीत असता तो किरण निघाला होता आणि त्याच्या मागून लगेच पुन्हा निघालेला दुसरा किरण इथे पोहचण्याच्या काळातच ते तारामंडळ बुडबुड्याप्रमाणे फुटून नाहीसे होईल! असे एखादे तारामंडळ असू शकेल की ज्याच्या किरणांचा प्रवास सुरू झाला त्या वेळी सूर्यमालाही अस्तित्वात नसेल, व तो येथपर्यंत पोहचण्याआधीच ती पाचोळ्याप्रमाणे बाजूला लोटली गेली असेल. या असल्या अतिमानुषी छत्राखालची आपली सुखदुःखे! आणि असली राक्षसी विश्वे स्वतःच्या प्रकाशात अणूरेणूप्रमाणे फिरविणारा तो निर्माता! तो एखाद्या क्षुद्र आयुष्यात डोकावतो; तो खरे बोलतो की खोटे, शेजाऱ्याला फसवितो की त्यावर प्रेम करतो असल्या गोटी म्हणे नोंदून घेतो व त्याप्रमाणे शिक्षा, बक्षिसे वाटत बसतो! आणि असल्या

मनाच्या पुरळीवर आपली नाती, आपले धर्म आधारलेले! छट्! सद्गुण-दुर्गुणाच्या पायावर सरपटणारे किडे, सुखदुःखाच्या डोळ्यांनी त्रिशंकूकडे पाहणाऱ्या आळ्या! त्यातीलच एक सुब्राव! गणिताचा एक सेवानिवृत्त प्राध्यापक शून्याशी खेळून शून्य झालेला. सगळीकडे नुसता शून्यांचा बुजबुजाट. निरनिराळ्या शून्यांच्या जिन्यावरून सरपटत दूर कुठेतरी, अर्थ असलेल्या आकड्याप्रमाणे निघालेला, पण दमछाक होऊन तिसऱ्या-चौथ्या शून्यात बुडबुड्याप्रमाणे नाहीसा होणारा सुब्राव! या विचाराने त्यांचे अंग विरून गेल्यासारखे झाले आणि केवळ एक निरामय भावना शिल्लक राहिली.

संपत आले आहे असे वाटत आले तरी जगणे जोपर्यंत प्रत्यक्ष संपत नाही, तोपर्यंत माणसाच्या अपेक्षा, आशाही संपत नाहीत. एके काळी त्यांना चिकटून असलेली त्यांची मुले, रामदास आणि मोहिनी आता मोठी होऊन आपापल्या दिशेने दूर निघून गेली होती. त्यांचे प्रेम संपले नव्हते पण ती परत या वास्तूत येऊन आपल्यानंतर आपले अस्तित्व चालू ठेवतील याची खात्री नव्हती. बागेवर त्यांचे अतोनात प्रेम होते. आपल्या मृत्यूनंतर बागेतील फुलेदेखील निर्विकार वाढत राहतील असे त्यांना वाटले. बागेतल्या निवडुंगाला फुले येत आहेत हे पाहून त्यांना उत्साह वाटला. पण तेवढ्यात निवडुंगाच्या पुस्तकातील एक अशुभ वाक्य आठवले, एखाद्या निवडुंगाला फुले येऊ लागली एवढ्यावरच खूष होऊ नका, कारण काही वेळा झाड मरत असता फुलांनी भरून जाते. पुनरुत्पत्तीच्या मदतीने ती जात टिकवून धरण्याचा निसर्गाचा तो शेवटचा प्रयत्न असतो. हे वाक्य आठवताच त्यांना फुलांकडे पाहवेना. ते आंब्याच्या झाडाजवळ पोहचले तेव्हा झाडाखाली माकडाचे एक पिलू पाठीवर पडले आहे असे त्यांना दिसले. ते त्यांच्याकडे बटणासारख्या डोळ्यांनी पाहत होते. सुब्राव ते दृश्य पाहून हादरले. काय करावे ते त्यांना समजेना. उंच झाडावर माकडांचा जथा गोठून स्तब्ध बसला होता. त्यांनी पिलाला हाकलण्याचा प्रयत्न केला, पण ते डोळे न हलवता त्यांच्याकडे पाहत पडूनच राहिले. सुब्रावांना फार चीड आली. हरतऱ्हेने माकडांना नष्ट केले पाहिजे असे त्यांना वाटले. मृत्यूच्या दर्शनाने ते मनातून भेदरून गेले होते. या भीतीतून उत्पन्न झालेल्या क्रूर विचारांनी त्यांचा असहाय तडफडाट झाला. मृत्यूच नाहीसा झाला पाहिजे असे त्यांना वाटले. पण रस्त्यावरून चाललेल्या आणि त्यांच्या दृष्टिपथात आलेल्या प्रत्येक माणसाच्या रूपाने मृत्यूच त्यांच्या मनाला स्पर्श करून जात होता. 'मृत्यूचे पुस्तकच त्यांनी फर्रदिशी, पाने परतवून पाहिले होते.' त्यांच्या वास्तूत त्यांची जागा घ्यायला उपरे उत्सुक झाले होते. नेहमी येणाऱ्या झाडूवाल्याने मेलेल्या माकडाला बेफिकीरपणे टोपलीत ढकलले होते आणि टोपली घेऊन तो पुढे निघून गेला होता. सुब्रावांना वाटले आपलेही असेच होणार आणि त्यामुळे विश्वाच्या अनंत पसाऱ्यात तसूभरही फरक पडणार नाही.

या तात्त्विक भूमिकेला एकजीव आणि तन्मय कथारूप देण्यासाठी जी.एं.नी

वातावरणाची अप्रतिम निर्मिती केली आहे. माणसाचे निखालस एकाकीपण मृत्यूच्या निःश्वासाखाली भरभरून उफाळते. सुब्राव तापातून उठल्याने हल्लक झाले आहेत. त्यांच्या रक्ताची माणसे सर्वार्थाने दुरावली आहेत. ज्या प्राणहीन वास्तूत आणि परिसरात त्यांनी आपला जीव ओतला, त्या गोष्टीदेखील गुप्तपणे विनाशाच्या छायेतच वावरत आहेत याचा साक्षात्कार त्यांना झाला आहे. माणसे, वनस्पती, मोहक फुले यांच्या ताज्या, टवटवीत आवरणाखाली विनाशाचे किडेच वावरताना त्यांना दिसले. अस्तित्वाचे मोलदेखील छोट्या संदर्भातच मोठे वाटते. संदर्भ मोठा, गगनाला गवसणी घालणारा केला, तारामंडळांना नेऊन भिडवला की हे अस्तित्वदेखील कवडी किमतीचे भासू लागते. सुब्रावाच्या मनाची ही आवर्तने आणि त्याच्याभोवती उठणाऱ्या क्षीण आसक्तीच्या आणि अमानुष भीतीच्या लाटा साकार करताना जे अपरिहार्यपणे जगत जाणारे तपशील जी.एं.नी नोंदवले आहेत, ते त्यांच्या असाधारण संवेदनक्षमतेची, खोल चिंतनशीलतेची, भावनांनी आतून चिंब झालेल्या चित्रमय भाषेची आणि वातावरणाचा समर्थ, अप्रतिहत परिपोष करणाऱ्या विविध सामर्थ्यांची साक्ष देतात.

नानांचा 'अखेरचा दिवस' जवळ येत चालला आहे. ते स्वतःला सांगतात, की आता कीर्तन संपायला आले आहे, आणि चटई गुंडाळायला हवी. आता आयुष्याला बांधून ठेवणारे काय उरले होते? नानांच्या आयुष्याची सारी अर्थहीनता आणि बिकट विषयमयता जी.एं.नी अपार काळोखात कभिन्न केली आहे. त्यांचे आयुष्य कधी फुलाफळांनी बहरू शकलेच नाही. 'जीवनाला वाढत जाणारा धगा नाही, कोंभ नाही' सदासर्वदा पोथ्या-पुस्तके जमा केली. वडिलांनी काढलेल्या साप्ताहिकाचे सारे अंक जपून ठेवलेले. वडिलांचे आयुष्य त्या रद्दीत संपले. नानांनी तोच वारसा चालविला होता. नानांनी कादंबऱ्या, नाटके लिहिली; त्याकडे कुणी ढुंकून पाहिले नाही. मनाच्या अवघ्या शक्ती त्यांनी त्यात ओतल्या होत्या. पण त्याचे कुणाला काय? अखेरीला उभ्या आयुष्याचे हे निर्जीव कपटेच त्यांच्यासमोर पसरले होते. एका घटनेचे विष त्या सर्वांत कालवले होते. त्यांचा प्राण घेणारी सावित्री नावाची त्यांची बेशरम पत्नी, तिची आठवण अखेरपर्यंत त्यांनी जतन केली होती. कुंकवाचा करंडा, जोडवी, कपडे, त्यांची पहिली पत्नी आणि वातीसारखा मुलगा गौतम एकामागोमाग एक निघून गेले होते, आणि थोराड अंगाची सावित्री त्यांच्या आयुष्यात शिरली. आपल्या अंगाला तिने नानांना हात लावू दिला नाही. ती एकदा माहेरी गेली ती परत आलीच नाही. आता त्यांच्याजवळ फंडाचे सतराशे रुपये, आईची नथ आणि थोरल्या भावाने आत्महत्या केली तेव्हा त्याच्या अंथरुणाजवळ सापडलेली पांढरी बाटली आणि कागदाची थडगी.

त्यात सावित्री अचानक एका रात्री आली. नानांच्या शरीरातली धग तिचे पुष्ट शरीर पाहताना उफाळली. पण तिच्या पोटाकडे पाहून ते आंधळेच झाले. ती म्हणाली, 'मी पापीण आहे.' नानांनी तर तिला सगळ्याचीच क्षमा केली होती. सावित्री आली होती ती

त्यांचे पैसे न्यायला आणि त्यांच्या आयुष्याला विषारी पूर्णविराम द्यायला. त्यातही ज्याची ती मदत घेत होती त्याचाच विश्वासघात करण्याचा तिचा बेत होताच. शेवटी नाना संपले ते तिचे आणि स्वतःचे असे दुहेरी विष पिऊन.

अखेरच्या दिवसाचा आणि साऱ्याच दिवसांचा कदाचित हा आणखी एक आत्मक्लेशी अग्निरेघांनी काढलेला आलेख. सामान्य माणसाच्या आयुष्यातला विक्राळ आकांत प्रकट करण्याची जी.एं.ची जिद्द त्यांच्या कथांना शोकात्मतेची उंची मिळवून देते याची ही आणखी एक साक्ष.

असल्या क्षणभंगुर, अर्थशून्य जीवनात साफल्य शोधायचे कुठे आणि कसे? सखाराम पाटलाला लाल पेरवाच्या फाकीसारखी विठा जोगतीण अल्पकाळ बेभान करून जाते, हताश झालेल्या दत्तूला रंगून शिकवलेल्या 'औदुंबर' कवितेची साथ असते; तर प्रा. सुब्रावांना मुलाशी असणारे आतड्याचे संबंध आणि फुलांनी बहरलेली बाग यांच्यामुळे त्यांच्यावर मृत्यूचे सावट पडत असतानादेखील किंचित विश्वास वाटतो. कलास्वादसंपन्न जीवन हा सार्थकतेचा एक भाग होऊ शकेल काय? या शक्यतेचे उत्कट दिग्दर्शन 'पडदा' या कथेत मिळते. प्रि. ठकारांची सौंदर्यासक्ती इतकी गाढ की खिडकीवरचा नासक्या हिरव्या रंगाचा पडदा पाहून त्यांच्या मनाला वेदना होतात. तो त्यांच्या पत्नीनेच तिथे लावलेला असतो. त्या शेवाळी पडद्यामुळे खोलीची रंगसंगती बिघडते हे तिला सांगण्याची सोय नसते; कारण तिच्या आकलनात ही गोष्ट बसणारी नसते. आपल्याला ज्या गोष्टींचा आग्रह धरावासा वाटतो, त्या लोकांना पटवून द्याव्यात इतका प्रि. ठकारांना त्यांच्याबद्दल आदर कधीच वाटत नव्हता. आपल्या काव्यलोलुप मनाचे तरंग त्यांनी वस्तूंच्या रूपांनी खोलीत संग्रहीत केले होते. त्या खोलीत आणि सौंदर्यवस्तूंत त्यांचे जीवन सामावले होते. प्रि. ठकारांच्या आयुष्यातील प्रत्येक क्षणाला डोळा होता. पण त्या डोळ्यांत फक्त त्यांच्याच प्रतिबिंबाचे लेणे कोरले होते. आपल्या लायब्ररीतील पुस्तकांच्या मांडणीतही त्यांनी एक संगती साधली होती. आयुष्य झाकोळून टाकणाऱ्या गहिऱ्या नैराश्येच्या बाजूला, उष्ण रक्तामांसाच्या, वासनांच्या काव्यओळी. थॉम्पसनशेजारी फ्लेकर आणि बर्टन. त्यांना वाटे की एखाद्या विशाल हिऱ्यात ज्योतीचे प्रतिबिंब असावे त्याप्रमाणे अनुभवाला जिवंत, कोरीव आकार हवा. भावनांचा वेडा गुंतवळा असण्याऐवजी स्वप्नमय गोफ हवा. माणसे काय, ते अनुभव जतन करण्यासाठी निर्माण झालेली क्षुद्र यंत्रे आहेत नुसती! त्यांच्या मुलाने मुंबईला लोण्याचा व्यापार सुरू केला तेव्हा त्यांच्या मनाला खोल जखम झाली. शब्दांचे सौंदर्य ज्याला स्पर्श करू शकत नव्हते अशा कुणाला ते आपला मुलगाच मानायला तयार नव्हते. प्रि. ठकारांना इंद्रिये उन्मत्त करणारे सुख मिळते ते त्यांना आवडणाऱ्या रंगीत काव्यपंक्ती आणि चित्राकृती यांच्या ठिणग्या त्यांच्या स्मृतीत गदगदू लागतात तेव्हाच! हे सौंदर्यस्मृतींचे विश्व म्हणजेच मंगल, चिरंतन विश्व असे त्यांना वाटते. हे जेव्हा लौकिक

जीवनाच्या कुरूप व्यवहाराने डागळते तेव्हा प्रि. ठकार अतिशय व्यथित होतात.

पारंपरिक जीवनमूल्ये आणि तथाकथित उदात्तता भ्रामक असल्याचा अनुभव आल्यानंतर जी.ए. चिरसुंदर जीवनाची कल्पना करीत आहेत. आपल्या अनुभवाचे सार ते व्यथित, वंचित जीवांच्या सूक्ष्म, विस्तारपूर्ण चित्रणातून मांडीत आहेत. निरर्थकतेच्या सर्वंकष जाणिवेतून आसरा शोधायचा असेल आणि साफल्य मिळवायचे असेल तर ते कलेच्या अविनाशी, धुंद जगातच मिळवावे अशी कदाचित व्यक्ती आणि कलावंत म्हणून त्यांची धारणा होत असावी. व्यक्ती जेव्हा कलेच्या तटस्थ, मनस्वी सुंदर पातळीवर स्थिर होते तेव्हाच ती जीवनाची सफलता उपभोगते. बाकी सारी वेडी गुंतवळ. इंग्रजी वाङ्मयात प्री-राफेलाइट आणि डिकेडंट पंथातील कलावंत वाल्टर पेटर आणि ऑस्कर वाइल्ड यांची धारणा या प्रकारची होती. बोदलेअर, गॉटिए, हुइसमान, मेलार्म हे त्यांचे युरोपमधले पूर्वज होते. 'प्यूअर जेमलाइक फ्लेम', 'विशाल हिऱ्यातील ज्योती' हा या कथेतला शब्दप्रयोग मूळचा पेटरचा. वाइल्डचा प्रयत्न तर स्वायत्त सुंदर कलेनेच जीवनाचे नियंत्रण करावे असा होता. या प्रवृत्तीच्या कलावंतांनी निर्माण केलेल्या कलाकृतींचे मोल दुय्यमच मानले गेले आहे. या कलावंतांनी कलामाध्यमाच्या विविध अंगांचे केलेले अवास्तव लाड, त्यातून निर्माण झालेली सौंदर्याभासाची नवनवी रूपे ही चैतन्ययुक्त वाटत नाहीत. त्यांचे सौंदर्य कालांतराने केविलवाणे दिसते. या कलाकृती कृत्रिम वातावरणात वाढविलेल्या फुलझाडासारख्या, 'हॉटहाऊस फ्लॉवर्स'सारख्या दिसू लागतात. जी.एं.च्या कथांचा विस्तार आणि चित्राकृती सकस आणि परिपूर्ण, पण कधी कधी त्यांच्यावर एक मर्यादा शापित सावलीप्रमाणे पडलेली दिसते. तिचा उगम कलाभासाच्या या ध्यासात असावा अशी शंका मनाला स्पर्श करते. ही रुखरुख तपासून पाहिली पाहिजे. तिच्यामुळेच काही गंभीर स्वरूपाच्या शंका जी.एं.च्या वास्तवस्थानासंबंधी व्यक्त करण्यात आलेल्या आहेत.

जी.एं.च्या कथांत कलात्मकतेचे केवळ आभास असतात असे म्हणणे अतिशय अन्यायाचे होईल. त्यांच्या कथांची प्रतिष्ठा यापेक्षा निश्चित वरची आहे. त्यांच्या कथांना शापित वात्सल्याचा, अंतःकरण पिळवटून टाकणाऱ्या भावबंधांचा उःशाप लाभलेला आहे. हा उःशाप जिवंत स्मृतिरूपाने त्यांच्या कथेतून एकसारखा झरत असतो. आईच्या, बहिणीच्या, अनाथ, वृद्ध नातेवाइकांच्या त्यागातून, दुःखातून, वात्सल्यातून त्यांच्या निराशेने काळवंडलेल्या वृत्तींना संजीवन मिळते. हे उमाळे कधी कधी अंतःकरण ढवळून टाकण्याइतके अनावर होतात. या उमाळ्यांना उघड्या जखमेसारखे मूक ओलेपण असते. या जखमेचे खोल अधिष्ठान लाभल्याने त्यांच्या कथाविश्वाला असाधारण गंभीर खोली मिळाली आहे. जणू या जखमेच्या गोमुखानेच त्यांच्या आत्मशक्तीची धार संतत आणि नितळ राखली जाते. सर्वसाधारण मध्यमवर्गातील कुटुंबात आईच्या, बहिणीच्या, वडीलधाऱ्या माणसाच्या आणि गायीसारख्या मूक जनावरांच्या अपार वात्सल्याचा जो

प्रत्यय येतो, त्याची हृदयस्पर्शी दर्शने जी.एं.नी आपल्या काही कथांतून घडविली आहेत. ती सर्व बालपणी स्मृतिमंजुषेत साठवलेली आणि मोठेपणी ओल्या अंतःकरणाने आठवलेली दर्शने आहेत. असे असले तरी बाल्यावस्थेतील वत्सल स्मृतींना त्यांची लेखणी विवशतेने कुरवाळत बसत नाही. स्मृतिरूप वात्सल्य, भल्या माणसांचा त्याग, आयुष्यातील सक्तीच्या व्यवहारातून निपजणारे क्रौर्य याचे अत्यंत जहरी मिश्रण त्यांच्या कथांत आढळते. हे मिश्रण जहरी होते याचे कारण म्हणजे पूर्वायुष्यातील वत्सलतेचे हे धागे नियतीच्या अगम्य खेळींनी क्रमाक्रमाने करपत गेलेले अगर कायमचे तुटलेले असतात. या अटळ दुःस्थितीचे प्रतीक म्हणून कृष्णी नावाच्या गायीच्या अचानक मृत्यूचा वापर जी.एं.नी काही कथांतून केला आहे. 'रात्र झाली गोकुळी', 'तुती' या कथांची बंदिश या संदर्भात ध्यानात घेण्याजोगी आहे.

'रात्र झाली गोकुळी' ही एका गरीब, सालस कुटुंबाचे चित्रण करणारी कथा. या कथेची वीण क्रमाक्रमाने बसत जाते. तिच्या मध्यभागी चाफ्याचे एक प्रचंड, विशाल हिरवा कारंजा गोठून गेल्याप्रमाणे दिसणारे झाड आहे. ते हजार पानांनी सळसळते आणि बहुतेकांची झोप उडवून लावते. पडवीत पडलेल्या आणि विडी पेटवण्याचा प्रयत्न करणाऱ्या दाजींना ते राक्षसाप्रमाणे वाटते. दुर्गीला त्याच्या फांद्या अतृप्ततेने तळमळत असल्याप्रमाणे भासतात. पानांचा आवाज कोरडा पाऊस पडत असल्याप्रमाणे होतो. रात्रीनंतरच्या पहाटेची दिक्कत या सतत हलणाऱ्या चाफ्याला असत नाही आणि त्याखाली साचलेल्या कधीच न हलणाऱ्या हिरवट काळ्या पाण्याला तर नाहीच नाही. हा चाफा माणसाच्या दैन्याला आणि वेदनेला केवळ साक्षीभूत असतो.

गोकूळ हे आनंदमय नाव धारण करणारी वस्तू दळभद्री असते. या दळभद्रीपणाचे सगळे तपशील जी.एं.नी अस्सल वस्तुनिष्ठेने मांडलेले आहेत. जी.एं.च्या कथेवर घेतल्या जाणाऱ्या आक्षेपांपैकी एक आक्षेप असा की त्यांच्या कथेत सामाजिक आशय कमी असतो किंवा असत नाही. त्यांच्या कथेत सामाजिक दृष्टिकोन असतो की नाही याच्यासंबंधी वाद होऊ शकेल. पण त्यांच्या कथांत सामाजिक आशय नाही असे म्हणणे चुकीचे होईल. त्यांच्या कथेत जी खालच्या वर्गातील आणि कनिष्ठ मध्यमवर्गातील माणसांच्या आयुष्याची चित्रणे आली आहेत, त्यात या आयुष्यांना वेढून बसलेल्या परिस्थितीचे अत्यंत नेमके आणि विदारक दर्शन घडते. किंबहुना सामाजिक दृष्टिकोनाचा आग्रह बाळगणाऱ्या साहित्यिकांच्या कृतींतदेखील ते इतक्या साक्षेपाने आणि सांगोपांग येत नसावे. अर्थात सामाजिक परिस्थितीचे दर्शन घडविणे हा जी.एं.च्या कथेचा प्रधान हेतू नाही हे उघडच आहे. त्यांच्या या संसारकथा आहेत असे म्हटले जाते. तत्त्वज्ञानातील सारभूत अर्थाने त्या संसारकथा आहेत, केवळ लौकिक आणि सामाजिक अर्थाने त्या संसारकथा नाहीत. तरीदेखील लौकिकावरची जी.एं.ची पकड अतिशय पक्की आणि अढळ आहे. काही थरांतील जीवनाचे सामाजिक तपशील त्यांच्या कथांत ओथंबलेले असतात.

दाजी, वारणाईचे घर म्हणजे एकच सोपा होता. वारणाईने तट्टी बांधून त्यात एक लहानशी खोली केली होती. दुसऱ्या बाजूने रॉकेलचे डबे उघडून तात्पुरती भिंत झाली होती. एवढेच सांगून जी.ए. थांबत नाहीत तर आणखी तपशील भरतात. सुरुवातीला डब्यांचा पत्रा झगझगीत होता. पण दोन पावसाळ्यांत तो तांबारून त्याला भोके पडली. पहिल्याने तट्टीत चौकोनी भोक पाडून एक छोटी खिडकी केली होती. पण नंतर तिच्या कडा बोंदारून ती वेडीवाकडी झाली. मग तट्टीला तशी अनेक भोके पडली. आता चूल सुरू झाली की धुराच्या अनेक पट्ट्या त्यातून निघत. लोक धुरामुळे वारणाईला ऐकू जातील अशा शिव्या देत. बाकीच्या बिऱ्हाडांना परसात जायला तेथूनच रस्ता होता. भाजी किंवा तांदूळ निवडायचे झाले की अर्धवट आत, रस्त्यावर बसावे लागे. चूल पेटवायला लाकडाच्या सालीच वापराव्या लागत. त्यामुळे तासभर धूर कोंडून राहत असे. बाजल्याखाली धान्याचे डबे होते पण घरात मूठभर तांदूळही नव्हते. मूठभर डाळ असावी आणि गाठी गाठी झालेले डांगराचे पीठ. अगदीच अडचण झाली तरी ओळखीच्या सखाराम चक्कीवाल्यांकडून मूठपसा धान्य आणावे लागत असे. कंदिलाची काच फुटली होती. खालची जमीन ओलसर होती. जरा जोरात पाऊल टाकले की पोपडे पायांना चिकटून येत. मोरीजवळची भिंत भुसभुशीत झाली होती. हल्ली घराला कुठेतरी घूस लागली होती. या तपशिलांबरोबरच गरीब जेवणाचे तपशीलदेखील तंतोतंत भरलेले आढळतात. वांग्याच्या फोडी असलेले लालसर पाणी. ही वांगीदेखील बियांनी भरलेली, पिवळी डोरली वांगी आणि काळसर ताक ओतून पातळ केलेले डांगर. जून वांग्याच्या बियांची तुरट चव दाजीच्या जिभेत कायमची रुतून बसली होती. जेवणे झाल्यावर वारणाई पचापचा पाणी मारून चुलीतील निखाऱ्याचा तुकडा न तुकडा विझवते. तिचे अंथरूण चुलीपर्यंत येते. एकदा चुकून निखारा राहिला आणि अर्धी चटई जळून गेली. पांघरुणाचे तपशीलही जी.ए. भरायला विसरत नाहीत. दाजी जाजम आणि चादर वापरतो व जाजमानेच कट्टा झटकतो. वारणाई गोणपाट अंथरते व उशाला जुन्या कापडांचे मोठे गाठोडे घेते. कृष्णाचे जाजम गळाल्याने ओलसर झालेले असते. दुर्गी चटई आणि पांघरण्यासाठी जुनेरे घेते. या परिस्थितीत राहणारी माणसे व्याधिमुक्त कशी असणार? जी.एं.नी दिलेले या प्रकारच्या माणसाच्या दुखण्यांचे तपशीलदेखील मार्मिक आणि वास्तवपूर्ण असतात. त्यांना धारदार अनुभूतीचा आधार असल्याची खात्रीच वाटते. खोकल्याने वारणाई हैराण होत असे. त्यात गुडघेदुखीही होतीच. पाणी ओढायच्या कल्पनेने तिच्या अंगावर शहारे येत. मध्येच भिंगरी फिरल्याप्रमाणे खोकल्याची उबळ आली तर तिचे हात दुबळे होत, व घागरीबरोबर आपणही आत जातो की काय अशी तिला भीती वाटे. छातीवर दाब पडल्याने तिला बरे वाटे. रात्री आतडी तोडणारी खसखस जास्त चिवट होत जाई. दाजी म्युनिसिपालटीतल्या दवाखान्याचे औषध घेत असतो. हेडक्लार्कने त्याला दोन गाड्या लाकडे माळ्यावर रचायला सांगितले होते आणि त्यामुळे

त्याच्या खांद्याचे हाड न हाड दुखत होते. खाली वाकले की डाव्या बाजूला छातीत मोठी तापलेली सुई सावकाश खोल रुतविल्याप्रमाणे बारीक पण असह्य कळ येत असे. सारी दुखरी हाडे हलविणे नको असे त्याला वाटे. रात्री जाजमावर अंग आखडून पडले की हजार ठिकाणी ठणक्याच्या वेदना होत. अंगाचे काही भाग काढून टाकावेत असे वाटे.

या अवस्थेत दिवस काढणाऱ्या या कुटुंबातल्या अन्य व्यक्ती आणि त्यांच्या सुख-दुःखाचे भोग यांचे धागे उभे-आडवे फिरतात आणि कथेची वीण आणखी घट्ट, खोल, जाड होत राहते. वारणाईला दोन मोठ्या मुली. एक दुर्गी आणि दुसरी शकी. मुलगा त्यांच्याहून लहान. त्याचे नाव कृष्णा. तो शाळेत जातो. शकीला दवाखान्यात काम असते. ती महिना तीस रुपये मिळविते. त्यामुळे तिचा घरात मोठाच तोरा. साऱ्यांना ती तुच्छ लेखते व हिडीसफिडीस करीत असते. घरातल्या इतर गलिच्छ माणसांहून आपण वेगळ्या, वरचढ असे तिला वाटते. ती आहे ओबडधोबड पण कोणत्यातरी कारणाने तिचे शरीर उतू जात आहे आणि तिच्या ठायी अभिमान निर्माण झाला आहे. तिची बहीण दुर्गी मात्र शरीराने खंगत चालली आहे. हात वर केला की तिच्या बांगड्या कोपरापर्यंत सरकतात. ती हल्ली अबोल झाली आहे. आईशी चार गोष्टी बोलल्या तरी तिला कंटाळा येतो. दुपारभर ती जुन्या खुर्चीवर तीच ती पाचसहा पुस्तके वाचत बसते. मधेच द्राक्षालाची मुक्या कळ्या असलेली फांदी तोडून कुसकरून टाकते. पहिली मुलगी म्हणून वारणाईने तिला सायीसारखे वाढवले होते. पण ती काही केल्या आता अंगच धरत नव्हती. शाळेत असणारा कृष्णा हूड. त्याला सदैव भुकेने घेरलेले. त्याचे वयच तसे होते. त्यासाठी भीक, चोरीदेखील करण्याची त्याची तयारी असे. गोकुळातल्या कृष्णाने नव्हती का चोरी केली? वारणाईला त्याचे अतिशय वाईट वाटे. शकी दुर्गीचा दुस्वास करते. आई तिचे लाड करते आणि मिळवत असूनही आपले कौतुक करीत नाही याचा तिला मनापासून राग येतो. एकूण हे शारीरिक आणि मानसिक तणाव त्या गोकुळाला विदीर्ण करून टाकीत आहेत. कोणत्या तरी विनाशाच्या टोकाकडे हे गोकूळ निघाले आहे. पण या विनाशातच गोकुळाची सुटका होती.

गोकूळच्या समोर एक औटहौस आहे. तिथे लक्ष्मण पहारेकरी राहतो. तो आपल्या परीने रुबाबात राहतो. दुर्गीचे आणि त्याचे संबंध जुळले आहेत. तो तिला कायमचे जवळ करणार आहे. तिच्याशी लग्न करणार आहे. तिला आणि होणाऱ्या मुलाला सुख देणार आहे. तिच्या आग्रहानुसार ताबडतोब चाफ्याच्या झाडाखाली लग्न समारंभाला उभा राहणार आहे. तिला तृप्त, तृप्त करून सोडणार आहे. रात्री सामसूम झाल्यावर ती धीर करून भिंतीवरून उतरली आणि लक्ष्मणच्या खोलीजवळ गेली. आत कुणीतरी बोलत हसत होते. तिने फटीतून पाहिले आणि तिचे अंग बधिर झाले. आत शकी होती आणि ती लक्ष्मणला बिलगून बसली होती. परत येताना ती विहिरीजवळ रेंगाळली. आंधळ्या डोळ्यांच्या खोबणीप्रमाणे ती विहीर दिसली. आता आपल्याला आयुष्य नाही, असे

तिला वाटले. ती रात्र संपूच नये असे तिला वाटले.

मानवी यातनाचक्राच्या अतीत साक्षीभूत सर्वज्ञ असतो, तो निसर्ग. जी.ए. मानवी यातनांना समांतर निसर्ग आणि मूक प्राण्यांचे अबोध विश्व ठेवीत राहतात. गोकुळातला हालणारा चाफा आणि खाली साचलेले कधीच न हालणारे हिरवट काळे पाणी यांना पहाट झाली काय न झाली काय याची पर्वा नव्हती. प्राचीन गोकुळातल्या लताकुंजाचे, रासक्रीडेचे आणि यमुनाडोहाचे हे काय विकृत स्वरूप झाले होते? या गोकुळात ओठावर जीभ फिरवत, सावलीप्रमाणे निःशब्द फिरणारी एक मंजू मांजरी आहे. काळ्याभोर रेशमी अंगाची ही मांजरी आतून हाडे नसावीत असे वाटण्याजोग्या सफाईने हलत असे. तिच्या अंगात कुठे ठणकाच नसाव असे दाजीला वाटे. मंजूला पहाटेची उत्सुकता नव्हती. सारी रात्र विशाल काळे मांजर असते तर ती त्याच्याशी खेळली असती. या परिवारात गुलबासाची फुलेदेखील होती. जी.एं.च्या कथेत निसर्ग या प्रकारे प्राणभूत होत राहतो.

या कथेला शेजारी राहणाऱ्या एका लडिवाळ, निबद्ध चौकोनी कुटुंबाचे अस्तर जी.एं.नी दिले आहे. अशा माणसांची, संसाराची भेदक, उपहासगर्भ चित्रे जी.ए. काढीत असतात. ही माणसे खोल सुखदुःखांना अपात्र अशा विरळ थरावरचे आशयशून्य जिणे जगत असतात. कोणतेच तीव्र रस त्यांच्या आयुष्यात उतरत नाहीत. वारणाईसारख्या स्त्रियांची सोशीक आयुष्ये मात्र दुःखार्त आशयाने समृद्ध झालेली असतात. अशा स्त्रियांची कणाकणाने संपत आणि चढत जाणारी आयुष्ये, अगर दुर्गीसारख्या मुलींची वंचनेच्या आकस्मिक वणव्यात होरपळणारी आयुष्ये हा जी.एं.च्या संसारकथांचा गाभा बनत जातो.

'काकणे' ही कोवळ्या, करुण कावेरीच्या आत्मघाताची जिव्हारी जाणारी कहाणी आहे. यातील वातावरण वात्सल्याने, रासवट अंधाऱ्या वासनेने, अनामिक थरथरत्या भीतीने भरगच्च झाले आहे. यातले ग्रामीण व्यवहाराचे तपशील वास्तववर्णनाचे जिवंत नमुने आहेत. जी.एं.च्या कथांचे तपशील बऱ्याच शहरी अभिरुचीला रुचत नाहीत आणि ग्रामीण भागातील सर्वसामान्य वाचकांना जवळचेच नव्हे तर अर्थपूर्ण वाटतात याचे रहस्य या वास्तवतेत आहे.

नरसूभटाचे रस्त्यावरचे किराणामालाचे दुकान, बरेच गिऱ्हाईक समोरच्या गाडी-अड्ड्यातले. दुकानातला किराणा माल म्हणजे बुरसा येऊन गेलेली सुपारी, आंबट, पाणावलेला गूळ, खोबऱ्याची बुरा आलेली भकले आणि पत्रावळींचा गठ्ठा; भुईमुगाचे दाणे, खारवलेली आमसुले, चहापुडीत हॉटेलमध्ये वापरून वाळवलेली भुकटी. चार पैशाला, दोन पैशाला माल देत नरसूभटाचा व्यापार चालत असे. चार घरे टाकून माडीवरच नरसूभटाचे बिऱ्हाड होते.

दुकानासमोरच्या पिंपळकट्ट्याजवळ गाडी-अड्डा होता. तेथे दर शनिवारी कोकणातून खूपशा बैलगाड्या आपली ओबडधोबड चाके करकचत येत. या गाड्यांचे,

जनावरांचे, कोकण्यांचे आणि त्यांच्या खाण्यापिण्याचे जी.एं.नी केलेले वर्णन अप्रतिम आहे. त्यांच्या कथांतून जागोजागी विखुरलेले या तऱ्हेचे तपशील त्यांच्या सूक्ष्म आणि अचूक निरीक्षणाची साक्ष तर देतातच; पण काही प्रादेशिक वास्तवावरची त्यांची पकड सामाजिक आशयाचा बडेजाव मिरविणाऱ्या कथाकारांपेक्षा अधिक नेमकी आहे हेही दाखवितात. या वर्णनांचा उपयोग कथेचा विषय समृद्ध आणि सखोल करण्याकडे होतो. सामान्य परिसरातली सामान्य माणसे कोणत्या विलक्षण जहरी जीवनानुभवांचे कुंभ बनू शकतात हे या तपशिलांनी स्पष्ट होते. त्याप्रमाणे शोकात्मता हा परिस्थिती, परिसराचा केवळ परिणाम नसून तो प्रतिभावंताच्या आकलनाचाच धर्म आहे, हेदेखील या कथांतील सर्वसामान्य तपशिलांच्या संभारातून विरोधाने सिद्ध होते.

नरसूभटाचा मुलगा बाळकू जकातनाका कारकून होता. त्याची तरुण, दुसरेपणाची बायको कावेरी शांत आणि शालीन. बाळकूला रात्रपाळी असे त्या वेळी तो अगदी गळून जात असे. त्याचे आयुष्य गाडीच्या कर्कश करकरणाऱ्या चाकासारखे. गुडघाभर चिखलातून रेटल्यासारखा प्रवास. ही नोकरीदेखील त्याला मेस्त्रीच्या वशिल्याने मिळावी हा कसला फासा म्हणायचा? त्याला आणि नरसूभटाला या तिढ्याची कल्पनाही आली नव्हती. मेस्त्री या भागातला दादा होता. धिप्पाड, काळारोम. तो अड्ड्याच्या कोपऱ्यात दोन खोल्यांत राहत असे. त्याच्या गळ्यातला ताईत पुष्ट बोकडाच्या गळ्यात बांधल्यासारखा दिसे. त्याला बायको-पोर काही नव्हते. तो न्हाव्याच्या गंगूकडे जातो हे साऱ्यांना माहीत होते. अड्ड्यावरचे शेण, गवत आणायला कधी कधी कावेरीला जावे लागे. मेस्त्रीची देखरेख नेहमीच त्या ठिकाणी असे, पहाटेच्या अंधारापासून रात्रीपर्यंत.

वाटेवर एक विहीर होती. जी.एं.च्या संसारकथांत या विहिरी जागोजाग दबा धरून बसलेल्या असतात. दुःखितांच्या सुटकेसाठी या आसुरी वाटा सदैव मोकळ्या ठेवलेल्या असतात. या विहिरींचे जी.एं.नी दिलेले तपशील थरारक असतात. या विहिरीचा एक भाग ज्या ठिकाणी पडत होता त्या ठिकाणी झुडपांचा एक हिरवा तुराच निर्माण झाला होता. तेथून एखादा ढिकळा खाली जात असे आणि काही वेळाने घास गिळल्याप्रमाणे चटक आवाज येत असे. एखाद्या राक्षशिणीने प्रचंड आऽ करून ठेवल्याप्रमाणे ती विहीर वाटे. साधारण वर्षावर्षाआड या विहिरीला आहार लागतच असे. बाळकूच्या पहिल्या बायकोने मुलगा मेल्याच्या दुःखाने वेडाच्या भरात याच विहिरीत उडी घेतली होती. ते मोठेच प्रकरण झाले होते. मेस्त्री होते म्हणून निभावले. त्यांनीच घरातल्याप्रमाणे मदत करून सारे काही निस्तरले. मेस्त्रींचा त्या घराला पडलेला हा पहिला वेढा. आणखी एक वेढा पडला की ते घर करकचून संपणारच होते. हा एक अज्ञात, आंधळा खेळच चालला होता. त्याला बळी पडणारी माणसे होती तरी कशी?

ही माणसे राहणारे घर कसे होते याचे जी.ए. प्रथम वर्णन करतात. या वर्णनात त्यांचे नेहमीचे नेमके तपशील येतातच पण ते रुखे, कोरडे न राहता एका भावगर्भ वातावरणाचे

अपरिहार्य धागे ठरतात. नरसूभटाचे बिऱ्हाड माडीवर शेवटच्या दोन सोप्यांवर होते. जायला जिना अंधारा होता, लोंबत ठेवलेल्या दोरीचा आधार घेतल्याखेरीज वर चढता येत नसे. मधली पायरी गुडघ्याला बडवीत असे तेव्हा डोक्यापर्यंत झिणझिण्या येत. स्वयंपाकघरावर उतरते छप्पर होते, चुलीपुढे बसले की धुरकटलेली तुळइ वीतभरच वर असे. तेथे धूर कुंद भरला होता आणि त्याची एक गुंडाळी डाव्या बाजूच्या खिडकीतून लांब पसरत होती. तिथे एकुलती एक खिडकी होती. त्या खिडकीतूनच बाहेरच्या जगाची गजबज दिसत असे. आपल्या आयुष्यात बंदिस्त झालेल्या प्रत्येक जिवाला ही गजबज, बुरुजातल्या खोलीत जखडलेल्या शॅलॉटला जशी खिडकीतूनच दिसली, तशी दिसत असते. जी.एं.ना प्रत्येक जीव असा स्वतःच्या ठिकाणी खिळलेलाच दिसतो. त्याची सुटका तेथून तो निखळला म्हणजेच होते! तुरुंगातल्या या खिडकीबाहेर आधारासाठी एक चिमुकले, कोवळे, चैतन्याचा सौंदर्यबिंदू स्थिर करणारे गर्भसदृश जग जी.ए. ठेवून देतात. कावेरीने एक तुळशीचे रोप फुटक्या बादलीत लावले होते व ते खिडकीजवळ ठेवले होते. त्या वेळी घरात नवा जन्म झाल्याप्रमाणे त्याचे कौतुक झाले होते.

आज कावेरीची कांकणे पिचली होती. घागर भरताना हात आदळला असे तिने सांगितले. तिला बरे नव्हते. आतल्या अंधारात ती पडून होती. तिला काय झाले आहे हे घरातल्या कुणालाच कळत नव्हते. तिचा नवरा बाळकू बाजारात गेला होता. तो तिच्यासाठी नवी कांकणेही आणणार होता. कावेरीचे शरीर शरमेने कुजल्यासारखे झाले होते. आज ती नेहमीसारखीच पहाटे उठली होती. अंग धुऊन कृष्णेचे, बाळकूच्या पहिल्या बायकोचे, जावळासारखे मऊ असलेले हिरव्या कांकणांच्या रंगाचे पातळ ती नेसली होती. या तऱ्हेची मांडणी करताना भावनेची आणि निर्दय योगायोगाची अंतःकरण सुन्न करणारी गुंतागुंत जी.ए. करून टाकतात. त्याचे तिढे आणि वेढे इतके घट्ट बसत जातात की त्या गुंत्यात सापडलेल्या जिवाला सहजासहजी सुटकेचा मार्ग सापडत नाही. कावेरीच्या मनात आले : आपण जिची जागा तिच्या अपघाती मृत्यूनंतर घेतली ती कृष्णा रूपागुणाने होती तरी कशी? असली जिव्हारी, जीवघेणी जिज्ञासा हे जी.एं.च्या कथामनाचे एक शापित वैभव आहे. कावेरीच्या आयुष्यावर कृष्णेचीच छाया होती. कावेरीला निळी रेशमीकाडी कांकणे आवडायची. बाळकूने तिला आमसोली आणली आणि तो सहजपणे बोलून गेला, 'मला काय माहीत? मला वाटलं, तुलाही तसलीच कांकणे आवडतात.' पहाटेच्या थंड वाऱ्यात ती फुलांसाठी बाहेर पडली. नरसूभटाने तिला अड्ड्यावरचे शेणही आणायला सांगितले. वाटेत ती भयानक विहीर लागलीच. तिथे जळत्या डोळ्याच्या नागाप्रमाणे दिसणारा वाकडा दिवा अद्याप जळतच होता. तिथल्या माजलेल्या बोकडाने अंधारातच तचा घास घेतला आणि तिला दरवाजाबाहेर ढकलले. तेव्हापासून आपले मलिन शरीर कुठे लपवावे हेच तिला समजत नव्हते. पहाटे घडलेल्या अत्याचाराच्या आठवणीने तिच्या मनाच्या चिंध्या चिंध्या होत होत्या. बाळकू

घरी आला. तो म्हणाला, 'तुला हवी तसली कांकणे आज आणली आहेत!' तिच्याकडे पाहिले की बाळकूला स्वच्छ धुतलेल्या केळीच्या पानावर वाढलेल्या नैवेद्याची आठवण होत असे. आता सुटका आणि शेवटच!

तिने शेवट करण्याची तयारी केली तेव्हा सगळ्या गाठी बरोबर बसल्या होत्या, गोफ सुटेल ही भीती नव्हती. त्या दिवशी बाळकूने तिच्या आवडीची कांकणे आणली होती. हे खरे; पण दिवसभरात या ना त्या निमित्ताने आठवण कृष्णाचीच चालली होती. कृष्णादेखील तिच्यासारखीच अबोल होती. कावेरीने, आपल्यासाठी आणलेले पातळ सर्वस्वी आपले आहे, जुने करण्याइतके, याची बाळकूकडून खात्री करून घेतली. ती त्या पातळाचे काय वाटेल ते करू शकत होती. काकूंनी दिलेले केळे तिने नाकारले. काकूंनी आपला प्रेमळपणा व्यर्थ का घालवावा? तिने नवे पातळ नेसले, नवी कांकणे चढविली. नव्या कांकणांचा आवाज प्रत्येकातून एकेक निळा स्वर उडाल्याप्रमाणे झाला. रात्रपाळीला निघालेल्या बाळकूला आठवणीने अमृतांजनाची बाटली दिली. रात्रपाळीला त्याला हटकून डोकेदुखीचा त्रास होत असे. सारी आवराआवर झाली. बरीच वर्षे वापरलेला रेशमी कद-मुकटा करून ठेवावा, त्याप्रमाणे काकू अंग आखडून बसल्या होत्या. त्यांना पाहून कावेरीला भडभडून आले. रस्त्यावरचे दिवे बंद झाले तशी ती जिन्यावरून खालती उतरली. अड्ड्यावर आली. विहिरीला वळसा घालून ती चौथऱ्यावर उभी राहली. आता तिचे मन स्वच्छ काचेचे झाले होते. इतक्यात मागेच कांकणांचा आवाज झाला. कुणीतरी स्त्रीने पाठीवर हात ठेवला असा तिला भास झाला. तिच्या अंगावरून शहाऱ्याची लाट चमकून गेली. ती झपाट्याने चौथऱ्यावर चढली आणि तिने गोल अंधारात उडी घेतली.

कांकणांच्या गोल वर्तुळात बंदिस्त केलेली ही कथा बेगडी, बंदिस्त वाटत नाही. कारण या कांकणांच्या वर्तुळातूनच विहिरीच्या हावऱ्या तोंडाचे अथांग वर्तुळ दिसत राहते. जी.एं.च्या कथेतल्या घटना आणि तपशील हे काळजीपूर्वक रचल्यासारखे वाटले तरी वरवरचे आणि उपरे राहत नाहीत. साऱ्या गाठी त्यांनी बरोबर मारल्या आहेत असे दिसले तरी त्याच्यात अपरिहार्यता आणि आशयघनताच जाणवत राहते. कावेरीला अड्ड्याचे अखेरचे दर्शन होते आणि जी.ए. लिहितात, 'कुठे तरी अंग पसरायचे, कुठे तरी अन्न गिळायचे, कुठे तरी चांदण्या चमकायच्या, कुठे तरी चोचीला चोच भिडायची, शेण गोळा व्हायचे. पारिजातकाची फुले गळून कुठे तरी तशीच मरायची. एकाच कृष्णसर्पाचे सहस्रावधी खवले...

कावेरीसारखी 'बाधा'मधली रमा. ही कथादेखील पाण्याच्या अगम्य तलावात अंतर्धान पावते. रमाला पाण्याची बाधा झाली होती. ते गावच तसे होते. या गावात कुठेही बाधा झाली असती, असली कळा या गावावर होती. गावाला भूतकाळाचा पिंजर चिकटलेला. लग्न झाल्यापासून रमाने ते गाव कधीच जिवंत झाल्याचे पाहिले नव्हते.

देवळात मूर्तीच नाहीत, गाभारा आंधळ्या खोबणीप्रमाणे. पण सूर्यास्ताच्या वेळी देवळाचे आणि बत्तीस खांबांचे प्रतिबिंब खालच्या पंपा सरोवरात पडले की पाण्यातून तंतुवाद्य वर आल्यासारखे वाटे. आणि त्या उदास सोनेरी क्षणी नृत्यमग्न आकृतींनाही बाधा झाल्याप्रमाणे होत असे. म्हाताऱ्याच्या पाठीवरील आवाळूप्रमाणे वाटणाऱ्या या रहस्यम गावाचे तपशीलवार वर्णन जी.एं.नी केले आहे. वातावरणाची निर्मिती अंगावर शहारा आणणारी झाली आहे. या रहस्याने ग्रासलेल्या रमेच्या मनाची आंदोलने पाण्यात हालल्यासारखी खरीखुरी पण हातापलीकडची वाटावीत याप्रमाणे आभासित केली आहेत.

चार ठिकाणी कुंडली, हुंडा यावरून लग्न मोडल्यावर रमेचे लग्न झाले. सारे संस्कार तिने मूकपणे सहन केले. या घरी आल्यापासून तिने कामाचा रगाडा मानेभोवती घेतला, आणि आपल्या कण्याभोवती ती गोपाळरावांचा उग्र, केसाळ वासांचा संसार बिनतक्रार फिरवू लागली. पूर्वायुष्यातील दिवाकर हा केवळ दूरचा विचारच राहीला होता. ती इतक्या वर्षांत एकदाच माहेरी गेली होती आणि नंतर तिचे वागणे बदलून हे असे झाले होते. रमा 'केळीच्या काल्यासारखी', 'केवड्याच्या कणसासारखी', 'वागायला इरकली लुगड्यासारखी'. पाच-सहा वर्षे देवीच्या आरतीसारखा संसार झाला. पण नंतर सारे सुरू झाले. संध्याकाळी ती तळ्यावरून कळशी घेऊन आली आणि उंबऱ्यावर भ्रमिष्टासारखी बसली. त्या दिवशी वरच्या देवळाने तिला जणू खूण करून बोलावून घेतले होते. तिथे खांबाआड दिवाकर दिसला, नंतर तळ्यातल्या प्रवाहाच्या वरच्या पायरीवर. पण ऐनवेळी धागा तुटला आणि आपल्या संसारात ती परतली ते मन हरवूनच. हरवलेल्या मनाने रमा आपल्या संसारात कशी वावरत होती याचे वर्णन जी.एं.नी कमालीच्या तन्मयतेने आणि तपशिलाने केले आहे. यांच्या संसारकथांचे हे एक अपरिमित वैशिष्ट्य म्हटले पाहिजे. रमा आपल्या परीने स्वतःशी झगडत होती आणि इतरांची मात्र संसारात कुचंबणा होत होती. तिच्या मुलालाही तिची लाज वाटू लागली आणि तो तर तिच्या रक्तामांसाचा गोळा होता. शेवटच्या दिवशी तर आगपंचमी उफाळली. ती शांत करण्यासाठी रमा अंतःकरणाचे सारे पीळ शहाण्यासारखे सोडवीत तलावाच्या झळाळत्या पाण्यात दिवाकराच्या हसऱ्या चेहऱ्याकडे पाहत, सूर्याबरोबरच निसटून गेली. साऱ्या कथेत बाधित, शापित दुःखाचे करुण झंकार प्रतिध्वनित, प्रतिबिंबित झाले आहेत.

'राधी'त, 'कांकणे', 'बाधा', 'रात्र झाली' या कथांतील करुण भेसूर रसायन एकत्र केले आहे. राधीची नजर वाईट असाच साऱ्यांचा अनुभव होता. राधीकडे जी.ए. पाहतात ते लहान मुलाच्या निष्पाप, निर्व्याज नजरेने. या मुलाचे सारे भावविश्व ते हळुवारपणे एकेक पदर, एकेक दिवस उलगडत जागे करतात. या मुलाला आजूबाजूच्या विद्रूपणात राधी मात्र अतिशय प्रेमळ आणि निर्मळ दिसते. त्याच्यासाठी पिसाळलेल्या काळ्या

कुत्र्याला सांभाळताना त्याच्या चाव्याने तीच कुत्र्यासारखी ओरडून संपून जाते.

त्या लहान वयात खऱ्याखोट्याची शहानिशा कशी घडते ते आबा त्याला कडक जिभेने पण ओल्या डोळ्यांनी सांगतात. नियतीचे आणि अंतःकरणाचे चमत्कारिक तिढे बसवताना आणि उलगडताना जी.एं.ची प्रतिभा चरचरीत पात्यासारखी खोलवर फिरत राहते.

या दैवाच्या गाठी कशा बसतात आणि त्यात अडकल्याने तळमळणारा मानवी जीव सुटकेच्या कोणत्या वाटा शोधतो किंवा कोणत्या त्याला सापडतात आणि त्याचेदेखील विपरीत, विचित्र अर्थ लौकिक जगात कसे लावले जातात याचे दिग्दर्शन करणारी करुण कहाणी जी.एं.नी लिहिली आहे. तिचे नाव 'सोडवण'. त्यात बसलेल्या गाठीचेच निरीक्षण करणे योग्य होईल. या संसारकथेची जी संरचना आहे तिच्या तत्त्वावर जी.एं.च्या संसाराचे तपशील गळून पडलेल्या संसारातील कथांची रचना झालेली आहे. जी.एं.च्या दृष्टीने त्या रूपककथा नाहीत. जी.एं.च्या संसारातील कथांचे स्वरूप हे रूपककथांप्रमाणे संसाराला समांतर नाही तर ते सारभूत, स्वयंसिद्ध आणि स्वयंपूर्ण आहे.

डॉक्टर दादा फाटक जणू तुरुंगात बंदिस्त झाले होते. त्यांचे शरीर अस्ताव्यस्त होते. त्यांनी आरशात पाहिले तेव्हा आपला चेहरा त्यांना गुन्हेगारासारखा वाटला. रुंद, सैलावलेला, दाढीचे पांढरे खुंट दाखविणारा. खिडकीपाशी आले आणि गजावर हात ठेवून बाहेर पाहू लागले. हे कैद्याचेच चित्र जी.ए. डॉक्टर दातारांच्या अंतःकरणात तसूतसूने रुतवून पक्के करतात. रस्त्याने चाललेली मुलगी त्यांच्याकडे नजर जाताच भीतीने लगबग पळत सुटे. त्यांच्या चेहऱ्यावर खुनी माणसाच्या चेहऱ्याचा शिक्का पडून गेला होता काय? खरे तर त्यांची जाड, आखूडसर बोटे त्यांच्या आईसारखीच होती; पण आईच्या बोटांतला स्वच्छ, सात्त्विक कामसूपणा त्यांच्या बोटात उतरला नव्हता. युद्धकाळात नोकरीवर सोळा सोळा तास काम केले. रामदास दिवगीने सहज म्हणून शालूची ओळख करून दिली आणि ते तिच्या उजेडासारख्या हसण्याने अंतर्बाह्य उजळून गेले. आता मात्र सारी अवकळा झाली होती. हे कसे घडत आले? त्यांच्याभोवती हा गजाचा पिंजरा कसा उभा राहिला? आणि त्यात तासनूतास बसून मनात कोळ्याची जाळी ते का बांधू लागले?

प्रत्येक लहान मुलीकडे आपल्या आयुष्याचा एक तुकडा गहाण पडला आहे असे त्यांना वाटत होते. त्याची सोडवण या जन्मी होणार नाही अशी त्यांची खात्री होती. दाते डॉक्टरनी एका पेशंटसाठी त्यांच्या ग्रूपचे रक्त हवे होते म्हणून त्यांच्याकडे रक्ताची मागणी केली. क्षणभर फाटकांना वाटले की गहाण पडलेले आपले आयुष्य सोडवून घेण्याची ही संधी आहे. आता ही गाठ सुटत होती का बसत होती?

या परिस्थितीच्या उगमस्थानी एक विलक्षण योगायोगाची घटना होती. त्यांची स्वतःची लाडकी मुलगी वृंदा ही विहिरीत बुडून अपघाती मरण पावली होती. या मृत्यूला

ते जबाबदार धरले गेले होते. तिचे रक्त अखेरपर्यंत त्यांच्या हातावर राहणार होते आणि दाते त्यांना म्हणत होते, 'पहा बुवा, तुमची स्वतःची मुलगी असती तर केलं असतं की नाही तुम्ही?' या दातेंना सांगून काय कळणार असे फाटकांना वाटले. आयुष्यातील कारण आणि परिणाम यांची स्पष्ट कल्पना करून सदैव स्वच्छ सूर्यप्रकाशात निःशंक जगणारी जी पुष्कळ मूर्ख आणि उथळ माणसे असतात त्यांपैकी ती एक!

त्या दिवशी सकाळी त्यांची पत्नी शालू आणि मुलगी वृंदा कुठेतरी जायला निघाल्या. कुणाच्या तरी घरी सारा दिवस त्या राहणार होत्या. तिथे काचेच्या पेटीत रंगीत मासे वृंदा पाहणार होती. म्हणून ती विशेष खुशीत होती. फाटक तिला हसून म्हणाले, 'छान! म्हणजे सारा दिवस आम्ही एकटेच म्हणा की! तू जर आमच्या जवळ राहणार असशील तर पोहायला जाऊ आपण.' शालू रागावली पण आता वृंदाच्या मनाने पोहायचे घेतले. ती शिकत होती ना भेंडाची मोळी बांधून. पहिल्याने तिला विहीर राक्षसासारखी वाटली होती. दररोज विहिरीवर गर्दी असायची; पण आज तिथे कुणीच नव्हते. आज त्या घटना आठवल्या की त्यांचे डोके ठणकू लागे. 'इतके धागे, इतकी गुंतवळ असते. पण कोणीतरी नेमक्याच दोऱ्याच्या नेमक्याच गाठी घट्ट घालत जाते. एक जरी गाठ सैल असती तरी आपण निसटून गेलो असतो. पण नाही. तसे व्हायचे नव्हते.' डॉक्टर फाटक पट्टीचे पोहणारे. पाण्यात त्यांना घरी वावरल्यासारखे वाटे. वृंदा त्या दिवशी चांगली शिकली. पाण्यात आनंदी आणि टवटवीत दिसली. ती लवकर पाण्याबाहेर यायला तयार होईना. शेजारी नरूच्या बंगल्यात जाऊन दोन बोटे उष्ण पेय घ्यावे असा मोह फाटकांना झाला. वृंदाला विहिरीत राहू देऊन ते निघाले. तशी भीती काहीच नव्हती, शिवाय महादू गडी विहिरीवर होताच. वृंदा पायरीजवळच तर डुंबत बसणार होती. नरूकडे जाऊन फाटकांनी ग्लास संपवला असेल नसेल तोपर्यंत विहिरीवरचा गडी धावत आला आणि पोरगी कुठे दिसत नाही असे सांगू लागला. फाटक, नरू दोघेही विहिरीकडे धावले. भेंडाची मोळी पाण्यावर तरंगत होती. खालून निसटलेली वृंदा विहिरीने गिळली होती. संध्याकाळी पाचला तिचे प्रेत मिळाले होते. शालू त्यांना संतापाने म्हणाली, 'एकदा बाटली उघडली की पोटची पोर मरत असली तरी तुम्हाला सोयरसुतक नाही! अगदी बोलावून नेऊन मारलंत तिला. आग लावा आता तुमच्या या घराला!' पंधरा दिवसांतच ती घर सोडून निघून गेली. नंतर फाटकांनी तो बंगला विकून टाकला, व ते या दोन सोप्यांवर भुतासारखे राहू लागले. त्या क्षणी जी गाठ बसली ती अधिकाधिकच रुतत गेली. 'दहाच मिनिटे आपण गेलो नसतो तर? पाणी हा आपला जिवाभावाचा मित्र. त्यानेच क्षण साधून असा विश्वासघातकी प्रहार केला!' भेंडाच्या मोळीखाली गहाण पडलेले आयुष्य सोडवण्याचा प्रयत्न करत ते कंगालाप्रमाणे एकेक दिवस तोडून टाकत जगत होते... विहिरीत आयुष्याचा एक तुकडा गहाण, रामदास दिवगीकडे दुसरा आणि शालूकडे तिसरा. रामदास दिवगीने केंब्रिजहून आल्यानंतर त्या गावातच वास्तव्य करावे,

त्यांच्याच क्लबमध्ये नाव घालावे, त्यांच्याच सिगरेटच्या दुकानात थांबावे याचा अर्थ त्यांच्या आयुष्याभोवती बसलेली गाठ अधिकाधिक काचत होती असाच नव्हता का?

यातून सोडवणूक म्हणून ते स्वतः हॉस्पिटलमध्ये गेले आणि अधीरपणे त्या मुलीसाठी रक्त देऊन आले. नंतरचे चार दिवस त्यांनी घरात बसून काढले. ती मुलगी वाचली तर आपल्या आयुष्याला थोडीतरी ऐपत येईल असे त्यांना वाटले. शेवटी ते स्वतः होऊन चौकशीसाठी गेले आणि ती मुलगी गेल्याचे कळताच एकदम निर्जीव होऊन बसले. गाठी घालणाऱ्याच्या हातून एकही गाठ सैल पडायची नाही. त्यांच्या आयुष्याचा आणखी एक तुकडा मिंधा झाला. जाईल तेथे आपली विषारी छाया पसरत आहे असे त्यांना दिसले. तेवढ्यात रामदास दिवगीने त्याला गाठले. त्याला टाळावे असे एकदा त्यांना वाटले, पण ते म्हणाले, ''अरे रामदास, तुझ्या खोलीवर आहे का रे एखादा थेंब?'' ज्या दोन बोटे द्रवातून पहिली गाठ बसली होती तिथेच आता चक्र फिरून परत येत होते. ते दोघे दिवगीच्या खोलीवर गेले. ग्लास घेऊन समोर बसल्यावर दिवगीने विचारले, ''हल्ली तिच्याविषयी काही कळलं का रे?'' तो शालूसंबंधी विचारत होता. तिच्यासाठीच तो स्वतःचे आयुष्य दिवसेंदिवस पिकू देत नासवीत नव्हता काय? आज दिवगी सांगत होता. दिवगी डॉ. फाटकांचा खून करण्यासाठी सुरा घेऊन त्यांच्या मागे हिंडत होता. ते मुलीला घेऊन पोहायला गेले म्हणूनच त्या दिवशी वाचले. वृंदाच्या मृत्यूची हकिकत कळाल्यावर दिवगीने सुरा फेकून दिला आणि फाटकांना कणाकणाने मरण्यासाठी जिवंत ठेवले आणि आपणही दिवसेंदिवस नासण्यासाठी जिवंत राहिला. दिवगी म्हणाला, ''आता यात दुःख करण्याजोगे काहीच नाही. पूर्वी कुणीतरी काढून ठेवलेल्या ब्ल्यू-प्रिंटप्रमाणे हे सारे घडत राहत होते. त्यात पुन्हा त्या कुणीतरी केलेला इरसाल विनोद! दिवगीला पूर्वी पाण्याची भीती, तर आता तो स्विमिंग पूलचा सेक्रेटरी झाला होता. फाटक अखेरच्या प्रवासाला निघाले ते या काळ्याकुट्ट विषाच्या धुंदीत. त्यांच्या खिशात दिवगीने दिलेली बाटली होती. समोरून पुडा घेतलेली एक मुलगी हसत येत होती आणि दुसऱ्या बाजूने लाल बस. ते हर्षाने वृंदा, वृंदा असे ओरडले आणि तिला वाचवण्यासाठी धावताना बसखाली आले. खिशातली बाटली फुटली. तिच्याकडे बघून लोक समजायचे ते समजले. त्या वेळी दूर पडलेले त्यांचे पेन पायाखाली दाबून एक माणूस ते घेऊन निघालाही होता. प्राणाची बाजी लावली तरी पडणारी दाने किती विपरीत आणि त्यांचे लौकिक आकलन किती विपर्यस्त!

विपरीताचे आणि विपर्यस्तांचे तऱ्हेतऱ्हेचे पट जी.ए. कल्पितात आणि उलगडत जातात. माळावर हॉस्पिटलची इमारत आहे. दूर अंतरावर रोग्यांचे वॉर्ड, त्यात राहणारे रोगी, डॉक्टर, नर्स यांचे एकमेकांभोवती आणि स्वतःभोवती बसलेले फास जी.ए. 'वस्त्र' या कथेत बसवीत राहतात. ही केवळ मिस डिसोझाची कथा नव्हे तर या अनेकविध फासांतून निघणाऱ्या ठसठसत्या दुःखाचीच कथा आहे. आज मिस डिसोझाचे कामात

लक्ष नव्हते. ती खांबाला टेकून उभी होती. सारेजण बोलत होते की वॉर्ड सुपरवायझरच्या जागेसाठी कुणा शांता पैची निवड झाली होती. मग मिस डिसोझाचे काय होणार होते? ती कुठे जाणार होती? वेळ घालविण्यासाठी ती लोकरीचे विणकाम करी. पण विणून झाल्यावर वस्त्र कुणाला द्यायचे असा प्रश्न तिच्यापुढे असे. ती एकटीच होती. भावाच्या बायकोने रस्त्यावर काढल्यापासून गेली पंधरा वर्षे तिने या माळावर काढली होती. एक स्वेटर तिने अय्यर डॉक्टरना विणून दिला होता. तो सर्वांच्यादेखत त्यांच्या बायकोने तिच्या तोंडावर फेकला होता. दामले डॉक्टरांनी मात्र तिने दिलेल्या स्कार्फची स्तुती केली होती. ते तो वापरताना मात्र दिसत नसत. मिस डिसोझा पहिल्याने या माळावर आली तेव्हा सगळ्यांसाठी जीव ओतून ती राबली होती. आता माळ तालेवार झाला होता. शिकलेल्या नर्सेस आल्या होत्या. आता तिच्या जागेवर शांता पै येणार होती. आता इतक्या वर्षांनंतर नव्या विणीचे आयुष्याचे वस्त्र कसे आणि कुठे सुरू करायचे हे तिच्या ध्यानात येईना. आजपर्यंतचे तिचे आयुष्य तिने विणण्यातच व्यतीत केले होते. तिने केलेल्या झगझगीत सुयांच्या हालचालीतून टाक्याटाक्याने काहीतरी निर्माणच होत असे. पण त्याची कुणाला जरुरी नव्हती आणि किंमतही नव्हती.

या माळावरच्या वास्तूत वावरणाऱ्या माणसांच्या आयुष्यांना बसलेल्या विविध गाठी बघा. डॉक्टर अय्यर हे काम संपले की सहा वाजता बाजूला असलेल्या आपल्या क्वॉर्टर्समध्ये जात आणि स्वतःच एक रोगी असल्याप्रमाणे आरामखुर्चीत शून्यपणे पडून राहत. 'व्हरांड्यात पिवळा दिवा दिवसा लागला की एका दिवसाला गाठ बसली.' डॉक्टर अय्यर बंगलोरसारख्या दूर गावाहून तेथे आले होते. हॉस्पिटलमध्ये त्यांना फार किंमत नव्हती. त्यांची आई अर्धांगाने अंथरुणाला खिळली होती. लग्नातही ते दुर्दैवी ठरले होते. बायकोशी त्यांचे पटत नव्हते. त्यांच्या झोपायच्या खोल्या वेगळ्या होत्या.

डिसोझाला वाटले आपण दोघे सारखेच. अपंग आई असल्याने त्यांना कुठे जाता येत नाही, आपणाला कुणी नाहीच म्हणून जाता येत नाही. मग माणसाला माणसे असावीत की नाही? आता निरोप घ्यायचाच तर हॉस्पिटलमधल्या रोगी स्त्रियांचाच. त्यांच्या आयुष्याशी तिचे धागेदोरे जमून गेले होते. त्या अठ्ठावीस खाटांवरच्या स्त्रिया निरनिराळ्या गावांहून आलेल्या होत्या आणि त्यांच्या आयुष्याच्या गाठीही वेगवेगळ्या बसल्या होत्या. गेल्या पंधरा वर्षांत तेथे आलेल्या, बऱ्या होऊन घरी परतलेल्या अगर देवाघरी गेलेल्या स्त्रियांच्या आठवणी डिसूझाच्या मनात जमा झालेल्या होत्या. त्यांच्याशी ती एकरूप झाली होती. पण तिच्याविषयी कितीजणींना सहानुभूती होती हे सांगणे कठीण होते. त्यांचा निरोप घ्यायला ती जेव्हा गेली तेव्हा तिची नक्कल चालू होती आणि साऱ्याजणी खिदळत होत्या. ते पाहून तर ती थिजून गेली. डॉक्टर दामलेंना कदाचित तिच्याविषयी काहीतरी वाटत असावे. तेही आयुष्यात आंधळे आणि अपेशी, इतके की त्यांनी आयुष्यात कधी पोपट घेतला तर तो तोतराच निघणार. पण सहज त्यांचा हात तिच्या मानेवर पडला तेव्हा ती डाग दिल्याप्रमाणे

चमकली. टॉमी नावाच्या कुत्र्याशी मात्र तिने जिव्हाळ्याचा धागा निर्माण केला होता. एकाकी पडलेल्या स्त्रियांच्या वासनांचे दर्शन तिला होत असे. त्या वेळी तिचे अंगदेखील पेटल्यासारखे होई, पण आता तिच्या शरीरात आकर्षक असे काही उरले नव्हते. शरीराचा आकार ओसरलेला आणि तोंडावर लव. मान मात्र साटीन कापडाच्या गुंडाळीप्रमाणे गोरीपान, स्वच्छ; पण त्या गोष्टींचा आता काही उपयोग नव्हता. इतक्या दिवसात आपल्याला एक माणूस ओळखता आले नाही याचे मिस डिसोझाला दुःख झाले. इथले धागेदोरे हिसक्यासरशी तुटून गेले ते बरेच झाले असे तिला वाटले. एकच जिव्हाळ्याचा मूक धागा होता तो टॉमी कुत्र्याचा! 'कुणावाचून कुणी मरत नाही' असे स्वतःला बजावून तिने तोही धागा निर्धाराने संपवून टाकला.

तरी गाठींची गुंतागुंत, तिढा संपत नव्हता. रात्री स्टेशनवर ती गाडीची वाट पाहत पडली असताना तिला पिंटो का भेटावा? तो तिच्या गावचा, शेजारीच राहत होता. या स्टेशनवर थोडे दिवस कामही करीत होता. ती आल्यावर तो दोन महिन्यात बदलून गेला होता आणि आता ती निघताना तो दोन महिने इथे राहणार होता. तिचा भाऊ अर्धांगाने वारल्याचे पिंटोने सांगितले. ते आपल्याला कुणीच कळवू नये याचे तिला दुःख झाले. तो आजारपणात आपल्याकडे आला असता तर आपण त्याची उत्तम काळजी घेतली असती असे तिला वाटले. भाऊ तिकडे तळमळत असताना आपण इकडे मजा करीत असू या विचाराच्या दुःखाने ती उन्मळून गेली. या अवस्थेत ती कुणाचा तरी आधार शोधत होती. ती त्या अपेक्षेने पाहत असताना पिंटो एखाद्या हावऱ्या, क्रूर कुत्र्यासारखा तिच्यावर तुटून पडला होता. त्याच्या हातून सुटून पुन्हा खोलीवर परतताना ती भीतीने, लाजेने आणि संतापाने अर्धमेली झाली होती. सकाळपर्यंत ती हुंदके देत राहिली. सकाळी डॉ. दामले तिची चौकशी करायला आले. मदत करण्याची तयारी त्यांनी दाखवली पण त्यांच्याही तोंडाशी वासनेची लाळ जमा झाली होती. हे डिसूझाचे अखेरचे दुर्दैव!

अनेक तऱ्हेच्या अतृप्त भुकांचे विकट, विकल दर्शन या कथेत घडते. मिस डिसूझाच्या एका निकराच्या दिवसाचीच ही कहाणी नाही. अनेक स्त्री-पुरुषांच्या आयुष्याची राठ, हिरवट पाने या दिवसाभोवती तरारून उठतात. जमिनीखाली रुतलेल्या दुःखांची जाळीच कथेच्या आकाराबरोबर वर उचलली जातात.

'चंद्रावळ'मधल्या सण्याचे दुःखही असेच विपरीत. 'तळाशी तीक्ष्ण सुरीप्रमाणे रेघोट्या ओढणारे'. त्याची बायको म्हणून लोक जिला ओळखत होते ती गौरी काल दोन तास तडफडून मेली होती. गाभाऱ्यात पणती लावावी त्याप्रमाणे टोपपदराचे लुगडे नेसून ती त्याच्या आयुष्यात आली होती. तिच्या घोटीव शरीरामुळे त्याच्या दृष्टीला नवा गर्व चढला होता. सहा-सात महिन्यांतच तिच्या मनाची पिसे उफराटी झाली. एक दिवस तिने बोचके बांधले आणि ती बाबूच्या खोलीत जाऊन राहिली. संतापाने थरथरत सण्या जाब विचारायला गेला तेव्हा त्याच्यापुढे कडाकडा बोटे नाचवीत ती म्हणाली, ''खड्ड्यात

घाल या जोखमाराला!'' त्या शब्दाने आपल्यावर कुणीतरी शेणखत ओतीत आहे असे त्याला वाटले.

हा बाबू असावी तरी कोण? तो त्याचाच भाऊ होता. लोक त्याला गंजुडा बाबू म्हणत. सण्याला त्याच्याविषयी अजूनही आपुलकी वाटत होती. लहानपणी बाबू उत्तम व्यायाम करीत असे. मग काय झाले कुणास ठाऊक! त्याला गांजाचे व्यसन लागले आणि आज त्या व्यसनाने त्याचे विद्रूप भूत झाले होते. बाबूने त्याला समजावण्याचा प्रयत्न केला आणि सांगितले की या बायका म्हणजे दीडदमडीच्या खोट्या चवल्या, विश्वासघातकी, चवचाल. सण्याला ते पटले नाही. गौरी त्याला दररोज दिसे आणि त्याचा जीव तगमगू लागे. ही गौरी काल मेली आणि तिची आठवण बाबूने सहज पुसून टाकली. त्याच्या किडलेल्या शरीराकडे पाहताना सण्याला रागाबरोबर वाईटही वाटले. गौरीच्या आठवणीची ठसठस आता राहणार नव्हती. अशीच एका पाटलाच्या चंद्रावळीची आठवण होई पण ती इतकी जवळची नसे.

आता त्याच्या कबुतरखान्यात खरोखरच एक चंद्रावळ आली होती. ती टोपेल मादी अतिशय देखणी, अभिमान वाटावा अशी होती. सण्याच्या आयुष्यातली ही दुसरी चंद्रावळ. ती तरी त्याला लाभणार होती का? महिन्या-दीड महिन्यापूर्वी एखादे नाणे धुळीत पडावे त्याप्रमाणे ती रखरखीत तहानलेल्या उन्हात समोर उतरली होती. दाण्याच्या नव्हे तर पाण्याच्या आशेने ती फसली होती आणि सण्याच्या हाती सापडली होती. पाटलाच्या चंद्रावळीचा चेहरादेखील देवी येऊन चाळणीसारखा झाला होता. ही बातमी ऐकून सण्याचे दुःख पुन्हा धुमसू लागले. एक काळ असा होता की चंद्रावळीसाठी पाटील सर्वार्थाने बेभान झाला होता. त्या वेळी चंद्रावळही कबुतराच्या पायाने नाचली आणि त्याच्या अंतःकरणात झगझगीत आठवण ठेवून निघून गेली होती. आज ही दुसरी चंद्रावळ पाखराच्या रूपाने त्याच्या हाती गवसली होती आणि पुन्हा तो निकराचा क्षण जवळ येत होता. चंद्रावळीबरोबर शर्यतीसाठी पदमजी नावाच्या माणसाने आपला गलेलठ्ठ सब्जी नर बाहेर काढला. सण्याचे मन धास्तावले आणि का कुणास ठाऊक त्याला गौरीची अचानक आठवण झाली. चंद्रावळीला बाळगणाऱ्या बिरादार पाटलाचा आवाज ऐकू आला. आता हे कबुतरदेखील आपल्याला सोडून जाणार की काय ही शंका त्याला आली. पण आता हातातला बाण सुटला होता. चंद्रावळ निळ्या आभाळात चढली होती. ती सब्जी नराच्या बरोबरीने फिरत होती. सारे निळे अवकाश उत्कंठेने पांढरेफेक ताणले होते. तासचे तास निघून गेले होते आणि मग दमलेला सब्जी नर खाली उतरला. चंद्रावळ अजून निळ्या घुमटात तळपतच होती. सण्याचा जीव सुपाएवढा झाला. तो हर्षातिशयाने नाचू लागला. इतक्यात त्याला कुणी सांगितले की शिकारी पक्षी चंद्रावळीवर फिरतो आहे. त्याची शक्तीच गळाली. ही चंद्रावळही त्याला डोळ्यांदेखत पिसेपिसे झाली. सण्या लहान मुलासारखा रडू लागला.

जी.एं.नी या कथेत फार तिढे आणि गाठी दिल्या नाहीत. एकच 'जोखमार'पणाची जीवघेणी गाठ सण्याच्या आयुष्याची राख करायला समर्थ असते. हाडामासाच्या गौरी आणि चंद्रावळीसारख्या लावण्याच्या रसरसलेल्या पुतळ्या त्याच्या हाती लागत नाहीत त्या नाहीत. पण त्यांच्यापेक्षाही नितळ, गर्भपत्रासारखे सौंदर्य असलेली कबुतराची मादीदेखील त्यांच्या नशिबी लाभू नये यासारखे अपयश कोणते?

'गुंतवळ' या कथेत माणसाच्या समूहाचा विषय जी.एं.नी हाताळला आहे. नेहमी ते व्यक्तिजीवनाच्या गुंफातच फिरत असतात. 'माणूस नावाचा बेटा' या सुरुवातीच्या कथांपैकी एका कथेत त्यांनी आपल्या चिंतनाचे प्रदीर्घ, प्रवाही दर्शन एका सौंदर्यासक्त तरुण व्यक्तीच्या दृष्टिकोणातून घडविले आहे, त्याप्रमाणे या कथेत समूहजीवनाचा विस्तार हाच जणू व्यक्तिरूप मानला आहे.

'मुदवाड'चे खेडे धुळीत पसरलेल्या कुत्र्याप्रमाणे, चार-सहा झोपड्या, कुलंगी कुत्री, हाडकुळे बैल आणि हाडाच्या गाठीवर कातडे ताणलेल्या अंगाचे शेतकरी. या ठिकाणी दोन फर्लांगावर धरणाचे काम चालू आहे. या कामाचे आणि ते करणाऱ्या प्राण्यांचे अत्यंत सजीव वर्णन जी.एं.नी केले आहे. धरणाचे काम पावसातून चाललेल्या रेड्याप्रमाणे चालले होते. बुलडोझर नाक फेंदारलेल्या लाल बेडकाप्रमाणे दिसत होते. या कर्कश, तप्त जीवनातून घामाने निथळत असणारे शांत चेहरे, विव्हल सर्पाप्रमाणे वरखाली सरकणाऱ्या शेकडो मजुरांच्या रांगा. एका विशाल कार्यात आपण भाग घेत आहोत याची या मजुरांना अजिबात जाणीव नाही. ते मजूर एखाद्या प्राण्याच्या कातड्यावर माशा बसून ते थरथरावे त्याप्रमाणे त्या उजाड माळावर दिसत. त्या वस्तीवर टपालवाला चार वाजता सुभाष हॉटेलमध्ये येई. त्या वेळी तिथे चैतन्य निपजे. बाहेरच्या जगाशी संबंध जोडले जात. हॉटेलमधला सदूभाऊ घामाने ओघळणारा, त्यांच्या अंगावर छपरातल्या लाल मुंग्या पडल्या की तो किंचाळतो. चारच्या सुमारास पत्राच्या लालसेने तेथे जमणाऱ्या माणसांच्या आयुष्याची गुंतवळ जी.ए. वेगळी करीत जातात. देशपांडे, जोशी ओव्हरसीयर, वर्कशॉप सुपरिंटेंडेंट कृष्णस्वामी, परांजपे, साळवी कारकून. सावळीचा चेहरा गोंधळलेला. अनेक ठिकाणचे आपले अनुभव लोकांनी ऐकावेत अशी त्याची इच्छा. पण तो तोतरा आहे. त्यामुळे साऱ्यांना त्याचा कंटाळा येतो. तो अपघातात नाहिसा झाला असता तर कुणाच्या ध्यानातही आले नसते. एका हाडकुळ्या कुत्र्याला मात्र त्याची आठवण झाली असती. कारण एक सस्ते पिवळे बिस्कीट तो त्या कुत्र्याला देत असे. पगार आणि कुत्र्याचे शेपटी हालवणे या दोन टोकांना साळवीचे एकाकी, दुःखी मन बांधलेले असते. कृष्णस्वामीच्या कपड्यावर नायट्याप्रमाणे तेलाचे मोठे डाग, बुटाची सवय नसलेल्या देशपांड्यांच्या पायावर मोठमोठे फोड. जोशीला वाटते, 'आपण सारेजण जळत्या पडद्यावरील आकृती असल्याप्रमाणे त्या उन्हाच्या पसाऱ्याला चिकटलो आहोत.' त्याला बी. ए. पास होऊन शिक्षक म्हणून शांत, शालीन आयुष्य

काढायचे होते. त्याच्या वाट्याला दैत्याप्रमाणे निर्बुद्ध वाटणाऱ्या मित्रांत या तिरसट मुलखातले हे भयाण, आंधळे आयुष्य आले होते. पांड्या नावाचा हॉटेलात काम करणारा मुलगा. त्याच्या आयुष्यातही जी.एं.ची दृष्टी खोलवर गिरमिटासारखी फिरत जाते. गैदी दिसणारे, आईवेगळे पोर सदूभाऊची मारपीट पचवीत हॉटेलात राबत होते. खेड्यातले बापाचे दुकान जळाले होते. तिथे स्थिरस्थावर होईपर्यंत पांड्याला सदूभाऊच्या हॉटेलात ठेवून देण्यात आले होते. गाव सोडताना पांड्याचा जीव तुटत होता. बापाने लवकर परत नेतो असे सांगितले होते. पण आज पाच महिने त्याचा काही पत्ता नव्हता. रात्री टक्क डोळ्यांनी पांड्या वाट बघत पडलेला असे. एखाद्या गाठीप्रमाणे ठसठसणाऱ्या झोपडीतल्या जीवनातून केव्हा निसटतो असे त्याला होऊन जाई. दोन महिन्यांपूर्वी एक कार्ड आले होते, ''आणखी महिन्याभराने तुला घेऊन जातो. आई आजारी आहे.'' एवढाच मजकूर त्यात होता.

कृष्णस्वामी, देशपांडे, जोशी हे असेच या माळावरच्या गुंतवळीत अडकलेले जीव. काळवंडलेल्या स्वयंपाकघरात भजी तळणारी सदूभाऊची बायको राधाकाकू. भज्यांखेरीज तिला आयुष्यात काहीच करता येत नसे. पांड्याबद्दल तिला मनमोकळे, भळभळीत प्रेम वाटत असे. या वैराणपणात माणसे कोणता विसावा शोधत असतात? सदूभाऊंनी फोनो सुरू केला की मृत गाण्यांची वर्तुळे फिरून जिवंत होतात. काहींमधून जुन्या जखमांतील कळ जागी होते, कोवळ्या पालवीची हुरहूर लागते, लालसा तापते. बहुतेकांत भावनांच्या मलिन चिंध्याच फडफडतात.

या माळावर (wasteland) जमलेल्या संवेदनाशील माणसांना जाणवते ते स्वतःचे एकाकीपण आणि आयुष्याची अर्थहीनता, हॉटेलात शेजारी बसलेल्या माणसाकडे आणि समोरच्या कडकडीत उन्हाकडे पाहत जोशी विचार करतो : 'ही सारी आपण एकत्र कशाला आलो? आपला त्यांचा काय संबंध आहे? आपण सारे एका विशाल, अज्ञात आकृतीतील रांगोळीचे ठिपके असूही. आकृती? की नुसती हजार तोंडांच्या अजस्र बुळबुळीत गांडुळाप्रमाणे वळवळणारी वेडी अर्थहीन गिचमीड? वाऱ्याने निरनिराळ्या धाग्यांचा पुंजका एकत्र गोळा व्हावा, त्या गुंतवळीतून एक धागा बाहेर जातो, दुसरा येतो, याखेरीज संबंध नाही. दोन धाग्यांत आतड्याची ओढ नाही.' ही आतड्याची ओढ किती दुर्मीळ आणि दुर्दैवी असू शकते याचेच अविरत चिंतन आणि दिग्दर्शन जी.एं.ची माणसे करीत असतात. जोशीची आई तो लहान असतानाच वारली. कॉलेजातली कुमुद गुप्ते एका टर्मनंतर निघूनच गेली. तिच्यापासून त्याची काही अपेक्षा नाही, पण तिच्या आठवणीचा आनंद त्याच्या ठायी अगदी गहिरा आहे. त्याच्या अशक्त बहिणीचे बाळंतपण धोक्याचे आहे हे त्याला कळले होते. या उजाड माळावर कृष्णस्वामी, साळवी, परांजपे यांना दीड फर्लांगावर राहणाऱ्या आठवले इंजिनिअरच्या गबाळ्या बायकोचे दर्शनही आसक्ती चाळवायला पुरेसे होते. डिसोजाचे आयुष्य हा या

एकाकीपणाचा आणि अर्थहीनतेचा कळस आहे. त्याचे दर्शन जुन्या बुटाप्रमाणे केविलवाणे आहे. दहा रुपये लाच घेताना पकडल्यामुळे त्याची नोकरी गेली होती. तेव्हापासून कोणाकडे तरी लाचार होऊन दोन घास मिळवावे हेच आयुष्य. 'एखाद्या डबक्यात पडलेल्या किडक्या ओंडक्याप्रमाणे त्याचे जीवन या मोकाट पसरलेल्या माळावर वर-खाली होत होते.' ड्रेजरवर काम करणाऱ्या सरदारजीच्या आयुष्याची परवड आणखी वेगळीच. पंजाबात एकेकाळी त्यांचे श्रीमंत घराणे, फाळणीच्या उत्पातात मातीमोल झाले. मेलेल्या मनाने ते सरकत सरकत मुदवाडला आले. एखादे भूत कोंबडा आरवल्यावरही चुकून या जगात राहावे त्याप्रमाणे ते या चालत्या बोलत्या जगात वावरत. जे पाहू नये ते पाहिल्यामुळे शापित झालेल्या मानवाप्रमाणे त्यांचे जळके मन एखाद्या गिधाडाप्रमाणे त्या माळावर बसले होते. त्याचा अंत करण्यासाठी सरदारजींनी ड्रेजरखाली प्राण दिला त्याचे थरारक, भीषणरुद्र वर्णन जी.एं.नी केले आहे. त्यात नियतीचे क्रूर काव्य प्रकट होते.

पत्रे घेऊन अमीन आला की साऱ्यांची निबर मने क्षणभर पालवतात. ते पाहताना अमीन 'गुदगुल्या झालेल्या म्हाताऱ्या माकडासारखा हसतो.' पांड्याला पत्र येते त्यात घेऊन जाण्याचा आणखी चार महिन्यांचा वायदा केलेला असतो. ते ऐकून त्याच्या पायातला जोरच निघून जातो. देशपांडेच्या वडिलांनी हवेसाठी मुदवाडला येतो असेच कळविलेले असते; त्यामुळे तो बिथरतो. पण गुंडाळीतून आलेल्या कॅलेंडवरच्या मांसल स्त्रीच्या चित्राने क्षणभर उत्तेजित होतो. जोशीला मात्र आजही बहिणीकडून काही पत्र मिळालेले नाही. मेलेल्या सरदारजीला कुणाचेतरी पत्र आलेले असते आणि त्याचे काय करायचे हा नसता उद्योग अमीनच्या बोकांडी बसतो. पांड्या आणखी चार महिने राहणार म्हणून कोकणीला आनंद होतो. माणसे निघून जातात आणि झोपडी पुन्हा आंधळी, उदास होते.

या गुंतवळीची अखेर जी.ए. कशी करतात? या अंधारात सदूभाऊंना तांब्याच्या नाण्यात रुपया चमकावा त्याप्रमाणे आपल्या सोडून गेलेल्या बायकोची आणि वेडसर मुलीची आठवण होते. हा दुःखाचा कण कागदाच्या कपट्यासारखा त्यांच्या मनावर स्थिरावतो.

या संग्रहात समाविष्ट करण्यात आलेल्या अन्य कथांच्या काही ठळक भागाकडेच लक्ष वेधणे युक्त होईल. त्यानंतर जी.एं.च्या प्रतीकांसंबंधी आणि साहित्यनिर्मितीसंबंधी जे आक्षेप घेण्यात आले आहेत, त्यांचा परामर्श घ्यावा आणि त्यांच्या कथाविश्वाची खोलवरची रहस्ये उकलण्याचा प्रयत्न करणारे जे मराठी समीक्षेतले नावीन्यपूर्ण लेखन गेल्या दोन तीन वर्षांत घडले आहे, त्यांपैकी काहींचा विचार करावा असे योजिले आहे.

'पारध' कथेची रचना उलट्या मार्गाने 'सोडवण' कथेची आठवण करून देते.

दादासाहेब हे नामवंत, रसिक फौजदारी वकील. शब्दांच्या जंगलातून कौशल्याने मार्ग काढीत अनेकांना त्यांनी जाळ्यात पकडलेले. आपल्या औदार्याचा गैरफायदा घेण्यास टपलेल्या माकडांना नाचवण्यात त्यांना एक आंतरिक आनंद वाटत असे. ती त्यांची मिजास होती. करड्या होत चाललेल्या मिशांनाही ते अत्तर लावत. कणा नसलेल्या माणसाबद्दल त्यांच्या मनात विषारी उपहास होता. बरोबरीच्या कोणत्याही वकिलाला धड एक वाक्य बोलता येत नसे. सारेजण कोयत्याने संपवून टाकण्याच्या लायकीचे होते. दादासाहेबांच्या मनात हा हिंसाचार दबून बसलेला होता. आजचा खटला त्यांनी जिंकला होता. पण आरोपी यल्लूभीमाला फाशी न होता जन्मठेपच झाली होती. गुन्ह्याची सरळ सरळ कबुलीच देऊन यल्लूभीमाने दादासाहेबांना एकापरीने नामोहरमच केले होते. एका अर्थाने तो मनाने दादासाहेबांच्यावरही स्वामित्व गाजवू शकत होता. निकाल ऐकून कोर्टाबाहेर जाताना दादासाहेबांच्याकडे पाहून त्याने हात उंचावला होता. जेव्हा त्याने देवाण्णावर कुऱ्हाड घातली तेव्हाच त्याचे आयुष्य स्फोटात संपून गेले. दादासाहेबांच्या हातात एक परीने पारध न केलेले किळसवाणे प्रेतच आले होते.

आपल्या दुसऱ्या लग्नासाठी माईसारख्या मनात भरलेल्या भरदार स्त्रीची पारध त्यांनी यशस्वीपणे केली होती. माई घरात आल्यानंतर मात्र त्यांची ईर्षा संपली होती. तसे बघितले तर यल्लूभीमा हा अगदी फाटका माणूस होता. त्याच्या हातून खून घडेल असे कुणालादेखील चुकून वाटले नसते; पण एका धगधगीत क्षणी ते घडले होते. खून एका काळसर, तेलकट, बेरड बाईसाठी झाला होता. खून करताना त्या माणसाला वाटत असले पाहिजे की याच कृत्यामुळे आपल्या आयुष्याला अर्थ आणि आकार येणार आहे. ती बाई यल्लूभीमाची लग्नाची बायको नव्हतीच, ती त्याच्याजवळ बरेच दिवस राहत होती. तो बाहेर गेला की देवाण्णा घरी येतो अशी चुगली कोणीतरी त्याच्याजवळ केली होती. मग त्याने देवाण्णाला घरी बोलावले होते, साग्रसंगीत जेवणे केले होते आणि लखलखीत फरशीने त्या चवचाल बाईच्या डोळ्यांदेखत त्याला खापलून त्याचा ढीग कोपऱ्यात रचला होता आणि शांतपणे कोतवालीत जाऊन वर्दी दिली होती. हे त्याने का व कसे केले होते ते समजावून घेण्यासाठी दादासाहेबांनी हजार रुपये आनंदाने दिले असते. आता यल्लूभीमाकडे पाहिले तर त्याच्यातला गुन्हा करणारा माणूस केव्हाच मेलेला आहे असेच वाटले असते. दादासाहेब या प्रसंगात इतके का गुंतून पडले होते?

माईंच्याबरोबर चाललेल्या त्यांच्या संसाराची एक तऱ्हाच होती. माईंचा देह अजुनी पुष्ट आणि आग्रही वाटत असे; पण त्याला स्पर्श करण्याची तीव्र इच्छा अनेक वर्षांत झाल्याचे त्यांना स्मरत नव्हते. माई त्यांना खाऊन सोकावलेल्या जिरॅनिअमच्या वांझोट्या झाडासारख्या वाटत. त्यांची समोर राहणाऱ्या डॉक्टरांशी सलगी होती. डॉक्टर दादासाहेबांपेक्षा सात-आठ वर्षांनी लहान. एके काळी यशस्वी झालेले त्यांचे आयुष्य किडत चालले होते. आता त्यांची डॉक्टरी संपून केवळ स्टेथोस्कोप उरला होता.

काहीतरी कारण काढून माई डॉक्टरांना उघडपणे जेवायला बोलावीत. दादासाहेबांच्या लक्षात हा खेळ आलेला होता आणि त्यांनी तो लक्षात न आला असे दाखवीत चालू ठेवू दिला होता. या प्रसंगी माई आपल्या देहदर्शनाचा खास विलास दाखवीत. आज केस जिंकल्याचे निमित्त त्यांना मिळाले होते. दादासाहेबांच्या आयुष्यातला हा पेचप्रसंग आणि यल्लूभीमाच्या आयुष्यातला तिढा यात फरक फक्त बाह्य तपशिलांचा होता. यल्लूभीमाने तो आपल्या हत्याराने खतम केला होता आणि तो मुक्त झाला होता. दादासाहेब मात्र बुद्धीचे हत्यार परजीत दबा धरून बसले होते. त्यांना आपल्या आयुष्यात अधिक गुंतागुंतीला तोंड द्योवे लागत होते. काही बाबतींत आपल्या हातात अधिक सामर्थ्य असले तरी काही बाबतींत आपण दुबळे आहोत याची जाणीव त्यांना होती. डॉक्टरांचा त्यांना विशेष राग येत होता. त्यांनी बनवलेल्या कोणत्याच पिंजऱ्यात ते सापडत नव्हते. त्यांची गुलाबाची फुले, सिगरेटी आणि पत्नी डॉक्टर हक्काने घेत होते. पण तसे करताना कोणताच धूर्तपणा न दाखविता तो माणूस नुसताच ताठर होता. डॉक्टर आपल्या गैरहजेरीत येतात, तासन्‌तास माईंशी बोलत माडीवर बसतात हे गड्यामाणसांपासून सर्वांना माहीत होते. माईंविषयी त्यांना आता नेमके काहीच वाटत नव्हते. त्यांनी माईंना घरी आणले त्याच वेळी उन्माद आणि शिकार संपली होती. माईंना वाटत असेल की त्या आपल्याला फसवून आपल्यावर मात करीत आहेत; पण त्यांना कल्पना नाही की त्या जे काही करीत आहेत याची आपल्याला पूर्ण जाणीव आहे. त्या जाळ्यात हे खेळ करताहेत त्या जाळ्याची दोरी आपल्या हातात आहे. त्यांना राग येत होता तो माईंचा नव्हे तर डॉक्टरांचा. माई तर बोलून चालून बाई; पण एका पुरुषाने दुसऱ्या पुरुषाचा असा विश्वासघात करणे चूक होते. याच कारणाने यल्लूभीमाने त्या बाईला जिवंत ठेवून देवाण्णाचा खातमा केला असेल का? पण इतकेच नसावे. जन्मठेपेची शिक्षा झालेला यल्लूभीमा कोर्टाबाहेर पडताना आपल्याला नमस्कार करून गेला तेव्हाच त्याने आपल्याला जन्मठेपेच्या कैदेत अडकवून टाकले.

एकाच प्रसंगाची मधे चिरलेल्या आरशात पडलेली ही दोन प्रतिबिंबे शेजारी शेजारी ठेवून जी.ए. थांबत नाहीत. किंबहुना थांबणे ही अंतिम, म्हणजे अपुऱ्या आकलनाची निशाणीच त्यांना वाटते. म्हणून ते कार्यकारणभावाच्या गुहेच्या अंधारात आणखी पुढेच सरकत राहतात. एक संशय, साप सळसळत यावा तसा दादासाहेबांच्या मनात उतरला आणि त्यांचे जीवनच हादरल्यासारखे झाले. माईंची आणि त्यांची सलगी आपल्याला माहीत आहे ही गोष्ट डॉक्टरांना माहीत असेल का? मग आपण त्या दोघांवर जाळे टाकले असण्याच्याऐवजी ती दोघेच आपल्या छातीत भाला रोवून उभी आहेत असे झाले. आपण जाळ्यात सापडलो आहोत आणि ही श्वापदेच आपल्याभोवती आपली पारध करीत फिरताहेत. हेच आपल्या ज्ञानाचे, आयुष्याचे श्रेय! नाही, यल्लूभीमाप्रमाणे आपल्याला केव्हातरी निर्णय घेतला पाहिजे.

जेवताना आणि जेवणानंतर त्या दोघांनी बेताल, चोरट्या आनंदाचा आणि सलगीचा कळसच केला. त्यामुळे दादासाहेबांची सजा कमालीची जीवघेणी होत गेली. डॉक्टरांना निरोप देण्यासाठी ते बागेत उतरले आणि बुरुडाने खिडकीत ठेवलेला कोयता त्यांनी हातात घेतला. डॉक्टरांच्या हे ध्यानात आले तेव्हा भीतीने त्यांचा चेहरा निर्जीव बनला. त्या अळीसारख्या देहाकडे पाहताना दादासाहेबांचे मन शिसारीने भरले. या अळीला मारून त्यावर आपले आयुष्य काय उभारायचे? त्यापेक्षा त्या दोघांना आपल्या नजरेत ठेवून जगण्यातच अधिक गंमत होती.

या जिव्हारी जाणाऱ्या खेळाची थरारकता आणि आत्मपीडेची जाणीव खोल करण्यासाठी काही गोष्टी जी.एं.नी कथेच्या वीणीत कौशल्याने बसविल्या आहेत. दादासाहेबांचा पहिल्या पत्नीपासून झालेला मुलगा सुधीर आता मोठा झाला आहे. त्याला माईंचे आणि डॉक्टरांचे संबंध माहीत आहेत. ते आपल्या वडिलांनी सहन करावेत याची त्याला चीड आहे. त्यासाठी पैशाच्या व्यवहारात वडिलांना फसवीत तो आनंदी होण्याचा प्रयत्न करीत आहे. दादासाहेबांना हे माहीत आहे आणि मनातून ते त्याची कीव करीत आहेत. त्यांना बागेचा, गुलाबाचा शौक आहे. ताज्या जखमेप्रमाणे दिसणारा गडद, लाल रंगाचा निग्रेटा त्यांनी फुलविला होता आणि तोच निग्रेटा आपल्या रेशमी शर्टावर घालून डॉक्टर मिरवीत होते. त्यांच्या बागेत मांडव घातला जात होता आणि त्यासाठी खटाखट बांबू कापताना बुरुडाचा कोयता तळपत होता. त्याचा उपयोग दादासाहेबांनी केला तो यल्लूभीमासारखा नव्हता, केवळ भीती दाखविण्यासाठी. पारध करण्यासाठी आपली जोड शोधीत ते हिंडत होते. माईंच्या मादक शरीराचे वर्णनही दाट, गहिऱ्या विशेषणांनी आणि प्रतिमांनी किनखापी केले आहे.

अस्तित्वाचे आणि मानवी संबंधाचे परस्परविरोधी दर्शन घडविणारी एकामागून एक उलगडत जाणारी आकलनाची दालने आणि किनखापी भाषाशैलीच्या पायघड्या व सरकत्या प्रतिमांची झळाळणारी झुंबरे यांचा विलास दाखविणाऱ्या कथा जी.ए. लिहू लागले त्यांचा उगम 'सोडवण', 'पारधी' यांसारख्या कथांत आढळतो. पुढच्या रूपककथा किंवा जीवनरहस्यकथा (जी.एं.च्या कथापंथ न रुचणारे वाचक त्यांना नुसत्याच रहस्यकथा म्हणतात; पण हे म्हणणे केवळ गमतीचे म्हणून ताबडतोब विसरायला योग्य होय.) म्हणजे नियतीच्या आणि मानवी हेतूच्या अगम्य विसंगतीविलासाची अतिप्राचीन, भव्य कथाशिल्पेच होत. तत्त्वज्ञानगर्भ समीक्षा करणाऱ्या मराठी टीकाकारांना या कथांनी भुरळ पाडली आहे. या कथांत लपलेल्या अंधाऱ्या गुंफांत या टीकाकारांनी स्वतःला भावलेल्या जीवनमंथनाच्या कावडी भरभरून रित्या करायला सुरुवात केली आहे. साहजिकपणे आपल्याला गवसलेले अवघे विचारधन जी.एं.च्या कथाविश्वात पाहण्याचा त्यांना मोह होतो. एकापरीने कलावंताच्या निर्विवाद श्रेष्ठतेचे हे एक ठळक गमक होय; पण या प्रयत्नात प्रमाणे तर चुकतातच पण

कधीतरी दिशाभूलही होण्याचा संभव असतो.

जी. ए. कुलकर्णी यांच्या कथानिर्मितीवर जोरदार टीका अलीकडे प्रा. गंगाधर गाडगीळ यांनी आपल्या 'आजकालचे साहित्यिक' या पुस्तकात केली आहे. 'भोवऱ्यात अडकलेला प्रतिभावंत' असे त्यांनी जी.एं.चे वर्णन केले आहे. डॉ. द. भि. कुळकर्णी यांनीही जी.एं.च्या रूपककथांसंबंधी असाच प्रतिकूल विचार मांडलेला आहे. जी.एं.च्या या कथा खांडेकरांच्या रूपककथांसारख्या वाटतात आणि त्यातले तत्त्वचिंतन अन्य पौर्वात्य आणि पाश्चिमात्य तत्त्वविचारांशी साम्य दाखविणारे आहे हे त्यांच्या विचारातील प्रधान युक्तिवाद आहेत. प्रस्तुत कथासंग्रहाशी या अभिप्रायाचा संबंध पोहचत नसल्याने त्याचा या प्रसंगी खोलात जाऊन विचार करणे योग्य ठरणार नाही. या दोन्ही प्रतिकूल अभिप्रायांची गंभीर दखल घेतली गेली नाही, याचा काही स्थूल अर्थ होतो इतके या ठिकाणी नमूद केले तर ते पुरे होईल असे वाटते. जी.एं.च्या संबंधी ज्यांनी उत्कट आस्वादक लेखन केले आहे त्यात माधव आचवल आणि धों. वि. देशपांडे यांचा ठळकपणे उल्लेख करावा लागेल. जी.एं.च्या आस्वादक समीक्षकांत आणि एकूण आस्वादक समीक्षेत आचवलांचे स्थान वरचे आहे. त्यांच्या आस्वादाचे सार मांडणे कठीण आहे. कारण ती एक निर्मितीच आहे, पण त्यातील काही अभिप्राय प्रातिनिधिक म्हणून त्यांचा निर्देश करता येईल.

प्रत्येक प्रतिभाशाली कलावंत आपण त्याच्याकडे कसे पहावे हे स्वतःच अप्रत्यक्षपणे सुचवीत असतो. प्रत्येक प्रतिभावंताचे लेखन त्याच्या जाणिवेच्या केंद्रस्थानी असलेल्या विवक्षित अशा गाभ्यातून निर्माण होत असते. त्याची सारी निर्मिती म्हणजे जणू या गाभ्यालाच अनेक मुखांनी फुटलेला फुलोरा असतो. जी. ए. कुलकर्णी ह्यांची प्रवृत्ती अशा झपाटलेल्या, स्वतःचा गाभा असलेल्या कलावंताची आहे. मानवी व्यक्तिमत्त्वाची 'विलगता' या विश्वरचनेपासून विलग झाल्याची, तुटलेपणाची माणसाची जाणीव आणि अशा तुटलेपणात स्वतःचे प्राक्तन शोधण्याचा त्याचा ध्यास हाच त्यांच्या लेखनाचा गाभा आहे. या ध्यासापोटीच जी.ए. माणसाच्या दुभंगलेपणाचे चित्रण वास्तवतेच्या सर्व संदर्भात व जाणिवेच्या शक्य त्या सर्व पातळ्यांवर करीत राहतात.

जी.एं.चे जग लोकविलक्षण आहे. ते उष्ण कटिबंधातल्या एखाद्या जंगलासारखे वाटते. इथल्या प्राणिमात्रांचा आणि वनचरांचा एकत्रित परिणाम पछाडणाऱ्या भुताटकीसारखाच होतो. इथले वातावरण एका मत्तमधुर, ओकारी आणणाऱ्या, पण त्याबरोबर आपल्याला खिळवून टाकणाऱ्या गंधाने भारून गेलेले असते. जी.एं.च्या कथाविश्वाचे एखादे उघडलेले दालन जेव्हा बंद होते तेव्हा माणूस नकळत सुटकेचा सुस्कारा सोडतो. तोल सावरीत उद्ध्वस्ततेच्या काठावर उभ्या असलेल्या व्यक्तींचे जे असह्य जग जी.एं.नी निर्माण केलेले असते, त्यातून त्याची सुटका झालेली असते.

जी.एं.च्या कथाविश्वातील प्रत्येक व्यक्ती कुणाशी तरी नाते जुळविण्याची धडपड

करीत असते. परस्परांना जोडणारा कोणता तरी आतड्यांचा धागा ती शोधीत असते. निराकार, अस्ताव्यस्त पसाऱ्यातून येणारी एक हतबलतेची जाणीव त्यांना पछाडून टाकते. त्यांच्या कथांमधल्या व्यक्ती शरीराने किंवा मनाने अधू आहेत, काही अशा झपाटलेल्या आहेत की त्याचे रूपांतर वेडात कधी होईल हे सांगता येऊ नये.

योजनारहित जीवनातली सर्वंकष सूत्रहीनता आणि विलगता हे एक टोक, तर या तुटलेपणाच्या सीमेवरच उफराट्या स्वरूपात जाणवणारी अंतर्व्यवस्था आणि सूत्रबद्धता हे दुसरे टोक. या दोन टोकांमध्ये विलगतेच्या ज्या अनेक पातळ्या आहेत त्यांचे रूप जी.ए. बारकाईने न्याहाळून पाहत आहेत. एका टोकाला अधू, विस्कळीत, विकृत माणसांचे जग आणि दुसऱ्या टोकाला तो कालपुरुष! या दोन विरोधी टोकांना जोडणाऱ्या आणि ताणलेल्या रेषेवरच तोल सावरीत माणसाची जगण्याची कसरत सुरू राहते. अनुभवाच्या बहुविध थरांचे दर्शन इथे घडते. हे जग कमालीचे संपन्न, जिवंत आणि उत्कट आहे. असे विलक्षण जग मराठी वाङ्मयामध्ये क्वचित दृष्टीला पडले आहे.

गुंतलेले असतानाही गुंतलेले न राहणे, पछाडलेले असतानाही मुक्त राहणे, स्वतःच्या कृतीची विफलता जाणूनही ती करीत राहणे, असणे आणि तरीही नसणे हा प्रत्येक अस्सल कलावंताला एक शापच असतो. जी.ए.ही त्याला अपवाद नाहीत. स्टाइनबेक, हेमिंग्वे, फॉकनर या आधुनिक लेखकांच्या लेखनात हा ताण दिसत असतो.

जी.एं.ची कोणतीही कथा डोळ्यांसमोर आणली की एका राजवाड्याच्या शीशमहालात छताशी लटकलेले, मोठ्या दिमाखाने हलणारे एक लखलखते झुंबर मला दिसू लागते. जी.एं.ची कथा एखाद्या हलत्या, अस्थिर शिल्पासारखी वाटते. फरक इतकाच की जी.एं.च्या कथेच्या झुंबरातले लोलक प्रतिमांचे, किंबहुना त्यांची सारी कथा म्हणजेही एक मोठी प्रतिमाच असते आणि तिला आकार मिळतो तो लहान लहान प्रतिमांमधून. त्यांच्या कथेचा अभ्यास म्हणजे वस्तुतः प्रतिमांच्या संयोजनेचा अभ्यास. प्रतिमा म्हणजे वस्तूचे सापेक्ष भावरूप किंवा भावनेचे सापेक्ष वस्तुरूप. एक प्रधान प्रतिमा कथेच्या सूत्रात गुंफून व कथेच्या भावाशयाशी तिचा सुसंवाद साधून ते हलके हलके तिची स्थापना कथेमध्ये करतात. या प्रतिमेला घनता आणण्यासाठी ते इतर प्रतिमांचे साहाय्य घेतात. जी.एं.ची भाषा स्वतःला पुरतेपणी अदृश्य करून घेते आणि प्रतिमेमध्ये स्वतःचे अस्तित्व विरघळवून टाकते. प्रतिमेचा सगळा ताण, सगळी धग तिने पेललेली असते. या प्रयत्नामुळे प्रतिमेला जे सेंद्रिय स्वरूप मिळते ते मराठी कथेत अनन्य आहे. रेशीमकिड्याने स्वतःभोवती कोष तयार करून स्वतःला आत बंद करावे तशी त्यांची प्रतिमा भावानुभवाला पुरती गुरफटून टाकते. त्यांची कथा अनेकविध प्रतिमांचे वृंदावन बनते. प्रतिमासृष्टीला हाताळण्याची जी.एं.ची पद्धती जवळ जवळ अतिवास्तववादी आहे. तिच्या उपयोगामधून कवितेच्या सीमारेषेला भिडणारी एक नवीन स्वरूपाची कथा त्यांनी मराठीला दिली आहे.

वातावरणनिर्मितीचे जी.एं.चे सामर्थ्य कथेला अजोड अस्सलपणा देते. त्यांच्या कथेत वातावरण नसते तर वातावरणात कथा असते. एखादे हालवून तोडणारे शोकात्म नाटक पाहावे आणि नाटक संपून सगळे निघून गेल्यावर त्या काळोखात रिकाम्या स्टेजवरची भयाण शांतता अनुभवावी आणि मग एकदम वाटावे की ही शांतता इतक्या तीव्रतेने जाणवावी याकरताच ते नाटक घडले होते! तसे जी.एं.ची कथा वाचल्यावर वाटते. जी.एं.जवळ रंगसंगतीची अपूर्व अशी आंतरिक जाणीव आहे.

जी.एं.चे कथाविश्व पाहताना जी भावना मनात साकारते ती जीविताच्या अमाप समृद्धीची आणि वैपुल्याची. पिकून तयार झालेली फळे टचकन उकलावीत तशा या कृती पक्व वाटतात. अतिशयाची, अतिरिक्ततेची एक भावना त्यांच्यामध्ये नेहमीच जाणवते. जी.एं.च्या कथा द्रविडांच्या किंवा चालुक्यांच्या वास्तुकलेच्या घनदाट अरण्यासारख्या अगर उष्ण कटिबंधातल्या गूढ जंगलासारख्या वाटतात. त्यांच्या नुसत्या आठवणीनेही चहूबाजूंनी वेढून गेल्यासारखी चमत्कारिक संवेदना जाणवू लागते.

कधी कधी जी.ए. अंधश्रद्धेचा, बेपर्वाईचा मुखवटा चढवतात पण तो इतका पातळ असतो की त्यातून त्यांचा वेदनेने भरलेला चेहरा सतत दिसत राहतो. त्यांचा विनोदसुद्धा कवटीच्या तोंडात खडे खळखळावे तसा भयाण, अंगावर शहारे आणणारा असतो.

जी.एं.च्या कथेतून आढळणारी अनेक तरल घटकांच्या परस्पर ताणातून येणारी विलक्षण सचेतनता, तिचा त्रिपरिणामी भरीवपणा, तिच्या भावनाशयाला लाभलेले, अर्कभूत आशयाचे वजन व शक्ती आणि त्यातील विलक्षण संपन्न प्रतिमासृष्टी हे सर्व मराठीत खरोखरच अपूर्व आहे. जन्मभर एकच राग आळवणाऱ्या गवयाप्रमाणे एकाच गाभ्याशी सतत झुंज घेण्याची त्यांची जिद्द. यामुळे मराठी कथालेखनाला एक निराळे परिमाण मिळाले आहे. फावल्या वेळचा छंद म्हणून ब्रश हाती धरणारा हा मनुष्य नव्हे. सगळे आयुष्य पणाला लावून एखाद्या ख्रिस्ताचे अगर बुद्धाचेच जीवन चित्रिणाऱ्या व्रती कलावंताचा धर्म हा त्याचा धर्म आहे.

आचवलांचा हा 'आस्वाद' १९६१ साली सिद्ध झाला. १९७४ साली प्रसिद्ध झालेल्या 'जास्वंद' या पुस्तकात त्यांनी जी.एं.वरचा जो लेख अंतर्भूत केला, त्यात शेवटी थोडी भर घातली होती ती जी.एं.च्या अलीकडच्या कथांबद्दलची होती. त्यात अधिकांशाने कल्पनावास्तव कसे येत जाते याची नोंद केली होती आणि 'विदूषक'सारखी कथा जगाच्या कथावाङ्मयातही creation par excellence ठरावी असे गौरवोद्गार काढले होते.

१९८१-८२च्या दरम्यान धों. वि. देशपांडे यांनी 'सत्यकथे'तून जी.एं.च्या रूपककथांवर विस्तृत लेख लिहिले. त्यात जी.एं.च्या या तत्त्वचिंतनात्मक रूपककथा जीवनाच्या गाभ्याला सर्वांगांनी कवटाळणाऱ्या कशा आहेत आणि त्यांच्या कथेत अनेक पाश्चात्त्य आणि पौर्वात्य तत्त्वप्रणालींचे कंद कसे सामावले आहेत, त्याचे विश्लेषण धों.

वि. देशपांडे यांनी अत्यंत तन्मयतेने केले आहे. जी.एं.च्या कथांच्या आधाराने त्यांनी तात्त्विक आत्मचिंतनाचा प्रपंच मांडला आहे अशी टीका करण्यात आली आहे. ती काही अंशी रास्त वाटली तरी जी.एं.ची कथा जीवनानुभूतीने किती संपन्न आहे याचा भक्कम पुरावा धों. विं.नी आपल्या शैलीदार आणि विचारधन भाषेत मांडला आहे यात शंका नाही.

त्यांनी 'कवठे'वर ('सत्यकथा', फेब्रुवारी १९८३) एक उत्कट चिंतन लिहिले. त्यातील विश्लेषणाचे अनेक भाग अतिशय मार्मिक आहेत आणि जी.एं.ना अभिप्रेत असावेत असे सांस्कृतिक आणि पाश्चात्त्य साहित्यातील संदर्भ उजेडात आणणारे आहेत. तरी या समीक्षणाच्या निष्कर्षाबद्दल एकवाक्यता होऊ शकत नाही या चिंतनावर वीणा आलासे ('सत्यकथा', जून १९८२) यांनी जो अभिप्राय व्यक्त केला आहे त्याकडे लक्ष देणे भाग पडते. त्यांनी लिहिले आहे, 'धोंडो विठ्ठल देशपांडे यांनी प्रत्यक्ष कथेत असलेले व नसलेले अनेक तपशील कथेच्या विश्लेषणाच्या संदर्भात चर्चिले आहेत.' या अभिप्रायानंतर एक वेगळ्या वाटेने वीणा आलासे यांनी या कथेच्या मर्माला स्पर्श करण्याचा सुरेख प्रयत्न केला आहे. 'कवठे' या प्रतिमेचा अर्थ विविध अंगांनी सोलून दाखविला आहे हा अर्थ देशपांड्यांना पूरक आहे, असेच त्यांनी अखेरीस म्हटले आहे.

धों. वि. देशपांडे यांनी कथाकार या नात्याने जी.एं.संबंधी काही महत्त्वाचे विचार व्यक्त केले आहेत. जी.एं.च्या कथांना कथानक फार नसते, 'पानमाप कथानकात ग्रंथभार कथा कोंदण्याचे त्यांचे सामर्थ्य अचाट होय.' त्यांची कथा आपल्याला 'विषण्णोदात्त अनुभव' देऊन जाते. आपले सारे जीवन म्हणजे अदृश्य रेट्याने घेतलेला दृश्य आकार होय हा नियतिवाद हा जी.एं.चा श्रद्धा-सिद्धान्त दिसतो. त्यांच्या शब्दाशब्दांतून नियतिचक्राचे भ्रमण जाणवते. जी.एं.च्या लेखणीला एक जीवघेणी खोड आहे. बोथीच्या धारेने जीवनाच्या, त्याच्या दुखऱ्या नसेला चाटून जाणारे काप काढीत लिहिणे ही ती खोड. या कापामुळे नस तुटत नाही पण ठणका मात्र असह्य होतो. जीवनाचा एखादा पैलू श्वेतोष्ण तापमानावर वितळवून गाळण्यात त्यांचा हातखंडा आहे. जी.एं.च्या कथेची कुळी अग्नीसारखी दाहक तर आहेच पण ती तशीच पावकही आहे. जी.एं.ची भाषा आणि तिचे सूचित वेगळे करता येत नाही. त्यांची भाषा मराठी दिसते पण ती मराठी नाही. शब्द मराठी असले तरी वाक्याची मोड इंग्रजी आहे. तिच्या मराठीला मधून मधून कानडी खुमारी चढते. त्यांचे शाब्दिक मींडकाम एका रागाचे सूर छेडते.

धों. वि. देशपांड्यांच्या आधी डॉ. द. भि. कुळकर्णी यांनी जी.एं.संबंधी छोटे-मोठे समीक्षात्मक लेखन केले. ते लेख १९७७ साली 'पार्थिवतेचे उदयास्त' या शीर्षकाखाली प्रसिद्ध झाले. 'निळासावळा'पासून 'काजळमाया' या संग्रहापर्यंतच्या कथांवरची समीक्षा त्यात आलेली आहे. त्यातील महत्त्वाच्या अभिप्रायाला स्पर्श करू. द. भि. लिहितात की जी.एं.च्या पहिल्या 'बळी', 'रात्र झाली गोकुळी' या कथांतून पार्थिवतेचे वातावरण

आहे. ही पार्थिवता म्हणजे सामाजिक वास्तवता नव्हे तर ही पार्थिवता म्हणजे एक परलोकविरहित अध्यात्म आहे. या पार्थिवतेमागे सामाजिक दृष्टी नसून आध्यात्मिक दृष्टी आहे. ही दृष्टी त्यांच्या कथांतून क्रमशः कशी विकसित झाली आहे याचे दिग्दर्शन द.भि.ना करावयाचे असावे; पण या लेखांतून ते सुसंगतपणे झालेले नाही. 'सोडवण' कथा वाचताना द.भि.चे डोळे ओलावतात. तिच्या संदर्भात ते म्हणतात : "जी.एं.ना मानवी जीवन अदृश्यपणे पूर्वनियोजित पण मानवाच्या दृष्टीने योगायोगी आणि म्हणूनच अर्थरहित वाटते. अशा विपरीत अवस्थेत मानवाला एकच शक्य असते. दिवगीप्रमाणे सर्व पाश तोडून भंगडपणे वागणे किंवा डॉक्टर फाटकांप्रमाणे अनेकांचे जन्माचे देणे उरावर वागविणे किंवा डॉक्टर दातेप्रमाणे मूर्खासारखे आंधळे जगणे. एकूण एकच!"

या जीवनाला अर्थ देणारी पण पाहता पाहता तुटून पडणारी आणि म्हणून पुन्हा निरर्थक आणि लोढणावजा वाटणारी नातीही असतात. ही सारी नाती गरजेच्या वेळी लुप्त होतात. अलीकडे जी.एं.च्या रूपककथांवर द.भि.नी जोरदार आक्षेप घेतले आहेत. या लेखाची त्यांच्या अपेक्षेप्रमाणे गंभीर दखल घेतली जाणे आवश्यक होते. तसे घडले नाही. याचा अर्थ रूपकथांबद्दल वैयक्तिक आवडीनिवडीचा मोठा भाग असू शकतो इतकाच करणे योग्य वाटते. जी.एं.च्या संसारकथा द.भि.ना मराठी कथेची गोपुरे वाटतात.

गंगाधार गाडगीळ यांचे 'आजकालचे साहित्यिक' हे पुस्तक १९८० साली प्रसिद्ध झाले. या पुस्तकात 'जी. ए. कुलकर्णी : भोवऱ्यात अडकलेला प्रतिभावंत' या शीर्षकाचा समीक्षालेख आहे. या लेखात शीर्षकात नमूद केल्याप्रमाणे जी.एं.च्या लेखनमर्यादेचे विश्लेषण केले आहे. त्यातील महत्त्वाच्या मुद्द्यांच्या संक्षेपाने विचार करणे अगत्याचे आहे. गंगाधर गाडगीळ हे मराठी नवकथेचे प्रवर्तक, प्रतिभावंत कथाकार आणि स्वतंत्र दृष्टीचे समीक्षक म्हणून मान्यता पावले आहेत. आपल्या या स्थानाची त्यांना खात्री आहे. गाडगीळांची नवकथा जी.एं.नी अधिक सामर्थ्यवान केली असे म्हटले जाते. याबद्दल गाडगीळांची खात्री नसावी. या लेखात पर्यायाने हा संशयच व्यक्त करण्यात आलेला असावा. लेखातील आक्षेपांचा परामर्श घेणे हे अधिक महत्त्वाचे. प्रा. गाडगीळांच्या मते जी.एं.नी कथेची विविध रूपे दाखविली असली तरी त्यांच्या कथेच्या संदर्भात एक वेगळी अभिरुची निर्माण झाली आहे, एक वेगळी टीकादृष्टी अस्तित्वात आली आहे असे मात्र म्हणता येत नाही. हे जर पूर्णांशाने खरे असेल तर जे विपुल आणि विविध समीक्षालेखन होत आहे ते कशाचे निदर्शक मानायचे? कदाचित ज्या तऱ्हेचे नवनिर्मितीचे कार्य गाडगीळांच्या कथेने निःसंशयपणे केले, त्यापेक्षा भिन्न आणि सनातन असे मोल समीक्षक जी.एं.च्या कथेला देऊ पाहतात असा याचा अर्थ काय?

जी.एं.ची कथा गाडगीळ रसग्रहणाच्या पद्धतीने न तपासता चिकित्सेच्या पद्धतीने तपासतात. कथेची वैशिष्ट्ये आणि गुणविशेष यांची नोंद थंडपणे करीत जातात. जी.एं.च्या कथेतील अनुभवविश्व, अनुभव घेण्याची पद्धती आणि अनुभवविश्वाचा आविष्कार जे रूप धारण करतो, ते रूप या तीन अंगांची चिकित्सा ते करतात. या तीन अंगांची चिकित्सा केल्यानंतर जी.ए. हे प्रतिभावंत साहित्यिक आहेत, पण ते भोवऱ्यात सापडले आहेत असा निष्कर्ष ते काढतात.

जी.एं.च्या अनुभवविश्वात स्थळ, वातावरण, व्यक्ती आणि घटना ह्यांची पुष्कळ विविधता आहे, पण त्याचबरोबर काही विशिष्ट प्रकारचे वातावरण, माणसे आणि प्रसंग त्यात पुन्हा निरनिराळ्या स्वरूपात अवतरतात. त्यांचे प्राणिसृष्टीचे निरीक्षण अत्यंत सूक्ष्म आहे. पण त्यांच्या कथेतले प्राणी हे नुसते प्राणी नसतात. त्यांच्याद्वारे काही आकृत्या पुनःपुन्हा आकार घेत असतात. सालस कृष्णी गाय आणि डोळ्यांतून पाणी पाझरत तिला आलेला मृत्यू ही एक पुनःपुन्हा वेगवेगळ्या स्वरूपात आढळणारी आकृती आहे. जीवनाची काही रूपेच जी.एं.च्या नजरेत भरतात. त्यांचे प्राणी जीवनाच्या काही प्रवृत्तीची आणि घाटांची प्रतीके असतात. जी.एं.च्या कथांत माणसांच्या ज्या अनेक वस्त्या आणि गावे आहेत त्या सर्वांवर एक प्रकारची अवकळा पसरलेली असते. साऱ्या प्रदेशाचे जीवन बदलून टाकणाऱ्या एखाद्या कारखान्याला त्यांच्या कथांत स्थान नसते. या समाजातील सर्व थरांतील माणसे जी.एं.च्या कथांत आहेत. या माणसांचे त्यांचे निरीक्षण सूक्ष्म आहे. मानवी मनाची त्यांची जाण अचूक आहे. कुरूपतेने ज्यांना ग्रासले आहे अशा पात्रांचा एक मोठा वर्ग त्यांच्या कथांत आहे. वेगवेगळ्या प्रकारची कुरूपता मुद्दाम वेचून काढल्यासारखी त्यांच्या कथांत पावलोपावली आढळते. दुबळ्या पात्रांची एक पलटणच त्याच्या कथांत आढळते. एकाकीपणात बुडलेल्या माणसांचाही असाच एक मोठा वर्ग आहे. एकाकीपणासारखा पराकोटीला गेलेला दुष्टपणा आणि क्रूरपणादेखील दिसतो. काही पात्रांच्या द्वारे मात्र ताज्या दवासारखा निरागस गोडवा व्यक्त होतो. ही पात्रे काहीशी गडकरी वळणाची आहेत. ही पात्रे स्वतंत्र नसून पराधीन आहेत. इतका समर्थ कथालेखक गडकरी वळणाची पात्रे का निर्माण करतो? जी.एं.च्या पात्रांना एक सामाजिक संदर्भ आहे पण त्याला या कथांत मध्यवर्ती स्थान नाही. सामाजिक परिस्थितीबद्दलची जी.एं.ची प्रतिक्रिया साचेबंद असते. डोळस, विविधांगी आणि व्यामिश्र असत नाही. त्यांच्या कथांतील घटना विविध आहेत पण त्यांना दिलेला आकार मात्र तोच तोच वाटतो. घटनांचा एकच मूलाकार त्यांच्या कथांत वेगवेगळी रूपे धारण करतो. त्यांच्या कथांतल्या साऱ्याच घटना एकाच गडद रंगात रेखाटलेल्या आहेत. उत्कृष्ट साहित्यकृतीत जी संपन्न संदिग्धता असते ती मात्र त्यांच्या कथांत नसते. त्यांच्या अनुभवाचे आकार व्यामिश्र, आशयघन आहेत पण ते अनेक शक्यता सूचित करणारे नाहीत. झपाटलेल्या माणसाच्या डोक्यात जी विचित्र तकाकी असते ती त्यांच्या साऱ्या

अनुभवांच्या बाबतीत दिसते. त्यांच्या अनुभव घेण्याच्या पद्धतीत केंद्रस्थानी एक मनोविकृती आहे आणि ती एका प्रचंड भोवऱ्यासारखी गरगरते आहे. या भोवऱ्यामुळेच त्यांच्या अनुभवांना विलक्षण प्रत्ययकारिता आली आहे. पण त्यामुळे अनुभव घेण्यातला लवचीकपणा नष्ट होतो.

गाडगीळ यांनी जी.एं.चे सामर्थ्य आणि प्रतिभा जी.एं.च्या चाहत्यांप्रमाणे आणि समर्थकांप्रमाणे मान्यच केली आहे; पण तरीदेखील या प्रतिमेच्या तळाशी असलेल्या प्रचंड भोवऱ्यामुळे, ज्याला ते मनोविकृती असे सहजपणे म्हणतात- त्यांच्या कथेला आणि प्रतिभेला मर्यादा पडतात असे त्यांना वाटते. लेखाच्या अखेरीस जी.एं.च्या भाषा आणि प्रतिभाविलासाचे ते वर्णन करतात आणि तरी शेवटी अभिप्राय देतात की प्रतिमेचे एवढे मोठे देणे लाभलेल्या साहित्यिकाने एका मनोगंडाचे गुलाम व्हावे हा नियतीचा क्रूर खेळच म्हटला पाहिजे.

प्रतिमेचे देणे असून मनोगंड नसणाऱ्या साहित्याच्या यादीत त्यांना शेक्सपिअर, टॉलस्टॉय, चेकॉव्ह, व्यास, माडगूळकर यांची नावे आठवतात. आस्वादक टीकेला बाळबोध समजून चिकित्सक टीकेचा पाठपुरावा करण्याची उमेद बाळगताना गाडगीळांनी ही सर्व नावे कथालेखकांच्या एकाच यादीत बसविता येतात की नाही याचा प्राथमिक विचार केलेला दिसत नाही. नाहीतर मनोगंड आहे असे वाटणाऱ्या प्रतिभावंतांत त्यांनी डोस्टोव्हस्की, मोपॉसां, हरमन मेलव्हिल, एडगर ॲलन पो, ओनील आणि अन्य अमेरिकन यांची नावे आग्रहाने विचारात घेतली असती. प्रतिभावंतांचेही दोन प्रमुख वर्ग त्यांनी केले असते आणि डोस्टोव्हस्कीच्या वर्गातले जे प्रतिभावंत असतात त्यांच्या प्रतिमेची मूलभूत मर्यादा मनोगंडाने तयार होते असे म्हटले असते. त्याचबरोबर या मनोगंडातून निर्माण होणाऱ्या विलक्षण सामर्थ्याची तुलना मनोगंडविरहित प्रतिमेने निर्माण केलेल्या सामर्थ्याशी केली असती. या पद्धतीने चिकित्सा झाली असती तर ती अधिक उद्बोधक ठरली असती. आपली टीका ही थंड आणि चिकित्सक आहे, ती जी.एं.च्या चाहत्यांनी केलेल्या उत्साही आस्वादनापेक्षा भिन्न आहे असे म्हणत असताना आणि अनुभवाच्या विविधतेची आणि तो घेण्याच्या लवचीक मनोवृत्तीची तरफदारी करताना, गाडगीळांना कदाचित त्यांनी ज्या प्रकारच्या कथा लिहिल्या त्यांचेच पर्यायाने समर्थन करावयाचे आहे की काय अशी शंका येते. हरेक वस्तुनिष्ठ निरीक्षक शेवटी व्यक्तीच असतो आणि त्याचे वस्तुनिष्ठ ज्ञान हाही एक भ्रम असण्याची शक्यता असते, हेच जी.एं.नी आपल्या नंतरच्या रूपककथांतून दिग्दर्शित करण्याचा प्रयत्न केला आहे. प्रत्येक प्रतिभावंताच्या प्रतिभेचे रूप ओळखून, तिच्या सामर्थ्याचा विशुद्ध अनुभव घेणे हाच रसिक वाचकांच्या दृष्टीने श्रेयस्कर मार्ग ठरतो. या अनुभवाकडे अंतर्मुख होऊन पाहतानादेखील त्या प्रतिभेचे लेणे कोणत्या प्रकारचे आहे याचा विसर पडू देता कामा नये. जी.एं.ना दर नव्या प्रयत्नात प्रतिभेच्या साहाय्याने

ठणकणाऱ्या नसेच्या अगदी जवळ जाता येत असेल तर त्यांनी आपल्याला अपेक्षित अशी विविधता दिली नाही अशी तक्रार करणे अन्यायाचे तर होईलच, पण ते समंजस रसिकतेचेही द्योतक ठरणार नाही. कोणती विविधता प्रतिभेचा अस्सल स्पर्श झालेली आणि कोणती अपना बझारमधली याचेही भान आवश्यक ठरेल. टॉमस हार्डी याने आपल्या रोजनिशीत एक महत्त्वाची नोंद केली आहे : As in looking at a carpet by following one colour a certain pattern is suggested, by following another colour, another; so in life the seer should watch that pattern among general things which his idiosyncracy moves him to observe, and describe that alone.

– म. द. हातकणंगलेकर

प ड दा

प्रिन्सिपॉल ठकारनी चष्मा काढला व अंगठा आणि मधले बोट यांनी डोळे दाबत हातातील इंग्रजी मासिक टेबलावर टाकले. स्लिपर पायांवर चढवत ते उठले आणि खिडकीपाशी येऊन उभे राहिले. पण तेथे येताच नासल्या शेवाळी पाण्याप्रमाणे दिसणाऱ्या मळक्या हिरवट रंगाच्या पडद्याकडे त्यांचे लक्ष गेले व एखाद्या मूक जखमेला नकळत स्पर्श व्हावा त्याप्रमाणे त्यांचे मन वेदनेने दचकले.

आजूबाजूची खोली त्यांनी एखाद्या चित्राप्रमाणे सजवली होती. आयुष्याच्या प्रवासात त्यांच्या काव्यलोलुप तरल मनावर आलेले कोमल तरंग त्यांनी या ना त्या वस्तूच्या रूपाने मूर्त केले होते. ती खोली त्यांच्या जीवनाची मधुर स्मृती होती.

समोरील भिंतीवर शुभ्र संगमरवरी दगडाचे लहानलहान तुकडे शिसवीच्या लाकडात बसवून केलेले काप्री बेटाचे निसर्गदृश्य होते. ते त्यांनी खुद्द काप्रीलाच विकत घेतले होते. त्या लहानशा चौकटीत सुरेल रेशमी रेषांचे धुंद स्वप्न गोठवून ठेवले होते. त्या चित्राभोवती डोळे निववणाऱ्या निळ्या समुद्राच्या आठवणीचा जरतारी शेला. काप्री बेटच मुळी निळ्या मखमली समुद्रावरील एखाद्या चमकीप्रमाणे होते. डाव्या बाजूला डेगाचे बेभान होऊन नाचत असलेल्या नर्तिकेचे चित्र होते. रंगसंगतीच्या लाटांवर फेसाळलेले यौवन. त्याच्या बरोबर समोर होकुसायच्या 'लाटा' या चित्राची प्रतिकृती. अजस्र नागाच्या फणीप्रमाणे विशाल उन्मत्त लाट, झेप टाकण्यापूर्वी क्षणभर गर्वाने स्थिरावलेली; तिच्या छायेत असहाय वाटणारी एवढीशी ठिपक्यांसारखी माणसे; त्या चित्राच्या साधेपणातील घरंदाज श्रीमंती, वळतवळत जाणाऱ्या जिवंत धारदार रेषेतील सामर्थ्य विलक्षण उत्कट होते. एका कोपऱ्यात किंचित लालसर दगडाची शोभेची शेगडी होती आणि तिच्यावर दोन्ही भिंतींवर अर्धवर्तुळाकार पसरलेली छोटीशी लायब्ररी होती. त्या कपाटावर ग्रीसमधील एका छोट्या खेड्यात घेतलेली, बास्केट घेतलेल्या खेडवळ मुलीची भाजक्या मातीची प्रतिमा उभी होती. एक गुडघा दुमडून जमिनीवर, दुसरा गुडघा

उभा, त्यावर हनुवटी टेकलेली. बास्केटमध्ये फळे आहेत. डोळ्यांत विलक्षण आर्तता. काय हवे माहीत नाही; पण काहीतरी हवे आहे अशी तृष्णा. सारी खोली म्हणजे शुभ्र फुलांनी मोहरलेले चेरीचे झाड होते. जपानमध्ये पाहिलेली पांढऱ्या फुलांच्या कारंज्याप्रमाणे दिसणारी ती झाडे व चित्राचित्रांच्या छोट्या छत्र्या घेऊन डौलाने त्यामधून तरंगत जाणाऱ्या जपानी स्त्रिया यांच्या आकृती त्यांच्या मनावर कशिद्याप्रमाणे रेखाटल्या गेल्या होत्या.

पण तो शेवाळी पडदा मात्र एखाद्या व्रणाप्रमाणे वाटत होता. तीन खिडक्यांना तीन व्रण – सडत चाललेल्या जखमेप्रमाणे. ते वाऱ्याने फडफडले म्हणजे साकळलेले रक्त वेदनेने ठसठसल्याप्रमाणे वाटे. दुकानात ते कापड घेताना त्यांनी आपल्या बायकोला शांतपणे, स्पष्टपणे सांगितले होते, की त्या कापडामुळे खोलीतील वातावरणावर मोठमोठे ओरखडे उठतील. रंगसंगती ही एखाद्या गीताप्रमाणे आहे. एका बेसूर रंगाने सारे रंग कोसळून मृत होतात, ही गोष्ट या लोकांना समजणार तरी कधी? एखाद्या प्याल्यात गडद लाल माधुरीचे उंची मद्य ठेवावे त्याप्रमाणे ती खोली, तिच्यातील भावजीवनाचा तरल गंध; पण एखाद्या गोष्टीचा आग्रह धरून लोकांना पटवून द्यावी एवढा लोकांविषयी आदर त्यांना कधीच वाटला नव्हता. एखाद्या जाणत्या माणसाने असल्या घाणेरड्या, सडलेल्या प्रेताप्रमाणे दिसणाऱ्या रंगाचे कापड निवडून द्यावे, याची त्यांना विलक्षण शरम वाटली होती आणि कोणीतरी एकदम अंगावर घाण टाकावी त्याप्रमाणे अंग आखडून त्यांचे मन मूक झाले होते.

''आमचं तुम्हांला काहीच पसंत पडत नाही, हेच खरं,'' कापड विकत घेतल्यावर त्यांची पत्नी आतापर्यंतच्या अनुभवाने चिंबलेल्या आवाजात म्हणाली.

आणि हे एका दृष्टीने खरेही होते. आतापर्यंतच्या वीस वर्षांत तिच्या आवडीसाठी किंवा तिला खूष करण्यासाठी त्यांनी काहीही केले नव्हते. त्यांनी स्वतःच्या साऱ्या सुटांचा रंग सूर्याच्या बदलत्या आकाशात दहा वेळा तपासूनच पसंत करण्याची पद्धत ठेवली होती. तिने त्यांच्याकरिता एकदा दोन टाय आवडीने घेतले होते. त्यांतील एकाची दहावी रेघ फारच जाड म्हणून व दुसऱ्याचा रंग मांजर ओकल्याप्रमाणे होता म्हणून त्यांनी ते दोन्ही ड्रायव्हरला देऊन टाकले. इतकेच नव्हे, तर खोलीतील रंगसंगतीशी जुळेल असे पातळ असेल तरच तिला त्या खोलीत बसता येत असे. बागेविषयी तेच. ओल्याचिंब आठवणी जाग्या करून गत आयुष्यावर जांभळसर मोहिनी टाकणारा, हजार डोळ्यांचा रातराणीचा सुगंध तिला हवा होता; पण त्यांनी टपोरा, उन्मत्त वाटणारा, पायाखाली तुडवलेल्या रानफुलाप्रमाणे गेल्या आठवणीकडे तुच्छतेने पाहणारा धुंद मॅग्नोलिया लावला होता. जीवनाचा प्रत्येक थेंब जिभेवर तरळत ठेवून चावल्याखेरीज कधी स्वीकारून त्यांनी पुढे पाठवला नाही. त्यांच्या आयुष्यातील प्रत्येक क्षणाला डोळा होता; पण त्या डोळ्यात फक्त त्यांच्याच प्रतिबिंबाचे लेणे कोरलेले होते.

तिच्या व्यवहारी, रुक्ष, कांबळ्याप्रमाणे खरखरीत मनाविषयी त्यांना अत्यंत तीव्र पण मूक तिरस्कार होता. लायब्ररीला तर ते तिला स्पर्शही करू देत नसत. थॉम्पसन, फ्लेकर, बर्टन, गॉटिए, लिओपार्डी, ग्रीक अ‍ॅन्थॉलॉजी, चिनी कविता त्या साऱ्या पुस्तकांना काही विशिष्ट जागा होत्या. त्यात्या ठिकाणीच त्याचे जग मूर्तीच्या डोळ्यांतील माणकाप्रमाणे ज्वलंत तळपत असे. थॉम्पसन कवीच्या बाजूला फ्लेकर कवीचे 'हसन' नाटकच हवे. आर्त, विव्हल मन, पौर्वात्य जीवनाच्या कल्पनेशेजारी धुंद, रगेल, बेबंद लकेरीच्या बाजूलाच सारखे तळमळत आहे. या विरोधातच जीवनाची कलात्मक संगती आहे. सारी गात्रे मोहरून टाकणारे, शारीर वासनांनी फेसाळलेले, उष्ण झालेले संगीत आणि आसूडाच्या आघातांनी उडणाऱ्या रक्ताचे ओले किरण – मनाभोवती घिरट्या घालणारी आठवणींची शुभ्र कबुतरे आणि जीवनाला आठवणीचा एकही कंगोरा नाही अशातऱ्हेने नागिणीप्रमाणे अंग वळवत जाणारी, अग्निदेहाची, स्मृतिहीन ओठांची नर्तकी – जगड्व्याळ दुःखाकडे स्थिर नजरेने पाहणारी बुद्धाची शांत, प्रसन्न दृष्टी आणि जिवंत शरीरातून तोडून काढलेल्या रसरशीत मांसखंडाचा ओला लालभडक रंग – स्मशानातील थडग्यावरील क्रूसांच्या छायेत क्षणाचा स्वर्ग उपभोगणारी कुतरड्यांची जोडी ही सारी त्याच अनुभवात आली पाहिजेत. कारण एकाशिवाय दुसऱ्याला काही अर्थच नाही. थॉम्पसनच्या शेजारीच फ्लेकर आणि बर्टन पाहिजेत. शिवाय त्या पुस्तकांच्या कातडी बांधणीमध्येही असाच विरोध होता. थॉम्पसन करड्या रंगाचा, तर फ्लेकर काळसर लाल रंगाचा. बर्टनच्या पुस्तकाला पिवळसर हिरवा रंग होता. सारी एकत्र असता मोरपिसांवर लाल रंग टाकावा त्याप्रमाणे वाटे. आयुष्य झाकाळून टाकणाऱ्या गहिऱ्या नैराश्याच्या बाजूला उष्ण रक्तामांसाच्या, वासनांच्या काव्यओळी, मोरपिसावर लाल रंग, शुभ्र वक्षस्थळावर निळ्या सुरीची लाल जखम – स्पेनमध्ये पाहिलेल्या बैलांच्या युद्धामधील काळ्या बैलाशेजारी वाळूत पडलेले कुडचाभर काळे रक्त – फ्रेंच हॉटेलमध्ये गाणाऱ्या मुलीने शुभ्र उरोजाने तटाटलेल्या साटीनच्या झग्यावर लावलेले टपोरे काळसर लाल कार्नेशन फूल – थॉम्पसनशेजारीच फ्लेकर, बर्टन पाहिजेत...

एकदा चुकून तिने त्या पुस्तकांची जागा बदलली, त्या दिवशी त्यांनी चहाही घेतला नाही. त्यांना तिचा राग आला नाही; पण डोळे मिटून पडलेल्या कुत्र्याच्या पिलाप्रमाणे वाटणाऱ्या तिच्या मूढ मनाविषयी मात्र त्यांना फार कीव वाटली. हिला सारे समजावून सांगायचे तरी कसे? आयुष्याला एखाद्या लिलीच्या फुलाची सुबक रेखीवता पाहिजे. एखाद्या विशाल हिऱ्यात ज्योतीचे प्रतिबिंब असावे त्याप्रमाणे अनुभवाला कोरीव, जिवंत आकार हवा. भावनांचा वेडा गुंतवळा असण्यापेक्षा स्वप्नमय गोफ हवा. माणसे काय, ते अनुभव स्वीकारण्यासाठी, त्यांना जतन करण्यासाठी निर्माण केलेली क्षुद्र, मातीमोल यंत्रे आहेत नुसती. पण हे तिला समजावून कसे सांगणार? ती पुस्तके हलवल्याने त्यांची मोहिनी शतशः फुटली, हे हिरवट पडदे या खोलीतील मुग्ध कोमल सौंदर्यावर अत्याचार

आहेत... फारच क्रूर जखम आहे, बाळपेक्षाही क्रूर...

त्यांचा मुलगा बाळ हा त्यांच्या मनावरचा व्रण होता. गेल्या पंधरा वर्षांत त्यांनी त्याच्या नावाचा उच्चारही केला नव्हता. त्याच्याकडून त्याच्या आईला दर महिन्याला पत्रे येत. उत्साहाने डवरलेल्या, मोठ्या डोळ्यांच्या आपल्या दोन मुलांचे फोटो त्याने घरी पाठवले होते. सूनबाई दर संक्रांतीला काटा न् काटा मोजून घ्यावा असा सुरेख नितळ हलवा, गुलाबाची फुले वर भरलेल्या रेशमी पिशव्यांतून पाठवत असे. पण त्यांनी मात्र त्या फोटोकडे नजर टाकली नाही, की हलव्याचा दाणा तोंडात टाकला नाही. त्यांच्या वाटणीला बाळ मेला होता आणि बाळच जिथे मेला तिथे त्याला बायकापोरे कोण असणार? – बाळने ज्या वेळी त्यांना त्याच खोलीत (घाणेरडा शर्ट, भडक काळ्या रंगाची कॉर्डुराय पँट – त्याला पाहताच उग्र वास यावा, त्याप्रमाणे त्यांचे डोके दुखू लागले होते.) आपण कॉलेज सोडणार आणि मुंबईला जाणार असे सांगितले, त्याच वेळी बाळ त्यांच्या आयुष्यातून निघून गेला होता; पण त्याचे पत्र घरी आले की त्यांचा किंचित फिकट चेहरा मनस्तापाने कुस्करल्यासारखा होत असे आणि तास न् तास खाली मान घालून ते खुर्चीत बसून राहत. बाळ हा त्यांच्या आयुष्यावरील कधीही न पुसला जाणारा डाग होता.

बाळचा मुंबईला लोणच्यांचा फार मोठा व्यापार होता. कॉलेज सोडून तो घरातून बाहेर पडला, त्या वेळी त्याने एक पैचीही मदत मागितली नव्हती; पण आज त्याचे मुंबईला घर होते. पण प्रिन्सिपॉल ठकारांनी मात्र त्याचे नाव टाकले. आपल्या मुलाने लोणच्याचा व्यापार केला, ही नुसती जाणीव जरी जिवंत झाली, तरी त्यांचे मन लाजेने करपून जात असे. लहानपणी केवढ्या आशेने, कौतुकाने त्यांनी बाळला लायब्ररीतील चित्रांची पुस्तके दाखविली होती! मायकेल अँजेलोचा भव्य, अतिमानवी मोझेस, टिशियनच्या रसरशीत जिवंत रंगाचे ऐश्वर्य, व्हरमीरची प्रकाशाची विणलेली नाजूक वस्त्रे, एखाद्या अंधूक आठवणीने हृदयात कोळ्याचे जाळे बांधावे त्याप्रमाणे वाटणारी रेंब्राँची चित्रे आणि वेलास्केझचा क्रूर, निबर महत्त्वाकांक्षेने झिंगल्याप्रमाणे वाटणाऱ्या दहाव्या पायस पोपचा पोर्ट्रेट व त्यातील ब्रशाच्या प्रत्येक बोलाने रक्त निर्माण करणारे रंगकौशल्य – यांची त्यांनी कितीतरी बीजे बाळच्या मनावर फेकली होती. ज्या चेहऱ्यामुळे हजारो गलबते समुद्रात ढकलली गेली व इलियमचे गगनचुंबी प्रासाद व मनोरे धुळीला मिळाले, तिच्याविषयी आपल्या नितळ पापण्या मिटून ते बोलू लागले की त्यांना बाह्य जगाचा विसर पडे. शब्दांत दडून गुप्त असलेल्या पऱ्यांचे मदिर सौंदर्य, पंखांचे शब्द एकत्र येताच निर्माण होणारी निळसर स्वप्ने ही सारी त्यांनी खेळणी मांडावी त्याप्रमाणे बाळपुढे ठेवली होती; पण बाळचे आयुष्यच वांझोटे निघाले. त्याने आपणहून कधी काव्याचे पुस्तक उघडले नाही. एखाद्या षोडशेप्रमाणे वाटणाऱ्या काव्यपंक्ती पाहून त्याला कधी वेडावल्यासारखे झाले नाही. शेवटी तर आपण लोणच्याचा व्यापार करणार असे सांगून

त्याने त्यांची सारी वेडी स्वप्ने फोडून टाकली. त्यांच्या मॅग्नोलियावर थुंकून त्याने तो घाणेरड्या शेवाळी डबक्यात टाकून दिला. तो गेल्यावर प्रिन्सिपॉलनी दरवाजा बंद केला. नंतर अर्धा तास त्यांच्या डोळ्यांतून अश्रू वाहत होते. त्यांच्या आयुष्याच्या पाकळ्या गळत होत्या. मग मात्र त्यांनी मनाचा जखमी भाग कठोरपणे डागणी देऊन निर्जीव केला. बाळभोवती पसरलेल्या मेल्या स्वप्नाबरोबरच त्याचे प्रेत त्यांनी तिकडे कोरड्या डोळ्यांनी फेकून दिले. डुकरिणीला भसाभसा पिले व्हावीत त्याप्रमाणे बाळला पैसा मिळत गेला; पण प्रिन्सिपॉलचा मात्र निर्वंश झाला. ज्याने आयुष्यात काव्याची एक ओळही लिहिली नाही, एखाद्या फुलाच्या गंधावर मोहित व्हावे त्याप्रमाणे ज्याला एका शब्दाचाही रंग, स्वर, पोत आवडली नाही, त्याला आपला मुलगा मानायला त्यांचे मन तयार नव्हते.

बाळ हा त्यांच्या मनावरचा, मळकट हिरवा घाणेरडा पडदा होता.

तो पडदा त्यांच्या संगमरवरी सौंदर्यविश्वात फडफडला. सोन्याचे रेषाकाम असलेली पाइप त्यांनी उचलली; पण त्यांचा हात थरथरू लागला. ती काहीकेल्या पेटेना. ती तशीच त्यांनी परत ड्रॉवरमध्ये टाकली. त्यांनी कपाटाचे दार उघडले, थॉम्पसन बाहेर काढला व पोळलेल्या दुःखाने, वेडावलेल्या मनाने, सावलीत आंधळेपणाने हिंडावे त्याप्रमाणे ते त्या कवितांमधून हिंडू लागले.

त्यातून हृदयाला घरे पाडणारा आर्त उसासा ऐकू आला. त्यात संधिप्रकाशात एकेक गळून पडणाऱ्या पानांची विकलता होती. थडग्यावर ओले चांदणे पसरावे तशी सावळी हुरहुर होती. सारे शब्द स्वप्नांच्या भुतांप्रमाणे वाटत. तलम ओले वस्त्र पसरल्याप्रमाणे दिसणाऱ्या वाळूवर पावले उमटून लाटांनी पुसून जावीत त्याप्रमाणे अश्रू भरलेल्या डोळ्यांच्या ओळी सुरू होत विरून जात होत्या. You went your unremembering way – तू आलीस आणि आल्या पावली, ओल्या पावली तशीच निघून गेलीस... Nothing begins, nothing ends... प्रत्येक अनुभवाला दुःखाची, रक्ताच्या थेंबाची किंमत द्यावी लागते. फूल फुलते आणि तितक्याच सहजपणे नाहीसे होते; पण त्याची आठवण मात्र मनात घर करते व सारखी छळू लागते... फ्लेकर, बर्टन... वाळूच्या लहानमोठ्या उंचवट्यांवरून लाख चांदण्यांच्या गडद मखमली आकाशाच्या पार्श्वभूमीवर, उंटांचा कारवान डुलतडुलत चालू लागतो. मद्याप्रमाणे गडद रंगाचे हिंदी गालिचे आणि बगळे व मगरी यांची चित्रे कोरलेल्या तलवारी घेतलेले व्यापारी, समर्कंदाच्या प्रवासाचे गाणे सोन्याच्या आवाजाने गाऊ लागतात. दोनचार सोन्याच्या दिनारांसाठी? छट्! For lust of knowing what should not be known we take the Golden Journey to Samarkand... त्यांच्या भरदार आवाजाने आकाशाचा पडदा थरथरला, वाळूवर पडलेल्या राक्षसी सावल्या क्षणभर जाग्या झाल्या आणि वाळूचा कण न् कण मोहरून उठला. प्रिन्सिपॉल ठकारांच्या मनावर पडलेले कृष्णवस्त्र

जळून गेले आणि उत्कट आनंदाने ते ज्योतीप्रमाणे कंपित झाले. इराणी सुरईतील मद्याने आरक्त झालेल्या डोळ्यांचे शब्द, हुरीच्या लवचिक नृत्याने बेहोष झालेल्या ओळी, बर्टनच्या अरबी स्त्रीप्रमाणे मस्त, मदालसा, विवस्त्र वाटणाऱ्या आठवणी, काळाचा रुक पक्षी उडाला म्हणून सांगणाऱ्या ओमर खय्यामचा कलंदरी आवाज... फुलांची छाया पाण्यात पाहावी, बांबूची छाया चांदण्यात आणि सौंदर्यवतीची छाया नाजूक विणलेल्या पडद्यावर पाहावी, असे चोखंदळपणे सांगणारा रसिक चिनी कवी... हे सारे त्यांच्या मनात भिरभिरू लागले. एखादी जांभळ्यापिवळ्या ठिणग्यांची चवरी ढाळावी त्याप्रमाणे त्यांची स्मृती गदगदली व तिच्यातून रंगीत ओळी आणि चित्रे यांच्या ठिणग्या उडू लागल्या व इंद्रिये उन्मत्त करणाऱ्या मदिर सुखाने त्यांचे डोळे भारावून गेले.

पण या मोहिनीचे वस्त्र कुणीतरी झटकल्याप्रमाणे ते बेहोष जग नाहीसे झाले. कुठूनतरी आवाज ऐकू आल्यासारखे त्यांना वाटू लागले. घोगरे, कठोर, अपरिचित, करवतीच्या दातांप्रमाणे, सर्पाप्रमाणे लवलवणारे... ''आम्ही काहीतरी सुंदर, स्वप्नमय निर्माण केलं. आमच्या हातात मातीचा मानव झाला, शब्दांची वारुणी झाली, अनुभवांची अमरपुष्पे झाली. नाहीतर क्षुद्र तू – आणि तुझे भिकार डागळलेले जग... त्यात तुझा घाणेरडा शेवाळी पडदा – पडदा...''

प्रिन्सिपॉलनी पुस्तके परत ठेवली व ते कातडी खुर्चीत बसले. बाळच्या स्मृतीचा काटा काढून टाकता आला. शिवाय त्याचा अपराध एका सामान्य व्यक्तीविरुद्ध आहे. एका क्षुद्र व्यक्तीचा जास्त क्षुद्र मुलगा लोणच्याच्या व्यापारात पडला काय किंवा जास्त पुढे जाऊन राजकारणात पडला काय, सारखेच. आपण दोघेही काय, आपले मडक्याच्या तुकड्यासारखे. आयुष्य काय, आज आहे उद्या नाही. होकुसायच्या चित्रातील महान लाटेखाली अंग चोरून बसलेली आपण भिकार माणसे! पण हा खिडकीवरचा पडदा! डेगा, होकुसायच्या चित्रांसमोर, थॉम्पसन, खय्याम, गॉटिएच्या पुस्तकांसमोर, काप्री बेटाच्या अजर सौंदर्याच्या स्वप्नमय जगात हा हिरवट मळका पडदा निर्लज्जपणे फडफडत असावा, ही कल्पना त्यांना असह्य झाली. त्या मंगल चिरंतन जगावर जणू आपण थुंकी टाकली, काहीतरी अक्षम्य, अतिशय घाणेरडे, पाशवी कृत्य केले, अशी जाणीव त्यांना झाली. त्यांच्या डोळ्यांच्या कडा जळल्यासारख्या होऊ लागल्या व त्यांच्या शरीरातील कण न् कण विखारी शरमेने, दुःखाने सारखा तळमळू लागला.

सत्यकथा : एप्रिल १९५५

ब ळी

काटक्यांसारखे पाय हलवत पळताना अमाशी एकदम थबकली व लक्षपूर्वक ऐकू लागली. कुंभारवाड्याकडून हलग्यांचा कुडकुड-टॅक्यॅक कुडकुड-टॅक्यॅक आवाज येत होता. तिला एकदम घाबरल्यासारखे वाटले. दिवसभर गोळा केलेली निळसर, कावळ्याची फुले अर्धवट टाकून ती तशीच देवळाकडे वळली आणि तेथील पांढरट धुळीच्या ओट्यावर फतकल घालून बसली. देवळात दहापंधरा वर्षांत झाडणी फिरली नसेल. ओवरीचे खांब बाहेर कलले होते. अनेक वेळा गाभाऱ्यात शेळ्या शिरत असल्याने त्यांच्या लेंड्यांचा ढीग पडला होता आणि छपरावरील कौले कुणी चोरून नेल्यामुळे वाशांचे बोंदरे छप्पर उघडे पडले होते. पण त्या ओट्यावर अमाशीचे घर होते, त्या कोपऱ्यात तिला निर्भयपणे अंग पसरता येत होते.

इकडेतिकडे काळजीपूर्वक पाहत तिने मळक्या रकट्यांच्या ढिगाखालून एक बुट्टी काढली व तिच्यावरील वडाची पाने बाजूला केली. तिच्यात बटबटीत डोळ्यांची, झाडाच्या सालीसारख्या कातडीची एक गबदुल बेडकी होती. आज अमाशीने कुठूनतरी एक फुटके बेलफळ मिळवले होते. त्यातून तिने बोटाने डिंक काढायला सुरुवात केली व बेडकीला लावू लागली. नंतर रंगीत कागदाच्या तुकड्यांच्या ढिगातून एकेक तुकडा बेडकीवर सजवू लागली. काही वेळा ती हिरवा निळा तुकडा उचले; पण लगेच तो टाकून ढिगात खसपस करून पिवळा तुकडा काढून चिकटवे व टुणदिशी उडी मारून बेडकीकडे कौतुकाने पाहत असे. तिच्या मनातील एका कोपऱ्यात बसलेल्या झगझगीत रंगाच्या बेडकीला तिला एकदा प्रत्यक्ष भर उन्हात पाहायचे होते. काही वेळा बेडकी उडी मारीत असे; पण तिला निसटता येत नाही, कारण तिचा पाय सुतळीने बुट्टीच्या एका जाड पट्ट्याला बांधला आहे. उडी मारताना तिचा पाय ताणला, तिची धडपड व्यर्थ झाली, की अमाशी खिदळते आणि घुंगूर बांधलेला पाय जमिनीवर आपटून गळ्यातील कवड्यांच्या माळेतील एक कवडी आनंदाने चोखू लागते.

देवळासमोर ऊन भरड्या कांबळ्यासारखे होते आणि बाजूला पाटलांच्या सोप्यावर कपाळावर हजार सुरकुत्या घेऊन झोपाळू डोळ्याने सोमा उकिडवा बसला होता. कुंभारवाड्यातून येणारा आवाज उन्हावर बदडबदड पावले टाकीत तेथपर्यंत येत होता. तो कसला आवाज असावा याविषयी सोमाने थोडा वेळ विचार केला; पण त्याला उत्तर मिळेना, तेव्हा त्याने एक निःश्वास सोडून तो विषयच सोडून दिला. आपल्या आवाक्याबाहेरील गोष्टीविषयी विचार करण्याची त्याला सवय नव्हती. पहिल्यांदा चिलीम पेटली नाही की तंबाखू फेकून जमिनीवर अंग पसरून देणाऱ्यांपैकी तो होता.

तोच आतील दरवाजा उघडला. सोप्यावर ठेवलेल्या तांब्यात बोटे बुचकळून डोळ्यांना लावत सखाराम पाटील बाहेर आला. सोमाने लगबग करून तेथे एक जाजम पसरले, तेथल्या तक्क्याला एक बुक्की दिली आणि तो स्वतः जाजमाच्या कडेला अदबीने बसला. तो अशा तेलकट अजीजीने सखारामच्या तोंडाकडे पाहू लागला, की जणू सखारामचे ओठ बोलण्यासाठी हलू लागले, की टुणदिशी उडी मारून तो ते शब्द तेथेच गोळा करणार होता; पण सखारामने प्रथम त्याच्याकडे पाहिलेसुद्धा नाही. तो तेथूनच खेकसला, ''थुंक ती कवडी. दररोज नवीन तऱ्हा आणतंय लांडरू.''

एकदम दचकून अमाशीने वर पाहिले. तिचा काळवंडलेला, वाळका चेहरा भकास होता. तिचे डोळे उपाशी रेडकासारखे होते आणि त्यांच्यात पूर्ण वेड्या माणसांच्या डोळ्यात जो खुळचट भोळा आनंद असतो तसा आनंद होता. तिने पटकन कवडी बाहेर काढली व फणकाऱ्याने ती सखारामकडे पाठ करून बसली.

''काय नशीब देतोय देव, धनी,'' सोमा म्हणाला, ''कुठली मुलखावरून जोगतीण हिथ आली काय, कुणाशी शेन खाल्लं देव जाणे, आनी पोरीला वाऱ्यावर टाकून रातोरात उडाली काय! नशीबच नव्हं तर हाय काय? आनी पोरगी तर कस्ली? अस्ली! साप घेऊन तोंडाला लावला, तर जिवंत नाग पोटात घेईल! देवाचं लेकरू म्हणायचं झालं.''

''व्हय रे व्हय!'' विमनस्कपणे सखाराम म्हणाला. त्याने अमाशीकडे प्रेमळपणे पाहिले व तिला हाक मारली; पण ती रागावली होती, ती आली नाही.

''राग बघ रे सोमा! टकल्यावर भाकरीतुकडा भाजून घ्यावा,'' सखाराम म्हणाला.

''तर व्ह काय! '' सोमा उगाचच हसून म्हणाला, ''आनी गळ्यात-पायात आईची दौलत! आई गेली, आनी घुंगूरमाळ ऱ्हायली.''

सखाराम एकदम गप्प झाला. खरंच, तीच घुंगरे पायात घालून लाल पेरवाच्या फाकीसारखी विठा जोगतीण तिथे आली होती आणि नंतर काय भानगड झाली कुणास ठाऊक, या पोरीला गावावर टाकून नागोबाच्या जत्रेत जी ती नाहीशी झाली, ती नाहीच. या पोरीला नावगाव नव्हतंच. अमावास्येला जन्मलेली जोगतिणीची कारटी म्हणून महार-मांगसुद्धा एक शिवी हासडून तिला अमाशी म्हणत. अखेर ती वीतभर असल्यापासून सखारामने तिला वाढवले. त्याला तिच्याच वयाचा साहेबराव म्हणून पोरगा होताच; पण

त्याला एक मुलगी हवी होती, ती मिळाली नाही. रात्री पाय धुवायला ऊन पाणी देण्यासाठी, दुपारी गुळाचा खडा आणणारी, काकणासाठी हट्ट धरणारी. अमाशी वाड्याच्या वळचणीलाच असे; पण पाटलीणबाईने डागण्यासाठी लालभडक पळी दाखवल्यापासून तिने वाड्यात पाऊल टाकले नाही, की कुणी बरोबर असल्याखेरीज ती गावात गेली नाही. ती आली की सत्त्या कुंभाराची माती चांगली भिजायची नाही, की जेडांच्या घरात रेशमी धागा गुंडाळताना दोरा ताटताट तुटायचा. त्यामुळे ती गावात दिसली की रामोश्यांची घाणेरडी पोरे तिला दगड मारत, सत्त्या कुंभार पच्चकन अंगावर थुंकायचा, कुलंगी कुत्री मागे लागत. एकदा तर तोंडाचे बोळके झालेल्या लिंगायत गुडगुडगंगाईने तिच्या टाळक्यात काठी हाणली होती, तेथे वाघाट्याएवढे टणू आले होते. पण अमाशी मात्र सगळ्यांकडे पाहून हसे, एकाच पायात चाळ बांधून नाचून इतरांना हसवे; पण काहींदा तोंडाला फेस येऊन ती बेभान पडली, की सारी माणसे गप्पगार नाहीशी होत, ढोरांची कुत्री वचवच करत गोल फिरत. मग सखाराम किंवा सोमा कुणीतरी जाऊन तिला उचलून आणत. आता तिचा आणि विठी जोगतिणीचा संबंध म्हणजे फक्त कवड्यांची माळ, एक चाळ यांचा! बस्स हेच सारे उरलेले आतडे!

चाळ बांधून विठी आली आणि आवाज न करता निघून गेली. तिच्या आठवणीने सखाराम जास्तच बेचैन झाला. आधीच आज त्याचे मन ठाण्यावर नव्हते. आजच सकाळी त्याने तातोबा शिंप्याच्या दुकानातील बोलणे ऐकले होते. ते दुकान म्हणजे एका ऐसपैस कट्ट्यावर ठेवलेले एक हातमशिन होते. तातोबा थोडा किराणी दुकानदारही होता. काड्याची पेटी, तपकीर, चिकट गोळा होऊन गेलेली जुनाट चिक्की असल्या दोनचार वस्तू त्याच्याकडे मिळत. फार तर कधीतरी चिमणीभर घासलेट. खरे म्हणजे बहुतेक काड्या तोच स्वतः विड्या फुंकून संपवायचा आणि बोलताना प्रत्येक वाक्य एखाद्या कलंदर शिवीने सुरू करायचा. पण त्याचे दुकान म्हणजे एक चावडीच होती. साऱ्या लोकांच्या खरजा-खपल्या तेथे खाजायच्या. लोक कायकाय बोलतात हे सखारामला माहीत होते. पण यापूर्वी तो दिसताच बोलणारी तोंडे कुणीतरी उलथल्याप्रमाणे घुम्म होत; पण आता तेच लोक खुशाल त्याच्यापुढे बोलत. तो दिसताच आता तातोबा पूर्वीप्रमाणे बसल्या जागीच पुठ्ठा आदराने हलवत नसे. त्या सत्त्या कुंभाराने तर रामराम म्हणायचे देखील सोडून दिले होते. एकंदरीने गावकीच्या डोळ्यात काहीतरी दारुडे, बेरड दिसू लागले होते.

पण माणसे बोलत होती तसे घडत होते हे मात्र खरे. या वर्षी देखील टाळूवर मारण्याएवढा देखील पाऊस नव्हता. चौखांबीच्या उतरणीवर काटेरी फडाच्या पंज्याखेरीज काही हिरवे औषधाला उरले नाही. करवंदाच्या जाळ्या जळक्या होऊन जुन्या दोराच्या ढिगासारख्या दिसू लागल्या. जांभूळ-करवंदांची नुसती हाडे राहिली. उतरणीवर पाहिले, की हावऱ्या उन्हाची लाट झळाळत येत असे आणि डोळ्यांत माती

पडल्याप्रमाणे ते गपागपा मिटत. शिवारे तर ठार मेली. वीतवीत वाढलेली वातीसारखी मरतुकडी धाटे उपजताच जळाली. बांधावरचे गवत काडीकाडी उडून गेले आणि जमीन भुसभुशीत होऊन धुरळू लागली. वाऱ्याचा झोत आला, की गावचा हिरवा पदर हलण्याऐवजी लालसर धुळीचा धूर सुटायचा. गावातील पंधरावीस गुरे पाटीलवाड्यावरून घरी परतायची. गुरे कसली, हाडांची नुसती मोटकुळी, डोळ्यांत मूक दैन्य. जाताजाता कशात तरी तोंड घालायची आणि फूफू करत धूळ उडवून जायची. आबा कुळकर्ण्याचा अस्सा घागरीएवढ्या वशिंडाचा बैल; पण तोही आता मुतायचा तो पोट पिचल्याप्रमाणे! काल तो धापा टाकत फेस ओकू लागला आणि रात्री पाय ताणून खलास झाला! चौखांबी टेकडीवरील गडावरच्या हणमंतभावीचा तळ बापजन्मी दिसायचा नाही; पण तेथे आता घराएवढे दगड दिसू लागले होते. मारुतीच्या देवळामागचा तलाव आटून चौकोनचौकोन फुटला होता. काही वेळा पुरुषभर खड्डे खणून लोक मातकट चिखल घागरीतून नेत. माणसे गेली, की गाई-कुत्री धावत येत, भराभरा ओला चिखल तोंडभर भरत. मग रात्रभर पोट फुगून ओरडत. काही आपोआप बरी होत. काहींना ओढून भुताच्या खडकावरून खाली फेकावे लागे. मग रखरखीत ऊन आपल्या ओरडण्याने करकर कापत कावळे टणाटणा उड्या मारत लचके तोडू लागत.

''सूर्यानं तेरावा डोळा उघडलाय व्ह बाप्यांनो!'' कानशिलावर कटाकटा बोटे मोडत गुडगुडगंगाई तळतळत म्हणे, ''हाडं गेली चुलीत कुणा दुष्टाची!''

म्हणजे गावात झालेय तरी काय या वर्षी? हे असले बिनबापाचे खेचर वर्ष आलेय इथे! हणमंतभावीचा तळ दिसला. नाना कुळकर्ण्याचा झरा गडकऱ्यांच्या बंडापासून कधी आटला नाही, तो आता थेंबथेंब गळतोय. याच वर्षी पटकी आली, तापाने पाच-पंचवीस माणसे चचली. चौदा दुभत्या गाई, म्हशी थानातून रक्त गळून मेल्या. आपल्याकडूनच काही चुकले नाही ना, कसला कुलाचार राहून गेला नाही ना अशी त्याला सारखी रुखरूख लागून राहिली. बायकोच्या सांगण्यावरून त्याने महिन्यापूर्वीच एक बकरा गडावर पाठवला होता; पण आता आणखी काय झाले? पण विचारायचे तरी कुणाला? साऱ्या भटा-कुणब्यांचा आधार म्हणजे पाटील. त्याला तक्रार सांगितली, की तिचे निवारण झाले, अशी त्यांची मेंढीसारखी श्रद्धा. म्हणून तो अलीकडे मन कुरतडत असे. कुण्णाशी बोलायचा नाही, कुणाशी मिसळायचा नाही.

''सोमा, आज घागर भरायला बक्कळ दिवस लागला,'' त्याच्याकडे न पाहता सखाराम म्हणाला. त्या शब्दात भविष्याचे चित्र होते. हा झरा गेला, की गावाची नाडीच मरणार. सारी पांगापांग होणार आणि एकदा माणूस बाहेर पडले, की मग काय परत येतेय? म्हणजे आपल्या हयातीतच चांदगाव बसणार आणि गडाच्या कुशीत मग एकही दिवा लागायचा नाही.

''काय नशिबात हाय देवा?'' कपाळावर हात मारीत सोमा म्हणाला, ''आजच

बामणाच्या दोन गाड्या गेल्या. ताता, शाशू धनगर तर बेस्तारीच पळाली. जेडांची दहा डोकी पळनार उद्या. मग ऱ्हाहिलं व्ह काय, धनी?''

सखाराम बोलला होता आपल्या ताणलेल्या मनाला उसंत देण्यासाठी. त्याचे सोमाच्या बडबडीकडे लक्ष नव्हते. तो शून्यपणे बाहेर पाहत होता. थोड्या वेळात सूर्य गडामागे जाईल आणि मावळायला अद्याप वीतभर उशीर असतानाच साऱ्या चांदगावावर अंधाराचे घोंगडे टाकल्यासारखे होईल. कारण गावाला लागूनच पश्चिमेला चौखांबी टेकडी आहे व तिच्या डोक्यावर खालून काळी तट्टी लावल्याप्रमाणे दिसणारा, साऱ्या गावावर विशाल फणा धरल्याप्रमाणे दिसणारा ज्योतिर्गड आहे. सध्या उतरणीच्या कुशीत ज्या तीनचार आळ्या व पन्नास-शंभर लोक आहेत तेच खरे वंशाचे चांदगाव. पण तीस-चाळीस वर्षांपूर्वी इथूनच काही लोक डोंगर, करवंदाची जाळी, काटी-नायटी ओलांडून खूप खाली मैदानावर गेले आणि तेथे शहरी नखऱ्याचे, उनाडटप्पू चांदगाव भुईतून वर आले. तेथे दिवसाआड मोटर येते, काडीला लावलेले बर्फ मिळते. पण खरे चांदगाव म्हणजे हे टेकडीवरचे. ते दुसरे म्हणजे चोरांचे, उंडगे गाव.

ज्योतिर्गड हा गावातील प्रत्येकाच्या खाजगी मालकीचा आहे. जाडाभरडा सदरा उघडा करून एखाद्याने गळ्यातील ताईत दाखवावा, त्याप्रमाणे प्रत्येकजण गडाविषयी बोले. गडाच्या तटावरून बैलगाडी सहज हाकता येईल. कित्येकदा ऊन रखरखू लागले, की अचानक, भाले घेतलेले लठ्ठ रुमालवाले लोक घोड्याच्या शेपटीसारख्या झुंड मिश्या कुरवाळत उभे असलेले दिसत, लगेच नाहीसे होत. तेथल्या शेवटच्या गडकऱ्याने, महादा गडकरी पाटलाने, हाताभोवती रुमाल गुंडाळून अखेरची झुंज दिली. जर तो हरामखोर कृष्णाजी वडेर – त्याचे निःसंतान झालेच म्हणा – शत्रूला फितूर झाला नसता, मारुतीच्या दीपमालेजवळूनच तोफ डागल्यास तटाला लागते हे गुपित त्याने सांगितले नसते, तर काय बिशाद होती गोरे पाय चौखांबीला लागायची? पण त्यामुळे गाव जळून गेले. वरवंट्यासारख्या दंडांची शेकडो माणसे गरुडदरवाजाजवळ आडवी झाली, त्यांच्या रक्ताने गडावरील देवळाचे अंगण लाल झाले आणि मळवटवाल्या बाईमाणसांच्या कपाळांनी हणमंतभाव कुंकवाची झाली. अजूनही गावात कुठे जेवणावळ झाली, की एक पूर्ण वाढलेले ताट गडावर महादा गडकरीच्या छत्रीजवळ ठेवले जाते. पण आता ते सारे वैभव गेले आणि त्यांपैकी पुष्कळसे जाताना सखारामने स्वतःच्या डोळ्यांनी पाहिले होते. जणू एक अजस्र अजगर आ करून सारे हळूहळू गिळत होता. गडाचे तर डोळेच गेल्यासारखे झाले. मरीआई देवळाचे उत्पन्न बंद झाल्याने तेथला दिवा विझला. कुटुंबच्या कुटुंबे परागंदा झाली. छत्रीभोवतालच्या धुळीत माणसांची पावले क्वचितच दिसत. गडावरील हणमंतभावीत शेकडो घोडी पाणी प्यायची. आता तेथे आजूबाजूच्या खेड्यातील एखादे चुकार गुरू पडते, रात्रभर ओरडते आणि सकाळी घारी-गिधाडे त्यावर शांतपणे घिरट्या घालू लागत. अन्नधान्याने भरलेले अन्नपूर्णा कोठार

आता वाघळांच्या उलट्या बाहुल्या हलवते. आजूबाजूच्या निळसर हिरव्या दरीतून मूठ उगारून त्वेषाने वर आलेल्या हाताप्रमाणे दिसणारा गड आता मान मोडून पडला आहे. दहा-बारा मैलांवरून विनाअटकाव वारा येतो. छत्री, देऊळ, भग्न शिवलिंग, गरुडदरवाजा, गोविंदतीर्थ यावरून घोंघावत पश्चिमेकडील पडक्या तटातून कोकणात जातो. सारे निर्जन आहे, सारे स्मृतीने जडावले आहे. खाली गावातही तेच. सावलीत शंभर माणसे वऱ्हाडासारखी झोपवून घेणारे देवळाजवळचे झाड सातआठ वर्षांपूर्वीच उमळून पडले व त्याची गाडीभर आतडी दोन पुरुष खड्ड्यातून वर उसळली. गाव म्हणजे आता नुसती कात राहिला आहे. गावचा प्राण म्हणजे पाटीलवाडा, भटाबामणाची आळी आणि रामोश्याचा नाल. त्याशिवाय आहेत घरे. कुंभाराची गाढवे, गाडगी, घरे सौळभावीजवळ आहेत. पाटलाच्या वाड्यामागे लोहारशाळा. शाकंबरीच्या देवळामागे जेडांची पंधरा-वीस घरे अद्यापही आहेत. कालपाशाच्या मठात लिंगवंत राहतात. वेशीजवळ भुत्या चांभाराचे घाणेरड्या वासाचे घर. सातप्पा गुरवाला आता कुठे कामही नाही, की उत्पन्न नाही; पण आता पाटलाच्या निम्म्या वाड्यात दिवा लागत नाही. आडवे पडलेले खांब, एक जिना, पडक्या भिंती. तीन सलग धडक्या खोल्यांत सखाराम राहतो. सोमाला पुढे घालून हातात चांदीच्या मुठीची काठी घेऊन तो दरबार पाहिल्याप्रमाणे कधीतरी एकदा गावात हिंडतो. करवतकाठी धोतरात सखाराम बरोबर असल्याखेरीज पालखी दसऱ्याला कधी गडावर गेली नाही. त्याच गावातील पट्टणशेट्टी किंवा सुबा धनगर त्याच्यापेक्षा श्रीमंत. त्या चोरचांदगावात तर त्याला बसल्या बैठकीला विकत घेणारे लोक होते; पण सखारामखेरीज कुणी पालखीबरोबर असावे असे कुणी म्हटले असते तर त्याचे खतच त्या गावात पडले असते. "पैसा व्हय? थूः तिच्या. आता काय सांगावं तुमच्यापुढं! पैसा काय, नायकीन भी मिळवतेय. महादा गडकऱ्याचं रक्त कुठं पैशानं मिळतंय व्हय?" पण अनेकदा असे ऐटीत चालत असतानाच, आपण नाटक खेळातले खोटे सोंग घेऊन चालत असल्याप्रमाणे त्याचे मन पोकळ, विषण्ण बने. अगदी सखारामच्या लहानपणापर्यंत दसऱ्याला चांदीचे तोरण आणि नारळ आणि घोड्याच्या पाठीवर सोनेरी बैठक असायची. आता सखारामची बायको बाहेर ऐकू येईल अशातऱ्हेने दणादणा भाकऱ्या हाणते आणि साहेबराव इतर पोरांप्रमाणे अनवाणी हिंडत लाकडे गोळा करून आणतो. बामणाची आळी तर तिच्यावरून कुणी चालत गेल्याप्रमाणे चिरडून गेली होती. दोन्ही बाजूंची घरे कलून रस्त्याकडे खचली होती. तो गणूभट, सखारामच्याच वारगीचा. त्याची माडी आता रस्त्यावर कोसळली होती. तो गण्या भट कसला, त्याला लिहायलावाचायला तरी येत होते की नाही कुणास ठाऊक! पण दोनशे पेंडी गवत तो खांद्यावरून उपरण्यासारखे आणायचा, जाड तुळईसारख्या हातांनी जमीन कराकरा नांगरायचा. दोन देणारा, दोन घेणारा, सगळ्यांना ओळखीने, प्रेमळपणे दुशा देत जाणाऱ्या लक्ष्मीच्या रेड्यासारखा माणूस तो. एक दिवस तो बाहेरून आला आणि

घागरीवरील तांब्या तसाच त्याने तोंडाला लावला. रिकामा तांब्या व त्याचे डोके एकदमच जमिनीवर आदळले. तो जो आडवा झाला तो उठला नाही; पण मरतानाही त्याच्या तोंडात यमाविषयी एक सणसणीत फाल्गुनी शिवी होती. नंतर चारसहा घरे सोडून शंकराजी कुळकर्ण्याचे घर होते. हा खरा बामण म्हणायचा. तो नेहमी विरलेल्या स्वच्छ वस्त्राप्रमाणे दिसे. खरे म्हणजे कुळकर्णी म्हटला, की असा बिलंदर की खारीच्या पातळीवरील काळा पट्टा हातोहात लांबवेल; पण शंकराजीने कधी कुणाची दिडकी खाल्ली नाही. त्याला बकरी-शेळीमधला फरक माहीत नसेल; पण त्याचे अक्षर कशिद्यासारखे होते. आपल्या पोराच्या मुंजीत त्याने गावात सगळ्या पोरांना टोप्या वाटल्या. संजाबावर जरीची टोपी घातलेल्या आपल्या पोराला त्याने छत्रीपुढे घातले, तेथे समई लावली, सगळे केले! पण काय झाले कुणास ठाऊक? दोनचार दिवसांतच पोटात गोळा उठून पोरच चटदिशी मेले! पण शंकराजीचे लक्ष जरी घरावरून उडाले तरी मन मात्र विषारी झाले नाही. जरा वेडगळच देवमाणूस. त्या बाप्या धनगराच्या पोराला धर, म्हणावे, चल तुला पाढे शिकवतो. बसप्पा जेडाच्या मुली, सुताराची कृष्णी यांना म्हणावे, चला ग म्हाळसांनो, तुम्हांला वाचायला शिकवतो. पण चाळीस वर्षांत एक पोर देखील आंगठ्यापुढे लिहायला वाचायला शिकले नाही. गणूभटाचे, शंकराजीचे दोन्ही घरे हाळ होऊन गेली. ना पोर ना बाळ. मल्ल्या गुरवाने गच्चीच्या सळ्या नेऊन आपल्या कुंपणात घातल्या. चंद्री सुतारणीने दोन तुळया नेल्या व एक पावसाळा काढला. इनामदाराचे घर कुठे दिक्काला बेळगावला नेले. पोरेबाळे मोठी झाली, शिकली, त्यांचे आपले ठीक आहे. रमाबाई आणि तिच्या तीन मुलांनी कुठल्यातरी मोटरस्टँडवर खानावळ काढली. आता बामणात राहिले मूठभर चोरवाटाणे. रामोश्यांच्या बायका ठेवून, शेतात काम करून, खेड्यापाड्यात अदमासाने पंचांग सांगून, सगळ्या रोगांवर दोनचार पाल्यांचे औषध सांगून.

गावच्या कडेने रामोश्यांचा नाल होता. वास्तविक तो पूर्णपणे रामोश्यांचा कधी नव्हताच. आधीच ते मूठभर. त्यांतील बरेचसे रानपाला ओरबाडून, नागाची कात, कासवाची पाठ घेऊन 'वशीऽऽध' म्हणून ओरडत हिंडत; पण पावसाळ्यात परत येऊन घुंगट घालून बसत. ते कधी कुणाच्या अध्यात ना मध्यात. त्यांना सगळेच सारखे. ते कधी डुकरे, कुत्री कापत; कधी घरात हातभर घोरपड शिरलीय म्हणून छाती बडवत एखादी बाई आली, की आत शिरून घोरपड पकडत व खात. कधी कुणी पैसे दिले, की रातोरात जाऊन घराला आगी लावत. उभी पिके कापत. जाना कदमाचे आणि शिवा रामोश्याचे जेडाच्या काशीविषयी भांडण होते, हे आंधळ्या माकडालाही माहीत होते. एकदा शिवा झगझगीत अर्धवर्तुळाची फरशी कुऱ्हाड खांद्यावर टाकून कदमाच्या दुकानात गेला. कदम मशिनीवर होता. त्याने हातभर लांब कात्री शिवाच्या पोटात खुपसली आणि आपण गेला काळ्यापाण्यावर. नंतर शिवाच्या चुलतभावाने कदमाच्या भावाचा खून केला. मग त्या

भावाच्या बायकोच्या तीन भावांनी त्या चुलतभावाच्या जावयाचा खून केला. मग...

आता गावात घरांना तोटा नव्हता; पण खणखणीत मनाची, सोटदंडाची माणसे मात्र नाहीशी झाली होती.

कुणीतरी अंगावर ढकलून दिल्याप्रमाणे सारे आपणाला आठवले इतके खूप; त्याअर्थी आता आपले वय होत आले हेच खरे. आपण आता लागलो वाहवतीला असे सखारामला वाटले. तो काहीतरी उगाच बोलणार तोच तो चमकला व कान देऊन ऐकू लागला. जखमेतील वेदनेप्रमाणे हलग्यांचा आवाज ठसठसत ऐकू येत होता. थोडा मोठमोठा होत होता.

''काय रे सोम्या, आज कसली पालखी?'' त्याने चिडून विचारले, ''आणि आम्हांला कशी नाही वर्दी?''

''त्या कुंभारवाड्यात हलगी ओरडतात; पन कसली देव जाने!'' सोमा म्हणाला; पण मध्येच थबकला. एकदम त्याचे मन भीतीने अंधारले. म्हणजे हलग्यांचा आवाज त्यासाठी आहे तर! गेले सहा महिने दर अमावास्या-पौर्णिमेला कुंभारवाड्यात माणसे जमत. कुंभाराच्या चंद्रीच्या डोक्यावर कुंकू उधळून माणसे तास न् तास तिष्ठत बसत. कित्येकदा चंद्रीच्या अंगात देवी संचारत असे, मग ती काय हवे, काय नको ते मागून घेत असे. पण सहा महिने काहीकेल्या देवी बोलेना. चंद्री सारखी घुमारत असे, श्रमाने तिचे डोळे इंगळासारखे होत; पण पडद्याआडून शब्द येईना.

पण आज खाडकन पडदा बाजूला सरला असावा. काटेरी फडाला टपोरे रक्ताळ फळ यावे त्याप्रमाणे इतके दिवस मूक बसलेली हलगी टरकू लागली आणि देवी काय बोलली असावी या भीतीने सोमाचा जीव गोळा झाला. बोलण्यासाठी तो सखारामकडे वळला देखील; पण आता हलग्याचा आवाज अगदी जवळ ऐकू येऊ लागला, तिकडे तो पाहू लागला.

थोड्या वेळाने लंगोट्या लावलेली काळीबिंद्री पोरे आणि दोनचार कुत्री धापा टाकत तेथे आली व गपागपा देवळाच्या ओटीवर चढली. अमाशीने पटकन बुट्टी उचलली व ती बेलफळ सावरत पाटलाकडे धावली. त्या धावण्याला घुंगरांच्या आवाजाची कड होती. पण मध्येच ती ठेचाळली व बुट्टी खाली पडून तिच्यातील रंगीत कागद उधळले. आता एकदम भिंतीतून दैन्य उमटल्याप्रमाणे हलग्याचा आवाज कानावर आदळला आणि पाचपंचवीस माणसे घोळक्याने देवळाच्या अंगणात आली. त्यांच्या मध्यभागी लाल कपडे मिळून केलेली लहानशी पालखी होती. पुढच्या बाजूला काही लोक वेडावल्याप्रमाणे अंगाला हिसके देत नाचत होते. सर्वांत पुढे असलेल्या सत्त्या कुंभाराने बुट्टीला जोराने लाथ मारली, तो दोरा तुटून बेडकी पच्चदिशी लांब जाऊन भिंतीवर आदळली आणि पाय पसरून फुटली. त्या घोळक्याच्या मध्यभागी वाऱ्यावर केस उडत असलेली, छाती बडवत नाचणारी चंद्री होती. ती धावत पुढ्यात आली आणि

धाडदिशी तिने धुळीत अंग टाकले. नंतर गुडघ्यावर हात ठेवून ती वेगाने डोलू लागली आणि तिचे केस वाऱ्यावर पंख्यासारखे पसरू लागले. काठी टेकत गुडगुडगंगाई तिच्या बाजूला आली व 'उधेऽऽउधेऽऽ' म्हणत ओच्यातील कुंकवाच्या मुठी तिच्यावर उधळू लागली.

''काय रे कुंभारा, काय आहे?'' सखारामने उठून विचारले.

''ऐका की पाटील, तुमीच कान घट्ट करून,'' आढ्यतेने सत्त्या म्हणाला व बाजूला थुंकला. बाकीच्या वेळी त्याची बत्तिशी हलवूनच सखाराम पुढे बोलला असता; पण आता त्याने तिकडे दुर्लक्ष केले. कारण चंद्री आता पुन्हा छाती बडवू लागली होती. तिच्याभोवती आणखी तीनचार बायका जमल्या व तिच्यावरून तांदूळ ओवाळून उधळू लागल्या.

''माझ्यात आग पेटलेय,'' चंद्री किंचाळली, ''मला सोस आहे. नरडं भाजतंय.''

''आता आणखी कसली तहान?'' सखाराम रागाने पुढे येत म्हणाला, ''गेल्या खंड्यालाच दोन अंगठ्या विकल्या आणि घातला की बकरा.''

''मी भुकी हाय,'' त्याच्याकडे दुर्लक्ष करून चंद्री ओरडली. तिने बसल्याबसल्याच एक दगड उचलला व सखारामच्या पायावर घातला. त्याची दोन बोटे बोंडाप्रमाणे फुटली; पण सखारामचे पाऊल मागे सरले नाही.

''मला माणूस पाहिजे, रगत पाहिले, नाहीतर सत्यानाश करीन. गाव खाऊन टाकीन आसकं,'' एकदम हसून चंद्री म्हणाली. त्या काटेरी हसण्याने सखाराम चरकला. त्याचे सारे अंग उघड्या पाठीवर सरडा चढल्याप्रमाणे हरकले.

''रामोश्यांचा नाला, कर्रर्र... कर्रर्र...'' दात खात चंद्री यादी देऊ लागली, ''बामणाची घरं, पाटीलवाडा... कर्रर्र...''

जणू कराल दाढांचे विशाल चक्र साऱ्या चांदगावावरून फिरत होते. हाडे फोडत होते. सारी माणसे भूत पाहिल्याप्रमाणे गप्पगार झाली. हलग्यांवरील काटक्या मात्र अंग खाजवत असल्याप्रमाणे संथ हलत होत्या. अमाशीच्या डोळ्यांत कसलीही समज नव्हती; पण ती देखील एक कवडी तोंडात घालून जमिनीला चिकटल्याप्रमाणे खिळली. सखारामच्या कपाळावर घाम जमला आणि त्याचे भाल्यासारखे ताठ शरीर सैल पडले. चंद्रीने तेथेच एक गिरकी घेतली व धुळीत पालथी पडून ती मुसमुसू लागली. देवी तात्पुरती अंगातून गेली होती.

हलगी थांबली व महार बाजूलाच उकिडवे बसले. त्या घोळक्यातून मल्ल्या गुरव आणि दादूभट सखारामजवळ आले. प्रथम कुणीच बोलेना. अखेर ओठावरून जीभ फिरवत दादूभट म्हणाला, ''मग काय म्हणता पाटील? हे सारं असं आहे. साऱ्या गावाचा प्रश्न आहे.''

''व्हय बघा पाटील,'' गुरव म्हणाला. त्याचा एक गाल सारखा थरथरत असे,

त्यामुळे तो नेहमी भेदरलेला दिसे. ''रोग ठाव हाय, औषद बी हुडकून मिळालंय. मग आत्ता उशीर का? पाटील, मी म्हंतो आत्ता उशीर का?''

सखारामला अद्याप सारे स्वच्छ दिसत नव्हते. अजून ती बधिरता नाहीशी झाली नव्हती. कर्र कर्र वाजणारे चक्र त्याच्या कानात थांबले नव्हते.

''अरे व्हय रे भटा, रक्त पाहिजे देवीला, मग दिला नाही आम्ही बकरा?'' तो म्हणाला, ''आता माणसं काय झाडाला लागल्यात तूच सांग. गेलो बाबा परसात आणि तोडून टाकली तुझ्यापुढं एका दोडक्यासारखं. तूच सांग भटा, कुठनं आणायची रे माणसं?''

''हे बघा पाटील, घरची गोस्ट बोलतो,'' लखमा लोहार म्हणाला. तो उघडाच होता व त्याच्या दंडावर तांब्याचा ताईत होता. ''आता बघा, गाडगं लपवायची वेळ नव्हं. मी आपला सरळ गांवडा माणूस हाय. गुरंढोरं मरताहेत, माणसंबी मरतील, गाव लागलं व्हावतीला. आता लपायचं काय डोस्कं! म्हणून उघड उघड बोलतो. तसलं मानूस हाय इथंच, गावावरून ओवाळून टाकलेलं.''

''इथं, आपल्या गावात?'' सखारामने आश्चर्याने विचारले व सगळ्यांच्या तोंडाकडे तो टकाटका पाहू लागला. त्याच्या माहितीपैकी प्रत्येकाला गोतावळा होता, कुणीतरी रडणारे होते, कुणालातरी चुटपुट लागणार होती.

''कोण रे बा असलं माणूस, लखमा?'' त्याने पुन्हा आश्चर्याने विचारले. जे मेल्याने कोणाचाही डोळा ओलावणार नाही, असले कुठले माणूस चांदगावात आहे त्याला समजेना.

सगळ्यांनी माना खाली घातल्या. इतका वेळ कुजबुजत असलेल्या बायका देखील तोंड चिकटल्याप्रमाणे घुम्म झाल्या. सखारामला चरकल्यागत झाले. त्याला ही अनिश्चितता सहन होईना. तो ओरडला, ''काय सर्व्यांचीच तोंडं गेली काय लडदूंनो, बोला की! का मीच जाऊ आनी मान कापून घेऊ हणमंतभावीत?''

''छाः छाः, हे काय बोलनं झालं पाटील, तसं जो लेकाचा म्हनेल न्हवं, त्याच्या तोंडात माती पडंल, मग झालं की न्हाई!'' लखमा म्हणाला. गुन्हेगाराला आपण जास्तीत जास्त शिक्षा दिली अशा चेहऱ्याने त्याने सगळ्यांकडे पाहिले, ''हे काय बोलनं व्हय पाटील?'' नंतर त्याने फाडफाड तोंडात मारून घेतले. ''छाः! हे बोलणं नव्हं, काय व्ह दादूभट?''

काठी टेकत गुडगुडगंगाई पुढे झाली व कुंकवाने माखलेला हात नाचवत म्हणाली, ''मी बोलतुया पाटील. व्हय इथ्थंच हाय एक मानूस, बेवारशी कुत्र्यासारखं. आईबाप उलथवले या सटवीनं, आनी गावाच्या मुळावर येऊन बसलीय. तेव्हापास्नं पटकी हाय, प्लेग हाय, याच वेसवेला कशी धाड होत न्हाय, देव जाणे! पाटील मी सांगतोया, ती आग गेल्यापर गाव अंग धरणार न्हाई, ती तुमची घुबडी अमाशी.''

घोळक्यातून सुटकेचा एक निःश्वास सुटला. पाटलांना हे कोणी सांगायचं याचा परस्पर निकाल लागला. काहींनी तर 'चक्क' असा आवाज करून गंगाईला शाबासकी दिली. महारांनी परवलीच्या शब्दाप्रमाणे हलग्यावर काटक्या आपटायला सुरुवात केली आणि त्या ताणलेल्या कातड्याच्या वेदनेबरोबर सारा घोळका हळूहळू झिंगल्यासारखा होऊ लागला.

सखाराम दण्णदिशी ओट्यावर बसला. त्याच्या डोळ्यासमोर एकदम वणवा दिसला. आपण एखाद्या गुहेत आहोत, मध्ये प्रचंड जाळ पेटला आहे व अस्पष्ट चेहऱ्याची माणसे अमाशीला उचलत आहेत असा त्याला भास झाला. आयुष्यात प्रथमच अमाशीकडे पाहत असल्याप्रमाणे त्याने अमाशीकडे पाहिले. कवडी तोंडात घालून टाच हलवत घुंगरांचा आवाज करीत ती काही न समजणाऱ्या भकास डोळ्यांनी त्याच्याकडे पाहत होती.

"अरे म्हणताय काय तुम्ही? या अमाशीला –" तो बोलू लागला; पण त्याने तो विचार तसाच सोडून दिला. "काय येडबीड लागलंय का तुमास्नी. डोस्कं नसलेलं, देवाचं पोर ते. माझ्या पोरीप्रमाणे मी जतन केलंय तिला. ह्यः! ए भटा, मी प्राण देईन, पन तिला हात लावनाऱ्याची आतडी काढीन. ए सोम्या," सखाराम आता एकदम पेटला व त्याच्या कपाळावरील शीर सर्पाप्रमाणे ताठली. तो सोम्यावर पुन्हा खेकसला, "सोम्या, जा की, उभारलाय काय मैंद्यासारखा! जा बंदूक घेऊन ये. छातीच फोडून काढतो एकेकाची." तो वेडा झाला. त्याने रुमाल काढून खाली आपटला आणि रट्ट्याला धरून दरदरत त्याने अमाशीला कोपऱ्यात फेकले.

"पाटील कशाला नेतायसा या गोष्टी टोकापर्यंत," लखमा म्हणाला, "सारा गाव विरुद्ध हाय."

"लखम्या, लाथ मारीन तर रगत ओकशील, सरक मागं," सखाराम म्हणाला. त्याच्या जळत्या डोळ्यांकडे पाहूनच लखमा हादरला व एकदम दोन पावले मागे आला. सोमाने बंदूक आणली. सखारामने चाप तयार ठेवला व ती काखेतून मनगटावर घेतली.

"थू तुझ्या नावावर!" गंगाई ओरडली, "बेवारशी पोरीसाठी गाव जाळणारं फाटकं फाटकं पाटील."

जळजळीत नजरेने सखारामने तिच्याकडे पाहिले. हाडप लागलेल्या कुत्र्याप्रमाणे दिसणाऱ्या त्या तोंडाळ म्हातारीला त्याला काही करता येईना.

"हे पाहा पाटील," दादूभट सांगू लागला, "ती तुमच्या पोटची मुलगी तर नव्हे ना? त्यासाठी इतकी माणसं मारायची? पोराबाळांच्या गळ्याला नख लावायचं बरं होय? ही कारटी खरंच गावच्या मुळावर आली. दरवर्षी काही ना काही आहेच! पालखी मोडली, झाड पडलं, गायी-म्हशी बसल्या, मेल्या. जाऊ द्या पाटील तिला. यातील एक शब्द चौखांबी सोडून उतरायचा नाही. जोगतिणीचं पाप आहे पाटील हे, कशाला खांद्यावर जगवता?"

''जो बोलेल भाईर, त्याच्या चुलीत शिरं उगवतील. त्याची बाईल खेकडी वील खेकडी!'' गंगाई ओरडली.

''शिवाय असल्या गोष्टी करायला लागतातच की!'' दादूभट सांगू लागला, ''पाटील, राजेवाडीच्या तलावाची सांड काय फुकट झाली? मीमी म्हणणारे शहाणे आले; पण पाय ठरेना. अखेर दोन भिकारणींना जिवंत पुरलंय. तुम्हांला माहीत आहे ना पाटील?''

''नाही रे भटा, मी तिला सोडणार नाही,'' सखाराम काकुळतीनं म्हणाला, ''माझी जमीन घे, वीक आणि कर जा मोठा नैवेद्य; पण पोरीचा घास... माझाच कापा की गळा सगळ्यांनी मिळून चराचरा.''

''ए पाटला,'' सत्त्या कुंभार घोळक्यातून पुढे येऊन म्हणाला. हा चांगला तगडा गडी माजलेल्या बैलासारख्या नाकपुड्यांचा होता. ''माझी पन हाय बंदूक, तुझा मोसबा नको. होऊनच जाऊ द्या सगळ्यांम्होरं. कुतऱ्यासारखा गोळी घालतो बघ तुलाच.''

सखारामने त्याच्याकडे पूर्ण एक मिनिट पाहिले. नंतर अगदी नेम धरून तो पचकन सत्त्याच्या तोंडावर थुंकला. सत्त्या एकदम आकसला.

''गाढवाची अवलाद, गोळी घालतोय मला! गाढवाचा नांगर फिरवीन घरावरनं. मग गुरं मुतणार नाहीत चुलीत.''

लोकांनी सत्त्याला एकदम आवरले; पण लोक आता संतापले व जास्तजास्त जवळ येऊ लागले. सखाराम तरी आडवा झाला पाहिजे किंवा पालखी तरी मागे गेली पाहिजे, अशी स्थिती निर्माण झाली. हलग्यांच्या जिभा खरवडत ओरडत होत्या. सतत रक्त ठिबकल्याप्रमाणे, सारखी वेदना ठसठसल्याप्रमाणे...

पण आता आतून पाटलीण बाहेर आली. साऱ्या कपाळभर आडवे कुंकू लावणारी ही धिप्पाड बाई सखारामला शोभणारी होती. तिच्याबरोबर त्यांचा मुलगा साहेबराव होता. सखारामकडे न पाहता ती पालखीसमोर आली व घोळक्यात मिसळली.

''आता करू नका गर्दी इथ्थं,'' ती म्हणाली, ''आमच्या मालकाला बेवारशी कुत्री आवडतात. ती अवदसा आल्यापासून भाकरी कधी धड झाली नाही की कधी खर्वस मिळाला नाही. त्यांचं वय झालंय. देवीची भी लाज उरली नाही. मंडळी, तुम्ही घेऊन चला माझ्या साहेबरावाला.''

गुडगुडगंगाईचा खालचा जबडा एकदम निसटल्याप्रमाणे खाली पडला. ''आता काय बोलनं!'' तोंडावर हात ठेवत ती म्हणाली, ''पाटलीन, तुझ्या पोटचा गोळा न्हवं?''

''पण स्वतःचा मुलगा –'' दादूभट म्हणाला; पण आश्चर्याने फाडकन गप्प बसला.

''गावापेक्षा पोटचा पोर जास्त व्हय, भटजी?'' पाटलीण म्हणाली व तिने हळूच सखारामकडे पाहिले.

पाठीत दणकन लाथ हाणल्याप्रमाणे सखाराम खाली बसला. आपण पाहतो आहो, ऐकतो आहो हे सारे खरेच आहे की काय याविषयी त्याच्या मनात गोंधळ उडाला. सारी

माणसे आता त्याला वेड्याविद्र्या केसाळ पशूप्रमाणे दिसू लागली. राठ केस, बोटांतून बाकदार नखे आतबाहेर होत होती. मोठ्या अणकुचीदार दातांतून लवलवणाऱ्या हावऱ्या लाल जिभा. सारेजण लाल रंगाच्या हलगीच्या आवाजाभोवती गरगर फिरत होते. त्यांमध्ये आपण... अमाशीचे भकास डोळे, विठी जोगतिणीची चाल, माळ... आपण थोड्या वेळाने जागे होणार आणि हा राक्षसी खेळ संपणार. त्याला क्षणभर वाटले, की आपलं खरंच वय झालंय! मरत चाललेल्या डोळ्यांना असल्या नाहीनाही त्या गोष्टी दिसत आहेत!

पाटलीण किंचित हसली व तिने गंगाईला खूण केली. बापाने एकदा चाबकाने फोडले, सारे अंग रक्ताने माखले; पण सखारामने मिटलेले ओठ एकदाही हलविले नाहीत. दागिने काढण्यासाठी दरोडेखोरांनी त्याच्या आईचे हात त्याच्यासमोर तोडले. त्या वेळी त्याच्या डोळ्यांतून थेंब पाणी निघाला नाही. पण आता तो जुन्या भिंतीसारखा ढासळला. आपले आता वय झाले हेच खरे! तो चिरडल्यासारखा बसला व धोतराच्या सोग्याने डोळे टिपू लागला.

गंगाई, सत्त्या एकदम अमाशीवर तुटून पडले. ती किंचाळली व तिने सखारामचा सदरा घट्ट धरला. तो गंगाईने आपली काठी तिच्या हातावर हाणली व तिला ओढीत बाहेर आणले. हलग्यांना आता विलक्षण वेग आला. पाचसात माणसे एकदम दंश झाल्याप्रमाणे ताडकन भिरभिरू लागली व त्यांच्या पावलांनी धुळीचे गडद फूत्कार उडू लागले. आता अंधारत आले व त्या अर्धवट अंधारात झिंगलेल्या आकृती भुताप्रमाणे वरवर गडाकडे सरकू लागल्या.

अमाशी सारखी मांजरासारखी ओरडत होती; पण नंतर ती दमली. काय चालले आहे ते इतके भयंकर व चमत्कारिक होते, की ते समजून घेण्याचा तिने प्रयत्न सोडला. आजूबाजूला सोमा, सखाराम कोणी नाही. पाहावे तिकडे काळीज चर्र करणारे दैत्यांचे चेहरे. प्रेमळपणाची कुठे खूण नाही. सारे चेहरे उन्हाने जळून फुटलेल्या तलावासारखे कंगाल, क्रूर, रानवट. आतापर्यंतच्या धडपडीने तिचे अंगही कुचमल्यासारखे झाले होते. आपला हात सोडवून घेण्याचा प्रयत्न करण्याची शक्ती तिच्यात उरली नाही आणि तिचे लक्ष त्या भीषण दृश्यावरून आत वळले. थोड्या वेळाने तिच्या ध्यानात आले, की आता बेलफळ हाताला चिकटून बसले आहे. बोटांनी न धरताही ते तसेच घट्ट हातात राहते याची तिला एकदम गंमत वाटली व थोड्याथोड्या अंतराने ती हात पालथा करून तो चमत्कार पाहू लागली.

आता हजार डोळ्यांचे चांदणे गडावरून, चौखांबीवरून निथळत साऱ्या गावापर्यंत पसरले आणि त्यात गड एकदम विरळ झाल्याप्रमाणे तरंगू लागला. लोखंडाचे केल्याप्रमाणे महारांचे हात हलग्यांवर नाचत होते. लोकांच्या डोळ्यांवर आता खून चढला होता आणि त्या वेड्या भोवऱ्यात स्वप्नात असल्याप्रमाणे संथपणे चंद्री चालली होती. चंद्री आणि अमाशी.

सारी माणसे हणमंतभावीपाशी आली व जरा अंतरावर अर्धगोलाकार उभी राहिली. पालखी देवळाच्या पटांगणातच उतरली. भावात खूप खोलवर वळशावळशाने, शेवाळाने हिरवट काळ्या पडलेल्या पायऱ्या उतरवल्या होत्या. आता फक्त दोनचार ठिकाणी अजस्र श्वापदाच्या डोळ्यांप्रमाणे लखलखणारे काळे पाणी होते. बाकी सारे प्रचंड खडक, त्यांच्यामध्ये दोनचार ठिकाणी पडलेले वरून दिसणारे हाडांचे शुभ्र सापळे. माणसांच्या अचानक येण्याने विहिरीतून शेकडो कबुतरे उडाली व गिरक्या घेत तटावर स्थिरावली आणि हवेत कुणीतरी प्रचंड पंखा फिरवल्याचा आवाज झाला आणि उंबराच्या झाडावरून एक फळ टपकन खाली पडले.

आता चांदणे सर्वत्र भरून चांगले दाट स्थिरावले होते. जरा हात उंच केला तर फिकट पिवळसर चंद्र हाताला लागेल इतका तो खाली दिसत होता. साऱ्या पटांगणात सावल्यांचे तुकडे विखुरले होते. मरीआईचे देऊळ, तिच्यामागील महादाची छत्री, उंबराचे झाड हीसुद्धा सारी अंगावर चांदणे सांडलेल्या उभ्या सावल्यांप्रमाणे शांत गोठलेली होती.

गंगाईने मूठभर कुंकू अमाशीच्या झिंज्यांवर उधळले व एक फक्का तिच्या नाका-डोळ्यावर फिरवला. ती फूः फूः करून डोळे चोळत असतानाच सत्त्याने तिला दरादरा ओढत विहिरीच्या कमानीकडे नेले व तेथील फुटक्या मूर्तीच्या कोनाड्यात ढकलले. तिच्या चीत्काराने सारे चांदणे चिंबल्यासारखे झाले. सत्त्या परत आला आणि सारा जमाव एकदम अनेकमुखी शिकारी झाला. दगड गोळा करण्याची एकच धडपड सुरू झाली. पाटलिणीने पहिला दगड तिच्याकडे भिरकावला. तो तिच्या गुडघ्याला लागला. अमाशीने एकदम ओरडून गुडघा उचलून दाबून धरला व वेदनेने ती एकाच पायावर नाचू लागली. तिच्या घुंगरांचा आवाज विहिरीत घुमला. नेहमीच्या सवयीप्रमाणे दोनचार पोरे तिच्याकडे पाहून खिस्सदिशी हसली. मग दगडांचा पाऊसच सुरू झाला. अमाशी धाडकन तोंडावर पडली. दगड लागताच तिचे पसरलेले हात झटकल्यासारखे होत व पुन्हा निपचित पडत. काही नेम चुकलेले दगड भिंतीला लागून पायऱ्यांवरून थाडथाड खाली जात आणि खाली बसलेल्या पशूला डिवचल्याप्रमाणे थोड्या वेळाने डुबक् धडक् असा घुमलेला फेसाळ आवाज वर येत असे. थोड्या वेळाने अमाशीचे हात हलण्याचे थांबले. तिच्या तोंडाभोवती खाली फरशीवर काळसर वर्तुळ पसरू लागले आणि इतका वेळ शांत टपून बसलेली हलगी पुन्हा दणाणू लागली. लोक पुन्हा गडबडीने दगड गोळा करू लागले.

तोच पुन्हा चंद्री घुमू लागली व लोक तिच्याभोवती जमू लागले. तिचा कर्कश आवाज घायपाताचे पान टरकावल्याप्रमाणे झाला.

"हात तुमची मढी गेली वढ्यावर!" छाती बडवत ती ओरडली. बेभानपणे तिने जवळ कुंकू उधळत बसलेल्या गुडगुडगंगाईचा हात उचलला व दाताने कडाकडा फोडला. गंगाई हातातील काठी फेकून देऊन जमिनीवर लोळू लागली आणि चक्क बोंबलू लागली!

''असला नासका घास घालणार तुम्ही, थूः तुमची!'' हातवारे करत चंद्री म्हणाली, ''मला घास चखोट पायजे...''

लोकांच्या हातून दगड गळून पडले, सारेजण खेटराच्या तोंडाने चंद्रीभोवती जमले व खुळ्या कुत्र्याप्रमाणे एकमेकांकडे पाहू लागले. गाढवांनी लाथा मारल्याप्रमाणे सारे व्यर्थ झाले व प्रत्येकजण अंग चोरून शरमून बसला. पण पाटलीणबाईच्या पोटात मात्र कलकल होऊन गोळा उठला आणि तिच्या अंगाचे पाणीपाणी झाले. मघा तिने मोटेच्या मोठ्या तोंडाने म्हटले, 'गावापेक्षा पोटचा गोळा जास्त व्हय?' आणि त्या शब्दाचा फड घशात वाढवून ही माणसे खरोखरच साहेबरावला विहिरीत घालणार या भीतीने तिचे गुडघेच गेले. तिने त्या पोराला जवळ घेऊन त्याच्यावर पदर टाकला व अगदी फाटक्या आवाजात रडू लागली. मध्येच ती उठली आणि झाडणीच्या मुडग्याप्रमाणे गुडघे उंच करून बसलेल्या दादूभटाकडे गेली व तिने चक्क त्याच्या पायांवर डोके ठेवले, ''भटजी, माझ्या साहेबरावाला नका घालू. तुमच्या लेकरांची शपथ आहे...'' त्यामुळे तर दादूभटाला जोड्याने मारल्यासारखे झाले. तो झटका आल्याप्रमाणे उठला व इतरांची वाट न पाहता शांत चांदण्यावरील बुडबुड्याप्रमाणे चालू लागला. सोबत साहेबरावाला दरदरत पाटलीण सत्त्या कुंभाराकडे धावली व तिने त्याला त्याच्यासमोर घातले आणि स्वतः त्याच्यापुढे चारचारदा कपाळ टेकू लागली.

''सत्ता, माझ्या साहेबरावाला नको घालू, दंडवत घालतेय मी...'' आणि ती खाली पडूनच रडू लागली. सखारामची थुंकी सत्त्याच्या तोंडावर अजून जळत होती. आता मिजासखोर सखारामची बायको मोलकरणीप्रमाणे आपल्यापुढे रडत आहे, त्याचे पोर भेदरून मुळमुळत आहे, हे पाहून त्या जखमेचा विखार कमी झाला. तो तुच्छतेने बाजूला थुंकला व पाटलिणीकडे पाठ फिरवून बसला.

''आता काय करायचं इथ्थं चिकटून, चला रे!'' कुणीतरी म्हणाले, ''आता म्होरच्या अमाशेपुढं पाहू.'' साऱ्यांना हा विचार पसंत पडला. सारेजण हळूहळू हलू लागले. हलग्यातील फेसाळलेली वेदना संपली होती. महारांनी सैल झालेली हलगी पाठीला अडकवली आणि मोडलेल्या मानेने ते गड उतरू लागले. त्यांच्या पाठोपाठ पाटलीणबाई धावतच परतू लागली.

दरवाजातच त्यांची उघड्याबोडक्या अनवाणी येणाऱ्या सखारामशी गाठ पडली. जणू झपाटल्याप्रमाणे लांब टांगा टाकत तो सरळसोट निघाला होता.

''पाटील घ्या व्ह तुमचं लेकरू. देवीभी थुंकली सटवीवर.'' गंगाई त्याच्यावर खेकसली. तिचे शब्द त्याने ऐकले की नाही कुणास ठाऊक. तिच्याकडे न पाहताच तो वर देवळाजवळ आला.

साऱ्या चांदण्याची मिळून एक अजस्र जीभ हणमंतभावीच्या तोंडातून येऊन तिने एका वळशाने साऱ्या माणसांना पुसून टाकल्याप्रमाणे आता तेथे कुणी चिटपाखरूही उरले

नव्हते. पटांगणावरील नीरवतेत सखारामच्या पावलांचा आवाज घुमू लागला. गरुडदरवाजाने वारा आत येई, पटांगणावरील पाने चाळवून सरकवून विमनस्कपणे पुढे जाई. चांदणेसुद्धा असे दाटसर स्थिर पसरले होते, की मध्येच एखाद्या कबुतराच्या पंखांचा आवाज झाला, की चांदण्याला घडी पडून ते चुरगाळते की काय असे वाटावे. सखाराम छत्रीजवळ थांबला व त्याने समोर पाहिले. कमानीच्या अंधाराने अर्धवट झाकलेली अमाशी विखुरलेल्या दगडांत पालथी पडली होती. तो धावत तेथे आला. त्याने थोडे दगड बाजूला केले व तिला उचलून तिचा चेहरा आपल्या बाजूला केला. तो रक्ताने उष्ण वाटत होता. गळ्यातील कवड्यांची माळ जवळजवळ फुटून गेली होती. सखारामचे हात एकदम पातळ चिखलासारखे झाले. त्याने तिला जमिनीवर ठेवले व तिचा आखडलेला गुडघा सरळ केला. त्या वेळी तिच्या पायांतील घुंगूर हलले व उगाच होय की नाही असे किणकिणून गप्प झाले.

"फुकट आलं जन्माला लांडरू, फुकट मरून गेलं," तो पुटपुटला – "आणि आपणसुद्धा फुकटच जन्मलो आणि असेच एक दिवस माती होऊन जाणार झालं...!"

घुंगूर किणकिणून गप्प झाले, त्याबरोबर त्याच्या आयुष्यातील एका धुंद कोपऱ्यात नाचणारी विठी जोगतिणीची केवड्यासारखी पावले व त्यांच्याभोवतालचे घुंगूर यांचा आवाजही बंद झाला. देवबाभळीच्या उग्र, मादक, निकोप वासाची विठी अशाच सावल्यांची चित्रे असलेल्या चांदण्यात ज्या ज्या वेळी त्याला आंबराईत भेटत असे, त्या वेळी त्याचे सारे शरीर पुरुषभर दिवटीप्रमाणे धगधगीत पेटत असे. आता नुसते वण राहिले, त्यातील घुंगूर – आवाजाची वेदना बधिर होऊन संपून गेली.

त्यालासुद्धा कशाचा अर्थ समजला नाही. लिबलिबीत गोळा झालेल्या बेडकीपासून फडाच्या चिरडलेल्या बोंडासारख्या डोक्यापर्यंत कशशाचा त्याला ताळमेळ लागला नाही, अधिकउणे ध्यानात आले नाही.

पण साऱ्यामुळे त्याचे आयुष्य मात्र लाथेने मारून फोडलेल्या बेडकीप्रमाणे आकारहीन, ओंगळ, फुटकेफुटके होऊन गेले...

चं द्रा व ळ

बसवण्णाच्या देवळात अंथरल्याप्रमाणे पसरलेले ऊन सरपटत बाहेर आले व दगडी कासव असलेल्या उंबऱ्यावरून खाली उतरले. दहा वाजले तरी सण्ण्या अद्याप भिंतीला टेकून विमनस्कपणे बसला होता. त्याच्याभोवती मेलेल्या पाऊसकिड्यांप्रमाणे विड्यांची थोटके पसरली होती. काल सकाळी गौरी मेली ही त्याची जाणीव काहीकेल्या बधिर होईना. गौरीचे नाव निघताच त्याचे मन संतापाने जळत होते, शरमेने आकसत होते; पण या साऱ्या चिंध्यांच्या ढिगाखाली खोल तळाशी तीक्ष्ण सुरीप्रमाणे रेघोट्या ओढणारे भाबडे दुःखही होते. गाभाऱ्यात पणती लावावी त्याप्रमाणे टोपपदराचे झगझगीत नवे लुगडे नेसून ती त्याच्या आयुष्यात आली होती. तिच्या काळ्या, बांधेसूद घोटीव शरीरामुळे त्याच्या दृष्टीला नवा गर्व चढला होता. पण हे सारे थोडे दिवसच टिकले. सण्ण्याला त्या साऱ्या प्रकाराची आठवण देखील नको होती; पण काल सकाळी दोन तास तडफडून गौरी मेली आणि त्यामुळे पुन्हा सारे लखकन जिवंत झाल्यासारखे झाले व सण्ण्याचे दुःख पुन्हा फुसकारू लागले होते.

आता दहा वाजले होते व बाजूच्या ओवरीत गावठी शाळा भरणार होती. त्याने रुमालाच्या सोग्याने सारी थोटके गटारात लोटली व तो उठला; पण समोरूनच त्याचा भाऊ गंजुडा बाबू तेथे बसण्याकरिता येत होता. आता प्रत्यक्ष भावालाच समोर पाहताच इतका वेळ दडपून ठेवलेला राग सण्ण्याच्या अंगभर पसरला व त्याने ओठ गच्च दाबून धरले. बाबू आला, अगदी अंग चोरून कोपऱ्यात बसला व गुडघे उंच करून त्याने त्यावर हनुवटी टेकली. सण्ण्याने त्याच्याकडे जळजळीत तिरस्काराने क्षणभर पाहिले; पण त्याला एखाद्या भिजलेल्या मांजराविषयी वाटावी अशी थोडी सहानुभूतीही वाटली. इतक्या दिवसांच्या मळकट डागळलेल्या सहवासानंतरसुद्धा त्याच्या मनात गंजुड्या बाबूविषयी आपुलकीची ओढ होती. लहानपणी बाबूला व्यायामाची फार आवड होती. देवळाच्या मागेच खिडकीएवढे दार असलेली तालीम होती. त्या गुहेसारख्या तालमीत

बाबूच्या पिळदार दंडावरची थाप घुमू लागली की सण्याचे मन शिप्तरासारखे होत असे. कुंद ओल्या मातीचा वास असलेला अंधार धुरकट दिव्याजवळ एखादी आळी खायला आल्याप्रमाणे जमत असे आणि बाबूने दंड ठोकले की त्याचा आवाज त्या ताणलेल्या अंधारावर नगाऱ्यावर थाप मारावी त्याप्रमाणे काडकाड घुमून उठे. नंतर काय झाले कुणास ठाऊक! हा एक सांगतो, दुसरा निराळेच सांगतो. बाबूने तालीम सोडली, गळ्यातील ताईतही सण्याच्या गळ्यात अडकवला. आता त्याच्या छातीचे खोके झाले होते आणि जटांसारखे गावरान वाढलेले केस सतत तांबारलेल्या डोळ्यांवर पडायचे. सतत गांजा ओढून डोळ्यांत भकासपणा फुटला होता व पिचलेल्या खरखरीत आवाजात त्याचा खोकला सुरू झाला की त्याची हाडे घुसळून निघत, केस गिधाडाच्या पंखाप्रमाणे वर-खाली होत आणि सारा जीव डोळ्यांत गोळा होऊन बसे.

सण्याचे लग्न होऊन गौरी आली खरी; पण ती सारी सहासात महिने त्याच्याजवळ राहिली. सण्याने तिला हौसेने चौकड्यांचे एक जरीकाठी लुगडे आणि चांदीच्या वाक्या आणून दिल्या होत्या, तिला गोंजारण्याचा प्रयत्न केला होता; पण सटवीच्या मनाची पिसेच उलटी होती. तिने गंजुड्या बाबूत काय पाहिले कुणास ठाऊक, एक दिवस तिने आपले बोचके बांधले व ते कमरेवर आदळून ती सरळ बाबूच्या खोलीत जाऊन राहिली. सण्या तर संतापाने तोंडात फेसाळला. त्याने हातात वाशाचा एक तुकडा घेतला व धावत बाबूच्या खोलीसमोर येऊन त्याने दारावर दणादणा चार लाथा हाणल्या.

‘‘बेरडा, माझं घर जाळलंस? प्रत्यक्ष भावाला कापतोस की, कसाबा! बाहेर ये, तुझा मुडदाच पाडतो,’’ सारे अंग थरथरत तो ओरडला.

शांतपणे दरवाजा उघडून बाबू त्याच्यासमोर उभा राहिला. तोच त्याला खोकल्याची उबळ आली. ती गेल्यावर त्याने केस मागे फेकले व मुठीच्या पाठीने ओठ पुसले.

‘‘सण्या, का रे फुकट गुरगुर? का शेपूट हापटतोस?’’ तो म्हणाला, ‘‘मी तुझ्या या म्हशीला बोलवायला आलो होतो व्हय? जा की घेऊन तिला, ती येणार असेल तर.’’

त्याच्यामागेच खोलीत गौरी गाठोड्याला रेलून मिजाशीत पसरली होती. तिने कडाकड बोटे मोडली व ती समोर नाचवली.

‘‘याच्याकडे?’’ खालचा ओठ तिरस्काराने फरकावत ती म्हणाली, ‘‘खड्ड्यात घाल या जोखमाराला!’’

तो शब्द ऐकताच सण्या डोळ्यासमोरच आकसला व वाशाचा तुकडा त्याच्या हातून गळून पडला. पुरुषाचा यापेक्षा जास्त अपमान काही स्त्रीला करता येत नाही. त्या शब्दाने आपल्यावर कोणी शेणखत ओतीत आहे, आपले सारे अंग आतून नासत आहे, असे त्याला वाटले आणि खाली मान घालून तो बाहेर आला. बाबूने खोलीचा दरवाजा ओढून घेतला व तोही सण्याच्या मागे बाहेर आला. तेथे प्रेताप्रमाणे घुम्म उभारलेल्या सण्याच्या खांद्यावर त्याने हात ठेवला.

"सण्ण्या, ऐक माझं! व्हय मी गंजुडा; पण माझ्या डोक्यात डोळे आहेत घट्ट. या साऱ्या दीडदमडीच्या खोट्या चवल्या. हीच बया उद्या मला सोडून जाईल एखाद्या न्हाव्याबरोबर! नागिणीवर विश्वास टाकावा; पण यांच्यावर? अंहं. थूः! सगळ्याच बेशरम, निर्लज्ज, चवचाल."

सण्ण्याने त्याचा हात झिडकारून टाकला व आपल्या कबुतरखान्याजवळ येऊन तो गोठून बसला. नंतर गौरी त्याला दररोज दिसत असे; पण तिला पाहताच दडपून ठेवलेली कळ जोराने उसणत असे, त्याचा जीव तगमगू लागे आणि त्याच्या रानवट भाबड्या मनाला तोंड खुपसायला सारे जग पुरत नसे. आपण ज्याच्यावर मायेचे वस्त्र टाकावे ते ते असे हिरावले जावे असे आपल्यात अशुभ काय आहे हे त्याला समजत नसे. एखाद्या बैलाच्या कपाळावर कुलक्षणी भोवरा असावा, त्याप्रमाणे सारे त्याला हिडीसफिडीस करत; गौरीविषयी महाफाजील घाणेरडे बोलत. गंजुडा बाबू मात्र शांतपणे कट्ट्यावर बसे. त्याच्या खोकल्याने कबुतरे दचकत व सण्ण्याच्या अंगाला शरमेने भोके पडत.

ती गौरी कालच मेली – आणि ते पोरसुद्धा. गंजुडा बाबू स्मशानात गेला नाही की त्याच्या डोळ्यांत नखभर पाणी जमले नाही. तिच्याच गावाचे दोनचार जण आले. तिची सोन्याची एक पाटली त्यांनी खिशात घातली व त्या मोबदल्यात तिला आणि तिच्या पोराला एकदमच स्मशानात नेऊन टाकले. बाबूने खोली स्वच्छ धुतली. तिचे एक फाटके, अनेक दंड घातलेले लुगडे होते ते त्याने भिकारणीला देऊन टाकले व संध्याकाळच्या जेवणासाठी चूल ओरबडून जाळ केला. गौरीच्या आयुष्याने त्याच्या मनावर आठवणीचा एकही डाग पडला नाही.

पण आता त्या असहाय, किडलेल्या शरीराकडे पाहून सण्ण्याला रागाबरोबर वाईटसुद्धा वाटले. गौरी होती तोपर्यंत त्याला निवांत दोन घास गिळायला तरी मिळत असत. रात्री उशिरा तो कधी कट्ट्यावर बसला की बोंबलत येऊन ती गावगन्ना एक करत असे हे खरे, पण त्याच्यासाठी अंथरूण तरी तयार असे. आता मात्र त्याचे आयुष्य हडप लागलेल्या मरतुकड्या कुत्र्याप्रमाणे अगदी वळचणीखालचे झाले होते.

"सण्ण्या, आज तुझी पारवाळं नाहीत वाटतं?" बाबूने तेथूनच विचारले.

तरीसुद्धा सण्ण्या काही बोलला नाही. त्याला कबुतरे सोडायची होती; पण आज तरी त्याला गंजुड्याशी एकही शब्द बोलायचा नव्हता, त्याला तो चेहरासुद्धा समोर नको होता. चुकून तो जर गौरीविषयी बोलला तर ते आज आपणाला झेपायचे नाही असे त्याला वाटत होते. जरी त्याचे मन अद्याप गौरीभोवती धुमसत होते, तरी एका दृष्टीने मात्र त्याला समाधान होते. बरेच दिवस ठसठसत असलेल्या गळूला तोंड फुटल्याप्रमाणे त्याला मोकळे वाटत होते. आता दररोज अपमानाचा चटका नको. त्याला वाटले, संपले आता! डोळ्यांतून टचकन पाणी येईल असे कोणी राहिले नाही. अजून कित्येकदा बिरादार पाटलाच्या नागिणीप्रमाणे वाटणाऱ्या चंद्रावळीची आठवण होत असे; पण ती

एखाद्या उग्र वासाच्या फुलाकडे दुरून पाहावे त्याप्रमाणे. गौरीनंतर मात्र सारे स्वच्छ झाले, सारे स्वच्छ! तेव्हा आता काय करावे या विचारात तो होता, तोच आडव्या गल्लीतून सैल बूट फटाकफटाक करीत चोवीसबोट बाळू तेथे आला. त्याने आपल्या लांब कफनीसारख्या कोटाचे पंखे वर उचलले व त्या कट्ट्यावर उकिडवे बसत त्याने सण्ण्यापुढे विडीकरिता हात केला.

सण्ण्याने त्याच्याकडे विडी फेकली व कबुतरखाना उघडला. खाना उघडताना जणू त्याने पिसे झाडल्याप्रमाणे खूपशी कबुतरे फडफडत त्या कुंद घाणीतून बाहेर उधळली व समोरच्या धुळीत ती दाणे टोचू लागताच त्यांच्या बोटांच्या आकृतींनी मऊ धूळ जाळ्यासारखी फाटकी दिसू लागली. कमानदार उर्मट छातीवर किरमिजी झाक असलेला हिरवट सब्जी नर जवळ येणाऱ्या कोणत्याही मादीसाठी शेपटीचा पंखा फिसकारून घुमू लागला; पण ज्या वेळी त्याने काळ्या-पांढऱ्या डागाडागाच्या चिनी मादीशी लगट करण्याचा प्रयत्न केला, त्या वेळी माणकासारख्या लाल डोळ्यांच्या एका जंगलीने आपली टोच त्याच्यात सुऱ्याप्रमाणे खुपसली, तेव्हा तो नाद सोडून तो शांतपणे दाणे टिपू लागला. अजून खान्यातच खुडकलेली दोनचार कबुतरे होती. नुसते बसून खायला सोकावलेला लक्क्या एखाद्या पुंड आळीसारखा तटाटला होता आणि त्याची शेपूट कातरलेली काळी लांडी मादी शेणाच्या गोळ्यासारखी दिसत होती. सण्ण्याने दोन गरगरीत शिव्या हासडल्या व त्यांना गचकन धरून बाहेर फेकून दिले. लक्क्या तर दबूदिशी पडल्याचा बद्दड आवाज ऐकू आला. त्याने पंख फडफडवले व तो सुरक्षित गटारात उतरला. ती मादी मात्र देवळावर जाऊन बसली. ''साली आता संध्याकाळीच उतरणार मरायला!'' सण्ण्या मोठ्याने म्हणाला.

आणि त्याने पुन्हा एकदा त्या घोळक्यावर नजर टाकली. खाऊन फुगलेली, पुष्ट म्हाताऱ्या पुजाऱ्यासारखी वाटणारी; पण त्यात एकावर, टोपेल मादीवर नजर जाताच त्याचा चेहरा अभिमानाने फुलला. दोन दिवसांपूर्वी त्याने तिला तासभर उडवले होते; पण आता तिचे पंख बांधले होते. त्याने हलकेच तिला उचलले आणि कौतुकाने तिच्या रेशमी लडीसारख्या मानेवरून हलकेच हात फिरवला. तिने उगाचच त्यावर टोच घासली. सण्ण्याने तिला हलकेच जमिनीवर सोडले व पंख फडफडवीत ती खाली आली. त्या साऱ्या कळपात ते जातिवंत पाखरू नाकातील चमकीप्रमाणे दिसत होते.

''चंद्रावळ म्हणजे हिरा आहे हिरा!'' सण्ण्या वर गुडघे घेऊन शांतपणे विडी ओढत असलेल्या चोवीसबोट बाळूला म्हणाला. बाळूने झुरका घेताच मान हलवली. ''कशी कुठून आली देव जाणे, बाळ –''

सण्ण्याला अद्यापि आश्चर्य वाटे ते नेमक्या त्याच गोष्टीचे. वरून एखादे नाणे धुळीत पडावे त्याप्रमाणे महिन्या दीड महिन्यापूर्वी ती टोपेल मादी रखरखीत तहानलेल्या उन्हात समोर उतरली होती. सण्ण्याचे डोळे पेंगुळल्यामुळे फाटक्या उशीतून बाहेर पडलेल्या

कापसाच्या पुंजक्याप्रमाणे दिसत होते. साऱ्या पारवाळांना देवळावर हुसकून आपण अर्धा तास पडवीत आडवे व्हावे असे त्याला वाटले. त्याने फडफडवण्यासाठी आपला रुमाल उंचावलासुद्धा. तोच त्याचा हात मध्येच थांबला आणि डोळ्यांची झोप सोलून गेली. मुठीमुठीने राख टाकत असता एखादा जिवंत निखारा हाताला लागावा त्याप्रमाणे. त्याच्या नेहमीच्या गोतावळ्याच्या बाजूला ही नवी टोपेल मादी पंख हलवत चोचीची उघडझाप करत होती. त्या उन्हाच्या रखरखाटात ते कबुतर उबून निघाल्यासारखे दिसत होते. सण्याने मूठभर जोंधळा हातात घेतला व हात उंच करून तो बोटातून दाणे सोडू लागला. त्याने एक शीळसुद्धा घातली व पाकपाक ओठ हलवत तो ओरडू लागला, ''आऽव, आऽव!''

त्याची स्वतःची खाऊखराब ऐदी पाखरे दाण्यावर तुटून पडली; पण त्या नव्या कबुतराने एक पीस हलवले नाही. सण्या दबून वर्तुळाकार त्याच्याकडे सरकू लागला; पण त्याची चाहूल लागताच ते काळ्या ठिणगीप्रमाणे सरळ वर चढले व रावसाहेब देशपांड्यांच्या उंच घरावर जाऊन बसले. सण्याने आणखी दोनचार मुठी जोंधळा उधळला, पण ऊं हू! चोवीसबोट बाळूची आता इकडे तगमग होऊ लागली होती. तो उठून मध्ये आला व त्याने पसाभर जोंधळा सडा घातल्याप्रमाणे समोर फेकला. त्याचा हात थरथरत होता व आवाजही बेडकासारखा फरफरत होता. वर पाहत तो सण्यापेक्षाही मोठ्याने ओरडू लागला, ''आऽव – आऽव!''

सण्याने त्याच्याकडे चिडून पाहिले व रागारागाने त्याला कट्ट्याकडे ढकलले. ''तू बस तिथं, जोड्यानं मारल्यासारखं तोंड करून! यॅव यॅव म्हणे! मेलेली कोंबडी पकडता येत नाही आणि म्हणे यॅव यॅव!'' चोवीसबोटने जोंधळा खाली टाकला व अंग वळवत तो तेथेच उभा राहिला. सण्याने पाण्याचा तांब्या उचलला व खालच्या डबड्यात सावकाश स्वच्छ धार सोडली. पाण्याचा थरथरता आवाज होताच ते कबुतर छपरावर आले, तेथून विजेच्या खांबावर उतरले व बिचकतबिचकत डबड्याच्या कडेवर ठरले; पण त्याच्या डोळ्यांत अजून बुजरेपणा होता. सण्या किंचित वाकताच ते गपकन पाच फूट उडाले. नंतर सण्याने डाव्या हाताने तशीच संथ धार ठेवली. त्या झळझळीत थंडगार धारेचा मोह त्या कबुतराला आवरला नाही. त्याचे पंख जास्तच कापू लागले. अखेर ते भांड्यावर स्थिरावले व अबोलीच्या कळीसारखी दिसणारी चोच त्याने पाण्यात घातली. तोच सण्याने त्यावर गुबकन झडप घातली. त्याचे काळ्या रेशमासारखे पंख पसरले व सण्याची बोटे अंगात रुतली. कबुतर हातात आल्यावर सण्याने उडीच मारली व चोवीसबोट बाळू देखील बेहद्द खूष झाला. ''सांगितलं नाही सण्या? तिला दाणा नको, पाणी पाहिजे म्हणून?'' तो समाधानाने म्हणाला. त्याने ताबडतोब एक दोरा आणला व त्या कबुतराचे पंख बांधून टाकले. सण्याने ते हातात घेतले त्या वेळी ते त्याच्या ओबडधोबड हातात बुडून गेले. त्याची छाती शुभ्र होती. पंख काळ्याशार रेशमी रंगाचे

होते आणि पाठीमागे पांढऱ्या हस्तिदंती पिसांच्या शेपटीचा पंखा. डोळे तर काळ्या मोत्यांची टिंबे ठेवल्याप्रमाणे नितळ व कोरीव होते. सण्याने बोट पुढे करताच त्याने गुलाबी नाजूक चोचीने त्यावर आघात केला; पण त्यातही तिच्या सावरीच्या कापसासारख्या शरीराची कोमलता होती. जणू कोणी प्रेमळ आग्रह केल्याप्रमाणे. याच्या उजव्या पायात घुंगूर असलेली अंगठी होती. सण्याने ती अंगठी काढली. चोवीसबोट बाळू आनंदाने फुरफुरत होता. त्याने आपल्या हातातील चांदीची अंगठी काढली व तिला घुंगूर अडकवून ती त्या कबुतराच्या पायात घातली. त्याला जमिनीवर सोडताच ताबडतोब सब्जी नर तिच्याभोवती घुमू लागला. ''अरे, मादी आहे ही!'' सण्या म्हणाला. ''झक्क सजली की आता चंद्रावळ!'' एक डोळा मोडत चोवीसबोट म्हणाला, ''ही येथे हिलली की घुंगूर वाजणार आणि देवळापुढे पुन्हा एकदा चंद्रावळ नाचणार!''

सण्या नुसता हसला. फेसाळलेल्या आनंदाने; पण चंद्रावळीला मात्र घशातील जाळ कमी झाल्यावर घरची आठवण झाली. अगदी करकरीत सांजेपर्यंत तिच्या दुबळ्या पंखांची वेडी फडफड होत होती. काही वेळा तर त्यांचे ओझे फरफटत ती वीसपंचवीस फूट तशीच जात होती. त्या डोळ्यांत आता विकलता होती, गोल नितळ दुःख होते; पण त्यानंतर त्या दुःखाची झळ कमी झाली व पंख फडफडवणारी आठवण विरून गेली. त्या मूठभर शरीरातील आठवणही तेवढीच, हुरहुरही तेवढीच. दोनचार दिवसांत मूकपणे ती इतरांबरोबर दाणे टिपू लागली आणि शेवटी तर तिच्याभोवती सतत घुमणाऱ्या, नाकावर अर्धा पौंड मांसाचा लाल तुरा मिरवणाऱ्या लाल डोळ्यांच्या भडंगाबरोबर त्याच कोनाड्यात रमू लागली. खाली उतरे, त्या वेळी ती एखाद्या राणीसारखी वाटे. त्या घुंगुरांच्या कणदार आवाजाने सण्याच्या कबुतरखान्याला कुंकू चढले आणि आपल्या भुक्कड पारवळाकडे पाहताना त्याला दरवेळी वाटणाऱ्या शरमेवर आता धगधगीत अभिमानाची ज्योत उमलली.

''होय, चंद्रावळ म्हणजे सरदारी पारवाळ आहे!'' शेवटचा झुरका घेऊन थोटूक टाकत चोवीसबोट बाळू म्हणाला.

गंजुड्या बाबूच्या जोडीला त्या कट्ट्यावर नेहमी पडून असलेला आणखी एक म्हणजे हा फताड्या, सहासहा बोटांच्या हातापायाचा चोवीसबोट बाळू. त्याच्या अंगात नेहमी तो कांबळ्यासारख्या कापडाचा लांब कोट असे. त्या कोटाशिवाय त्याला अद्याप कुणी पाहिले नव्हते. त्याचे बूट फार सैल असल्यामुळे त्याच्या येण्याचा आवाज त्याच्या आधी बराच वेळ पुढे येत असे. त्याचा चेहरा थोडा चिनी माणसासारखा होता आणि गळ्याभोवतीची शीर इतकी टचटचीत होती की त्यामुळे दुसऱ्या कुणाचेतरी मुंडके सुतळीने त्या गळ्याला बांधून ठेवले आहे की काय असे वाटे. आठव्या गल्लीत त्याचे एक जुने बसके घर होते. ते त्याने एका काळुंद्र्या, वाकडा भांग काढून पानाने लाल झालेल्या दातांच्या कवड्या पचकन दाखवणाऱ्या येसवेला देऊन टाकले होते. त्याचे जेवणखाण

सारे तेथेच. जेवण झाल्यावर गुडघे वरती घेऊन खुळ्या गिधाडासारखा येऊन बसला की त्याची जीभ सुरू होत असे आणि त्याचे तेच ते चऱ्हाट, ऐकणारा कंटाळेपर्यंत चालू असे. त्याच्याकडे केव्हाही जुन्या पत्त्यांचा जोड सहा आण्याला मिळे. जुगारामध्ये आपण कसे पैसे मिळवले आणि मोठमोठ्या निगरगट्ट दादांकडून कसे वसूल केले हे तो आपल्या फाटक्या आवाजात आवेशाने सांगू लागला की ऐकणाऱ्याला तोंड झाकेपर्यंत पुरे होत असे. एकदा बहिराम नावाच्या धिप्पाड पठाणाने त्याचे दहा रुपये बुडवायचे ठरवले,तेव्हा चार बोटे रुंद सुरा हातात घेऊन चोवीसबोट बाळू त्याच्यामागे धावत होता, तो रात्री बक्कळ दीड वाजेपर्यंत! मध्यंतरी एका पोलिसाने त्याला हटकले; पण चोवीसबोट काय फुसक्या शिपुरड्याला दाद देणार? त्याने त्याला ह्ये दिला ढकलून गटारात! अखेर त्याने ऑर्गन तलावाजवळ बहिरामची मानगूट पकडली व सुरा अर्धा इंच त्याच्या मानेत खुपसला. बहिराम तर रक्त ओकू लागला. त्याने दहा रुपये दिले व चोवीसबोटचे पाय धरले... असे तो सांगे. पण "तो पुढंपुढं, मी मागंमागं, तो पुढंपुढं, मी मागंमागं," असे तो सांगू लागला की त्याचे डोळे बशीसारखे होत व समोर ऐकणारा निर्लज्जपणे हसू लागे. वास्तविक चोवीसबोट बाळूला घाबरणारा पठाण अद्यापि जन्माला यायचा आहे; पण त्याचे हे 'पुढंपुढं, मागंमागं' साऱ्या गल्लीत विनोदाची, आचरटपणाची सम होऊन बसले होते.

"सण्ण्या, ती बिरादार पाटलाची चंद्रावळ माहीत आहे?" एकदम आठवल्याप्रमाणे चोवीसबोट सांगू लागला, "ती खलास झाली – व्हय, अगदी साफ खलास. तो अड्ड्यातला हणम्या सांगत होता मला मघाशी –"

"खलास? मेली?" चमकून सण्ण्याने विचारले, "केव्हा रे?"

"मेली नाही –" त्यामुळे जणू निराश झाल्याप्रमाणे बाळू म्हणाला, "आहे, अजून आहे जिवंत; पण देवी येऊन चेहरा म्हणे चाळणीसारखा झालाय. त्या पाटलानं दुसरं खटलं आणलं आहे आता, पद्मा म्हणून. ती पद्मा म्हणे..."

सण्ण्याचे लक्ष आता ओसरले होते. त्याला बाळूचा अत्यंत संताप आला. त्याच्या मडक्यावर कातडे घातल्यासारख्या चेहऱ्यावर एक वहाण हाणावी असे त्याला वाटले. ही चंद्रावळीची हकिकत कशाला ओकायला हवी होती त्याने? पण राग ओसरल्यावर त्याचे मन जास्तच विषण्ण झाले. त्या चेहऱ्याखेरीज चंद्रावळ म्हणजे चंद्रेचे प्रेतच. त्याच्या मनातील एका स्वच्छ कोनाड्यात असलेल्या प्रतिमेवर आता तेलकट मळ चढल्यासारखा झाला. चाळणीला चंद्रेचे धुंद, अफिमी डोळे असल्यासारखे दिसू लागले व त्याचे दुःख आता पुन्हा धुमसू लागले. काल गौरी गेली आणि आज चंद्रावळीची पाळी! चंद्रावळही मेलीच म्हणायची आता! नवरात्रात देवीवर घातलेली वस्त्रे उतरावीत त्याप्रमाणे तिच्यावरून आता ते सौंदर्य उतरले होते. त्याने पुन्हा एकदा रागाने चोवीसबोट बाळूकडे पाहिले व हलकेच एक शिवी हासडली.

"बस्स रे बडबड तुझी. तोंड आहे की फाटकी वहाण आहे?" तो चिडून खेकसला. चोवीसबोट बाळूने खांदे उडवले व तो गप्प बसला.

बिरादार पाटलाची चंद्रावळही या कबुतराप्रमाणे त्याच्या आयुष्यात अशीच अचानक आली होती. देवळाच्या जत्रेनंतर सगळ्यांनी समोरच्या पटांगणात एक खेळ करायचे ठरवले. रथाच्या चाकांवर फळ्या टाकून एक स्टेजही तयार झाले. रात्री दहानंतर, काचा मारलेले धोतर नेसून सण्ण्या आरडतओरडत, लाकडाभोवती बेगड गुंडाळलेली लालभडक गदा फिरवीत भीमाचे काम नाचू लागला. अगदी जवळच्या माणसाशी बोलत असतानासुद्धा तो इतक्या जोराने भीमाला शोभेलसे ओरडत असे, की त्याच्या कपाळाच्या शिरा दोरखंडाप्रमाणे सुजत; पण त्याचे काम इतरांना बेहद्द पसंत होते. खेळात गंजुडा बाबू सोडून सगळ्यांनाच कामे मिळाली होती. तो मात्र डोक्यावरून गुडघ्यावर उपरणे गुंडाळून, खोकत एका कोपऱ्यात भुताप्रमाणे पाहत बसे. त्याने कधीसुद्धा टाळी वाजवली नाही, की गाण्याला ठेका धरला नाही. चोवीसबोट बाळू देखील नाटकात होता; पण त्याच्या मिशा लहान असल्यामुळे त्याला देवपार्टीतसुद्धा जागा मिळाली नाही. पण कृष्णाचा निरोप सगळीकडे सांगण्यासाठी एक गवळण हवी होती. ते काम त्याने करायचे ठरवले होते; पण त्या मिशा काढून टाकण्याची त्याची तयारी नव्हती. तेव्हा धोतराचा सोगा डोक्यावरून घेऊन तो पुढे मिश्यांवर धरायचा अशी तडजोड झाली. पहिल्याच दिवशी धोतरात पाय अडकून गवळण धाडदिशी फळ्यावर आदळली व गवळणीच्या तोंडी नसलेली व न शोभणारी अशी अनेक वाक्ये उधळली गेली, ही गोष्ट सोडली तर सगळ्यांनी आपापली कामे अशी व्यवस्थित बसवली होती की मंडळीचा कौरव-पांडवयुद्ध खेळ अगदी मारू होणार असे सारी गल्ली म्हणू लागली. पण नंतर हे सारे बदलले, वाया गेले. देवळाचे एक पंच बेनवाडीकर इनामदार यांनी हळूच असा निरोप पाठविला, की जर बिरादार पाटील आणि त्याची चंद्रावळ येत असेल तर आपण शंभर रुपये द्यायला तयार आहोत.

चंद्रावळीचे नाव ऐकताच फाडफाड तोंडात मारून घेऊन चोवीसबोट बाळू खालीच बसला. तिच्या नावाबरोबर त्यांनी उभारलेले स्टेज, गोळा केलेले कपडे, त्यांची कामे – सारेकाही एकदम फडतूस वाटू लागले. कारण बिरादार पाटलाच्या कंपनीतील चंद्रावळीचे नाव ऐकले की आठदहा मैलांतले लोक जमा होत. निरनिराळ्या जत्रांतून ती सोन्याच्या कमरपट्ट्याप्रमाणे चमकून जात असे. कमरेला लुगड्यात खोवलेला लांब हार घालून चंद्रावळ स्टेजवर आली की बायका तिच्या नावाने बोटे मोडत आणि पुरुष मिशांच्या टोकांना मिजास देत. लाल नखांच्या गोऱ्या पायांभोवती चाळ बांधून ती भिंगरीसारखी फिरू लागली, की अगदी शेवटच्या रांगेतला बाप्या काड्याची पेटी हलवायला तयार नसे. तिचा एक विशेष गवळण नाच होता. त्यात ती डोक्यावर हात जुळवून नाचत असे आणि त्या वेळी मुरडताना दंडात रुतलेली चोळी आणि कमर यांमधील गोऱ्यापान

केवड्यासारख्या भागावर उन्मादक हालचाली दिसल्या की लोक धुंदीने बेहोष, आंधळे होत. ही कोण, कुठली कुणास ठाऊक; पण जेथे बिरादार पाटील तेथे त्याची चंद्रावळ. तिच्याशी एक शब्द बोलायची कुणाची छाती नव्हती. एखाद्या विशाल क्रूर सर्पाच्या फणीप्रमाणे पाटलाची छाया सतत तिच्यावर असे. झुंड मिश्यांचा हा विक्राळ दैत्यासारखा माणूस बूट घालून कृष्णाचे काम करत असे. त्याच्यासारखा भीम गेल्या पंचवीस वर्षांत जत्रेत नाचला नाही. त्याच्या सामानात नेहमी दोनचार बाटल्या तरी पातळ जाळासारखी गावठी दारू असे. वर्षातून दोनतीन महिने फिरती झाली की चंद्रावळीसह तो आपल्या खेड्यात गडप होत असे. तो घरी नाहीसे पाहून एकदा पोलिसांनी त्याच्या घरावर संशयावरून जप्ती आणली आणि विचारपूस करण्यासाठी चंद्रावळीला ठाण्यावर नेले. बिरादार पाटील घरी आल्यावर त्याला सारी हकिकत समजली. त्याच्या डोळ्यांतील जाळ त्याच्या हातातील फरशी-कुऱ्हाडीवर चमकला. ताबडतोब मशाली घेतलेले पन्नास लोक तयार झाले. दुसरे दिवशी मलूल झालेली, फाटक्या वस्त्रांतील चंद्रावळ बिरादार पाटलाच्या हातावरून घरी आली. त्या पोलिस इन्स्पेक्टरचे फडाच्या बोंडासारखे दिसणारे मुंडके भाल्यावर टोचून एका टेकडीवर मिरवत ठेवले होते. खरेखोटे कुणास ठाऊक; पण पोलिसांना त्या गावात एकही साक्षीदार मिळाला नाही. त्यामुळे चंद्रावळ जत्रा करीत त्या मार्गाने गेली की अनेक भाजलेली मने मागे तळमळत, अनेक जिवंत रक्तांना नंतर कशातच राम वाटेनासा होत असे.

आणि अखेर बिरादार पाटलांची कंपनी देवळातच उतरली. चांगल्या सणगांचा ढीग पडला. त्यात रंगाने न्हाऊन निघालेली चंद्रावळ कबुतराच्या पायाने नाचली व तिची पावले हळदीने रंगल्याप्रमाणे निबर रगेल मनावर उमटली आणि अर्धीअधिक रात्र जळून गेली.

सण्याकडे गर्भगुढीचा दरवाजा लावण्याचे काम होते. तो आत गेला. चंद्रावळ त्याच जरीच्या लुगड्यात ट्रंकेला टेकून आडवी झाली होती व दमल्यामुळे तिचा डोळा लागला होता. तिच्या त्या सहज पसरलेल्या शरीरात नागिणीचे लवलवीत सौंदर्य होते आणि चोळीखालचा चाफेकळी भाग पदर ढळल्यामुळे उघडा होता. बाजूलाच तिची म्हातारी मोलकरीण पेंगत होती. सण्याची चाहूल लागताच चंद्रावळीने अंग ताणले व न हलताच ती सण्याला म्हणाली, ''अरे, मला पानं पाहिजेत, मिळतील नव्हं इथं कुठं?''

सण्या भानावर आला.

''ह्यो काय, इथंच कोपऱ्याला – द्या पैसे, मी आणतो की!''

''छे रे, तू कशाला? जाईल की हे म्हातारडं,'' मोलकरणीकडे हनुवट वळवीत चंद्रावळ म्हणाली.

''नको बा. तिथं बायकानी जाणं फार वाईट. छे, घाणेरड्या वाकड्या भांगाची वस्ती आहे तिथं.''

''मग आम्ही कसल्या रे?'' खिदळत चंद्रावळ म्हणाली व तिने त्याला पैसे दिले व ती म्हातारीसुद्धा जागी होऊन शेळीप्रमाणे बे बे हसली.

लवंग न लावलेली पानपट्टी हातात घेऊन सण्ण्या आत आला. ''घ्या हे पान!'' तो अदबीने म्हणाला व ती म्हातारी पुन्हा हसली. चंद्रावळीने मात्र पान हातात घेत खाली मान घातली.

''तूच बघ पहिला मला 'अहो' म्हणणारा!'' सुस्कारा सोडून ती म्हणाली. इतक्यात फरशीवर बुटांचा आवाज झाला व बिरादार पाटील आत आला. धोतरावर कमरेभोवती गुंडाळलेला पितांबर तसाच होता व डोक्यावर समोरच्या बाजूला मण्यांचा मुकुट देखील अद्याप बांधलेला होता. त्याला पाहताच चंद्रावळ उठून बसली. पाटलाने ट्रंकेतून बाटली काढली व ती तशीच तोंडाला लावली. ती परत ठेवत तो गुरगुरला, ''हा सोकाजी कोण?''

''मी त्याला पान सांगितलं होतं,'' चंद्रावळ म्हणाली.

''पान? चंद्रावळीला माझ्याखेरीज कोणी पान देत नाही,'' तो खेकसला, ''असल्याला घेऊन चालतात काय तुझे चवचाल धंदे?''

चंद्रावळ एकदम उसळली व तिचे ओठ जुळून सुरीसारखे बारीक व तीक्ष्ण झाले.

''पुन्हा अशी सापडलीस तर कान कापीन. गटारातून उचललं मी आणि माझ्या ताटात ओकतेस?'' बिरादार पाटील एकदम पुढे झाला व त्याने चंद्रावळीला कचदिशी लाथ मारली. त्याच्या बुटाचे अणकुचीदार, चकचकीत टोक त्या धुंद गोऱ्या भागात रुतले आणि चंद्रावळ वेदनेने जखमी नागिणीप्रमाणे उलटली.

''आई ग!'' ती पुटपुटली.

''आणि तू रे हणगोबा? चल इथून, नाहीतर हाडं सैल करीन,'' पाटील सण्ण्यावर खेकसला. सण्ण्या एकदम ताठल्यासारखा झाला व त्याने जवळचा तांब्या उचलला.

''तू जा रे जा,'' चंद्रावळ एकदम ओरडली व बिरादार पाटलाने पुन्हा एक लाथ हाणली.

सण्ण्याला झोप आली नाही. गोरीपान चंद्रावळ, हिरवे नाजूक पान आणि पाटलाचा काळ्या सापाच्या तोंडाचा बूट यातच त्याचे मन भरकटत होते. सकाळी गाड्या भरून बिरादार पाटलाची मंडळी निघून गेली. एका गाडीत कालचेच जरीचे लुगडे नेसून चंद्रावळ झोपली होती. सण्ण्याला मागून तिची अंतरसालीसारखी पावले मात्र दिसली. हळदीने रंगवल्याप्रमाणे, कबुतरासारखी...

चंद्रावळ शांतपणे दाणे टिपत होती, तोच सण्ण्याने लगबगीने तिला उचलले व कपाटात ठेवले आणि घाईने कपाटाचा दरवाजा लावला. कारण समोरून पदमजी येत असलेला त्याला दिसला. पदमजीने एका काखेतला हिरवा पटका दुसऱ्या काखेत मारला व धोतराचे टोक किंचित वर करून हातात घेत तो सण्ण्यापुढे उभा राहिला.

''काय सण्ण्या, तुझी मच्छरं काय म्हणतात?'' तो किंचित कुत्सितपणे म्हणाला, ''लेका, कोंबड्या ठेव त्यापेक्षा. अमावास्येला कापता तरी येईल एखादी,'' तो आत फुटल्याप्रमाणे एकदम हसला व पाखरे दचकली. पदमजी चोवीसबोट बाळूच्या शेजारी येऊन बसला. बाळूने आता स्वतःच्या विड्या काढल्या. त्यातील एक घेऊन पदमजीने उलटसुलट फुंकली व शिलगावली. ''काय रे बाळू, ही काय पारवाळं आहेत की बोडक्या बाया रे?''

सण्ण्या खाली मान घालून बसला. त्या रस्त्याने जाताना अशी एखादी पिचकारी टाकण्याची संधी पदमजी कधी वाया दवडत नसे. कोणताही कबुतरखाना दिसला की तेथे त्याचे पाय रेंगाळायचे व ती पाखरे दाणे टिपतात त्याप्रमाणे मोठ्या खोबणीतील लहान करड्या डोळ्यांनी ती पाखरे टिपून तो मोठ्या ऐटीने लक्क्याप्रमाणे छाती काढून चालू लागायचा. त्याच्या या मिजाशीत थोडा अर्थ होताही. त्याच्या आयुष्यात एकच व्यसन होते, ते म्हणजे कबुतरांचे. आपले छोटे किराणी दुकान फुंकून त्याने कबुतरे घेतली होती आणि मोठ्या रुबाबाने हे व्यसनाचे पीस कुरवाळत पटका काखेत मारून तो गावभर बोडक्याने भटकत असे. अख्ख्या गावात त्याच्यासारखी जातिवंत कबुतरे नव्हती. कपाट उघडून पायात लाललाल अंगठ्या घातलेली त्याची दौलत पाहिली की वाटे, बस्स, शौक असावा तर असा नवाबासारखा. त्या साऱ्यांचे पंख बांधलेले असत; पण दर शनिवार-रविवारी सारा संच वर उडाला म्हणजे त्यातील अगदी आडदांड कुणबट पाखरूसुद्धा सहासात तासांत पंख स्थिरावत नसे. अनेक कबुतरे पंख झडून मेली. पिलावळीसाठी ठेवलेली अंडी फुटून गेली. पण कबुतरे विकून त्याने एक पै कधी हरामाची घेतली नाही. एकाला दुसऱ्याच्या खान्यात घुमू दिले नाही. अनेकांनी आपली पारवळे बाजूला सोडून एखाददुसऱ्याला भुलवण्याचा प्रयत्न केला; पण ती अवलादच अशी इरसाल की बकाबका दुसऱ्याचा कुसुंबा खाऊन आराम उडून परत जायची. सण्ण्याला तर पदमजी दिसला की नांगी लागल्यासारखे वाटे. त्याच्या आयुष्यातील सर्वांत मोठी उडी म्हणजे, आपल्या खान्यात असे एक गरते पाखरू असावे, की पदमजीचे तोंड खेटराने मारल्यासारखे झाले पाहिजे; पण ज्याज्या वेळी तो समोर दाणे चिवडत असलेल्या, रानवांग्यासारख्या टरारलेल्या आकारहीन कबुतरांकडे पाहत असे, त्या वेळी तो हताश होत असे. आता मात्र त्याच्या मनात एक अंधुकसा निखारा फुलत होता. अगदी खोल, आतल्या गाठीत. चोवीसबोट बाळूजवळ देखील त्याने चकार शब्द काढला नव्हता. चंद्रावळ थोडीशी हिलली की तिला तयार करण्याचे त्याने ठरवले होते. अजून ती बुजरी आहे, पंखांत दम नाही आणि आताच तिला जर सोडले तर कदाचित ती येणारही नाही. हा विचार येताच तो चमकला. कपाटाचे दार उघडून त्याने हळूच आत पाहिले. चंद्रावळ आत होती. तो पदमजीकडे वळला.

''बराय रे बराय – तुझी मिजास बघतो एक दिवस,'' तो म्हणाला.

पण चोवीसबोट बाळूला राहवेना. जणू आपलाच अपमान झाल्याप्रमाणे तो उठला व त्याने उगाचच मूठभर कण्या समोर फेकल्या. ''अरे यार, थांब थोडे दिवस,'' तो म्हणाला, ''मी कोल्हापूरहून असा मस्त नर आणतो या दिवाळीला, की तू पटका गहाण ठेवशील तुझा!''

''तू आणणार व्हय?'' खोखो हसत पदमजी म्हणाला, ''गेली चार वर्षं तुझं तोंड अस्संच फुकट वितंय!''

''बघ तरी बघ! गेल्या पाडव्याला खाटीक ओकला की वीस रुपये तुझ्या चिनी नराला! तस्सं होणार बघ तुझं! तुझा हिरवा पटकाच लावतो बघ निशाण म्हणून देवळावर,'' चिडून चोवीसबोट म्हणाला. तो चिडला की त्याचे तोंड उघडे राहत असे व खालचा ओठ वळून गोगलगाईसारखा दिसे. या गेल्या शर्यतीच्या उल्लेखाने तर पदमजी समाधानाने हसला. पाडव्याला जेथे जत्रा होत असे, त्या वेळी गौशा खाटकाने करंडीतून एक कबुतर काढले व ''हाय काय कुनाची जोडी?'' असे ऐटीत विचारले. पदमजीने त्या कबुतराचा अंदाज घेतला; जातिवंत, पण अमाप खाण्याने तुंद पोसलेले ते कबुतर तासा दोन तासांतच शेण टाकणार! त्याने आपले एक क्षुद्र दिसणारे, मळकट कबुतर आणवले. सव्वा तासात खाटकाचा नर खाली उतरला. त्या वेळी त्याने मोजलेल्या शिव्या, नगाऱ्याच्या आवाजावर चढून साऱ्या गल्लीभर पसरल्या होत्या.

''अजून भरतोय पैसे गौशा!'' पदमजी उद्गारला.

चोवीसबोट बाळू एकदम सण्याजवळ आला व त्याने त्याच्या पाठीवर थाप मारली, ''अरे होय की! सण्ण्या, तुझी ती चंद्रावळ का उडवीत नाहीस? भारी माजलाय हा पदमजी! होऊन जाऊ दे एकदा!''

''चंद्रावळ?'' आश्चर्याने सण्ण्या म्हणाला, ''छे रे! च्छा, महिना तर झाला तिला उतरून. अजून हिलली नाही –''

''अरे हिलणं गेलं मसणात! उडव – जाऊ दे. मी सांगतो, पाखरू अस्सल आहे –''

''अजून बच्चा आहे चंद्रावळ,'' गुळमुळत सण्ण्या म्हणाला; पण त्यालाही ही कल्पना आता आवडली. पाहू तरी काय होते ते! तिच्या साध्या उडण्यातही घरंदाज जाणीव होती. कुणास ठाऊक, टिकेलसुद्धा. नाही तर नाही, तुझीमाझी बला! पण नंतर मात्र त्याच्या मनात निर्माण झालेली आशा थोडा वेळ फुरफुरून निपचित पडली व तो म्हणाला, ''च्छॅ! नको बा. सोड ते.''

पण चोवीसबोट बाळू आता पेटला होता. त्याने पायातील सैल बूट लाथ झाडून गटारात टाकले. हात घालून त्याने चंद्रावळीला उचलले व तिला पुढे धरून पाय रुंद करून तो पदमजीसमोर उभा राहिला.

''लाव याला जोडी,'' आकसाने तो म्हणाला, ''होऊन जाऊ द्या एकदा!''

पदमजीने चंद्रावळीकडे पाहिलेसुद्धा नाही. ''सोड रे, काय ढुंगणाखाली पैसा

झालाय व्हय? असल्या खुडुक पारवाळाबरोबर काय जोड लावणार डोकं तुझं –'' त्याने बोलताना चंद्रावळीकडे सहज अंगठा उडवला; पण मध्येच अंगठा कापल्याप्रमाणे तो चमकला व त्याचे डोळे बारीक झाले. ''अर्र तिच्या! नवीन दिसतंय हे! बघू बघू –''

सण्याने चटकन उडी मारली व त्याने चंद्रावळीचा कबजा घेतला व तो खान्याकडे आला. ''दुसऱ्याचा हात लागायचा नाही चंद्रावळीला,'' पाठमोराच तो म्हणाला. का कुणास ठाऊक, त्याला एकदम बिरादार पाटलाची आठवण झाली. त्यानेही तसेच म्हटले होते. सण्याची जुनी जखम जागी झाली आणि इतका वेळ दडपलेली विषण्णता कोंबड्यावर एकदम पडणाऱ्या हाऱ्याप्रमाणे त्याच्या मनावर उतरली.

पदमजीचा चेहरा उजळला. त्याने मोठ्या काळजीपूर्वक मलमल सदऱ्याचे खिसे चाचपून एक विडी काढली. चोवीसबोट बाळूच्या चेहऱ्यावर विजय दिसला व पुन्हा पंखे वर करून तो कट्ट्यावर बसला व पुटपुटला, ''बरी जिरली साल्याची!'' कारण पदमजीने स्वतःची विडी काढली की बेट्याने काहीतरी हेरले आहे हे सारेजण ओळखत.

''बाळ्या, ते पारवाळ बच्चा आहे. कशाला झुंजतोस फुकट?'' तो म्हणाला.

चोवीसबोट बाळूचे मन फिस्कारले. 'तो पुढंपुढं, मी मागंमागं'चा अमर्याद आत्मविश्वास त्याच्या कळकासारख्या शरीरात भरून राहिला. त्याची पावले जमिनीवर ठरेनात.

''पन्नास टिकल्या मोजल्या आहेत तिच्यासाठी घणाघण्ण, घणाघण्ण. येड्या, आहेस कुठं?'' छाती फुगवून तो म्हणाला व किंचित हसणाऱ्या सण्याला त्याने डोळा घातला. ''आख्या जिल्ह्यात जात नाही असली. बेनवाडी इनामदाराच्या बंगल्यातलं आहे ते. बोल की, आता का घुंगट घालून बसलास कुंथत?''

पदमजी काही बोलला नाही. बाळूची त्याची जानपछान दहाबारा वर्षे तरी होती. तो काय टरकणार त्याच्या थापेने? तो सण्याकडे वळून म्हणाला, ''सण्या, चल मी दोन रुपये काढतो. टाक देऊन मला ते टोपेल पिल्लू –''

''दोन रुपये? फर्रर्र!'' आपल्या भाषणाचा काहीच परिणाम झाला नाहीसे पाहून चोवीसबोट चिडून म्हणाला, ''दोन रुपये? दोन रुपये टाक तुझ्या म्हशी बोडण्यासाठी!''

पदमजीच्या चेहऱ्यावर आता एकदम ईर्ष्येची झळक चमकली. एक कुत्सित, गर्वाचे हास्य दिसले. त्याने विडी फेकून दिली व तो म्हणाला, ''अच्छा बाळू, बोल – तुझी काय भूक आहे?''

चोवीसबोट बाळू वाळलेल्या दोडक्यासारखा आकसला. पदमजी ताबडतोब तयार होईल अशी त्याची कल्पना नव्हती; पण आता माघार शक्य नव्हती! त्याने हळूच खिसा चाचपून पाहिला. त्यात तीन रुपये होते. चोवीसबोटचा एक भाऊ कोल्हापूरला होता. ज्याज्या वेळी पैशाची किरकोळ गरज लागत असे त्यात्या वेळी, 'मी फार आजारी आहे, तुझ्याकडे पंधरा दिवस येतो.' असे बाळू पत्र पाठवत असे. तो भाऊ घाईघाई करून

दहापाच रुपये पाठवून 'तेथेच औषध घे' असे लिहून दादाबाबा करत असे. या खेपेला त्याच्याकडून पाच रुपये आले होते व त्यापैकी तीन रुपयांचा पदर राहिला होता.

"तीन रुपये!" तो थोड्या डळमळीत चेहऱ्यानेच म्हणाला.

"तीन?" पदमजी हसला. "कुलंगी कुत्रं, कुलंगी शेपूट!" सण्ण्याने कनवटीचे आठ आण्याचे नाणे टाकले. गंजुडा बाबू एकदम जागा झाल्यासारखा दिसला. त्याने तीन रुपयाला आपली घागर गहाण ठेवली होती. त्यातील एक रुपया त्याने चोवीसबोटाकडे फेकला व पुन्हा गोठल्याप्रमाणे लाल डोळ्यांच्या खिडक्या तेवढ्या उघड्या ठेवून तो गप्प झाला.

"थूः! पाच रुपयाखाली खाना उघडणार नाही," मान हलवत पदमजी म्हणाला.

एव्हाना चारपाच पोरेटोरे जमली होती. गावठी शाळा आता गच्च भरली होती; पण आत सारे शांत होते. त्यांना गणित घालून मास्तर उन्हात आले होते. मास्तर नव्हे, गुरुजी! दुधीभोपळ्याला खादी कोट अडकवल्याप्रमाणे ते दिसत. त्यांना कुणी मास्तर म्हटलेले खपत नसे. जर कुणा पोराने चुकून मास्तर म्हटले तर किल्ल्यांच्या जुडग्याने ते मारीत.

"काय रे सण्ण्या, काय चाललंय? छक्कापंजा?" गुरुजींनी विचारले.

सण्ण्या खजील होऊन हसला. "चालायचंच मास्तर, आमची परीक्षा हीच! आठ आणे कमी पडतात बघा, एक पै जास्त नाही. देताय का? मी परत देईन, देवाची शप्पथ –"

गुरुजींनी आतापर्यंत दीड-दोन रुपये घालवले होते; पण त्या अटीतटीच्या वातावरणाचा त्यांच्या मनावर परिणाम झाला व ते अस्वस्थ झाले. त्यांनी हळूच शाळेत पाहिले.

"छट्! आपण नाही बुवा जुगार खेळणार!" ते म्हणाले, "पण तुला उसने देतो बघ आठ आणे. पण येत्या शनिवारी पै न् पै परत आली पाहिजे – सांगून ठेवतो."

गुरुजींनी प्रथम साऱ्यांचे पैसे गोळा केले व ते खिशात घालून मग काळजीपूर्वक घडी केलेली पाचाची नोट त्यांनी चोवीसबोटकडे दिली. बाळूच्या खिशात भोकाचा एक पैसा होता. त्यात त्याने नोटेची सुरळी घातली व पदमजीपुढे नाचवली.

"चल रे, पाच रुपये तर पाच रुपये. एक पैसा देवाला."

आजूबाजूची पोरे बरीच जमली व ठिकठिकाणी टेकू लागली. त्यातच पदमजीच्या शेजारचा धोंड्या होता, त्याला पदमजीने बोलावताच फाकलेल्या तोंडाने तो पुढे आला.

"जा रे, माझा सब्जी नर घेऊन ये," पदमजी म्हणाला, "आणि बघ, जर तुझ्याकडून निसटलाबिसटला तर कुल्लेच कापीन!"

सारी पोरे एकदम खिदळली. पदमजीचा एक जुना विनोद होता. तो चोवीसबोट बाळूला म्हणाला, "आता बोंबलतोस बघ हं – गेले तुझे तीन रुपये खड्ड्यात!"

थोड्या वेळाने धोंड्या परत आला. गल्लीतल्या पोरांचे एक नवीन लटांबर

त्याच्याबरोबर लोंबत आले होते. पदमजीने सब्जी नर हातात घेतला आणि उदंड छातीने सण्ण्यासमोर धरला. सण्ण्याचा चेहरा पोतेरे मारल्याप्रमाणे सपशेल धूळखाऊ झाला. त्या फणसासारख्या भरगच्च पुष्ट कबुतराला पाहिल्यावर त्याचा उत्साहच मेला. हिरवट किरमिजी रंगाची झाक असलेल्या त्या मस्तावलेल्या नराबरोबर, नाजूक कापडावर कशिदा काढल्यासारखी दिसणारी चंद्रावळ काय टिकणार? त्या नराच्या निव्वळ मान वळवण्यातसुद्धा सरदारी रुबाब होता, सामर्थ्याची गुर्मी होती. सण्ण्याचे मन नकळत अभिमानाने, हेव्याने भारले व कौतुकाने त्याने वाकडे बोट त्याच्यापुढे केले. तोच त्याने टचदिशी अणकुचीदार टोच हाडावर हाणली. किंचित कळवळून सण्ण्याने हात मागे घेतला. ''च्या! तालेवरच आहे की पाखरू,'' तो म्हणाला.

तोपर्यंत पदमजीने नराच्या पंखाचा दोरा सोडला होता व त्याचे पंख तो हाताने पंख्याप्रमाणे फरफरवीत होता. ''किती फेकी रे सण्ण्या?''

दोन? चार? – सण्ण्या विचारात पडला. त्याला चंद्रावळीच्या झेपीचा काहीच अंदाज नव्हता. ती चढेल का दोन फेकीत? कपाळाला आठ्या घालत तो म्हणाला, ''असू द्या चार.''

पदमजीने शांतपणे पुन्हा दोर गुंडाळायला सुरुवात केली. उत्सुकतेने रसरशीत भरलेल्या पोरांचे चेहरे उतरले. गंजुड्या बाबूने उपरणे जास्तच आवळून घेतले व आडवे होण्याची तो तयारी करू लागला.

''म्हणे चार! पदमजीची पाखरं दोन फेकीपुढे जात नाहीत!'' पदमजी म्हणाला.

''बराय दोन तर दोन, जाऊ दे!'' चोवीसबोट ओरडला, ''सण्ण्या, तू कसला रे पोकळ!''

चिडून सण्ण्याने मान हलवली. पोरे आता अगदी खूष झाली व देवळासमोर एक अजस्र दगडी खांब आडवा पडला होता, त्यावर बसली; पण उन्हाने खालचा दगड भाजू लागताच ती पटकन घराच्या कट्ट्यावर चढली.

सण्ण्याने चंद्रावळीला उचलून घेतले व दोरा सोडला. मध्येच एखादेदुसरे गोंदल्याप्रमाणे वाटणारे पांढरे पीस असलेले कोमल अंग त्याने प्रेमाने गालाला घासले. तिची गर्भपत्रासारखी कोवळी मान इकडून तिकडे होत होती आणि डोळे दाणेबंद व स्वच्छ गहिरे होते.

''काय होणार कुणास ठाऊक, गौरी!'' सण्ण्या पुटपुटला.

पण लगेच तो चरकला. जीभ भाजल्याप्रमाणे. गौरी? गौरीचे का नाव आले पटकन तोंडात? त्या दिवसानंतर त्याने ते नाव स्पष्ट उच्चारले नव्हते आणि आज इतक्या वर्षांनंतर गौरी कालच मेल्यानंतर ते नाव भुताप्रमाणे उभे राहते आणि मनाभोवती वेटाळा घालते! सण्ण्या घाबरा झाला. भाताच्या तट्ट्यात पांढरी पाखरे उडावीत त्याप्रमाणे भीतीचे विचार त्याच्यात उडू लागले. याच वेळी, याच क्षणी गौरीची छाया का पडली? मघा बिरादार

पाटलाचा आवाज त्याच्या घशातून उमटला, आता गौरीचे नाव ओठातून बाहेर पडले. त्याचे मन शंकाकुशंकांनी गोळा झाले व चंद्रावळीला हातात धरून तो गपकन खाली बसला. एकदा त्याला वाटले, नको हे सारे! पाच रुपये द्यावेत आणि चंद्रावळीला परत कोनाड्यात ठेवावे. सुखी, सुरक्षित आणि आपली.

पण चोवीसबोट बाळूला धीर धरवेना. त्याने चंद्रावळीला जवळजवळ कुसकरलेच. सण्याने त्याचा हात झिडकारला व तो पुढे आला. मनात म्हणाला, 'चंद्रावळे, मी तुला सोडतो आहे खरं; पण काय होणार समजत नाही. तू जा; पण परत ये. तुझ्याशिवाय माझ्या खान्याला शोभा नाही. परत ये चंद्रावळे –' त्याने गळ्यातील ताईताला स्पर्श केला व तो तयार झाला.

बरोबर साडेअकरा वाजता दोन्ही कबुतरे वर फेकली गेली. चंद्रावळ हातातून निसटताच अंगातून सळक गेल्याप्रमाणे सरळ वर चढली. त्या क्षणीसुद्धा सण्याला वाटले, आपले काळीज कापून वर फेकले. काय होणार कुणास ठाऊक? चंद्रावळीने जाताना पंख अंगाबरोबर दुमडून घेतले. फेकीचा जोर संपताच ती खाली येते की काय अशी त्याला भीती वाटली व त्याचे मन चिपट्याएवढे झाले; पण लगेच तिने तोल सावरला. एक गिर्रेबाज गिरकी घेऊन ती वर चढली. ती थोड्याच वेळात सब्जी नराच्या जोडीने तेजाने चमकू लागली. सण्याला अभिमानाने सूपभर लाह्यासारखे झाले. काहीही होवो, चंद्रावळीने लाज राखली. आणि जर – त्याच्या मनाला त्या महत्त्वाकांक्षेने पुन्हा हलकेच स्पर्श केला – जर का ती सब्जी नरापेक्षा वरचढ ठरली तर पदमजीचे नाकच कापल्यासारखे होईल. बोडक्या बाया म्हणे!

आजूबाजूला उत्कट स्तब्धता पसरली. काही वेळा गंजुड्या बाबूची जीभ बाहेर काढलेली खोकल्याची उबळ तिच्यावर केंबळ्यासारखी पडत होती. प्रत्येकाने कुणालातरी कौल लावला होता. त्यांचे विविध आयुष्य, त्या निळ्या झगझगीत पडद्यावर फिरणाऱ्या काळ्यापांढ्या ठिपक्यांत सामावले होते. कट्ट्यावरच्या सावलीत पदमजीने फेटा पसरला व अंग पसरतापसरताच तो धोंड्याला म्हणाला, "धोंड्या, आज जेवायला येत नाही म्हणून सांग घरी, जा –" आता सारे ताणलेल्या दोरीसारखे झाले. गल्लीभर रखरखीत ऊन पसरले व हालचाल कमी झाली. जीभ लांब काढून हाडे भसाभसा फुगवत असलेले एक कुत्रे आले व त्याने पाण्याच्या डबक्यात तोंड घातले. सण्याने एक दगड उचलला व त्यावर भिरकावला. त्याच्या पळण्याची रखरखीत शांततेतील एक लाट विरून गेली आणि आभाळाच्या निळ्या उग्रतेखाली गल्लीचा तुकडा धपापू लागला. वचावचा दोन घास खाण्यासाठी चोवीसबोट बाळू अनवाणीच घरी गेला. सण्या मात्र त्या ठिपक्याकडे पाहत होता. उन्हाच्या झळाळीने डोळे ताणले की खाली पाहून तो डोळे दाबी. बाजूच्या घरात माणसे बोलत असावीत त्याप्रमाणे त्याच्या आठवणींच्या कोपऱ्यात चंद्रावळ, बिरादार पाटील, गौरी या व्यक्ती बोलत होत्या. त्यांचा आवाज

त्याला सारखा डिवचत होता. दुसरीकडून चंद्रावळीविषयीच्या भीतीने त्याचे मन खिसल्यासारखे होत होते. पदमजीने मान वर करून पाहिले तो धोंड्या अद्याप तेथेच होता. ‘‘जा की रेड्या, सांग जा मी जेवत नाही म्हणून!’’ तो पुन्हा खेकसला. चेहरा वेडावाकडा करून धोंड्या उठला. त्याने बाकीच्या पोरांना खूण केली व सारी कारटी आडव्या भिंतीआड पदमजीला न दिसेल अशी बसून राहिली.

उन्हाचे वस्त्र सैल पडल्याप्रमाणे वाटून धग कमी झाली व वाऱ्याची झुळूक एकदुसरी फेरी टाकू लागली. वास्तविक सुटायची वेळ आल्यामुळे शाळेत एकच गोमगाला व्हायचा; पण सारी पोरे आत गुडचिप होती. कारण किल्ल्यांचा जुडगा घेऊन गुरुजी दारातच उभे होते. धोंड्या व त्याचे मित्र आता रस्त्यातच आले आणि सण्ण्या देखील कपाटाला टेकून उभा राहिला. पदमजी उठला व आऽऽ करत त्याने खच्चून लांब जांभई दिली आणि डोळ्यावर हाताचा आडोसा घेऊन वर पाहिले; पण चंद्रावळीचा काळापांढरा ठिपका पाहून त्याचा हात सट्दिशी खाली आला. गंजुड्या बाबूचा मात्र डोळा लागला नाही. सारखी पाठ खाजवत तो तसाच बसून होता.

‘‘सण्ण्या, देऊन टाक मला ती मादी, पाच रुपये देतो. आहे तर बघ!’’ समजावणीच्या स्वरात पदमजी म्हणाला.

पण सण्ण्याचा आनंद शब्दांपलीकडचा होता. त्याचा पसरट, ओबडधोबड, काळ्या अळूच्या पानासारखा चेहरा ओलसर झाल्यासारखा दिसत होता. आता पाच तास झाले होते व चंद्रावळीने सब्जी नराबरोबर तितक्याच जोमाने नेट धरला होता.

‘‘चंद्रावळ खाली येऊ दे, पदमजी, तिची बत्ताशानं दृष्ट काढतो,’’ डोळे उघडत सण्ण्या म्हणाला. ‘‘बघ, तिनं निंब घातला तुझ्या डोक्यात!’’

धोंड्या व त्याच्या गोतावळीचा चेहरा साफ पडला, तर आडव्या गल्लीतील पोरांनी आताच आरडाओरड सुरू केली. जेवण करून एक झोप ताणून चोवीसबोट बाळूही आला होता व घाईत त्याच्या कोटाची बटणे वरखाली झाली होती. तोच त्याच्या तोंडून एक आरोळी बाहेर पडली व सगळीकडे शब्दांचा धुरळा उडाला. सब्जी नराचा आकार आता मोठामोठा होत होता. थोड्या वेळाने त्याच्या गिरक्या इतक्या खाली आल्या की त्याच्या पोटाखालचा लालसर रंग उन्हात चमकू लागला, पायातली लाल अंगठी रक्ताच्या धाग्याप्रमाणे दिसली. शेवटी पंख आवळतआवळत, वाऱ्याच्या झोतावर तरंगत तो देवळाच्या शिखरावर उतरला व मान किंचित वाकडी करून त्याने खाली पाहिले.

पदमजीने खिशातून पाचाची नोट काढून चोवीसबोट बाळूच्या हातात खुपसली; पण त्याचे तिकडे लक्ष नव्हते. त्याचे ओठ ओरडून ओलेकिच्च झाले होते व डोळे निसटल्याप्रमाणे गरगर फिरत होते.

‘‘पदमजी, आण तुझा पटका, निशाण लावतो त्याचं. बोडक्या बाया काय? पंचाहत्तर रुपये मोजले मी टिच्चून त्या मादीकरता,’’ दंट थोपटत तो सांगत होता.

सण्याने तर टुण्णदिशी उडीच मारली आणि आपला रुमाल उंच हवेत फेकला. तो तरंगत खाली येत असता विजेच्या तारांवर पडला व धोंड्या आणि त्याच्या मित्रांनी खूप टाळ्या पिटल्या. गेला तरी बेहत्तर या अर्थाने सण्याने मांडीवर थाप मारली आणि खाली दाणे वेचत असलेल्या बुद्रुक गुबगुबीत कबुतरांत तो मोहरममध्ये वाघ नाचवतात तसा एका पायावर दणादण नाचू लागला. त्याने तोंडाने हलगीचा टिकीक गँगँग टिकीक गँगँग असा आवाज सुरू केला व पदमजीभोवती तो असा ओरडू लागला की त्याचे कान किटले. दोन पोरांनी तर गणेशचतुर्थीच्या शिळ्या फटाकड्या लावल्या. त्यांपैकी तीन फुसकुल्या झाल्या तरी एक लाजतलाजत ढमदिशी उडाली. या साऱ्या वेड्या आनंदाच्या काठावर गंजुडा बाबू गप्प बसला होता. त्याने आपली मांडही बदलली नाही; मग अंगणात येणे तर दूरच! आपणाला आणखी एक रुपया मिळणार हे त्याला माहीत होते की नाही कुणास ठाऊक! कशाविषयीही एवढा आनंद दाखवू नये माणसाने, असे त्याला वाटले. गावच्या सुखदुःखाशी संबंध नसलेल्या वेशीच्या दगडाप्रमाणे तो गप्प होता. आजूबाजूला उतू चाललेला गोंधळ त्याच्यापर्यंत येऊन त्याला ओला न करता जात होता. त्याच्या लालसर डोळ्यांत आनंदाचा कण नव्हता. विस्कटलेल्या चेहऱ्यावर सुखाचा हातही पुसला नव्हता.

तोच काहीतरी झाले. हे सारे तुटले. चोवीसबोट बाळूने कपाळावर हात मारला व वर उचललेला हात जीव गेल्याप्रमाणे मरगळून खाली पडला. पोरे देखील थोबाडीत मारल्याप्रमाणे गप्प झाली. सण्याचा मात्र धिंगाणा चालू होता. त्याला चोवीसबोट बाळूने पुढे ओढले व वर बोट दाखवले.

वर तेजस्वी, डोळे भाजणाऱ्या निळ्या रंगाचा घुमट स्वच्छ चमकत होता. एकदोन ठिकाणी म्हातारीच्या केसाप्रमाणे विरळ ढगाचे फिसकारे चिकटले होते. जणू आपल्याजवळ काहीही लपवून ठेवण्याजोगे नाही असा अबोल शब्द त्या धिम्म्या विशाल डोळ्यांत भरून राहिला होता. अगदी मध्यावर चंद्रावळ तीक्ष्ण धारेच्या गतीने फिरत होती. त्या ढगांच्या जवळ येताच क्षणभर ती त्यांच्या पापणीआड लपत असे; पण लगेच तिची चांदणी पुन्हा चमकू लागे. साऱ्या आभाळाची दृष्टी जणू त्या नाजूक टिकलीवर खिळली होती. त्या अमर्याद विस्तारात एकाकी, निर्भय, डौलाने तरंगणाऱ्या चंद्रावळीकडे पाहून सण्याला वाळलेल्या गुंजेच्या शेंगेप्रमाणे मोकळे वाटू लागले आणि त्यातून गुंजाप्रमाणे शब्द ओघळले, ''बाळू, चंद्रावळ म्हणजे रत्न आहे, रत्न! तो पदमजी –''

आणि मग त्याच्या ध्यानात आले की चोवीसबोट बाळू काहीतरी दाखवत आहे. त्याचे बाकीचे शब्द घशात घरघरले आणि चेहऱ्यावरचा आनंद आदल्या दिवशीचा असल्याप्रमाणे शिळा आंबलेला दिसू लागला. चंद्रावळीच्या भिंगरीसारख्या बिंदूभोवती खूप दूरवर तिच्यापेक्षा बराच मोठा काळा ठिपका गोल फिरू लागला होता. त्याच्या फेऱ्या अद्याप दूर होत्या; पण त्याच्या निःशब्द, निश्चल तरंगण्यात काहीतरी भीषण होते.

सुरी फेकण्यापूर्वी हातात क्षणभर स्थिर धरावी त्याप्रमाणे त्या संथ हालचालीत कोंडलेले क्रौर्य होते.

तो काळा ठिपका पाहताच सण्याचे सारे अवसान गळाले. चोवीसबोट बाळूही मुकाट झाला. त्या साऱ्या शांततेवर इतर पोचट, खाऊखराब कबुतरांच्या दुबळ्या पंखांची फडफड अगदी फरफऱ्याप्रमाणे वाटत होती. ती टचाटच जमिनीवर टोची मारीत आणि चंद्रावळीसाठी टाकलेले, चंद्रावळीला शोभून दिसणारे कुसुंब्याचे दाणे रांगोळीच्या टिकल्याप्रमाणे पुसून टाकीत. मध्येच गटाराच्या कडेला एखाद्या नराला गळा फुगवून शेपटी पिसारण्याची लहर येत असे. चोचीला चोच मिळे, क्षणाचा आनंद व पुन्हा दाणे टिपणे. त्या निर्जीव पोटभरू पाण्यावर ती वर-खाली होत आणि त्या डबक्यावर चांदणी चमकावी त्याप्रमाणे चंद्रावळीचे अद्याप निर्भय, मिजाशी उडणे –

काळ्या ठिपक्याची वर्तुळे लहान होऊ लागली. चंद्रावळीची चमकी कोठेही असली तरी त्या मध्यबिंदूभोवती ती काळी वर्तुळे फिरत. इतका वेळ शांत तलावात कमळाच्या कळीप्रमाणे दिसणाऱ्या चंद्रावळीची कुलवंत डौलदार गती आता तडकल्यासारखी झाली व तिचे अंग किलकिलल्यासारखे होऊन इकडेतिकडे बेभान भरकटू लागले. तिच्या भीतीची जाणीव खालपर्यंत येऊन पोहोचली आणि चोवीसबोट बाळू तोंड हातांत आवळून मटकन खाली बसला.

"आऽव आऽव – चंद्रा –" हात वर करून लहान मुलाप्रमाणे जीव तोडून सण्या ओरडू लागला; पण दोनतीनदा ओरडल्यावर त्याचाही आवाज निराशेने विरल्यासारखा झाला. तो ओल्या चिंधीसारखा बाहेर पडला व फार तर दिव्याच्या खांबाइतका उंच जाऊन खाली पडला. गंजुड्या बाबूने बसल्याबसल्याच भुवया वर चढवून आभाळाकडे पाहिले; पण तो हलला नाही. दोनचार पोरांना धक्का मारून पदमजी सण्याजवळ आला. ईर्ष्येचा उन्माद, विजयाची तहान, अपयशाचा मलिनपणा त्याच्या चेहऱ्यावरून धुऊन गेला होता. स्वतःचेच पाखरू गोत्यात सापडल्याप्रमाणे त्याचा चेहरा कावराबावरा झाला. त्याने सण्याचा हात धरला व म्हटले,

"सण्या, लाखांत पाखरू आहे ती मादी! घाल यांपैकी चार-पाच शिकाऱ्याच्या डोंबलावर! उडव त्या लेंढाराला! अरे चंद्रावळ हातात दे माझ्या, पंचवीस रुपये मोजतो बघ या बैठकीला."

"पंचवीस रुपये गेले मसणात!" सण्या ओरडला, "चंद्रावळ परत येऊ दे."

त्याने गबागबा दोन कबुतरे पकडली व सारी शक्ती ओढून वर फेकली; पण ती गबदुल फुगलेली पाखरे घरावर उडाली, दोन पुळचट, सैल गिरक्या घेऊन खाली आली व देवळाच्या छपरावर बसून ऊर फुटल्याप्रमाणे धापू लागली.

"थूत्तिच्या!" थुंकत पदमजी म्हणाला, "कराकरा कापून टाक कुत्र्यापुढे उकिरड्यावर!"

सण्याचा चेहरा अगदी रडकुंडीला आला. समोर चंद्रावळ आहे आणि आपणाला काहीच करता येत नाही या असहायतेने तर त्याचे मन सारखे तळमळू लागले. तो पदमजीकडे वळला व अगदी गयावया करू लागला, ''पदण्णा, तुझ्या पाया पडतो, मला तुझा एक नर दे. कोणताही दे. तो जाऊ दे. चंद्रावळ परत येईल रे या खान्यात. मी पाच रुपये मोजतो,'' नंतर उत्तराची वाट न पाहता खुळ्यासारखा चेहरा करून तो वर पाहू लागला.

पदमजीने त्याच्याकडे क्षणभर पाहिले व तो न बोलता निघून गेला. त्याने आपले एखादे कबुतर दिलेही असते. कदाचित ते बाणासारखे वर चढले असते, शिकाऱ्याचे लक्ष तिकडे जाऊन चंद्रावळ वाचली असती, राणीच्या डौलाने उतरली असती. कदाचित चंद्रावळीबरोबर तेसुद्धा मेले असते! पण आता काय उपयोग? आता फार उशीर झाला होता. शिकाऱ्याची छाया चंद्रावळीच्या रेशमी अंगावर जखमेसारखी पडली होती.

शिकाऱ्याचे पात्यासारखे पंख आता चंद्रावळीजवळ आले. त्या काळ्या भीषण पार्श्वभूमीवर तिचा काळापांढरा ठिपका क्षणभर उजळला व पाण्याने भरलेल्या डोळ्याप्रमाणे चमकला. नंतर एकदम उफाळून फुटल्याप्रमाणे पांढऱ्या पिसांचा फुलोरा फुलला व शिळ्या हाराच्या पाकळ्यांप्रमाणे ओघळून नाहीसा झाला.

आकाश आता स्वच्छ झाले होते. शिकाऱ्याची काळी छाया नाहीशी झाली आणि चंद्रावळही पुसून टाकल्याप्रमाणे दिसेनाशी झाली. इतका वेळ ताणलेली मने सैल पडली व कोलमडली. चोवीसबोट बाळूने एक विडी काढली व थरथरल्या हाताने तो ती पेटविण्याचा यत्न करू लागला. सण्याने पाण्याच्या डबड्याला ठोकर दिली. हातात सापडेल ते कबुतर घेऊन देवळाच्या छपरावर फेकून दिले. त्या गडबडीत एक लहान पोर पायात आले. त्याच्या पाठीत त्याने असा रपाटा हाणला की ते चिरडल्याप्रमाणे तळमळले. त्याने खान्याचे दार बंद करून खाना धाडदिशी खाली ढकलून दिला. त्यातून एक अंडे घरंगळले, खालच्या पायरीवर आपटताच तडकले व त्यातून पिवळापांढरा बलक चिकट तारेने बाहेर सरकू लागला. सण्या कट्ट्यावर चढला व भिंतीकडे तोंड करून गुडघ्यांत मान घालून बसला. पोरे कुजबुजत नाहीशी झाली. चोवीसबोट बाळू देखील दूर जाऊन एका घराच्या कट्ट्यावर बसला. गंजुडा बाबू हे सारे पाहत होता. त्याने पायावरचे उपरणे सोडले व जटा कराकरा नांगरल्या व सण्याजवळ येऊन कमरेवर हात ठेवून तो उभा राहिला.

काय करावे हे बाबूला समजेना. त्याचे मन एखाद्या वारुळाप्रमाणे वळवळणाऱ्या मूक शब्दांनी भरले होते. आपण हाताखांद्यावर खेळवलेल्या या पोराचे नशीब असे शेणखाऊ कसे हे त्याला समजेना. त्याला वाटले, या भाबड्या बैलाला कोणतंतरी शरीर भारून टाकणारं, मन मारणारं, एखादं धुंद व्यसन असतं तर त्याला याचा विसर पडला असता. आपण त्याला ताईत देतानाच शिकवायला पाहिजे होते, की बेट्या, कशातही

जीव गुंतवू नको! तीळतीळ मरशील फुकट. त्या चंद्रीपायी दोन दिवस जेवण सोडलं होतं त्यानं! आपण म्हटलं त्याला, "अरे, पायांत घुंगुरं बांधलेली आवा ती! ती नेहमी तळवारासारखं भटकायची," त्या वेळी सण्याने काय म्हटले होते हे त्याला आठवले. "तू आहेस गंजुडा! तुला काय समजतंय खेटर त्यात?"

ते शब्द आठवताच गंजुडा बाबूने खांदे हलवले आणि तो जाण्यासाठी वळला. आपण आहोच गंजुडा, काय समजतं त्यात आपणाला – त्याचा अर्थ आणि अनर्थ? पण समोर पाय बांधून टाकलेल्या कोंबडीप्रमाणे पडलेल्या सण्याचे दुःख मात्र त्याला समजत होते, मशालीसारखे स्पष्ट दिसत होते. पण या साऱ्या शब्दांच्या गोंधळात त्याचा पाय ठरेना. तो थोडा वेळ अस्थिर मनाने उभा राहिला. सारे विचार झाडून टाकल्याप्रमाणे त्याने हात झाडले व तो देवळाच्या गाभाऱ्यात गेला. तेथे थोड्या वेळाने मशाल विझून धुमसत राहावी त्याप्रमाणे त्याचा खोकला सुरू झाला व त्याची वाढत जाणारी जाळीदार उबळ गाभाऱ्याच्या अंधारातून जिभेसारखी बाहेर येऊ लागली.

सण्याच्या डोळ्यांत मात्र शून्यता भरून राहिली व ते नारळाच्या भोकासारखे दिसू लागले. आपण आपल्या हाताने शिकाऱ्याला चंद्रावळीचा घास घातला. त्याच हाताने आपण तिचे सावरीच्या बोंडासारखे अंग अभिमानाने, कौतुकाने कुरवाळले होते! एखादे घरटे सोडावे त्याप्रमाणे चंद्रावळ हातातून गेली; पण ती परत आली नाही – परत आली नाही. डोळ्यांसमोर पाहतापाहता ती नाहीशी झाली आणि आपण ते सारे उघड्या डोळ्यांनी पाहिले. एखाद्या जोखमारासारखे!

आणि त्या शब्दाने त्याच्या जखमा वाहू लागल्या. गौरीभोवती टाकलेले प्रेमाचे वस्त्र, जोखमार; दुधिया कबुतराप्रमाणे नाचणारे चंद्रावळीचे शिंपल्यासारखे पाय, त्यांच्या भोवतालचे घुंगूर, केवड्यासारखे तिचे अंग आणि त्यात दंश करणारा बिरादार पाटलाचा काळा बूट; चाळणीसारखा चेहरा; दोन काळ्या पंखांवर भीतीने किलकिलणारी मुठीएवढी चंद्रावळ आणि शेवटी उधळलेली तिची पिसे – हे सारे धक्का बसलेल्या आकाशदिव्यातील चित्राप्रमाणे वेड्या गोंधळाने भिरभिरू लागले. या साऱ्यांची करवतीचे दात असलेली अत्यंत विषारी काळी ज्योत झाली. तिच्या धगीने उभे केलेले चीड, अभिमान, वयाची जाणीव हे सारे बांध नाहीसे झाले आणि सण्या एखाद्या लहान मुलाप्रमाणे अनिर्बंध, निर्लज्जपणे खांदे हलवूनहलवून मोठ्याने रडू लागला.

सत्यकथा : जानेवारी १९५६

गुंतवळ

रस्त्यापासून चांगल्या सातआठ मैलांच्या अंतरावर दोन नकट्या टेकड्यांआड धुळीत पसरलेल्या कुत्र्याप्रमाणे मुदवाड खेडे पसरले होते. चारसहा झोपड्या, वसावसा ओरडणारी कुलंगी कुत्री, अशक्त हाडकुळे बैल आणि हाडांच्या गाठीवर कातडे ताणलेल्या अंगाचे शेतकरी या साऱ्यांचा तो एक गुंतवळाच होता. तेथून लांबवर, एखाद्या जुनेऱ्याप्रमाणे पसरलेल्या धुळीच्या आंधळ्या पसाऱ्यावर मध्येमध्ये लिंबाची किरटी झाडे विकल उभी होती. अशा आठदहा झाडांच्या आड मोठमोठ्या ढेकळांचा पुरळ उठलेले एक शेत उसवून पडले होते. त्याला पाठीशी घालून गवती छपराची एक बोंदरी झोपडी उभी होती व तिच्या फाटक्या वळचणीतून मळकट, चेंगट धूर बाहेर पडत होता. मुदवाडच्या जवळ चाललेल्या धरणकामाच्या जागेवरील ते सुभाष हॉटेल होते.

तेथून फर्लांग दोन फर्लांगांवर धरणाचे काम चालू होते – सावकाश पावसातून चाललेल्या रेड्याप्रमाणे, बांधकाम पूर्ण झाले म्हणजे चारपाच मैलांच्या पसाभरातील ओहोळांनी वाहून जाणारे पावसाचे आडदांड पाणी एकाच रुंद आवाजाने वाहू लागेल व सध्या नुसते खडे उकडणाऱ्या धगधगीत भूमीत नवे कोंभ फुटू लागतील. डेप्युटी इंजिनियरच्या घरी धरणाच्या मॉडेलचे चित्र लावले होते, ते फार आकर्षक होते; पण त्याला अद्याप अवकाश होता. आता ठिकठिकाणी प्रचंड घळ्या खोदून झाल्या होत्या. काही ठिकाणची जमिनीवरील टेंगळे नाहीशी झाली असून अद्याप नवखी अशी पिवळसर मऊ माती उन्हात रखरखू लागली होती. नाक फेंदारलेल्या लाल बेडकाप्रमाणे दिसणारे बुलडोझर मध्येच गुरगुरत हिंडत. दूर ड्रेजरच्या प्रचंड दातांनी उभ्या टेकड्या विस्कळीत होत. या साऱ्या कर्कश, तप्त जीवनावर, मळक्या हॅटखाली घामाने निथळत असलेले चेहरे शांत हिंडत. या ठिकठिकाणच्या नाड्यांच्या केंद्रांना जुळवण्याकरिता मातीने माखलेल्या निर्जीव चेहऱ्याने शेकडो मजुरांच्या रांगा विव्हल सर्पाप्रमाणे वरखाली सरकत. त्या रांगांना ती माणसे चिंध्या लटकल्याप्रमाणे दिसत. एका विशाल कार्यात

आपण भाग घेत आहोत याची त्यांना जाणीव नाही, त्यांच्या बधिर मनाला त्याचा स्पर्श नाही. सकाळी त्यांच्या नावापुढे पुस्तकात खूण होताच त्या लहानशा धक्क्याने त्यांच्या जीवनाला गती मिळते व ओव्हरसीयरने मान हलविली की त्यांच्या एका दिवसाला संपल्याची गाठ पडते. त्यांच्या दमलेल्या डोळ्यांत वणवणत्या उन्हाची झळ आहे, भुकेची धार आहे. टेकड्यांमागे सूर्य कलला की तितक्याच संथ निर्जीवपणे ते सुभाष हॉटेलकडे परततील, सारा दिवसभर अस्ताव्यस्त फेकलेली पोरे उचलून ते वाट चालू लागतील. उसवलेल्या वस्त्रातून एक धागा काढून टाकून द्यावा त्याप्रमाणे दिवस जातो...

दुपारी दोनच्या सुमाराला मात्र करकरत्या उन्हावर आवाजाचा ओरखडा नसतो. बुलडोझर जेथल्या तेथे स्तब्ध राहतात. हॅट्स कुठेतरी नाहीशा होतात आणि टेकड्या ओरबाडून निर्माण झालेल्या लहानलहान कोनाड्यात श्रांत निथळत्या मजुरांच्या सावल्या आंग आकसून बसतात. सरदारजी असताना अनेकदा या भयाण भूतवेळीसुद्धा ड्रेजरचे काम चालू असे. वरील टेकाडावरून खूप खाली काम करणाऱ्या ड्रेजरकडे पाहिले की तो काड्यांच्या पेटीतल्या झुरळाप्रमाणे वाटे; पण त्याने आपले विशाल लोखंडी दात उघडून हावरेपणाने, क्रौर्याने भुसभुशीत भिंतीचा लचका तोडला की वासराएवढा तुकडा इकडून तिकडे होऊन आधीच निर्जीव होऊन पडलेल्या मातीच्या ढिगात कोसळत असे. हा उन्हाचा कढ गेला की पुन्हा ते मजूर दिसत; एखाद्या प्राण्याच्या कातड्यावर माश्या बसून ते थरथरावे त्याप्रमाणे तो उजाड माळ जिवंत वाटे; पण चारच्या सुमाराला तेथे एकही कारकून किंवा ओव्हरसीयर दिसत नसे. त्या वेळी या साऱ्या पांढरपेशांची गर्दी सुभाष हॉटेलमध्ये होत असे व तेथे नवे चैतन्य दिसे.

चार वाजता तेथील टपालाची वेळ होती.

त्या सुमारास कोणीतरी एकदम चिमटल्याप्रमाणे ते झोपडे डोळे उघडून बसते व इतका वेळ मरगळून बसलेला फोनो कर्णा उभारून रेकूनरेकून दोन फिल्मी जिवांचे आंबलेले प्रेम ओकू लागतो. तेथला शिपाई अमीन एक दिवसाआड शहरातून टपाल घेऊन येत असे; पण अनेकदा अमीनला सात-सात डिग्री ताप येत असे आणि दुसऱ्या दिवशी तो आला की त्याने घेतलेल्या आंबट वासाने आजूबाजूच्या माणसांचे डोके भणभणत असे. इतर काही वेळी जीपगाडीच बिघडत असे. त्यामुळे लालभडक शर्ट घालणाऱ्या, कोणीतरी ते ओतत असल्याप्रमाणे समोरच सारे दात गोळा झालेल्या अमीनला हातात टपालाची पिशवी घेऊन येताना पाहणे हा त्यांच्या भगव्या आयुष्यातील एक उत्कट क्षण होता.

हॉटेलात टेबलाजवळ सदूभाऊ बसतो. त्याच्या अंगात काही नाही व त्यावरून सतत घामाच्या धारा ओघळतात. वरील पानांच्या छप्परातून लाल मुंग्या अंगावर पडतात. त्या मध्येच डसल्या की किंचाळून तो तेथे प्रथम चपकन थाप मारतो, नंतर तेथून त्या मुंगीचे प्रेत उचलून दोन नखांत डोळ्यांसमोर धरतो व तोंड वाकडे करून बाहेर उडवून

टाकतो. त्या झोपड्यात तो कुणा मजुरांना पाय ठेवू देत नाही. त्यांच्या अंगच्या कुबट वासाने एकदा हॉटिल भरले की खुर्च्या-टेबले त्यामुळे धुरकटून काळवंडल्यासारखी वाटत; पण इतरांपैकी कोणी पाऊल टाकताच बाजूला मान देखील न वळवता तो एक सर्वसाधारण आरोळी ठेवून देतो, "अरे पांड्या, बघ काय पाहिजे साहेबांना –"

साडेतीन-चारच्या सुमाराला देशपांडे, जोशी ओव्हरसीयर, वर्कशॉप-सुपरिंटेंडेंट कृष्णस्वामी, परांजपे, साळवी कारकून आत येतात व धुळीने भरलेल्या हॅट्स खाली टाकून दोन खुर्च्या व एक बाक यांवर अंग टाकतात. चिखलाचा गोळा धप्पदिशी खाली टाकावा त्याप्रमाणे पडलेली शरीरे मोडून हालचाल न करता स्तब्ध बसून राहतात. साळवीचा चेहरा नुकतीच काहीतरी विलक्षण बातमी ऐकल्याप्रमाणे नेहमी गोंधळल्यासारखा दिसतो. बाकी साऱ्यांशी आपण खूप बोलावे, आपण बऱ्याच ठिकाणी हिंडलो आहो, त्या साऱ्या हकिकती इतरांना सांगाव्यात, आपण बोलत असावे आणि साऱ्यांनी उतावीळ कानांनी ऐकत राहावे असे त्याला फार वाटते; पण तो तोतरा आहे. त्याचे ओठ हलताना पाहून बाकीचे त्याच्याकडे प्रथमप्रथम उत्सुकतेने पाहत; पण नंतर त्याचे ओठ तसेच वळवळत राहत आणि पहिला शब्द बाहेर पडण्यास बक्कळ एक मिनिट लागे. त्यामुळे कंटाळून बाकीचे दुसऱ्या विषयावर बोलू लागत व अगदी ओठांवर आलेली साळवीची हकिकत तशीच न बोलता गुदमरून जात असे. एखादी गोष्ट त्यालाच आपुलकीने सांगावी असा जिव्हाळा त्याच्याविषयी कुणालाच वाटत नाही. आता इतक्या दिवसांनंतर तर अंगावर एखादा न भगभगणारा डाग असावा त्याप्रमाणे त्याचे अस्तित्व त्या ठिकाणी झाले होते. उद्या जर साळवी एखाद्या घळईत मातीच्या ढिगाऱ्याखाली सापडला असता तर दोनचार दिवस त्याची जाणीवही कुणाला झाली नसती. कदाचित चिकणमातीच्या ओल्या आकृतीवर बोटे रुतवून त्या खुणा तशाच वाळू द्याव्यात त्याप्रमाणे साऱ्या बरगड्या दाखवणारे हाडकुळे कुत्रे झोपडीच्या पुढे पडून असे, ते मात्र एकदोन वेळा ओरडले असते. साळवी कधीतरी पैशाला एक मिळणारे लाकडासारखे घट्ट पिवळे बिस्किट त्या कुत्र्यापुढे फेकत असे. ऑफिसमध्ये पगार पत्रकावर सही व बाहेर त्याला पाहताच त्या कुत्र्याचे शेपटी हलवणे या दोन टोकांनी बांधलेले साळवीचे एकाकी दुःखी मन त्या भकास रखरखलेल्या माळावर एखाद्या मरत असलेल्या सरड्याप्रमाणे पडले होते. कृष्णस्वामीच्या कपड्यावर तेलाचे मोठमोठे डाग पडले आहेत व त्यावर धूळ पडल्यामुळे ते नायट्याप्रमाणे दिसतात. देशपांडेला बुटांची सवय नाही. त्यामुळे त्याच्या जळत असलेल्या बोटांवर मोठमोठे फोड उठले आहेत. तो बूट काढतो, भोके पडलेले पायमोजे सोलून बाजूला टाकतो व पाऊल उचलून त्यावर फुंकर घालतो. नंतर शर्टाची बटने मोकळी करून तो घाम पुसू लागतो.

"हुश्श! काय उकडतंय! अंग बटाट्यासारखं रटरट शिजतंय नुसतं," तो पुटपुटतो.

जोशी त्याच्याकडे अगदी चिडूनच पाहतो. या अशा निबर उद्गारांची त्याला उबग

येते. या अशा जळत्या माळाकडे पाहून अशा निर्लज्ज, भेंडाळलेल्या शब्दांखेरीज दुसऱ्यांना काही म्हणताच येत नाही की काय कुणास ठाऊक, असे त्याला वाटते. गेली दोन वर्षे भेटेल तो माणूस दररोज पन्नास वेळा 'काय उकाडा आहे!' म्हणतो आणि ते शब्द ऐकताच जोशी अंगावर घाण पडल्याप्रमाणे आकसतो. त्याचेही अंग घामाने निथळत आहे आणि शर्टसुद्धा तुकड्यातुकड्याने अंगाला चिकटला आहे. आपण सारेजण जळत्या पडद्यावरील आकृती असल्याप्रमाणे त्या उन्हाच्या विशाल पसाऱ्याला चिकटलो आहो असे त्याला वाटते व त्याच्या मनाची वेडी तगमग होते.

'म्हणे उकाडा फार होतो! बोलला गाढव!...' तो स्वतःशीच म्हणतो.

हा जोशी प्रथम आला त्या वेळी दररोज दाढी करत असे. कामावर असताना घालावयाचे कपडे निराळे आणि फिरायला जाताना सिल्क शर्ट व पनामा विजार असा त्याचा पोषाख असे; पण आल्यानंतर दुसऱ्याच आठवड्यात भोवतालच्या वणवण आयुष्याची बुरशी त्याच्यावर चढली. आजूबाजूला पसरलेला बोडका माळ आणि अर्ध्या तासात अंगावर बोटभर चढणारी धूळ पाहून त्याचे मन आटल्यासारखे झाले. आता एकच पँट तो निगरगट्टपणे पंधरा-पंधरा दिवस वापरतो. पण रात्री मात्र त्या भयाण माळावर त्याला अगदी एकाकी वाटते. आपण अशा परक्या तिरसट मुलुखात येऊन फसलो, ही जाणीव एकदम अनावर होते व निवळ भाबड्या, असहाय, कोंडून राहिलेल्या चिडीमुळे त्याचे मन रडकुंडीला येते. त्याला बी.ए. व्हायचे होते. एका छोट्या शहरात मास्तर व्हावे; तुळशीला स्तब्धपणे शालीन मंजिऱ्या याव्या तसे आयुष्य घालवावे असे त्याला वाटे. नवीन पिढी तयार करावी, समाजाला आकार आणावा वगैरे काही नाही! नवीन पिढी गेली खड्ड्यात! खूपशी पुस्तके वाचता येतात, आपल्या आवडत्या विषयावर कुणाशीतरी बोलता येते म्हणून ते त्याचे स्वप्न; पण दुप्पट पगारावर त्याच्या वाट्याला हे भयाण आंधळे आयुष्य आले; हे दैत्यांप्रमाणे निर्बुद्ध वाटणारे मित्र भोवती जमले.

"पांड्या, पाणी आण की!" देशपांडे खच्चून मोठ्याने ओरडतो. पांड्याला ते ऐकू जाते व तो पाणी आणायला आत वळतोही; पण सदूभाऊला आपल्या मालकपणाचा विसर पडत नाही. बसल्याबसल्याच तो खेकसतो, "पांड्या, अरे पाणी दे त्यांना!"

थोड्या वेळाने पांड्या कोमट झालेल्या पाण्याचा एक लठ्ठ तांब्या आणून टेबलावर ठेवतो व तेथेच नखे चावत उभा राहतो. पांड्याचे बावळट तोंड नेहमी किंचित उघडे असते. नासक्या, पाणचट दुधासारख्या चेहऱ्याला रुंद शिंपल्याप्रमाणे कान ताठ चिकटलेले. प्रमाणापेक्षा जास्त लांब, सैल हातापायांचे हे गैदी पोर तेथे काम करणाऱ्या प्रत्येकाच्या ओळखीचे होते. त्याला कपडे सदूभाऊकडून मिळत. आता त्याच्या अंगातील सदरा नवीनच होता; पण तो मळून तकतकीत घाणेरडा झाला होता. त्याला नवा सदरा दिला त्या दिवशी सदूभाऊने नगारा वाजवायचा तेवढाच शिल्लक ठेवला होता. "आज पांड्याला नवा सदरा दिला," संभावितपणे सदूभाऊ प्रत्येकाला सांगू लागला,

''म्हटलं, आईवेगळं पोर, आम्हांला आमच्या पोरासारखंच की! अहो, इतक्या आतड्यानं आम्ही त्याला वागवतो, तरी लोक बोंबलतातच माझ्या नावानं!'' ऐकणारा निमूटपणे मान हलवत असे. कारण सदूभाऊचे आतडे बाहेर दांडीवर वाळत घातल्याप्रमाणे सगळ्यांना माहीत आहे.

त्या दिवशी त्याने पांड्याला उगाचच चारपाच मैलांतील साऱ्या झोपड्यांत हिंडवून आणले आणि रात्री चहा पिताना पांड्याने ओट्यावर पैशाएवढा चहा सांडला त्या वेळी त्याने पाच बोटे ऐसपैस पसरून असा रगेल रपाटा पाठीत हाणला की पांड्याच्या पाठीवर दोन दिवस अगदी पाची बोटे अगदी मोजून घ्यावीत.

एखाद्या झुडपाला कोळ्याची पांढरी जाळी चिकटावीत त्याप्रमाणे दिसणाऱ्या पश्चिम डोंगरउतरणीवरील एका खेड्यात पांड्याच्या बापाचे एक छोटे दुकान होते. ते कोणीतरी आकसाने जाळून टाकले, तेव्हा हलाखीची स्थिती सुधारेपर्यंत चारपाच महिने त्याने पांड्याला सदूभाऊपाशी ठेवले होते. गावाबाहेर पडण्याची पांड्याची ही पहिलीच खेप. त्यामुळे गावचा मारुती ओलांडीपर्यंत त्याचे डोळे सारखे गळत होते. पण मारुतीच्या कट्ट्यावर मात्र त्याने अंगच टाकले. मग त्याच्या बापाने त्याच्या पाठीवरून हात फिरवला (उभ्या नांगरासारख्या धिप्पाड शरीराच्या बापाचे हात मात्र लोण्यासारखे होते, सारख्या बिड्या ओढून पिवळसर झालेले.) आणि पांड्याला त्याने समजावून सांगितले, ''अरे, तुला दोनतीन महिन्यांत आणतोच की परत! तुला काय टाकून देतो? चारपाच तारखेला पैसे पाठवतो, मग ये की कारट्या परत!...''

त्या गोष्टीला पाच महिने झाले. रात्री झोपडीत सामसूम होऊन निंबाच्या पानांचा पंखा झरझरू लागला की धगधगणाऱ्या कुंद अंधारात पांड्याचे डोळे गपकन उघडत. त्याला खेड्यातले मातीने सारवलेले घर, अनिर्बंध बोकडासारखे भटकणे आणि आजीचा भाबडा अघळपघळ स्वभाव ही सारी आठवत. नवा महिना सुरू झाला की त्याच्या मनाचा पाय जमिनीवर ठरत नसे. दोन सदरे आणि चड्ड्या यांची गुंडाळी करून तो अगदी हाताशी ठेवी. अमीनच्या येण्याची वाट पाहत असता कामात गोंधळ होत असे. दोनचार कपांचे टवके उडत. सदूभाऊ, तो रुक्ष वैराण माळ आणि एखाद्या गाठीप्रमाणे ठसठसणारे झोपडीतील जीवन यापासून एकदा आपण निसटणार याचा आनंद त्याच्या नेभळट फिक्कट हातापायांवरून दोनचार दिवस निथळत असे. पण त्या दिवसानंतर त्याचे मन पुन्हा निबर बने, डोळे वाळलेल्या भोकरासारखे दिसत आणि तोंड सतत उघडे असल्यामुळे ओल्या मातीच्या गोळ्याला तडा गेल्याप्रमाणे दिसे. दोन महिन्यांपूर्वी त्याला एक कार्ड आले होते. ''आणखी महिनाभराने तुला घेऊन जातो. आई आजारी आहे,'' एवढाच मजकूर त्यात होता. त्यानंतर घराकडून एका शब्दाची माशीसुद्धा उडून त्याच्याकडे आली नव्हती.

पांड्याने पाण्याचा तांब्या आणून ठेवताच देशपांडे बदाबदा ग्लासात पाणी ओततो,

तेव्हा बचकभर पाणी डचमळून त्याच्या विजारीवर सांडते व थोडे पावलावर पडते. तो खाली वाकून पाहतो. पसरत जाणारा तो ओलावा तापलेल्या अंगावर त्याला फार सुखाचा वाटतो व आणखी थोडे पाणी तो मुद्दामच पावलांवर शिंपडतो. ग्लास उचलून तो घटाघटा पाणी पितो. पाणी पिताना त्याच्या उंच बारीक गळ्याची गाठ बुडबुड्यासारखी वरखाली होते. ते पाहून तेलकट, ठोके घातलेल्या पाट्यासारख्या चेहऱ्याचा कृष्णस्वामी एकदम खिदळू लागतो. त्याचे हसणे इतके अनावर होते की किंचित खाली वाकून तो मांडीवर थाप मारतो, बाजूला बसलेल्या जोशीला कोपरखळी ढोसून, हसण्याने मेंगळट निर्जीव झालेले बोट देशपांडेकडे दाखवतो व पुन्हा कापसाचे बोंड फुटल्याप्रमाणे हसू लागतो.

"काय रे माकडा, काय झालं दात दाखवायला?" चिडून देशपांडे विचारतो.

कृष्णस्वामी काही बोलत नाही. उष्टे तोंड पुसावे त्याप्रमाणे मनगटाने तोंड पुसतो. समोर बसलेल्या माश्यांवरून झर्रदिशी तो उघडा हात फिरवतो व पटकन मूठ मिटतो. मुठीत दोन बोटांत चेंगरलेली एक माशी आहे. काळसर, ओल्या समाधानाने तो ती खाली टाकतो व देशपांडेकडे हळूच पाहून मोठ्या कष्टाने हसू दाबतो. पांड्या आपले रुंदाड, जूनचरबट पवळ्यासारखे हात हलवत बाजूसच उभा आहे. डोक्यावरील आवळ टोपी उगाचच गोल फिरवून कपाळावर पडलेल्या कचाची भगभग तो कमी करतो. कृष्णस्वामी का हसला हे त्याला माहीत नाही; पण तो देखील अंग घुसळून हसू लागतो. देशपांडे त्याच्याकडे मोठ्या कवडीसारख्या डोळ्यांनी रोखून पाहतो.

"च्यायचं मॅडच आहे कारटं! –" तो खेकसतो. पांड्याच्या चेहऱ्यावरील बावळट निरुपद्रवी आनंद एकदम फुंकून टाकल्याप्रमाणे नाहीसा होतो व त्याचा चेहरा काकुळतो. आकसल्या चेहऱ्याने तो तेथून सटकतो व आतल्या बाजूला उभा राहतो.

आत काळवंडलेल्या स्वयंपाकघरात एका बसकुऱ्यावर सदूभाऊची बायकोच म्हणता येईल अशी राधाकाकू भजी तळते. तिला सारेजण कोकणी म्हणत. आपले विशाल बूड रोवून ती एकदा कढईसमोर बसली की भज्यांचे सहासात घाणे होईपर्यंत हलत नसे. पिवळ्या फिकट पिठाळ भज्यांचा तिच्याभोवती ढीग पडे व त्यांच्या तेलकट वासाने दाट कोंदलेली झळ त्या झोपडीत मावेनाशी होत असे. चेहऱ्यावर घामाचे थेंब व त्यावर हलकेच मुलाम्याप्रमाणे पसरलेला जाळाचा लालसरपणा. संध्याकाळी काम संपवून मजूर घरी चालले की त्यांना पत्रावळीच्या तुकड्यावर चारचार भजी देताना पांड्याची तारांबळ उडते. भजी खाली धुळीत पडतात. धूळ फू फू करून झाडून मजूर ती भजी खातातही; पण पांड्याचा उद्धार करीत. मिरची-भज्यांतील मिरचीचा तिखटपणा थोडा जरी कमी झाला तरी पांड्याला चारसहा रसरशीत शिव्या मिळत. पत्र्यावर धातूचे तुकडे ओतावेत त्याप्रमाणे शब्दांच्या कलकलाटाने अद्यापही झळकणाऱ्या उष्णतेवर ओरखडे उठतात. पांड्याला ती भाषा समजत नाही आणि त्याला शिव्यांचेही काही वाटत

नाही. तो चिवटपणे हसतो. काही वेळा हसतच स्वतः एक शिवी ठेवून देतो. अगदी हळूच कुणाला ऐकू जाणार नाही अशी; पण अगदी बोचरी आणि जातिवंत. एरवी गोठल्याप्रमाणे संवेदनाहीन वाटणाऱ्या मजुरांच्या कठोर काळ्या चेहऱ्यावर राग दिसतो, हसण्याच्या चिरा फुटतात, वात्सल्याचा ओलसरपणा पाझरतो; पण हे सारे अर्धा तासभरच; नंतर पुन्हा मनाची मुटकुळी बांधली जाते. पाहतापाहता पोरांना कडेवर आदळून बायका आपापल्या झोपड्यांकडे निघून जातात. पुरुषांच्या पाठीवर फावडीकुदळी. मागे चुरगळलेले पत्रावळीचे तुकडे, विड्यांची थोटके, भज्यांच्या तुकड्यांसाठी होणारी कावळ्यांची कर्कश फडफड. अंधार जमू लागला की त्यांच्या आकृती काळ्या गोठतात. शांत, स्तब्ध, सोशिक. भविष्याची भीती नाही, भूतकालाचे दुःख नाही. दिवसापाठोपाठ दिवस विशाल अदृश्य हातातून हे वाळूचे कण सारखे संथपणे ओघळत राहतात.

त्या भज्यांना इतर कोणी शिवत नसे; पण कोणीही आले तर पांड्या मोठ्या उत्सुकतेने, ''साहेब, भजी देऊ गरमगरम?'' विचारत असे. त्या प्रश्नाने कोकणीच्या चेहऱ्यावर क्षणभर उत्सुकता दिसे; पण त्यावर कुणी ''खड्ड्यात घाल तुझी भजी आणि तूही जा तिथंच –'' म्हटले की निर्ढावलेला पांड्या पचकन दात दाखवी. पण कोकणीला मात्र राग येई व इतक्या श्रमाने ढीग पाडलेल्या भज्यांकडे ती असहायपणे पाही. तिचा खरोखरी काही दोष नाही. तिला भज्यांखेरीज काही येत नाही. ती आपल्याशीच एक शिवी पुटपुटते व आपले काम चालू ठेवते. आपल्याशीच पुटपुटते हे एका दृष्टीने बरेच आहे. कारण शिव्यांच्या देवाणघेवाणीचाच जर प्रश्न असता तर अख्ख्या मुदवाडात कोणी तिच्या वाऱ्याला ठरला नसता. कोणत्याही आगाऊ तयारीशिवाय तिच्या जिभेवर फुललेल्या शिव्या ऐकून एखादे हट्टी खेचरही मागच्या पायात लंगडू लागले असते!

तिला पांड्याविषयी वाटणाऱ्या प्रेमातही असेच काहीतरी मनमोकळे, ओबडधोबड, भळभळीत होते. रात्री जेवायला तिने त्याच्यापुढे प्रेमळपणे ताट ठेवले नाही आणि ते आदळताना सढळ हाताने वाढलेला भात खाली सांडला नाही असे कधी झाले नाही. भाकरीबरोबर खाण्यासाठी तुपात कालवून घातलेला गूळ तर तांब्याएवढा असायचा. दिवसभराच्या कामाने मरगळलेले ते पोर पेंगल्या डोळ्यांनी भात चिवडू लागले की – 'खा की म्हारा! असं काय तोंड झालंय! काय तुझा बापबीप उलथलाय की काय!', 'काय गोमटं दिसतंय बघा रूप आजारी भटासारखं! प्लेगचं कोंबडंसुद्धा जास्त खातंय!' अशी वाक्ये जिभेने सहज अंग झाडल्याप्रमाणे बाहेर पडत.

सदूभाऊने फोनो सुरू केला आहे. पाचसहा वर्षांपूर्वी मृत झालेल्या गाण्यांचे अवशेष वर्तुळे फिरून जिवंत होतात. काहीमधून अद्यापही सुईच्या स्पर्शाने जुन्या जखमांतील कळ जागी होते. कोवळ्या पालवीची हुरहुर लागते, लालसा तापते. बाकीच्यांत संवेदना मेली आहे, कातडे जाड झाले आहे. सुई बोचते; पण आत काही जाणवत नाही. पण बहुतेकांत

भावनांच्या मलिन चिंध्या फडफडतात. जखमेवर बांधलेल्या, डोळे पुसलेल्या. टेबलावर माश्या घोंगावतात. जाड केसाळ कातड्याप्रमाणे बाहेर उग्र, नागड्या पसरलेल्या उन्हाची झळ इकडून तिकडे सुस्तपणे फिरते व तिच्यावर निंबोण्या निःशब्द गळतात.

कोणी बोलत नाही. केसांतून हात फिरवीत साळवी विमनस्कपणे भज्यांकडे पाहतो. देशपांडे मळक्या ओल्या हातरुमालाने तोंड पुसतो. पांड्या कोपऱ्यात उभा आहे. दूर ड्रेजरचा भुंगा घोंगावल्यासारखा आवाज येतो.

या कशाकडेच जोशीचे लक्ष नाही. खुर्चीच्या पाठीवर हात टाकून विसरभोळ्या डोळ्यांनी तो बाहेर पाहतो, त्याची दृष्टी झोपलेल्या बैलाला हळूच डिवचावे त्याप्रमाणे बाहेरच्या उन्हाला डिवचते. त्याचे मन अबोल होऊन एकाकी बसले आहे. हताश, गोंधळलेले. हा साळवी, देशपांडे, शेकडो मजूर, पसरलेले गर्विष्ट ऊन, ते ऊन चराचरा कापत येणारे एखाद्या भुकेल्या पोराचे रडणे, डोळ्यांसमोर पाहतापाहता उन्हात भुसभुशीत होणारा मातीचा ढेकळा, ओल्या उच्छ्वासाची निंबाची झाडे, दगड पालथा करताच त्याखालून धडपडत इतस्ततः पसरणारे रंगीबेरंगी किडे – ही सारी आपण एकत्र कशाला आलो? आपला त्यांचा काय संबंध आहे? आपण सारी एका विशाल अज्ञात आकृतीतील रांगोळीचे ठिपके असूही. आकृती? की नुसती हजार तोंडाच्या अजस्र बुळबुळीत गांडुळाप्रमाणे वळवळणारी वेडी अर्थहीन गिचमीड? वाऱ्याने निरनिराळ्या धाग्यांचा पुंजका एकत्र गोळा व्हावा, त्या गुंतवळीतून एक धागा बाहेर जातो, दुसरा येतो, त्याखेरीज संबंध नाही, दोन धाग्यांत आतड्याची ओढ नाही – ओढ नाही... जोशीच्या एकाकी स्वभावात आज आठवणीची चलबिचल होत आहे. कवड्या खुळखुळून टाकाव्यात त्याप्रमाणे तो त्याच त्या आठवणींचे दान शोधतो. त्यांच्याकडे तो ओल्या हुरहुरीच्या विरल पडद्यांतून पाहतो. तो अगदी लहान असताना वारलेल्या आईची आठवण आज त्याच्या जड मनाच्या सांदरीत उमलली आहे. काही वेळा कॉलेजमध्ये फक्त एकच टर्म आलेली कुमुद गुप्ते त्याला आठवते. नाजूक लिलीसारखा सुबक उभार, काळ्या फुलपाखराच्या पंखाप्रमाणे मखमली मदालस डोळे, तिचे हसणे डोळ्यात उगवे व मावळे. जोशी कधी एक शब्दही तिच्याशी बोलला नाही. एका टर्मनंतर ती निघून गेली; पण एखादे भरजरी वस्त्र काट्यावर अडकून जरीचा एक धागा राहावा व वस्त्र पुन्हा उडून जावे त्याप्रमाणे तिची आठवण त्याच्या मनात राहिली. मन पोकळ झाले, निराशेची पोकळी फिरू लागली की तिचा चेहरा त्याला आठवतो. तिच्यापासून त्याची काहीही अपेक्षा नव्हती; पण तिची आठवण झाली की त्याच्या आनंदाला गहिरेपणा येतो, दुःखावर मार्दवाची झिलई चढते. आज तर त्याचे मन जास्तच दडपल्यासारखे झाले आहे. अगदी दिवसात असलेल्या एकुलत्या बहिणीकडून त्याला महिनाभर पत्र आले नव्हते. हे बाळंतपण अतिशय धोक्याचे आहे असे डॉक्टरने त्याला आधीच कळवले होते. आज सकाळपासून त्यांच्या डोळ्यांपुढे बहिणीचा अशक्त प्रेमळ चेहरा सारखा

दिसत आहे. ठिबकणारा प्रत्येक क्षण हुरहुरीने अगदी पिंजून येतो. आज तरी पत्र येईल का? ती सुखरूप सुटली असेल की... की...

जोशी एकदम दचकतो. त्याच्या पायाला मऊ ओलसर काहीतरी लागते. त्या झोपडीत पडून असलेले कुत्रे त्याच्या पायाजवळ पडलेला चकलीचा तुकडा घ्यायला जवळ आले आहे.

''च्यायला!'' म्हणत जोशी बुटाच्या टोकानेच लाथ मारतो, ती खटदिशी एका हाडावर बसते व किंवकिंवत ते कुत्रे दोन पावले मागे सरकते. पण त्याचे ते केविलवाणे डोळे पाहून तो शरमतो व टेबलावरची आपली प्लेट कुत्र्यापुढे मोकळी करतो; पण त्याच्या मनाला लागलेली चिकट जळमटे काही नाहीशी होत नाहीत व ते शरमिंदे होऊन किड्याप्रमाणे अंग आखडून बसते.

''छे! हे टपाल केव्हा येणार कुणास ठाऊक!'' तो चिडून म्हणतो.

बाहेर झाडाखाली सावलीत काळीकाळी, चिंध्यांत गुंडाळलेली अनेक पोरे ठेवलेली आहेत. निंबाची पाने हलतात व निंबोण्याचे पिवळे ठिपके गळतात. मध्येच एखाद्या पोराचा रडण्याचा आवाज येतो व हलकेच विरून जातो. एखाददुसरा कावळा किंचित खाली वाकून अगदी अंगातून, खोल, कर्कश आवाज काढतो व त्या स्वरांच्या कर्कश दातांमुळे, तंग झालेले ऊन टरकल्यासारखे होते.

इतक्यात कृष्णस्वामीची नजर बाहेर जाते, तो चटकन सरळ बसतो. देशपांडेही आश्चर्याने बाहेर पाहतो. मग साळवी, परांजपेसुद्धा बाहेर पाहू लागतात. तेथून फर्लांग-दीड फर्लांगावर डेप्युटी इंजिनियर आठवले यांचे क्वार्टर्स आहेत, तेथे आठवलेंची बायको बाहेर आली आहे. इतका वेळ निपचित पडलेली त्यांची मने पाठ बाकदार करून हावऱ्या, आसुसलेल्या डोळ्यांनी तिच्याकडे पाहतात. वास्तविक तिच्यात काहीच आकर्षण नाही. ती ठेंगणी असून गबाळी आहे. गोबरेला पापडगालाचा चेहरा व पाणचट दुधाच्या सायीप्रमाणे वाटणारा मळका, निस्तेज, चित्पावनी वर्ण. शिवाय तिला उजवा हात कराकरा सारखा खाजवण्याची सवय आहे आणि नखाचे ओरखडे अनेक वेळा तसेच कोपरावर दिसतात; पण अनेक वेळा नुसतीच काचोळी घालून पदराने वारा घेत ती खिडकीत उभी असे किंवा अंगणात कॉटवर पडलेली दिसे. निव्वळ स्त्रीदेहाचे आकर्षण कुणालाच नव्हते; घट्ट मळलेल्या मासाच्या मजूर स्त्रिया डोक्यावर वाळूच्या टोपल्या घेऊन चालल्या की त्यांच्या बाणासारख्या ताठलेल्या शरीरातील उभार आणि वळसे साऱ्यांनाच परिचित होते; पण आठवलेच्या बायकोच्या हालचालीत नखरा होता, आपण काय करतो याची धूर्त जाणीव होती. तिच्यामुळे शरीर तापल्यासारखे वाटे. आठवलेच्या दारात पातळाचा रंग दिसला, की मन वस्सदिशी उठे व त्याच्या तोंडून भुकेची, आसक्तीची लाळ गळू लागे.

आठवलेची बायको दोरीवरचे कपडे गोळा करते व आत निघून जाते. इतका वेळ

टांगलेली मने सैल होतात. कृष्णस्वामी मानेवरचा घाम पुसतो व हातातील सिगारेटकडे पाहतो. ती ओली आणि निर्जीव झाली आहे. तो शेवटचा एक झुरका घेतो व विटक्या चेहऱ्याने थोटूक बाहेर उडवतो. देशपांडे शर्टची बटने काढतो, त्याच्या स्थूल देहावरून घामाच्या रेषा ओघळतात. जोशी खुर्चीच्या पाठीवर हनुवटी टेकतो व टेबलाच्या कडेवर बोट आपटत मनातच घुमणाऱ्या कोणत्यातरी गाण्याचा ताल धरतो व सगळ्यांच्या मनावर मूकतेचे झाकण पडते.

''गुड इव्हिनिंग जंटलमेन –'' कोणीतरी दारातूनच फुटक्या आवाजात म्हणते.

कोणी त्याच्याकडे पाहत नाही. तो डिसोझा आहे हे सगळ्यांनाच न पाहता माहीत आहे. सदूभाऊच्या कपाळावर एक आठी चढते व तो स्वतःशीच काही पुटपुटतो. सारे ऐसपैस बसले आहेत; पण कोणी जरासुद्धा सरकून डिसोझाला जागा देत नाही. डिसोझा टेबलाच्या कडेला टेकून उभा राहतो व जुन्या घरट्यासारखी दिसणारी हॅट जमिनीवर टाकतो. तिच्यातून धुळीचा एक फवाराच निघतो.

डोळ्यांची चिपाडे झालेला त्याचा चेहरा जुन्या बुटाप्रमाणे सुरकुतला आहे. खाकी रंगाची त्याची पँट गुडघ्यावर गोल झाली आहे व खाली तिची सुते लोंबताहेत. युद्धकालात तो कोणत्यातरी ऑफिसात कारकून होता; पण दहा रुपये लाच घेताना सापडल्यामुळे त्याला काढून टाकण्यात आले. तेव्हापासून तो खेड्यापाड्यांत कोंबडीची अंडी गोळा करून त्यांचा व्यापार करीत असे. पण ते थोडेच दिवस टिकले. एखादे वस्त्र विरत जावे, त्याप्रमाणे त्याचे आयुष्यच विरत गेले. आज त्याचा व्यापारबिपार काही नाही. कोणाकडेतरी लाचार होऊन दोन घास मिळवावे हेच त्याचे आयुष्य. एखाद्या डबक्यात पडलेल्या किडक्या ओंडक्याप्रमाणे त्याचे जीवन त्या मोकाट पसरलेल्या माळावर वर-खाली होत होते.

पण हा म्हातारा मोठा गमती आहे. कोकणीच्या विशाल देहाचा उल्लेख तिच्यासमोरच करण्याचे धाडस फक्त त्यालाच क्षम्य होते. आठवले बायकोशी बोलताना कसा बारीक पिपाणीसारखा आवाज काढतो, कृष्णस्वामी 'बॉस'शी बोलताना कसा चिकट होतो, या साऱ्या ठेवणीतल्या नकला त्याला पाठ होत्या. आज आल्यावर अंगातील घाणेरडा कोट काढून तो हॅटवर टाकतो व मानेवरून हात फिरवत घाम झटकतो. नंतर तो जणू त्याच कामासाठी मुद्दाम आल्याप्रमाणे चटकन उठतो व वेंधळा उभा असलेल्या पांड्याचे हात धरतो. नंतर काटकोनासारखे अंग वाकवून नाचू लागतो. तोंडाने 'हाय गो, नाय गो'... कसलेतरी कोकणी गाणे चमत्कारिक फुटक्या आवाजात चालू आहे. त्या दोघांच्या झिंगल्यासारख्या घिरट्या टेबल-खुर्च्यांमधून अशा वेडेपणाने फिरू लागल्या, की कपाटाजवळ डोळे पिचपिचत पडलेले कुत्रे चटदिशी उठून बाहेर जाते. त्यांच्या धक्क्याने टेबलावरचा तांब्या लवंडतो व पाणी खाली ओतू लागते. अखेर ते दोघे भिरभिरत कोपऱ्यातील खोक्यावर आदळतात. पांड्या तेथेच अस्ताव्यस्त पडून

खिंकाळतो. डिसोझा धापा टाकत परत येतो व सदूभाऊच्या टेबलावर बसतो.

"भाव, आम्हांला एक चाय द्या की –" फुटके वेडेवाकडे दात दाखवत तो केविलवाण्या आवाजात म्हणतो.

सदूभाऊ खुर्चीतच बैठक बदलतो व चुटकी वाजवून भेदरलेल्या कुत्र्यास आत बोलावतो; पण ते उंबऱ्यापर्यंतच येते. सदूभाऊ पांड्याकडे नजर टाकतो व एक शिवी हासडतो. "पांड्या, घाल बाबा त्याच्या बोडक्यावर एक परटंभर चहा!" जांभई देतदेत तो म्हणतो.

डिसोझा समाधानाचा सुस्कारा सोडतो व टेबलावरच ऐसपैस बैठक मारतो आणि एखाद्या कोंबड्याने डोळ्यांवर कातडे पसरून मग बाजूला करावे त्याप्रमाणे साऱ्यांकडे पाहत तो डोळा मिचकावतो. ते पाहून साऱ्यांना हसू कोसळते. आढ्याकडे पाहून भलामोठा आ करत कृष्णस्वामी देशपांडेच्या पाठीवर थाप मारतो; पण त्याचे हसणे अर्ध्यावरच मरते. एखादी अळी उचलून टाकत असता ती टचदिशी चिरडून बोटे चिकट व्हावी आणि मन मलिन व्हावे तसे त्याला वाटते. त्याला शरमल्यासारखे वाटते. त्याचा गळा चोंदल्यासारखा होतो व डिसोझाविषयी एकदम त्याला चिकट, ओलसर अशी अनुकंपा वाटू लागून त्याचे मन तिने लडबडून जाते. देशपांडे शेवेची प्लेट पुढे घेतो व वेळ काढण्यासाठी एकएक काडी तो तोंडात टाकू लागतो; पण थोड्या वेळाने त्या मऊ बेचव पिठाचा त्यास एकदम कंटाळा येतो.

"पांड्या, हे शेव आहे की तुझ्या बापाची दाढी आहे?" देशपांडे ओरडतो, "चल उचल हे आणि ब्रेड घेऊन ये," पांड्या पुढे येतो. त्याचा चेहरा अजूनही लाल तेलकट दिसतो व त्या वेड्या हसण्याचे काही तुकडे त्याच्या चेहऱ्यावर अद्याप आहेत.

"आता ब्रेड कुठला साहेब, चकली घ्या –" खिंकाळतच तो म्हणतो, "सरदारजी गेले आणि ब्रेडही गेला!"

देशपांडे एकदम वरमतो व शेव बाजूला करतो. सरदारजीच्या उल्लेखाने सारेजण अस्वस्थ होतात. त्या एकदम मुकाट झालेल्या झोपडीत निंबाची हालचाल, ड्रेजरचा आवाज फार मोठे वाटतात. डिसोझाला एक चावट गोष्ट आठवली आहे; पण ती सांगण्याचा मोह तो आवरतो. जोशी एकदम उठतो व खिडकीपाशी जाऊन उभा राहतो. साऱ्या झोपडीवर एखाद्या काळ्या विशाल पक्ष्याची अशुभ छाया पडल्यासारखी होते.

सरदारजी हा शीख ड्रेजरवर काम करीत असे. त्याचा सहा फूट धिप्पाड देह दुपारपासून संध्याकाळपर्यंत घामाने निथळत असता एखाद्या शिलाकृतीप्रमाणे स्तब्ध व भीतिदायक वाटे. सरदारजी कधी कुणाशी फारसे बोलत नसत. त्यांनी पांड्याला एकदा वहाणा घेऊन दिल्या. मधल्या सुट्टीत सरदारजी समोर येऊन बसले व त्यांनी बंधनी हातरुमालाने आपली केसाळ छाती पुसली, की पांड्या एक मोठा ब्रेड व पाण्याचा तांब्या त्यांच्या पुढ्यात ठेवत असे. तेवढा तुकडा खाली उतरवला की तो बंधनी हातरुमाल

दाढीवरून डोक्यावर बांधत सरदारजी पुन्हा ड्रेजरवर तयार असत. त्यांचे काम अशा वेड्या, राक्षसी नियमितपणे चालत असे, की पुढील विक्राळ दाताच्या जबड्याप्रमाणे सरदारजीही त्या यंत्राचाच एक भाग आहे काय असे वाटे.

पंजाबात सरदारजी एका अत्यंत श्रीमंतघराचे मुख्य होते. शिवाय त्यांचे मोटारीच्या सुट्या भागांचे एक प्रचंड दुकान होते. पण फाळणीच्या उत्पातात त्यांचे घराणे मातीमोल होऊन नामशेष झाले. त्यांचे हातपाय बांधून त्यांच्या डोळ्यांसमोर घरातील एकोणीस जणांना गोळ्या घालण्यात आल्या; पण त्यांच्या डोळ्यांपुढे धगधगले ते दृश्य निराळेच होते. त्यांची धाकटी मुलगी कुशवंती म्हणजे साऱ्या घरातील डाळिंबाची कळी होती. त्या श्रीमंती ऐषआरामी घरात खुद्द सरदारजींच्या रेशमी कपड्यांपेक्षा तिच्या पायातील सपाता जास्त मूल्यवान असत. तिच्या चेहऱ्यावर सूर्याचे किरण चिक्कनच्या पडद्याखेरीज कधी पडले नाहीत. वाळ्याच्या कोमल गंधाखेरीज वारा कधी तिच्या शुभ्र उरोजाला लागला नाही. पण सरदारजींच्या डोळ्यांसमोर त्यांनी ज्यावर निरतिशय प्रेम केले, ते सारे उद्‌ध्वस्त, भग्न, मलिन झाले. ते पाहताना त्यांचा डोळा देखील ओलावला नाही, इतके त्यांचे मन बधिर झाले होते. जेथे पाऊल टाकताना नबाबांना आनंद व्हावा, तेथे कल्हईवाल्यांनी पथाऱ्या पसरल्या, राजशाही पलंगांना बकऱ्याशेळ्या बांधल्या गेल्या आणि वणव्यानंतर जळून काळवंडलेली घरे आणि मने पाठीमागे आर्त तळमळली.

एकट्या सरदारजींना मात्र मुद्दामच सोडले. ते बधिर, मेलेल्या मनाने खाली सरकतसरकत मुदवाडला आले होते. ते कधी कोणाशी सलगीने वागत नसत. एखादे भूत कोंबडा आरवल्यावरही चुकून या जगात राहावे त्याप्रमाणे ते चालत्या-बोलत्या जगात वावरत. आजूबाजूच्या माणसांच्या विनोदातील आनंद त्यांना समजत नसे, त्यांची दुःखे त्यांना क्षुद्र वाटत. जे पाहू नये ते पाहिल्यामुळे शापित झालेल्या मानवाप्रमाणे त्यांचे जळके मन एखाद्या गिधाडाप्रमाणे त्या माळावर बसले होते व त्याच्या शरीरातून एकेक दिवसाचे पीस गळून पडत होते. क्रूर जबड्याचा ड्रेजरचा दांडा त्या जळत्या उन्हाच्या तबकडीवर गोलाकार फिरत असे आणि संध्याकाळी काम संपल्यावर किंचित दूर उभे राहून सटकन कोयंड्याची दोरी ओढली व तो दांडा धाड्दिशी कोसळून त्याचे अडीच-तीन फूट लांब दात जमिनीत रुतले, की तो ड्रेजर व सरदारजी या दोघांचाही एक दिवस तशाच जडपणाने अंधारात सरपटत असे. एकदा ते साऱ्यांबरोबर चाळीस मैलांवर असलेल्या नंदगावला जीपमधून गेले होते. बाकीच्यांनी दोनदोन चित्रपट पाहिले, बोटावर ओतल्याप्रमाणे सळसळणारे रेशमी कापड घेतले; पण सरदारजींनी लहान भोपळ्याएवढे एक लालभडक सफरचंद घेतले. त्यांच्या भूतकाळातील कोणत्या लालमधुर आठवणी त्याभोवती गुंडाळल्या होत्या कुणास ठाऊक! परत येताना ते आपल्या मलमली अस्तनीने ते फळ सारखे पुसत होते व मान किंचित वाकडी करून त्याच्या रेशमी रंगाकडे पाहत होते. आपल्या मकाणाकडे जाताना ते मध्येच थबकले. मजुरांची दोन पोरे आश्चर्याने,

आशेने त्या फळाकडे पाहत होती. सरदारजींनी एकदा त्या फळाकडे पाहिले व किंचित खांदे उडवून त्यांनी ते फळ त्या पोरांना देऊन टाकले.

नंतर पंधरावीस दिवसांनी ती हकिकत घडली. ऊन असे करकरीत पडले होते, की थोड्या अंतरावरील माळ झळीने पाण्यात असल्याप्रमाणे थरथरत होता. कपाळावरचे कातडे तापून वाळल्या शेंगेप्रमाणे तडकते की काय असे वाटे. झाडे ताठल्याप्रमाणे दिसत होती आणि धुळीतून चालताना पायाखाली जर सावली असलीच तर तिची किनारही पावलाबाहेर दिसत नव्हती. या धगधगणाऱ्या वणव्यात ड्रेजरचे झगझगीत दात मात्र लचके तोडत होते. लवलवणारा माळ, त्याला चिकटलेली, भेदरलेली झाडे, त्यावर ड्रेजरचे दात फिरताना उमटणाऱ्या सहा तेजाळ, रुद्र सर्पांच्या रेषा. एखाद्या हिमदेशी पशूच्या कातड्यावर खाजवल्याप्रमाणे सहा लोखंडी बोटे तप्त उन्हात फिरत. माळाची कंपित रेषा व या दाताच्या उभ्या रेषा यांचे एक वस्त्र विणले जात होते व सुरवंटाभोवती गुंडाळल्याप्रमाणे सरदारजीच्या मनाभोवती गुंडाळले जात होते. माळ, झाडे, दात, लाल, हिरवी, पांढरा; सहा राक्षसी नखांचे बेभान अविश्रांत ओरबाडणे... या साऱ्यात काहीतरी विलक्षण भीषण, आकर्षक होते. जणू हे सारे प्रथमच पाहिल्याप्रमाणे सरदारजींचे डोळे विस्फारित झाले. नंतर काय झाले कुणास ठाऊक, एखाद्या यंत्रात बिघाड झाल्याप्रमाणे त्यांच्या डोक्यात चक्रे निसटली, दांडे एकमेकांवर आदळल्याचा प्रचंड आवाज झाला व त्यापासून निर्माण झालेल्या ठिणग्यांनी त्यांचे सारे शरीर बधिर झाले. एकदम ड्रेजरचा आवाज झाला व सारे शांत झाले. नंतर अर्ध्या-पाऊण तासाने जोशीचे लक्ष तिकडे गेले. मधल्या अर्ध्या तासाच्या सुटीखेरीज सतत चालू असलेला ड्रेजर एकदम बंद पाहून त्याला चमत्कारिक वाटले व कृष्णस्वामीला घेऊन तो सरदारजींकडे गेला.

सरदारजी जमिनीवर पसरले होते. ड्रेजरचा दांडा खाली पडला होता व ते सहा दात त्यांच्या शरीरातून खाली जमिनीत रुतले होते. एकाच धडकीने, त्यांचे अर्धवट गळलेले मन त्या वणव्यात आता निवून पडले होते...

सरदारजींच्या उल्लेखाने सारेच दडपल्यासारखे होतात. कोणाच्याही मनावर साध्या शब्दाचा बुडबुडा नाही. चुलीतून निघणाऱ्या सुस्त चावऱ्या धुरामुळे तर आत जास्तच कोंदट वाटते आणि तापलेल्या स्पंजाप्रमाणे वाटणाऱ्या त्या केसाळ धगीत सारी कुंद मने गुदमरून वरखाली राहतात.

''पण तो बदलून आलेला जाधव हाय, तो घेत नाय काय तुझा ब्रेड, भाव?'' डिसोझा विचारतो. ड्रेजरवर काम करणाऱ्या प्रत्येकाने ब्रेड घेतलाच पाहिजे अशी त्याची समजूत आहे की काय कुणास ठाऊक!

सदूभाऊ त्याच्याकडे निरखून पाहतो व चघळत असलेल्या पानाचा बोकणा तो एका गालात गोळा करतो व पचकन थुंकतो. त्याची पिंक उंबऱ्याजवळ उभ्या असलेल्या कुत्र्याच्या अंगावर पडते.

"तो काय ब्रेड खातोय बोकडलेंडीचा!" सगळ्यांकडे वळून सदूभाऊ म्हणतो, "अहो, तो मोठा बालिस्टरच लागून गेलाय! घरातून बांधून आणलेली एक साजूक चपाती खातोय काय, हातरुमालाने ग्लास शंभरदा पुसतोय काय! आमचं हाटेल म्हणजे काय? ऊं हूं, अगदी शेणलेली म्हैस बघा! मोट्ठं नाजूक काम आहे! घरी गेल्यावर बायको त्याला बाटलीत घालून बूच घालते की काय कुणास ठाऊक!"

पांड्या खदाखदा हसतो. अगदी मनापासून, हातभर लांब. डिसोझादेखील ओठांची चाळवाचाळव करतो. पण जोशींचे उदास मन सरदारजींच्या आठवणीने भिजते. ठिकठिकाणी उगवलेल्या मातीच्या ढिगांच्या, झाडांच्या सावल्यांना अशा आठवणींची ठिगळे चिकटलेली आहेत असे त्याला वाटते. कृष्णस्वामीही गप्पच आहे. देशपांडे समोरील प्लेटमधून एखाददुसरी शेवेची काडी चघळतो. एखादे अंडे उकडत असावे त्याप्रमाणे त्या हजार सुयांचे काटे असलेल्या उन्हात सुभाष हॉटेलची झोपडी उबत आहे. साळवी चार वेळा घड्याळाकडे पाहतो. डिसोझा हातरुमालाच्या चिंधीने सुकल्या बांगड्यासारखा दिसणारा चेहरा पुसतो. पांड्या देखील उभे राहून पाय दुखले म्हणून कोपऱ्यात पेटीवर टेकतो. फक्त फोनोची निर्लज्ज करकर मात्र सांडपाण्याच्या ओहोळाप्रमाणे वळसे घेतघेत त्या साऱ्या कुंद, आंबलेल्या मनाभोवती फिरत आहे.

"तो आला नव्हे काय अमीन!" एकदम पांड्या ओरडतो, "आलं टपाल!"

ताबडतोब जोशी, कृष्णस्वामी, देशपांडे सारेजण दारात उभे राहतात. समोर लाल नागिणीप्रमाणे गेलेल्या पायवाटेच्या कडेला जीप उभी आहे; टपालाची पिशवी घेऊन अमीन धुळीचे फिसकारे उडवत सावकाश झोपडीकडे येत आहे. इतका वेळ सुस्त पडलेली मने आता गजबजून उठतात व अपेक्षेने थरथरतात. जोशी ओठांवरून जीभ फिरवतो व आत येऊन कौल लावून बसल्याप्रमाणे खुर्चीवर मुकाट बसतो.

कृष्णस्वामीच्या डोळ्यांतही अधीरता आहे. त्याच्या वृद्ध वडिलांचे ऑपरेशन होते व त्याने पाठविलेल्या तारेला काही उत्तर आले नव्हते. पांड्या तर दांडीवरच बसल्यासारखा दिसतो. सदूभाऊला पत्रात काहीच उत्सुकता नसते; पण तो तोंडात नवे भरण भरतो व कपाटाला टेकून उभा राहतो. "काय भाव, तुला भी लिवतोय कोणी दादा?" डिसोझा विचारतो. सदूभाऊ थोडा वेळ हसतो. अर्थहीन, औपचारिक. "आम्हांला कोण पत्र लिहायला बसलंय, बाबा!" तो म्हणतो, "आमचं सगळं पांढरं स्वच्छ होऊन बसलंय!" कोकणीलाही राहावत नाही. पंच्याच्या तुकड्याला हात पुसत ती स्वयंपाकघराच्या दारात उभी राहते.

पत्रांचे एक लहानसे बंडल अमीन डेप्युटीच्या घरात टाकतो आणि झोपडीकडे येतो. त्याला मध्ये घेऊन सारा घोळका आत येतो. जोशी उठून त्याला आपली खुर्ची देतो. अमीन रुमाल मागे सारतो व बाहीने कपाळावरील घाम टिपतो. "हुश्श, काय रखरखतं –" तो म्हणतो.

''पांड्या, या अमीनला एक चहा दे रे,'' देशपांडे लगबगीने ओरडतो.

पण पांड्या जागचा हलत नाही. आज त्याला बापाकडून पत्र येणार होते आणि ते पत्र आले तर अमीनसाठी सिंगल चहा गेला खड्ड्यात! मग पांड्या चालला शीट वाजवीत आपल्या गावी!

अमीन एक सुस्कारा सोडतो व पिशवीचे छोटे कुलूप काढतो आणि तिच्यातून पत्रांचे एक फुसकुले बंडल काढतो. तेव्हा साऱ्यांची डोकी एकदम त्याच्याजवळ येतात.

''अरे अरे, हे काय पांड्या, सिनेमातल्यासारखं खांद्यावर डोकं ठेवतोस की!'' सगळ्यांकडे पाहत डोळे मिचकावत अमीन म्हणतो व हिः हिः करीत, गुदगुल्या झालेल्या म्हाताऱ्या माकडासारखा हसतो; पण त्याच्या या अवेळी विनोदाकडे कुणाचे लक्ष नाही. तो बंडल सोडतो. कृष्णस्वामीकरिता एक शब्दकोड्याचा फॉर्म होता. किंचित चिडून तो हातात घेतो व आणखी काही आहे की काय ते पाहू लागतो. देशपांडेकरिता एक पत्र होते आणि नटीचे निरनिराळे फोटो असलेले एक कॅलेंडर होते.

''बरं का पांड्या, तुलाही एक पत्र आहे,'' अमीन म्हणतो.

पत्र म्हणताच पांड्या वितळतो व पत्र घेताना त्याचा हात थरथरतो; पण त्याचे पत्र म्हणजे एक कार्ड आहे. पूर्वीसारखेच एक कार्ड पाहताच ते पोर हबकाच खाते. जोशी त्याचे पत्र वाचून दाखवतो. ''आजी फार आजारी होती. मी गाव सोडून मुंबईला जात आहे. तीनचार महिन्यांत येऊन घेऊन जातो.''

हे पत्र ऐकून पांड्याच्या हातापायांतील जोमच ओसरून जातो. त्याचे भाबडे डोळे चिघळून पाण्याने भरतात व कोपऱ्यात अंग टाकून तो मुसमुसू लागतो.

देशपांडे अद्याप पत्र वाचत आहे. त्याच्यामागे साळवी उभा आहे. प्रथम बिचकत, नंतर निर्ढावून तो मान लांब करतो व मोठ्या उत्सुकतेने तो देशपांडेचे पत्र वाचू लागतो. त्याचा श्वास खांद्यावर पडताच देशपांडे चमकतो व साळवीकडे आश्चर्याने पाहतो. साळवी अगदी खजील होतो व अंग चोरतो. सारेजण आपल्याकडेच रोखून पाहत आहेत असे वाटून तो काहीतरी बोलण्याचा प्रयत्न करतो आणि चेहरा लालसर करून दरवाजातून बाहेर पडतो.

''पैसे पाठव, पैसे पाठव!'' पत्र वाचून ते फडकावत देशपांडे म्हणतो, ''आमच्या पिताजींना म्हणे बेळगावची हवा सोसत नाही! मुदवाडची हवा कोरडी आहे ना, तेव्हा म्हणे एक महिना येईन म्हणतो! छान, म्हणजे आम्ही खलासच झालो,'' तो पत्र पुन्हा एकदा वाचतो व नंतर फाडून टाकतो. तो मग कॅलेंडरची गुंडाळी सोडतो. ती चित्रे पाहताच त्याचे डोळे किंचित आकुंचित होऊन भुकेले होतात. ''वा! मस्त, ब्यूटिफूल!'' तो उद्गारतो. झिरझिरीत वस्त्राखालून हजार डोळ्यांनी पाहणारे भरदार मांसल भाग एकदम उष्ण रसरशीत झाल्यासारखे वाटतात. अधाशी नजरेने तो ती वस्त्रेसुद्धा बाजूला सारतो व त्यांच्या गुलाबी, धुंद चढउतारांवरून त्याचे डोळे गोगलगाईसारखे चिकट

सरपटू लागतात. तो म्हणतो, ''खरंच, मस्त हं!'' तो मोठ्याने हसतो व पायात बूट चढवतो. नंतर किंचित लंगडत, हातावर कॅलेंडरची सुरळी बडवत तो जाण्यासाठी उठतो.

पण जोशी मात्र स्तब्ध आहे. आजही त्याला बहिणीकडून पत्र नाही. तोंड न फुटलेल्या गळवाप्रमाणे त्याची विषण्णता सारखी ठसठसते. एकदा त्याला वाटते, उठावे व ताटकन जाऊन पाहून यावे बहिणीला. पण भेट होईल का? नाहीतर... नाहीतर... त्याच्या मनावर पुन्हा भीतीचा केसुरकिडा सरपटू लागतो. कुशंकांची वेडीवाकडी भयाण चित्रे नाचू लागतात. केसाळ, कर्कश, ओरडणारी, आंधळी आणि वाट चुकल्याप्रमाणे गोंधळलेले त्याचे मन व्याकूळ होते.

''अं-अमीन, आत एखादं पत्रबित्र राहिलं नाही ना पिशवीत?'' तो चाचरत म्हणतो. त्याच्या चेहऱ्यावर एका लहान लाचार हास्याचा डागही आहे. ''माझं एक फार महत्त्वाचं पत्र यायचं होतं आज.''

त्याच्याकडे न पाहता अमीन पिशवी त्याच्याकडे सरकवतो. तिच्यात काही नाही. जोशी किंचित शरमतो. शर्टाची बटणे अडकवीत हातरुमाल तोंडावरून फिरवतो. उगाचच. आणि लगबगीने दरवाजाकडे वळतो. ''थांब रे जोश्या, मीही आलोच,'' कृष्णस्वामी म्हणतो – विमनस्कपणे तो कोड्याची प्रवेशपत्रिका चुरगळतो व कुत्र्यापुढे फेकतो. ते दोघे दरवाजाजवळ येतात, तोच अमीनच्या ''अरेच्या!'' या उद्गारांनी थबकतात. अमीन हातातील पत्राकडे पाहतो व काही न बोलता खांदे उडवत ते पत्र टेबलावर टाकतो. जोशी त्या पत्रावरील पत्ता पाहतो. ''सरदारजीचं पत्र आलंय की!'' तो आश्चर्याने म्हणतो. सरदारजींच्या कोणत्याही नातलगांचा, मित्रांचा त्यांना पत्ताच लागला नव्हता. तेथल्याच चारचौघांनी मिळून सरदारजींच्या आयुष्याचे शेवटचे धागे जुळवून गाठ मारली होती. ज्या वस्तूंना इतरांनी हात लावलेलेही सरदारजींना खपले नसते, त्या साऱ्या साध्या निकट वस्तू मजुरांनी उचलल्या, हाताळल्या. त्या पाहून दात विचकत त्यांनी आनंद दाखवला तर काहींविषयी नाके मुरडून त्या फेकून दिल्या आणि आता इतक्या दिवसांनंतर कुणालातरी सरदारजींची आठवण झाली व त्याने ते पत्र लिहिले. कदाचित उत्सुकतेने, अपेक्षेने, प्रेमळपणाने; पण आता ही उत्सुकता आणि प्रेम व्यर्थ गेले होते. त्या भयाण माळरानावर कुडचाभर पाणी ओतल्याप्रमाणे हे पत्रभर प्रेम मुरून सारे वाया, वाया गेले होते.

''आला की नाही उपद्व्याप!'' टेबलावर रुमाल आपटत अमीन म्हणतो, ''आता हे पत्र परत घेऊन गेले पाहिजे. सरदारजी मेला म्हणून मास्तरला सांगितलं पाहिजे! नसतं लचांडच चिकटलं की! नाहीतर काय!''

जोशी पत्र टेबलावर ठेवतो व जड वठलेल्या मनाने कृष्णस्वामीबरोबर बाहेर पडतो. तो गेल्यावर अमीन ते पत्र उचलतो व पिशवीत कोंबतो. नंतर पुन्हा क्षणभर विचार करून ते बाहेर काढतो व फाडून टाकतो. त्याचे काम आता झाले आहे. तो जाण्यासाठी उठतो.

डिसोझा एक जांभई देतो व पांड्याकडे पाहतो. कमरेत लाथ घातल्याप्रमाणे खचलेले ते पोर अद्यापही फुसफुसत आहे व त्याची पाठ घुसळते आहे. डिसोझा त्याच्याजवळ जातो व त्याची पाठ थोपटल्यासारखी करतो. यापेक्षा अधिक आपण काय करणार या जाणिवेने किंचित वाकलेली, मळकट कापडाच्या ओल्या चिंधीप्रमाणे निर्जीव वाटणारी त्याची आकृती नंतर बाहेर रस्त्यावर सरपटते.

कोकणीची भजी करून संपली आहेत. ती दारातून बाहेर येते व पाठीमागे हात पुसत पांड्याजवळ येते. त्या बावळट, मठ्ठ चेहऱ्याच्या पोराचा तिला खरोखरच फार लळा आहे. त्याला रडताना पाहून तिलाही अंग फाटल्यासारखे होते; पण त्याही भावनेच्या मागे, पांड्याला बापाचे बोलावणे आले नाही, आणखी दोन-चार महिने तरी तो आपल्याजवळ राहणार असा थोडा स्वार्थी आनंदही तिच्या परातीसारख्या मनात होताच. ती पांड्याची मानगूट धरते व त्याला आपल्याकडे फिरवते.

''काय रे घुबडा! काय कुणी उलथलं होय तुझं?'' ती खेकसते, ''मी जिवंत आहे की रे अजून रांजणाएवढी! तुला गिळायला तरी काही कमी पडत नाही ना? मग तोंड का झिरपतंय पोतेऱ्यासारखं?''

त्या शब्दांनी तर पांड्याचे रडणे जास्तच वाढते. लालसर ओले तोंड घेऊन एखादी बाटली हलविल्याप्रमाणे तो पुन्हा घुसळू लागतो. त्याची गोल टोपी बाटलीवरील बुचाप्रमाणे वाटते.

''थू तुझ्या!'' म्हणत कोकणी बोटे झिडकारते व त्याच्या बाजूला फतकल घालून बसते.

बाहेरच्या उन्हाचा उद्दामपणा संपत येतो व निंबाच्या पानांतून एखाददुसरी झुळूक निंबोण्या उधळत बाहेर पडू लागते. खाली ठेवलेल्या पोरांचा रडण्याचा आवाज गळ्याभोवती गुंडाळलेला पट्टा सोडावा त्याप्रमाणे आता लांबलांब होतो. टेबलावरील पाण्याचे ओघळ वाळतात आणि चिकट झालेल्या कपांवर माश्या आता निर्धास्तपणे विसावतात. थोडा वेळ निरनिराळ्या भावनांच्या कुजबुजीने बावरलेली झोपडी आता आंधळीप्रमाणे घुम्मी, उदास बसली आहे. स्वयंपाकघरात पेटलेल्या जाळाला, जमू लागलेल्या अंधारात नवी झिलई चढू लागते. मळक्या मांजराच्या कातड्याप्रमाणे दिसणाऱ्या टॉवेलने सदूभाऊ अंग पुसतो व मागील खिळ्यावर अडकवलेला मलमलीचा सदरा अंगात घालतो. फोनोचा कर्णा काढून तो टेबलाखाली ठेवतो व आळस झाडून टाकतो; पण तसे करताना तो मध्येच थांबतो. एखाद्या जीर्ण वस्त्रात बांधलेले धान्य, कापड फिसकून खाली गळून जावे, त्याप्रमाणे त्याचे मन फिसकल्यासारखे होऊन हलके, पोकळ, निर्जीव होते. त्याला डिसोझाचे शब्द आठवतात. हसत आपण दिलेले उत्तरही त्याला आठवते. इतक्या अनेक रुक्ष दिवसांनी तांब्याच्या नाण्यांत एखादा रुपया चमकावा त्याप्रमाणे त्याला बायकोची आठवण येते. चांगली उंच सुरमाड बाई; सदा

काचा घालून केळीच्या काल्यासारख्या पिंढऱ्या दाखवायची. तशी थोडी मिजासखोरच आणि काही खपवून न घेणारी. तिला राधाकाकूची भानगड आवडली नाही व ती सरळ त्याला सोडून गेली; पण जाताना तिने आपल्या मुलीलाही बरोबर नेले. ती मुलगी थोडी वेडसरच होती आणि दिसायलाही फारशी चांगली नव्हती. पण इतक्या दिवसांनंतर ती एकदा भेटली असती, अंगापेराने वाढलेली ती पोर कोठे आहे, सुखी आहे का, याविषयी कोणी जर दोन ओळी लिहिल्या असत्या तर त्याच्या निर्बुद्ध, सुस्त म्हशीसारख्या मनाला थोडे बरे वाटले असते. विशेषतः आज तर ती जाणीव विशेष तीव्रतेने होते; पण सदूभाऊ व्यवहारी दृष्टीने ती धारदार, बोचक जाणीव फुंकरून टाकतो. कागदाचा कपटा तरंगततरंगत जमिनीवर स्थिर व्हावा त्याप्रमाणे हा दुःखाचा कण त्याच्या मनावर स्थिरावतो व उसणलेली ही जुनी कळ जागी होऊन विरून जाते.

उन्हात धापा टाकत असलेला माळ आता शांत होतो. साऱ्या पसाऱ्यावरचे काम आता गोठते आणि शंभर पायांचा किडा सरकावा त्याप्रमाणे मातीच्या ढिगामागून, मोठमोठ्या चरांच्या कडेने मजुरांची रांग वळतवळत रस्त्याच्या लाल जिभेवरून झोपडीकडे येते. अदृश्य हातांतून सळसळ गळणारी वाळू, गेल्या दिवसांची पाने चुरगाळत, येत्या दिवसाच्या काटेरी फांद्या हाताने सरकवत, त्यांची रेषा संथपणे, सहनशील गतीने हलते.

इतका वेळ उंबऱ्याजवळ उभे असलेले कुत्रे सदूभाऊच्या पिचकारीचा डाग अंगावर तसाच घेऊन आत येते. ते पाठ वाकवून अंग ताणल्यासारखे करते व लगेच टेबलाखाली समोरील पायावर डोके ठेवते आणि उकिडवे बसून गुडघे जवळ घेतलेल्या एखाद्या झिपऱ्या म्हातारीप्रमाणे दिसणाऱ्या झोपडीच्या कुशीत हाडे पसरून देते.

सत्यकथा : जुलै १९५५

का क णे

रस्त्यावर दुकानाच्या अगदी जवळच नकळत काकणांचा आवाज झाला आणि नरसूभटाची पेंग उडाली. त्याने उत्सुकतेने समोर पाहिले; पण ती कावेरी नव्हती. दुसरीच कुणी बाई धुण्याच्या पिळ्यांची भरलेली बादली हेलकावीत चालली होती. तो थोडासा निराश झाला; पण नंतर लगेच त्याच्या ध्यानात आले, आज कावेरी येणार नाही. आज रविवार, आपणच चारपाच वाजता घरी जायचे. त्याने बसल्याबसल्याच बगळ्यासारखी लांब मान करून समोरच्या घरातील घड्याळाकडे पाहिले. नरसूभटाचे नाक गरुड होते आणि चेहऱ्यावर, डोक्यावर एक केस नव्हता; पण म्हातारपणाच्या सुरकुत्यांमुळे सगळा चेहरा वाळून गेलेल्या दुधीभोपळ्यासारखा दिसत होता. आता साडेचार वाजले होते. आज रविवार, दुकानाला अर्धा दिवस सुट्टी. शिवाय आता समोरील गाडीअड्ड्यातही सारे सामसूम दिसत होते. कुणी दोन पैशांची चाय, एक आण्याचे पीठ मागायला यायची आशा नव्हती. पण आजचा दिवस काही तसा वाईट गेला नव्हता. बुरसा येऊन गेलेली सारी सहा आण्यांची सुपारी अचानक खपून गेली होती व आंबट, पाणावलेल्या गुळाचा ढिकळा फक्त अर्धाच राहिला होता. तो उत्साहाने उठला व दुकानाबाहेर बाकावर ठेवलेली नारळाची बुट्टी आणि फोडलेली वळे ठेवलेली अल्युमिनिअमची परात त्याने आत आणून ठेवली. पत्रावळीच्या गठ्ठ्यावर उगाचच एक फुंकर टाकून त्याने तो कपाटावर ठेवून दिला. काही भकलांवर मळकट, कोळ्याच्या जाळ्यासारखा बुरा येऊ लागला होता. त्याने एक दीर्घ निःश्वास सोडला. आता ती पाच पैशांऐवजी चार पैशांना विकावी लागणार. नाहीच खपली तर घरी वापरायची झाले; मग करणार काय?

नससूभटाची दुपार साधारणपणे पेंगण्यातच जात असे. दुपार होऊन रखरखू लागले, की समोरील लाल रस्ता डागल्याप्रमाणे फणफणत असे. त्यावर गुळाच्या चिकट ढेपेवरील माश्या सारख्या तिडतिडायच्या. एक मळका गाठीगाठीचा तक्क्या घेऊन नरसूभटाने तराजूशेजारीच एक बैठक केली होती. तेथे तो पेंगत असे. कधीतरी मधल्या

सुट्टीत दोनचार पोरे येत, दोनतीन पैशांचे बेदाणे मागत. बेदाणे नरसूभट आत ठेवतो हे त्या पोरांना माहीत होते आणि तो आत गेला, की पोरे बचकभर भुईमुगाचे दाणे किंवा दोनचार आंबट, खारवलेली आमसुले खिशात भरीत आणि नरसूभट बाहेर येताच मोठ्या भोळेपणाने हसत. नरसूभटही चार पैशांना दोन पैशांचा माल द्यायचा. त्याच्या चहापुडीत हॉटेलमध्ये वापरून वाळलेली भुकटी मिसळलेली असे, साखरेत फार खडे असत आणि तुमच्यासाठी तो खास आतून आणून देत असे त्या आमसोल-चिंचेवर हलक्या हाताने पाणी मारलेले असे. पेंगत असता मध्येच दोनचार माश्या त्याच्या गुळगुळीत डोक्यावर बसत, त्या वेळी तो डोळे न उघडताच एखादी थापट मारीत असे; पण ती केवळ सवय म्हणूनच. चार वाजलेली वेळ मात्र त्याला नक्की समजत असे. चार घरे टाकली की माडीवर त्याचे बिऱ्हाड; पण दुकान टाकून तो घरी जात नसे. मग कावेरी एका पितळी पेल्यातून त्याचा चहा दुकानात आणून देत असे. भांडे तापते म्हणून तिने धरून आणलेला कागद ती गेल्यावर तो बोटाने साफ करून रद्दीमध्ये ठेवून देत असे.

आता चहा घरी व्हायचा. आज नरसूभटपण खुषीत होता. कारण दोन दिवसांचा व्यापार आजच झाला होता. दुकानासमोर डाव्या बाजूला पिंपळकट्टा होता व त्यामागे गाडीअड्ड्याची मोकळी जागा पसरली होती. कोकणातून दर शनिवारी खूपशा बैलगाड्या आपली ओबडधोबड चाके करकचत येत. मग सगळ्या गाड्या आत जाईपर्यंत तास न् तास लागे. सुरुवातीलाच गुडघाभर चिखल होता, त्या ठिकाणी अनेकदा चाके एकमेकांत अडकायची. मग लाल रुमालवाले मळकट गावडे बसल्याबसल्याच दोनचार मिनिटे टिकणाऱ्या चरचरीत शिव्या देत बैलांच्या शेपट्या चिपाडासारख्या पिळीत आणि मग ती अशक्त हडकुळी जनावरे जीव ओढीत गाडी चिखलातून पुढे नेत व तासभर नाक फेंदारीत उभी राहत. नंतर नुसत्या लंगोट्या घातलेले कोकण्ये पिंपळकट्ट्यावर उकिडवे बसत, चिलमीचा दाबून झुरका मारीत आणि त्याचा आनंद अगदी ठसकेबाज असतानाच चिलीम घाईघाईने शेजाऱ्याला देत. कित्येकदा कोपऱ्यावरील शारदाभुवनमधून तेथेच चाय येत असे. सोबत आकारहीन भळभळीत, पण आत आसकी धारदार मिरची असलेली भजी येत. थोड्या वेळाने उपड्या पडलेल्या गाड्याखालीच तीनतीन दगडांवर अल्युमिनिअमची पातेली चढत, लालभडक पिठले रटरटू लागे. मग गोल बसून पत्रावळींमधून सारा पंजा राडेराड करीत कोकण्ये भातपिठले बकाबका गिळीत. मग पानेपत्रावळी गोळा करून खांद्यावरून मागे फेकून देत; मग त्या कुठे का पडेनात! नंतर डोक्याशी रुमाल किंवा रताळ्याचे पोते टेकवून ते केसाळ पाय आखडून घेत व डाराडूर झोपत.

पण त्या लोकांवर नरसूभटाचे दुकान चालले होते आणि तेही मेस्त्री होता म्हणून. तो अड्ड्याच्या मागल्या बाजूलाच राहत असे. गाड्या आल्या, की असेल त्या पोशाखात, काही वेळा पट्ट्यापट्ट्यांच्या लहान चड्डीतही येऊन तो आगाऊ पैसे गोळा करू लागे

आणि गाडीवाल्यांवर गुरगुरे, ''ए भडव्यांनो, पीठ, तेल, तिखट लागलं तर आहे भट आमचा. जर दुसरीकडे गेलात तर याद राखा.'' गाडीवाले हसत. त्यांतील अनेकजण तेथे वर्षेच्या वर्षे येत होते. काहींची ओळख तर मेस्त्रीचा खाकी कोट नवीन असल्यापासूनची होती. नाहीतरी नरसूभटाचेच दुकान जवळ होते आणि त्याचे बरे चालले होते आणि त्यामुळे मेस्त्रीने मिशा फुरफुरत, ''ए भटा –'' या शब्दाखेरीज कधी हाक मारली नाही, तरी नरसूभट मात्र अहो-जाहोखेरीज बोलत नसे. त्याच्या शिवराळ बोलण्याला नरसूभट निर्लज्जपणे हसत असे आणि केव्हाकेव्हा तर मेस्त्रीची बया, न्हाव्याची गंगू हिला अगदी बूडखाते समजून आठबारा आण्यांची उधारी देत असे.

नरसूभटाने दुकानाच्या फळ्या लावल्या व कुलूप बरोबर बसले की नाही हे तीनदा ओढून पाहिले. त्याबाबतीत समाधान झाल्यावर त्याने जानवे ओढून खांद्यावर व्यवस्थित केले व किल्ली कमरेला खोचून तो घरी निघाला.

घराची वाट अड्ड्यावरूनच होती. तो तेथे आला त्या वेळी मेस्त्री तेथेच उभा होता. एक बिनचड्डीचे पोर उरलेसुरले गवत, पालापाचोळा ओरबाडून कोपऱ्यात ढीग करीत होते. मेस्त्रीचे लक्ष नरसूभटाकडे गेले व आपल्या मिशांवरून हात फिरवीत तो पुढे आला व म्हणाला, ''काय भटा, झालं दुकान बंद?''

''होय. म्हटलं, पाच वाजायला आले, शिवाय अर्धा दिवस सुट्टी आज.'' लाचारपणे हसत नरसूभट म्हणाला व उगाचच एक मिनिटभर रेंगाळला. मेस्त्री शीळ वाजवीत अड्ड्याच्या एका कोपऱ्यात आला. तेथे त्याने विहिरीच्या भिंतीला टेकून आपल्या कबुतरांचा खाना ठेवला होता. त्याने दरवाजा उघडला. दहाबारा कबुतरे बाहेर आली व समोरच्या जमिनीत टचटचा टोची खुपसू लागली.

हा देखील मेस्त्रीचा एक शौक होता. त्याचे सारे आयुष्य दोनतीन रंगांतच चितारता आले असते. हा धिप्पाड, काळारोम माणूस अड्ड्याच्या कोपऱ्यात दोन खोल्यांत राहत असे; पण आजूबाजूचे सारे लोक त्याला टरकून असत. त्याने प्रत्यक्ष आपल्या भावाचा खून केला असे काहीकाही वेळा लोक बोलत; पण नरसूभटाचा मात्र त्यावर कधी विश्वास बसला नाही. गाडीवाल्यांकडून त्याने कधी एक दमडी सोडली नाही; पण होळी गणपतीच्या वेळी मेस्त्रीची वर्गणी सर्वांत जास्त असे आणि प्रसंगी नुसती खाकी विजार घालून मांडवासाठी खड्डे खणण्याची त्याची तयारी असे. त्याच्या गळ्यात कसलातरी ताईत होता आणि तो एखाद्या पुष्ट बोकडाच्या गळ्यात बांधल्यासारखा दिसे. त्याचा चहा शारदाभुवनात होत असे. परातीतील बचकभर भजी घेऊन ती प्लेटशिवाय तशीच टेबलावर ठेवून तो ती एकेक समाधानाने संपवीत असे; पण त्याने देण्यासाठी पैसे काढले आहेत, हे मात्र कधी कुणी पाहिले नव्हते. पण गाडीवाल्यांनी आणलेल्या फणसांपैकी सहा आण्यांचा बरका फणस तो दमदाटी देऊन हॉटेलवाल्या मामाला तीन आण्यांना देववीत असे आणि हॉटेलवाला मामा म्हणजे काय, फणसाला लाळ टाकायचा,

आळूच्या भाजीसाठी रेड्याशी लग्न करायचा, असला माणूस. मेस्त्रीला ना बायको, ना पोर; पण तो न्हाव्याच्या गंगूकडे जातो हे शाळेतल्या पोरांना देखील माहीत होते. तिच्यातर्फे तो अड्ड्यातील शेण, गवत, अर्धवट जळालेली लाकडे विकून टाकीत असे. गाड्यांची रांग येऊन गेली, की अगदी भल्या पहाटेला गाठीगाठींची परकरं नेसलेल्या मुली झिंज्या सावरीत अड्ड्यात येत, मुंग्यांनी एकेक कण घेऊन जावा त्याप्रमाणे बुट्ट्या भरून नेत आणि गंगूला दर बुट्टीमागे दोन पैसे देत.

नरसूभट उगीचच रेंगाळला. मेस्त्री काही बोलेना. तेव्हा जावे की काय याचा तो विचार करू लागला. तोच त्याचे लक्ष समोर गेले. तेथे एका गाडीवाल्याने थोडेसे गवत टाकले होते. नरसूभटाला वाटले, छान, तेवढेच चुलवणाला येईल, एक वेळचे पाणी तापेल.

''मेस्त्री, ते गवत घेऊन जाऊ का? जाळायलाबिळायला उपयोगी होईल.'' त्याने विचारले.

मेस्त्रीने मान वर केली व थोडा विचार केल्यासारखे केले.

''जा की घेऊन! मी काय खाणार की काय ते?'' तो म्हणाला, ''पण भटा, हे बघ, जरा अंधारल्यानंतरच घेऊन जा, नाहीतर ती गंगू बोंबलत हिंडेल गावभर.''

''त्याची काळजीच नको,'' नरसूभट म्हणाला, ''मीच घेऊन जाईन ते नऊ साडेनऊला किंवा बाळकूला पाठवीन.''

मेस्त्रीचे लक्ष कबुतरांवरून उडाले. एक काळे भडंग कबुतर पायात घोटाळू लागले, त्या वेळी त्याने त्याला चक्क बोटांनी उडवून दिले व तो नरसूभटासमोर येऊन उभा राहिला.

''तू आणि कशाला येतोय मरायला? तू गप्प पड आता,'' एकदम खिंकाळत मेस्त्री म्हणाला, ''रात्री आंग आखडून कुठं पडलासबिडलास तर ब्याद नको आणि तो बाळकू येणार सकाळी आठ वाजता!''

नरसूभटाला एकदम आठवण झाली. खरेच बाळकूला आज रात्रपाळी आहे. तो जकातनाका कारकून होता. इतर वेळी त्याला घरी यायला दोनअडीच वाजून जात. सगळ्यांची जेवणे होत; पण खिडकीपाशी कावेरी मात्र तांदूळ निवडीत त्याची शांतपणे वाट पाहत बसलेली असे. रात्रपाळीला तर त्याला घरून आठ वाजता निघावे लागे. मग सकाळी तो सात-आठ वाजता मरगळलेल्या चेहऱ्याने येत असे. डोक्यावरील टोपी खुंटीवर ठेवताठेवता डोक्यावर उमटलेल्या कचावरून हात फिरवत असे आणि मग सतरंजीवरच आडवा होत असे. गाडीच्या कर्कश करकरणाऱ्या चाकासारखे आयुष्य, गुडघाभर चिखलातून रेटल्यासारखा प्रवास; पण ही असली नोकरी देखील त्याला मेस्त्रीच्या वशिल्याने मिळाली होती. त्याचा एक मेहुणा म्युनिसिपालटीत मेंबर होता आणि मोठ्या धडपडीने बाळकू एकदा कामाला लागला. ही नोकरी जर का नसती तर बिचाऱ्याचे दुसरे लग्न देखील झाले नसते, कावेरी हळदीच्या पावलांनी घरी आली नसती.

नावापुरत्या झालेल्या पहिल्या संसाराच्या आठवणीवर त्याचे आयुष्य फुकट गेले असते.

"होय की, बाळकू आज रात्रपाळीला आहे, तो येणार नाही," नरसूभट म्हणाला, "त्रासाची नोकरी आहे; पण बरं का मेस्त्री, तुम्ही होता म्हणून ती तरी लागली. नाहीतर कुठं टिकणार हो आमच्यासारखी माणसं?"

मेस्त्री एकदम चिडला व पचकन बाजूला थुंकला. त्याला ही चिकटकचकट कृतज्ञता नको होती. त्याला हवे होते ते शब्द नरसूभटाकडून आले नाहीत म्हणून तो चिडला.

"मग वहिनीला पाठव," तो बेफिकीरपणे म्हणाला, "बघ झालं तर आज रात्री. नाहीतर सकाळी घेऊन जाईल म्हणे."

नरसूभटाला थोडा उत्साह वाटला. दोनचार मिनिटे बोलायला एक विषय मिळाला. त्याने उगाचच अंग घुसळले. "हो, सकाळी म्हणताच आठवण झाली. आज सकाळी म्हणे कावेरीला शेण मिळालं नाही. असं कधी झालं नाही."

मेस्त्रीने त्याच्याकडे क्षणभर निरखून पाहिले. ओलसर ओठ फाकवून बावळट हसत नरसूभट त्याच्यासमोर उभा होता. मेस्त्रीने त्याच्याकडे पाहताच थोडा अस्वस्थ होऊन तो जानवे खालीवर करीत पाठ खाजवीत होता.

"होय, पण त्या फार उशीर करून आल्या असतील," त्याच्यावरील नजर काढून आपल्या हाताची बोटे, नखे यांकडे काळजीपूर्वक पाहत मेस्त्री म्हणाला. जाड सुजल्यासारखी ती बोटे निर्ढावल्याप्रमाणे निबर दिसत होती व एका बोटात मोठी ओबडधोबड चांदीची अंगठी होती. मध्येच त्याने तिच्यावर फुंकर घालून ती सदऱ्यावर घासली. "त्या यायच्या आत सारं संपून गेलं असेल."

"उशीर झाला?" नरसूभटाने आश्चर्याने विचारले. हे असे कसे झाले हे त्याला समजेना व त्याच्या कपाळावर सुतळीसारखी आठी चढली. "मी नेहमीसारखा साडेचारला उठलो. मी आंघोळीला गेलो आणि तिला इकडे पाठवलं."

"त्यांना यायला उशीर झाला असेल," मेस्त्री पुन्हा म्हणाला. जणू त्याला त्याबद्दल आता चर्चा करायची नव्हती. "पण आज रात्री किंवा उद्या सकाळी मात्र लवकर पाठव."

नरसूभट मुकाट्याने निघाला. आज कावेरीला असा कसा उशीर झाला हे त्याला अद्यापही समजेना. त्याच विचारात तो अड्ड्यातील विहिरीजवळ आला आणि त्याला एकदम निराळीच आठवण झाली. पूजेचे निर्माल्य घरी खूप गोळा झाले होते, ते विहिरीत टाकायचे होते. दोन दिवस त्याला आठवण झाली नाही. शेवटी तेही काम कावेरीलाच सांगावे असा त्याने विचार केला व तो मोठ्या लगबगीने पुढे निसटला. तेथे तो कधी रेंगाळला नाही. त्या भयाण विहिरीकडे पाहिले की त्याच्या पोटात भीतीने गोळाच उठे. गावातील पुष्कळशा मोठ्या विहिरींपैकी ती एक होती; पण तिची एक बाजू आता कोसळत होती आणि त्या ठिकाणी आता झुडपाचा एक हिरवा तुराच निर्माण झाला होता.

त्यावर पाखरे जमली, खालच्या भुसभुशीत मातीला धक्का लागला, की एखादा ढिकळा खाली जात असे आणि काही वेळाने घास गिळल्याप्रमाणे चटक् आवाज येत असे. विहिरीला एकच गडगडा होता व तो दुसऱ्या बाजूला होता. एखाद्या राक्षशिणीने प्रचंड आ करून ठेवल्याप्रमाणे ती विहीर वाटे आणि तिच्या बाजूला असलेला उंच, वाकडा प्रश्नचिन्हासारखा दिवा आत डोकावून काही दिसते का, हे पाहत असल्याप्रमाणे दिसे. साधारण वर्षावर्षाआड त्या विहिरीचा एखादा आहार असेच. कबुतरांची लहान दुबळी पिले पुष्कळदा ऐटीत विहिरीच्या भिंतीवर बसत आणि अनेकदा तोल जाऊन डुबुक्दिशी खाली नाहीशी होत. हे तर नेहमीचेच झाले; पण एकदा एक गाडीवाला पाणी ओढताना खाली पडला. नंतर गंगू न्हाविणीचा लंगडा नवरा बें बें करीतच खाली घसरला. त्याचे प्रेत मिळायला बक्कळ एक दिवस लागला. नंतर...

नंतर नरसूभटाला विचार करवेना व त्याने घाईघाईने पावले उचलायला सुरुवात केली, तरी त्याच्या डोळ्यांपुढून ते दृश्यही जाईना. कृष्णेला पाण्यातून वर काढले त्या वेळी ती अगदी एवढीशी, लहान पोरीएवढी दिसली. तिचे केस मोकळे होते; पण अंगाभोवती चिकटून बसले होते. ती घरात आली त्या वेळी नरसूभटाच्या घरातील मंडळीचा पाय आनंदाने जमिनीवर ठरेना. बाळकू आधी एकुलता मुलगा. त्याशिवाय दारिद्र्य असले तरी चांगल्या घराण्यातील सोज्वळ मुलगी उंबरा ओलांडून घरी आली होती. आपण किंवा काकू यांचे दिवस संपले आता. आता तिनेच घरात समई लावायची, सत्यनारायणाच्या पूजेच्या वेळी कद नेसून फुले रचायची. पण हे फार दिवस टिकले नाही. तिचा मुलगा जन्मतःच गेला. रडला नाही की प्याला नाही. त्यानंतर ती आपली सारी कामे नियमितपणे पण पूर्ण सुन्न झाल्याप्रमाणे करीत असे. ती देखील कावेरीप्रमाणेच कामसू होती. पाच-साडेपाचला उठून अड्ड्यातून शेण आणून देवघर स्वच्छ सारवून ठेवायची, कुठूनतरी निदान जास्वंदीचे फूल तरी मिळवायची. पण नंतर काय झाले कुणास ठाऊक, एकदा सकाळी ती फुले घेऊन आली, ती एकदम वात झाल्याप्रमाणे बडबडू लागली, केस मोकळे सोडून नाचू लागली आणि कोण, काय म्हणायच्या आत ती धावत वेड्यासारखी रस्त्यावर गेली. नरसूभट, बाळकू धावत तिच्या मागोमाग गेले; पण अगदी त्यांच्या डोळ्यांदेखत तिने त्या विहिरीत उडी घेतली. मूल गेल्याच्या दुःखाने तिचे मन तडकले असावे. कारण त्यानंतर पाचसहा महिन्यातच हे घडले. बाळकूच्या नावाने चंद्राकार कुंकू लावून ती घरात आली आणि कपाळभर कुंकू घेऊन ओल्या अंगाने ही लक्ष्मीसारखी पोर निघून गेली.

एखादी सळक सरकल्याप्रमाणे ती आठवण क्षणभर जागी झाली व निवाली. त्या वेळी नरसूभटाला मेस्त्रीची फार मदत झाली. चटकन त्याने घरातून पस्तीस रुपये आणून दिले. त्या आघाताने झाडणीच्या मुडग्याप्रमाणे पडलेल्या माणसांच्या घरात पोलिस आले; त्या वेळी तो घरातीलच माणसाप्रमाणे वावरला. त्याने सारी माहिती दिली आणि सारे प्रकरण एकदाचे मिटवले.

आता विहीर मागे राहिली. नरसूभट आपल्या घरापाशी आला आणि अंधारा जिना चढू लागला. त्यांचे बिऱ्हाड माडीवर शेवटच्या दोन सोप्यावर होते. जिन्यावर तर नेहमी अंधार असायचा. शिवाय तो जवळजवळ उभाच असल्याने वरून लोंबत ठेवलेल्या दोरीचा आधार घेतल्याखेरीज वर चढताच येत नसे. नरसूभट सहा पायऱ्या चढून वर आला, तेव्हा त्याला हायसे वाटले. कारण दररोज सहावी पायरी नेमकी गुडघ्याला खाडकन बडवीत असे व साऱ्या डोक्यापर्यंत झिणझिण्या येत. पण आज मात्र ती शिक्षा चुकली; पण तो एक निःश्वास सोडतो न सोडतो तोच परिचित कळ आणणारा खट्दिशी आवाज झाला. त्याने पायऱ्या मोजायला चूक केली होती हेच खरे. कळवळत उरलेल्या पायऱ्या चढून तो वर आला. त्याला वाटले आता नेहमीसारखा कावेरीचा आवाज येणार, ''फार लागलं का? जळ्ळा कुणी असला जिना केलाय कुणास ठाऊक!''

पण तो आला त्या वेळी तेथे कुणीच नव्हते. त्याने रुमाल खुंटीवर टाकला व तो स्वयंपाकघरात आला. स्वयंपाकघर उतरत्या छपराच्या कडेला होते, त्यामुळे चुलीपुढे बसले, की वरची धुरकटलेली तुळई सारी वीतभर वर राहत असे. तेथे धूर कुंद भरला होता व त्याची एक गुंडाळी डाव्या बाजूच्या खिडकीतून मळकट निळ्या वस्त्राप्रमाणे लांब पसरत होती. ''काय धूर आहे ग कावेरी, जरा फुंक चुलीला,'' डोळे बारीक करीत त्याने म्हटले व तो खिडकीपाशी आला.

ही खिडकी एकुलती एक त्यांच्या वाट्याला आली होती. तेथूनच प्रकाश आत यायचा, सकाळी उन्हाचा चौकोन पसरायचा, समोरील घरावरून आकाशाचा एक तुकडा चुलीजवळून त्याच खिडकीतून दिसायचा आणि शेजारच्या घरातील जळक्या लाकडासारखे दिसणारे, दूध प्यायला सोकावलेले मांजर यायचे तेही त्याच खिडकीतून. खाली रस्त्यावरून वरात किंवा सिनेमाची गाडी चालली, की काकू, नरसूभट किंवा बाळकू खिडकीत गर्दी करीत. नंतर ती वळून सहा गडगड्यांच्या विहिरीकडे चालली की ते आत येत. मग कावेरी लगबगीने जाऊन हळूच डोकावत असे. काही वेळा नटूनथटून चाललेल्या बायकांच्या शालूंचे झगझगीत पदर दिसत, काही वेळा बँडमागून उगीचच धावणाऱ्या पोरांचा घोळका दिसे एवढेच. खिडकीतून पाणी टाकून बाहेरच्या भागावर काळसर हिरवे शेवाळ मातले होते आणि ते सापाच्या अंगाप्रमाणे नेहमी तकाकत असे.

आता खिडकीचा दरवाजा बंद करता येत नसे. कावेरीने कुठूनतरी काळ्या तुळशीचे रोपटे आणले होते ते तिने एका फुटक्या बादलीत लावले व ती खिडकीजवळ ठेवून दिली. त्या वेळी त्याचे, घरात नवा जन्म झाल्याप्रमाणे केवढे कौतुक झाले. प्रत्येकजण जातायेता तांब्याभर पाणी बादलीत ओतू लागला. पण पहिले तीनचार दिवस ते रोप मरगळून खाली वाकले आणि त्यामुळे प्रत्येकाला काळजी वाटू लागली. काकूंनी देखील मुद्दाम बाहेर पडून चौकशी केली. नरसूभटाने मेस्त्रीला विचारले; पण त्यालाही काही माहिती नव्हती. बाळकूने एकदा मुद्दाम कागदात गुंडाळून कसलातरी चोथा आणला व तो

बादलीत पसरला; पण रोप मात्र नंतर दोन दिवस तसेच पडून राहिले आणि एक दिवस पाहतात तो रोपाचा कणा ताठ होता, पाने व्हॉरनिश लावल्याप्रमाणे गडद हिरवी, ताजीतवानी झाली होती. चुलीवर उकळता चहा तसाच ठेवून कावेरी देखील चक्क धावली आणि तेच ते शब्द बोलून साऱ्यांनी तोंडभर कौतुक केले. चार दिवसांपूर्वी तुळशीला तीन मंजिऱ्या आल्या होत्या आणि आता तर बोटबोटभर लांब पाच मंजिऱ्या दिसत होत्या. नरसूभटाने त्यांना उगीचच हात लावला व तो परतला. तेव्हा कुठे त्याच्या ध्यानात आले, की चुलीपुढे आज कावेरी नसून काकू बसल्या आहेत.

"आँ? कावेरी कुठं आहे?" त्याने विचारले.

स्वयंपाकघरातच एक कपाट ठेवून आडोसा केला होता. त्यामागून काकणांचा आवाज ऐकू आला व तेथेच कावेरी उठून बसली.

"आज सकाळपासून तिला बरं नाही," काकू म्हणाल्या, "तेव्हा मीच म्हटलं, आज झोप तू. मीच सारं पाहीन एक दिवस. चेहरा बघा कसा झालाय तिचा धुवणासारखा."

कावेरी सारे ऐकत होती; पण ते तिच्यात उतरत नव्हते. जणू भोवताली अदृश्य भिंत असून तिच्यावरून थेंब ठिबकावेत त्याप्रमाणे ते शब्द गळत होते. दूर कुठेतरी पैलतीरावर दोन माणसे कावेरी नावाच्या आजारी मुलीविषयी बोलत आहेत, तिचा आपला काही संबंध नाही! भणभणणारे डोके कावेरीने गच्च आवळून धरले. आजूबाजूने चाकूची धार असलेल्या धगधगीत जाळाच्या जिभा आपल्याभोवती फिरत आहेत, त्यातील एक मध्येच छातीला, ओठाला स्पर्श करते आणि ठिणगी असल्याप्रमाणे स्फोट होतो आणि नंतर शरमेची काळसर, मेलेली काजळी धरते, असे तिला सारखे वाटत होते. नरसूभट येऊन पाहतो की काय अशी तिला भीती वाटली व ती एकदम अंग आकसून बसली. "आता येऊ नका माझ्याकडे, माझी शप्पत आहे, माझी शप्पत आहे..."

"असं होय? बराय," नरसूभट तेथूनच म्हणाला, "त्या मेस्त्रीनी आपल्यासाठी थोडं गवत ठेवलं होतं. तेव्हा म्हटलं, आणते की काय?"

"ती काय आणते आता?" हात झाडत काकू म्हणाल्या, "काय झालंय पोरीला सकाळपासून देव जाणे! बोलत नाही, खात नाही, अगदी घुम्म आहे, शिवरात्रीच्या चुलीसारखी. आज रात्री गवती चहा तरी घे म्हटलं मी, पण कुठं एक पान मिळेना."

"बाळकू कुठं गेलाय?" जवळचा पाट बसायला घेत नरसूभट म्हणाला, "त्याला आज रातपाळी आहे की."

"तो होय? तो गेलाय बाजारात," काकू सांगू लागल्या, "आज तुमच्या उपवासाला केळी हवी होती. मला आठवण नव्हती, पोरीनंच केली हो! मग मी म्हटलं, जातोच आहेस ना बाबा, मग तिला काकणंही घेऊन ये मापानं. तिनं आपली काकणं वाढवली आज घागर भरताना. तिचा हात आदळला म्हणे."

“अगं चालायचंच,” त्यांच्या शब्दाकडे विशेष लक्ष न देता नरसूभट म्हणाला. उद्या आपणच जाऊन ते गवत आणायचे असे स्वतःशी ठरविण्यात तो गुंतला होता. “काकणं पिचायची घागरीवर आणि पाल चिंगरायची दारावर.”

कावेरीला ते सारे नकोनकोसे वाटू लागले. सारे शब्द तिच्या अस्वस्थ मनावर फोडाप्रमाणे उमटून चिकटून बसू लागले. तिला वाटले, आता थोडा वेळ अगदी निःशब्द स्थिर, दाट अंधारात बसावे. बाजूचे कपाट नको, काकूंचे शब्द नकोत, खाली चटई नको, रस्त्यावरील टांग्याचा आवाज नको, अंधारावर किणकिणणारा काकणांचा आवाज नको. जमिनीत, अंधारात मुळे स्वस्थ पडून असतात तसे बसावे! तर कपाळातील वेदना थांबेल, शरमून कुजल्यासारखे झालेले शरीर स्वतःला विसरेल. पण ती तेथून हलली नाही. उठणे देखील तिला फार श्रमाचे वाटले आणि आढ्याला जणू आपल्या नजरेने बांधली गेल्याप्रमाणे ती तिकडे टक लावून पाहत राहिली. नरसूभटाचे बोलणे थांबले. तो बशीत ओतून फुर्रफुर्र फुंकीत चहा घेऊ लागला. बाळकूसाठी लवकर केलेला स्वयंपाकही जवळजवळ तयार होत आला. काकूंनी दोन लाकडे चुर्रदिशी विझवली व कोपऱ्यात उभी केली. निदान त्यांची तरी यातना संपली. नंतर त्या मुकाट्याने गुडघ्याभोवती हात गुंडाळून बसल्या व गवती चहा कुठून मिळेल याचा विचार करू लागल्या.

आजचा दिवस नेहमीसारखाच सुरू झाला होता. नरसूभट नेहमीप्रमाणे साडेचारला उठला. त्याच्या अंघोळीच्या वेळी बादलीच्या ओल्या आवाजाने तिच्या झोपेची घडी विसकटली. बाळकू तर कामालाच गेला होता. अंगाला एक बाक देत ती उठली. तिने खिडकीतच तोंडावर पाणी शिंपडून घेतले व ती फणेरीपेटीसमोर बसली. नरसूभटाचे झाल्याबरोबर ती अंग धुणार होती. सकाळी लागणारे पातळ तिने उशाशेजारीच निऱ्या करून ठेवले होते. हिरव्या रेशमी काकणांच्या रंगाचे, जुने पण अंग अद्याप जावळासारखे मऊ असलेले हे पातळ वास्तविक कृष्णेचे, तिच्यासाठी आवडीने घेतलेले; पण ते कशाला टाका या विचाराने काकूंनी ते तिला दिले. ते घेताना कावेरी आतल्याआत फार संकोचली. तिला ते नको होते; पण चेहऱ्यावर काही न दाखवता तिने ते स्वीकारले. पण नंतर तिला राहूनराहून वाटायचे, ‘हे कृष्णेचे आवडते पातळ. कशी होती बरे ही कृष्णा? अगदी सरळ नाकाची, खूप लांब केस असलेली? फुलांची आवड होती तिला? आणि हातावर, परातीत नव्हे, नुसत्या हातावर तिला अगदी सालपापडीसारख्या भाकऱ्या करायला येत?’

कावेरी स्वतः सरळ नाकाची होती. केस देखील अगदी प्रसन्न, लेकुरवाळ्या कुटुंबासारखे. तिच्या भाकरीच्या पापडातून पलीकडचा जाळ दिसायचा आणि दोऱ्याचा तुकडाही न वापरता गुलबासाच्या फुलांची हातभर माळ ती करू शके. तिला वाटे, या साऱ्याच गोष्टी कृष्णेमध्ये असणे शक्य नाही; पण तिची हुरहूर मात्र कमी होत नसे. हे हिरवे पातळ तिचे आहे, पायातील जोडवी तिची, फणेरीपेटीतील करंडा तिच्यासाठी

आणलेला. एका ताटावर तिचे नाव होते. साऱ्या घरात ती अद्यापही अदृश्य पावलांनी वावरत आहे, इतकेच नाही, तर सध्या आपल्या हातातील आमसुली काकणेही तिच्यामुळेच आली आहेत.

वास्तविक कावेरीला निळी रेशमीकाडी काकणे फार आवडायची. बाळकूने एक दिवस तिला मुद्दाम विचारले म्हणून तिने प्रामाणिकपणे तसे सांगताच तो अगदी हिरमुसला. त्याने खिशातून आमसुली काकणे तिच्यापुढे केली. ''मला काय माहीत? मला वाटले, तुलाही तसलीच काकणं आवडतात,'' तो म्हणाला, ''पण पुढच्या खेपेला मात्र तुला हवी तशी आणून देईन.'' पण त्याच्या आवाजातील निराशा उघड होती.

मग कावेरीने सारा खोटा उत्साह चेहऱ्यावर आणला आणि त्याला खूप सांगितले, ''हो, ही पण मला फार आवडतात. पण मला वाटलं, ती फार महाग असतात!''

आवाज झाला की तिला अनेकदा कृष्णेची आठवण होत असे. अदृश्य पावलांनी काकणांच्या आवाजाने ती अद्याप वावरत आहे. जर ती खरोखरच भेटली तर ती काय बोलेल आपल्याशी, काय सांगेल? की नुसती काकणेच वाजतील? या विचारांची तिला गंमत वाटे. या घरात ती अद्यापही आहे आणि बाळकूच्या मनातही का... पण हा विचार येताच असूयेची सूक्ष्म रेषा तिच्या मनावर उमटून जात असे. हा सारा खेळ थोडा वेळच टिकायचा. तिला अस्वस्थ करण्यापुरता, हुरहुर लावण्याइतका.

अंग धुतल्यानंतर तिने शेगडी पेटवली आणि त्यावर आधण ठेवले. नरसूभटाची पूजा सुरू झाली होती. तांब्याच्या ताम्हनात देव ठेवताना कणकणीत आवाज व्हायचा. त्यांच्यावरून समईच्या प्रकाशाच्या रेघोट्या सरकायच्या. कावेरीने आरशात पाहून ओले कुंकू लावले व हातात बेल आणि फुले यांसाठी केलेली लहानशी बुट्टी घेऊन ती बाहेर निघाली. बाहेर अद्याप अंधार होता; पण तो आता विटक्या वस्त्रासारखा रंग गेलेला होता.

''मी फुलं मिळतात का पाहून येते,'' दरवाजा हळूच उघडीत ती म्हणाली. लवकर गेले की बन्सीधराच्या देवळात पारिजातकाची फुले मिळत, किंवा जर कुणी नसेल तर शेजारच्या इनामदारांच्या आवारातील कुंपणाजवळ उमललेली लालभडक द्राशाळाची ओलीओली फुले काढता येत.

''मग तसंच हवं तर अड्ड्याकडे जाऊन ये सहज,'' नरसूभट म्हणाला, ''शेणही आणायला हवं आज. आता जमीन सारवायला हवी, फार पोपडे उठलेत बघ सगळीकडे.''

'हूं' म्हणून कावेरी जिना उतरून खाली आली. पहाटेच्या थंड वाऱ्याने प्रथम तिचे अंग शहारले; पण नंतर तरतरीने भरले. रस्त्यावर अद्याप कुणीच नव्हते. त्या शांततेवर पायातील जोडव्यांच्या टिकटिक आवाजाच्या टिकल्या टाकीत ती चालू लागली. गाडीअड्ड्यात आता एकही गाडी नव्हती. सर्वत्र विखुरलेल्या गवताची गिचमिड मात्र दिसत होती. कावेरी तेथे क्षणभर थांबली. फुले आणल्यावर येथे यावे की आधी शेण

घेऊन यावे हे तिला समजेना. त्या वेळी तिची तिलाच थोडी गंमत वाटली. पारिजातकाची फुले आणि शेण! घाणेरड्या हातांनी का तसली फुले वेचायची? पण जरा उजाडले की गंगू येथे येऊन ठाकायची आणि तिला जर का समजले, तर गेल्या खेपेसारखी कलाकला करीत दारात येऊन बसायची आणि दारात मग ही गर्दी व्हायची! अखेरीस हे कंटाळवाणे काम आधी आटोपून घरी जावे व फुलांसाठी पुन्हा यावे असा तिने विचार केला व ती अड्ड्यात आली.

सारा पालापाचोळा समोरील शेडमध्ये टाकलेला असे. त्याच रांगेत शेवटच्या दोन खोल्यांत मेस्त्री राहत असे. शेणाच्या ढिगाकडे जायचे म्हणजे विहिरीला वळसा घालून जावे लागे. विहिरीवर जळत्या डोळ्याच्या नागाप्रमाणे दिसणारा वाकडा दिवा अद्याप जळत होता; पण त्याचा प्रकाश त्याच्यापुरताच. काच सोडून तो खाली उतरताच विहीर त्याला गिळून टाकीत असे व पुन्हा तिचे हावरे तोंड उघडे ते उघडेच. विशाल, भीषण, कुंद. किंचित घाबरत कावेरीने विहिरीला वळसा घातला व फुलांसाठी आणलेली बुट्टी विहिरीच्या भिंतीवर ठेवली. त्या शेडमध्ये पसाभर फेकल्याप्रमाणे थोडा वेडावाकडा प्रकाश येत होता तेवढाच. त्यातच वाऱ्याची झुळूक आली की पडक्या भागाजवळ उगवलेल्या घाणेरीच्या फांद्या हलत व त्यांच्या सावल्या प्रकाशावर सरकत. कावेरीने पुन्हा इकडेतिकडे पाहिले. फांद्या नुसत्या हलल्या तरी त्यांचा आवाज अगदी कोरून येत असे. शेडच्या आतल्या बाजूला वर्तमानपत्राचा एक तुकडा पडला होता, तो तिने उचलला, साफ केला आणि तो जमिनीवर ठेवून शेण उचलण्यासाठी ती वाकली.

तोच प्रकाशाचा तुकडा अंधारला; पण सावली सरकली नाही. एकदम दचकून ती उभी राहिली आणि तिच्या अंगाचे पाणीपाणी झाले. मागून कुणीतरी येऊन तिचा डावा हात करकचून धरला. तिच्या हातातील काकणांचा चक्काचूर झाला व काचेचे तुकडे ओरबडत अंगात रुतले. ती एकदम ओरडणार होती तो तिच्या तोंडावर दणदिशी बोटे आदळली व त्यातील एकावरील अंगठीमुळे तिच्या ओठांतून रक्त येऊ लागले. मस्त माजलेल्या बोकडासारख्या उग्र रानवट वासाने तिचे पोट उमळून आले. कमरेभोवती राकट हाताचा विळखा जास्तच जीवघेणा होऊ लागला व ती गुदमरू लागली.

"फुकट आरडाओरड करशील तर जीभ ओढून काढीन," तो तिच्या कानात पुटपुटला. त्याच्या मिशा सापांच्या जिभांप्रमाणे मानेला दंश करू लागल्या. "गप्प बसशील तर ठीक. कुणाला काही समजायचं नाही. आणखी मी पुरुष आहे. लोक फार तर बोंबलतील; पण तुझं काय होईल ते बघ." पुन्हा घोगरे, केसाळ शब्द. गुहेमधून हलक्या पावलांनी श्वापदे बाहेर पडावीत तसे तिने पुन्हा धडपड केली; पण आवाज गळ्याच्या बाहेर येईना व तिचे अंग एकदम सैल पडले. मेस्त्रीने तिला उचलून घेतले व शेडच्या मागच्या बाजूने मागल्या दाराने तो खोलीत आला. त्याने मागे लाथेनेच दरवाजा लावला व तिला त्याने जमखान्यावर ठेवले.

घाणेरडी कुबट वासाची ओल्या कातड्यासारखी जमीन, भिंतीवर लोंबणारे, टांगल्या प्रेताप्रमाणे कपडे आणि शरमेने जळत असलेले असहाय शरीर...

नंतर हाताला एक हिसका देऊनच कुणीतरी तिला उठवले, मागून जोराचा धक्का देऊन दरवाजाबाहेर ढकलले व दरवाजा पुन्हा लाथेनेच लावला गेला.

तिने लावलेल्या दरवाजाच्या आवाजाने नरसूभटाने मान वळवली. त्याने नुकतीच फुलवात पेटवली होती व तो उदबत्ती शोधीत होता.

''काय ग, मिळाली नाहीत फुलं?'' शोधताशोधता त्याने विचारले. कावेरीने हुंदका दाबून धरण्यासाठी दुखऱ्या ओठावरच दात रोवले व गळा घट्ट दाबून धरला.

''नाही, आज फुलं नाहीत,'' ती कष्टाने म्हणाली व तेथून निघून कपाटामागे एकदम कोपऱ्यात जाऊन बसली.

''आणि शेणाकडे गेली नाहीस होय?'' त्याने पुन्हा विचारले.

पण कावेरीला आता बोलणे नको होते. सारे जळणारे मलिन शरीर कुठेतरी लपवून ठेवावे, मग त्यावर एका शब्दाचीही दृष्टी नको, असे तिला वाटत होते आणि ती तशीच पडून होती. लाल तप्त लोखंडी तुकड्यावरून एकेक लोळण घेत जावे त्याप्रमाणे तास सावकाश सरकत होते. मग काकू उठल्या. नरसूभट दुकानाला गेला. बाळकू बाहेरून आला. सगळ्यांची जेवणे झाली. तिच्यापुढे काकूंनी मुटकाभर भात मुद्दाम कुसकरून आणून ठेवला होता. तो तसाच राहिला होता. पडल्यापडल्याच बधिर नजरेने तिने त्याच्याकडे पाहिले. भिंतीवरून तीन काळ्या गाठीची एक मुंगी आली, सारा गोळा फिरून तिने एका शिताची निवड केली व आपल्या आकड्यांनी ते तोडून ती डौलाने निघून गेली. रस्त्यावरचा आवाज कमी झाला. घरातील बोलणेही कमी झाले. ''बघून येते कुठे गवती चहा मिळतोय का! तू गप्प झोप आजचा दिवस,'' म्हणत काकू कुठेतरी शेजारी गेल्या. 'गवती चहा नको, काही नको' म्हणून ओरडून सांगावे असे तिला एकदा वाटले; पण तसे करण्याचे श्रम देखील तिला नकोसे झोल. आता या भयाण घरात आपण एकटेच आळीसारखे राहिलो, भयाण विहिरीच्या तळाशी अंधारात तरंगणारी एक काडी...

अखेर दिवसाचा ताप संपत आला. नरसू रविवार असल्यामुळे लवकर घरी आला. काकूही आधीच परतल्या होत्या. त्यांना चार घरे हिंडून कुठे गवती चहा मिळाला नाही. आता एकुलता एक आधार गेला या भावनेने गोंधळून त्या वावरत होत्या आणि कावेरीच्या डोक्यात सारखे ताडताड आवाज होत होते... 'माझ्याशी कुणी बोलू नका, माझ्याकडे पाहू नका. मला अंधारात एकटं राहू द्या! विहिरीच्या तळाशी गवताच्या काडीप्रमाणे!' मान थोडीशी हलून डोळ्यांवर प्रकाश आला की शरमेला चटका बसल्यासारखे तिला वाटे. उग्र घाणेरडा केसाळ वास, हाडे पिचण्याजोगा अंगाभोवती विळखा आणि गुदमरलेला श्वास यातच ती धडपडत होती आणि तिचे दुःख फडाचे पान

वाढून काट्याकाट्यांनी फुलावे त्याप्रमाणे मोठेमोठे होऊन तिच्या शरीराला ताणीत होते.

आणि एकदम तिचे डोळे कठोर झाले आणि मनातील सारा तापलेला गोंधळ विझल्यासारखा झाला. खडकावर जाण्याची धडपड करीत असता तोल जाऊन खाली पडावे तसला हलकेपणा, ती मुक्तता तिला वाटू लागली. ती जीव पिळवटणारी व्याकुळता नको, आधारासाठी आंधळेपणाने बोटे पसरण्याची धडपड नको!

ती उठली व तिने नेहमीच्या सवयीप्रमाणे पांघरुणाची घडी घालून ठेवली. तिने न्हाणीघरात तोंडाला पाणी लावले व पदराने तोंड पुसले. काकूंनी ग्लास स्वच्छ पुसून दिवा लावला होता आणि बाळकूचे पानही वाढून ठेवले होते. कावेरीने बरणीतून लिंबाच्या लोणच्याच्या दोन फोडी त्या पानात घातल्या व पानाच्या तांब्यावरून हात फिरवला.

''कशाला उठलीस तू गाढवासारखी?'' काकूंनी किंचित रागावून म्हटले, ''जा पड जा. एक दिवस मला पाहता येत नाही? तू जन्माला यायच्या आधी मी संसारात म्हातारी झाले होते. कारटे, अडतीस वर्षं झालाय माझा संसार. रात्री झोपताना लक्षुंबाईंनी कसली गोळी दिलेय ती घे. गवती चहा कुठ्ठं मिळाला नाही बघ मला.''

मनाला घातलेला पीळ आता भळाभळा सुटतो आणि आपण एकदम काकूंजवळ जाऊन त्यांच्या पदरात तोंड खुपसून रडत बसतो की काय अशी कावेरीला एकदम भीती वाटली. पुन्हा एकदा तिने ओठ जोराने आवळला आणि त्या वेदनेने फाटक्या मनाला शिवण बसली. ''आता मला खरंच बरं वाटतंय,'' ती खालच्या मानेने म्हणाली.

''ही हवा असली आहे ना, अशा तक्रारी असायच्याच. गावात म्हणे असली साथच आहे,'' नरसूभट म्हणाला.

आता तेथे उभे राहायला नको म्हणून कावेरी सोप्यावर आली व नरसूभटाचे अंथरूण घालू लागली. काकूंचे तेच भोळे, सुपासारखे मन. तुळस लागेना तर दोनचार घरे विचारून आल्या. आपल्याला काही झाले तर पुन्हा तीच गडबड, धावपळ आणि कुठलातरी उपाय मिळाला तर संजीवनी मिळाल्याचा आनंद. अगदी सारे आपल्या आईसारखे. सुंठ लावली की सारे रोग खाडकन बरे होतात ही तिची बिचारीची कायम समजूत. तेच प्रेमळ, पंख्यासारखे फिरणारे हात, तसेच वाढलेले, भोळे, विश्वासू, कर्दळीसारखे आयुष्य.

आता जिन्यावर पावले वाजली. वहाणांच्या आवाजावरून बाळकू आला हे कावेरीने ओळखले. तिने एकदम तोंड फिरवले व ती आत जाऊ लागली. बाळकूने वहाणा काढून ठेवल्या व ती चौकटीच्या आड उभी राहिली.

''काकणं आणली आहेत तुझी,'' बाळकू म्हणाला, ''निळी. तुला निळीच हवी होती ना? या खेपेला मी विसरलो नाही.''

जवळजवळ बोटानेच तिला जीभ उचलावी लागली. ''हो,'' ती कशीबशी म्हणाली. जणू जिभेचाच एक तुकडा पडला.

"तुला काय झालंय सकाळपासून?" तो म्हणाला, "आज अगदी गप्प आहेस, चेहरा पार उतरलाय. माझ्यापासून काही लपवीत नाहीस ना?" किंचित व्याकूळ डोळे, श्रमलेला चेहरा, मानेवर कॉलर उसवलेली.

"छे, लपवायचं काय त्यात?"

बाळकूने एक निःश्वास सोडला व तो गप्प झाला. त्याने तिच्याकडे स्थिरपणे पाहिले. ती आपले केस किंचित ओढून बांधीत असल्याने तिचे कपाळ ताणल्यासारखे दिसे आणि त्यावर ती अद्यापही ओले कुंकूच लावीत असल्याने तेही चकाके. कानात मळक्या झालेल्या हिणकस सोन्याच्या कुड्या होत्या, त्याशिवाय अंगावर मंगलधातू नाही आणि तिला अद्याप शहरी वातावरणाचा स्पर्श नाही. वहाणा घालून तिला अद्याप चटचट रस्त्यातून चालता येत नसे. तिच्याकडे पाहिले, की बाळकूला स्वच्छ धुतलेल्या केळीच्या पानावर वाढलेल्या नैवेद्याची आठवण होत असे; पण दरवेळी त्याला स्वतःचे दारिद्र्यही खुपे. तिच्या कानात जास्वंदीसारख्या माणकांच्या कुड्या असाव्यात, अंगावर हल्ली हलकीफुलकी, उनाड पातळे दिसतात तसले नव्हे, तर नऊवारी रेशमी पोताची इरकली लुगडी असावीत आणि रेशीम तर असे घरंदाज की त्यावरून सरकणारा प्रकाश देखील लालसेने उगाचच रेंगाळावा. पण नाही, आपल्या नशिबी ते नाही. तुळस आपल्या घरी आली; पण तिला वृन्दावन मिळाले नाही...

मध्यंतरी आतून काकू उंबऱ्यापर्यंत आल्या होत्या; पण त्याच पावली त्या परत फिरल्या, हे दोघांच्याही ध्यानात आले नाही.

"आता सांगू नको; पण उद्यापरवा केव्हातरी सांग," काकणे पुढे करीत बाळकू म्हणाला, "ती – ती देखील तुझ्याइतकीच अबोल होती."

कावेरीच्या मनात शेगडी उधळल्यासारखे झाले. निखाऱ्यांनी डाग दिला व ते विखरून स्थिरावले. त्या वेळी देखील तिला सूक्ष्म मत्सर वाटला. मी नुसती अबोलच नाही, तर तिच्याइतकी अबोल आहे! तिने काकणे घेतली व ओठ आवळीत तेथेच ती उभी राहिली. बाळकूलाही काय बोलावे हे समजेना. तोच त्याला एकदम आठवण झाली. "तुझं ते निळं पातळ का नेसत नाहीस तू कधी?"

"त्याची घडी मोडली की दसऱ्याला."

"पण ते फक्त घडी मोडण्याकरिताच होतं की काय?" किंचित चिडून बाळकूने विचारले.

"मग काय आता नेसू? आणि काकूंना काय सांगू?" खालच्या मानेनेच तिने विचारले.

"अगं, आईला वाटेल ते सांग. काहीही सांगितलंस तरी 'काय थिल्लर आहात' हेच म्हणणार ती," तो हसून म्हणाला.

पण कावेरी निराळाच विचार करत होती. मध्येच एकदम तिचा आवाज स्पष्ट झाला

व तिने मान वर केली. ''हो, पण एक – ते पातळ माझंच ना?'' तिने विचारले.

'' 'माझं ना' म्हणजे काय? मग काय मी वापरणार ते की आई नेसणार?'' त्याने आश्चर्याने विचारले,

''नाही म्हणजे, वापरून ओलं, मळकट करण्याइतकंच माझं ना?''

गेल्या इतक्या महिन्यांत तिने त्या पातळाला फुलपाखरासारखे जपले होते आणि आता ती निष्काळजीपणाने पाण्यात बुचकळणार, चिखलात लोळवणार, या कल्पनेने बाळकू हसला; पण लहान मुलाला समजावून देण्याच्या आवाजात तो म्हणाला, ''बरं हं, ते तुझंच आहे. काय वाटेल ते कर त्याचं. जा आता, फार शहाणी झालीस. ही केळी घे आणि आईकडे दे जा.''

आज आपण उपवासाच्या केळ्यांना हात लावू नये असे तिला प्रथम वाटले; पण तिने मुकाट्याने हात पुढे केला. आत काकू त्या केळ्यांची वाटच पाहत होत्या. त्यांनी नरसूभटाकरिता एक बशी घेतली आणि बाळकूला जेवायला हाक मारली.

''तूही खातेस का हातासरशी दोन घास?'' काकूंनी कावेरीला विचारले, ''मऊसा भात आहे.''

''नको, नको,'' कावेरी म्हणाली. नंतर देखील तिच्या डोक्यात नको नकोचे सारखे ठोके पडत राहिले.

''खा की! सकाळी हात नुसता उष्टावला देखील नाहीस.''

काही न बोलता ती कपाटाआड येऊन अंथरुणावर बसली. तिने चटकन डोळे पुसले. 'काकू, कशाला हा प्रेमळपणा व्यर्थ घालवता? मला आता त्याचे काही नाही. तसाच ठेवा तो. कधी कुणालातरी त्यात जन्माचे सुख मिळेल.'

तिने कपाटातून पातळाची घडी काढली. त्यावर अद्याप दुकानातील ब्राऊन पेपरही तसाच होता. तिने त्याचा तलम पोत हातावर घेतला; पण निर्विकारपणे ती मनाच्या एका कोपऱ्यात जाग्या झालेल्या चित्राकडे पाहू लागली. नुकतेच लग्न झालेल्या हसऱ्या चेहऱ्याच्या एका आपल्यासारख्याच मुलीकडे ती पाहत होती. नव्या पातळाविषयीच्या तिच्या उदंड उत्साहाचे निरीक्षण करीत होती.

तिने नवे पातळ नेसले व जुन्या पातळाची घडी करून तिने कपाटात ठेवून दिली. तिने काकणांवरील कागद सोडला. डाव्या हातात एकच पिचके काकण उरले होते. काकणे चढवली व जुनी काकणे खुंटीवर ठेवून दिली. प्रत्येकातून एकेक निळा स्वर उडाल्याप्रमाणे त्या नव्या काकणांचा एकदम खळ्दिशी आवाज झाला. ती बाहेर आली.

''आँ? हे काय नवीन?'' काकूंनी आश्चर्याने विचारले व त्यांनी हनुवटीवर बोटे ठेवली.

''त्यांनीच नेसायला सांगितलं आता,'' शांतपणे कावेरीने सांगितले. बाळकू खजील झाला व बावळटपणे हसू लागला.

“बाळक्या, काय रे निर्लज्ज तू!” काकू म्हणाल्या; पण भोळ्या कौतुकाने. आळवाचे पान रुंद पसरावे त्याप्रमाणे.

जेवणे आटोपली. नरसूभटाने सोप्याला आपले अंथरूण पसरले. त्याला पांघरायला फक्त एक शाल पुरे होत असे. एकदा पाय अडकून ती एका ठिकाणी थोडी हिसकली होती. शिवायची, म्हणून कावेरीने कितीदातरी ठरवले होते; पण ते राहून गेले. बाळकूने सुपारीचा तुकडा तोंडात टाकला. हसून कावेरीकडे पाहिले, तिच्या झगझगीत काकणांकडे दृष्टी टाकली व कपडे करायला सुरुवात केली. त्याची जायची वेळ झाली होती.

“दरवाजा लावून घे ग,” तो म्हणाला. कावेरी आतून आली. काकणांचा आवाज. तिने न बोलता अमृतांजनाची बाटली पुढे केली. रातपाळीला बाळकूला हटकून डोकेदुखीचा त्रास होत असे आणि ती बाटली तो नेहमी विसरायचा.

“छान! म्हणजे आजही मी ती विसरलोच होतो की,” तो उगीचच म्हणाला. तिने ताबडतोब दरवाजा लावला नाही. तो जाईपर्यंत ती पाहत होती. नंतर तिने एकदम दरवाजा लावला आणि ती दरवाजाला पाठ लावून स्तब्ध उभी राहिली.

आता काकूंनी स्वयंपाकघर स्वच्छ केले व तेथे देव्हाऱ्यासमोर चटई पसरली. अंगावर एक जुनेरे घेऊन त्या आडव्या झाल्या. ‘आस्तिक, आस्तिक’ पुटपुटत त्यांनी हात जोडले व उशीवर डोके टेकले.

“पोरी, झोप लवकर तू,” त्या म्हणाल्या, “आज तांदूळबिंदूळ निवडायला नकोत. आणि हे बघ, झोपताना ती गोळी घेऊन नीज. गवती चहानं बघ कसं अंग अगदी मोकळं झालं असतं.”

बाहेर नरसूभटाने दिवा घालवला व जांभई दिली. “ते नवं पातळ काढून ठेव म्हणावं झोपताना कावेरीला,” तो म्हणाला; पण त्याला कुणी उत्तर दिले नाही. त्याने मिनिटभर उत्तराची वाट पाहिली व मग शाल डोक्यावरून ओढून घेत त्याने तो विषय मनातून काढून टाकला.

बरीच वर्षे वापरलेला रेशमी कद मुटका करून ठेवावा, त्याप्रमाणे काकू अंग आखडून झोपल्या होत्या. त्यांना पाहून कावेरीला अगदी भडभडून आले. उपवासाचे भुईमुगाचे चार दाणे देखील त्यांनी कधी कावेरीला सोडून खाल्ले नाहीत. आईचे घर सोडताना कावेरी अगदी बुजून गेली होती; पण येथे तस्से लाड करणारी आई मिळाली. कावेरीला वाटले होते, आता आपल्या आयुष्याचा मार्ग इथे स्थिरावला. आता वळणे नाहीत, धक्के नाहीत. शांत ओढ्यासारखे आयुष्य. पण तिचा अंदाज चुकला होता. हा छोटा प्रवास फक्त एक टप्पा होता. शेवटचा प्रवास अजूनही निराळा आहे.

फक्त काकूंच्या आठवणीसाठी कावेरीने गोळी घेतली व दिवा घालवून ती अंथरुणात पडली. सारा अंधार; पण डोळे निरनिराळ्या चित्रांच्या मागे धावत होते.

रस्त्यावर अद्याप गलका होताच. खालून कुठूनतरी अस्पष्ट प्रकाश येत होता व त्यावर काळ्या रंगाने चितारल्याप्रमाणे दिसणारी खिडकीतील तुळस स्थिर होती आणि खिडकीच्या चौकटीवर काळतोंडे मांजर अंग आवळून योग्य वेळेची वाट पाहत टपून आहे – टपून आहे. हळूहळू आवाज कमी झाला, तो प्रकाश बंद झाला आणि ती तुळस मावळल्याप्रमाणे अस्पष्ट झाली. हजार पायांच्या अजस्र किड्याप्रमाणे रात्र पुढे सरपटू लागली.

कावेरी उठून बसली व तिने मांजराला हुसकावून लावले. तिने पायातील जोडवी काढून हलकेच फणेरीपेटीत ठेवून दिली. नाहीतरी ती तिची नव्हतीच. नंतर हात अजिबात न हलवता ती हलकेच बाहेर आली; पण दरवाजा उघडताना अस्पष्ट फुटल्याप्रमाणे काकणांचा आवाज झालाच. तिने दरवाजा लावून घेतला व जिना उतरून ती चालू लागली.

आता पायात जोडवी नाहीत. भुताच्या शांत पावलांनी ती गाडीअड्ड्याजवळ आली. आता ती भीती उरली नाही. सगळ्या गाठी बरोबर बसल्या होत्या, गोफ सुटेल ही भीती नव्हती. अड्ड्यात आता एक गाडी होती आणि तिचे जूं जमिनीवर टाकले होते. मागच्या बाजूला कांबळ्यावर उशाशी रुमाल घेऊन गाडीवाला तेथेच झोपला होता. कुठेतरी हाडे पसरायची झाले! दोन्ही बैल खाली बसून एकमेकांसमोर यांत्रिकपणे रवंथ करीत होते. बाकीच्या जगाशी, त्याच्या क्षणिक सुखदुःखांशी त्यांचा काही संबंध नव्हता. घरामागे पानांची लक्तरे हलवणारे नारळाचे झाड, चांदण्यांनी भरलेले आभाळ, कावेरीच्या नव्या काकणांचा आवाज, खान्यामध्ये आतल्या आत घुमणारी कबुतरे आणि या साऱ्यांवर सतत सरपटत राहिलेली रवंथाची हालचाल, गाडीवाल्याचा घोरण्याचा आवाज! कुठेतरी अंग पसरायचे, कुठेतरी अन्न गिळायचे, कुठेतरी चांदण्या चमकायच्या, कुठेतरी चोचीला चोच भिडायची, शेण गोळा व्हायचे, पारिजातकाची फुले गळून कुठेतरी तशीच मरायची. एकाच कृष्णसर्पाचे सहस्रावधी खवले...

कावेरी विहिरीला वळसा घालून चौथऱ्याजवळ उभी राहिली; पण आता तिचे मन स्वच्छ काचेचे झालेले होते. उसळणारी शरम आता निःशब्द गोठून बसली होती. तिने खांद्यावरून पदर सावरून घेतला आणि ती एकदम दचकली.

आपल्यामागेच काकणांचा आवाज झाला व कुणीतरी स्त्रीने आपल्या पाठीवर हात ठेवला असा तिला भास झाला. डोळ्यांच्या कोपऱ्यांतून तिला दिसल्यासारखे वाटले, गोरी स्त्री – हिरव्या पातळातील...

तिने चमकून मागे पाहिले; परंतु कुणीसुद्धा नव्हते. स्वतः तिच्याच काकणांचा आवाज आला होता; पण आपल्यामागे एक स्त्री उभी होती, हिरव्या पातळातील गोरेली आणि तिची काकणे स्पष्ट वाजली, ही भावना काहीकेल्या तिच्या मनातून जाईना.

आणि एकदम तिच्या अंगावरून शहाऱ्याची लाट चमकून गेली व तिने एकदम

छातीवर हात ठेवला. तिला त्या स्त्रीचा चेहरा दिसत नव्हता. ती बोललीही नव्हती. पण त्या तिच्या स्पर्शाला, काकणांच्या आवाजाला जिभा होत्या. त्यांच्यामुळे कावेरीला त्या दुसरीचे स्त्री-मन चांगले समजले. इतक्या दिवसांच्या अदृश्य पावलांचा, काकणांच्या आवाजाचा एक मूक स्पर्श बनून तिच्याशी बोलून गेला.

पण त्या आघाताने ती एकदम बधिर झाली. त्या नव्या जाणिवेचे ओझे तिला अगदी सहन करवेना. एका वेड्या झटक्यात काकणे किणकिणत तिने कमरेला पदर आवळला व ती झपाट्याने चौथऱ्यावर चढली आणि सतत प्रकाश पिऊनही सुस्त हावऱ्या पडलेल्या गोल अंधारात तिने उडी घेतली.

रा धी

महादेव गल्ली ही वीतभर रुंद, चिंधीसारखी गल्ली होती. घरे अमोरासमोर इतकी जवळ होती, की समोरच्या गोदूबाईने आईकडे कढीलिंब-कोथिंबीर मागितली, की तिने दिलेली जुडी मी पायरीवरच राहून तिच्या सोप्यावर फेकत असे आणि शेजारचे मेहेंदळे व त्यांच्यासमोरील जोशी यांच्या घरातील माणसांनी तर आळीपाळीनेच आपले अंगण सारवून रांगोळी घालण्याचे ठरवून घेतले होते. गल्ली जेथे थोडीशी वळते, तेथे मांजरडोळ्याची शांती राहत असे. तेथेच कचऱ्याचे कुंड होते व म्युनिसिपालिटीचा रॉकेलचा दिवा होता. दररोज संध्याकाळी म्हातारा धोंडू हातात तेलाची बाटली व खांद्यावर दोरीचा फास टाकून येत असे. दिव्याच्या खांबाच्या आडव्या लोखंडी सळईला फास अडकवून त्यात एक पाय ठेवून तो वर चढे व थोडे तेल ओतून दिवा लावून निघून जाई; पण पंधरा मिनिटे – अर्धा तास दिवा जळे न जळे. मग कधी बस्तवाडचा हणमा अगर जनीचा मस्णू वर चढून तेल काढून घेत असे व तेवढ्यावर त्यांची रात्र भागे. जाणारेयेणारे लोक हे बघत, एखाददुसरी सौम्य शिवी देत; पण गणेशवाडीभटाने हे पाहिले तर मात्र कधी एका शिवीवर भागत नसे. सकाळी नुसते 'काय उठलात का भटजी?' असे विचारताच एक शिवी हाणूनच बोलाणारा, जेवण झाले हे सांगताना जेवणाच्या आईमायला रस्त्यावर ओढणारा तो माणूस, असल्या प्रसंगी फक्त एका शिवीचे आचमन करून गप्प राहणार? पण हणमा, मस्णू निर्ढावलेले हसू चेहेऱ्यावर ओढत व धूम ठोकत; पण गोपाळभटाची राधी खोचण खोचून खांबावर चढलेली असली की मात्र सगळ्यांची तोंडे लिंपल्यासारखी बंद पडत. ती फक्त रॉकेलच घरी नेत असे असे नाही. ती सरळ दिवाच उचली. ती वर चढली असता उतरेपर्यंत कुणालातरी – अगदी गणेशवाडीभटाला देखील – धरायला सांगे आणि मग तो दिमाखाने मिरवत घराकडे नेऊन, पुन्हा सकाळी तो काचेच्या पेटीत आणून ठेवी. अंधारलेल्या गल्लीत फाटक्या पदराचा आडोसा करून राधी दिवा घेऊन जात आहे, हीच तर राधीविषयी माझी पहिली आठवण होती.

राधी गल्लीच्या टोकाला एका खोलीत राहत असे. वास्तविक ती खोली अशी नव्हतीच. बाजूला गाडगीळांचा वाडा होता व त्याला लागूनच त्यांनी आपली गाडी ठेवण्यासाठी गाडीखाना बांधला होता. गाडगीळ वारल्यानंतर गाडीचे बैल विकले गेले व गाडी मात्र तशीच धूळ खात पडली. तेथेच एक तट्टी, जुने पत्रे मारून आबांनी राधीला एक खोली करून दिली होती. त्या खोलीला त्यामुळे खरी भिंत एकच होती; पण राधीने तिला एक मोठे भोक पाडून त्यात वाशाच्या पाचसात काठ्या अडकवल्या व प्रकाशवाऱ्यासाठी खिडकी करून घेतली होती. ती माझ्या आईपेक्षा सातआठ वर्षांनीच लहान होती; पण गल्लीत मात्र अगदी लहानापर्यंत तिला सगळीजण राधीच म्हणत आणि तेही नुसतेच राधी नव्हे, तर गोपाळभटाची राधी म्हणत. खरे म्हणजे गल्लीत शकुनालाही दुसरी राधी नव्हती; पण तिच्याबरोबर गोपाळभटाचे नाव हटकून येत असे आणि गंमत अशी, की त्या गोपाळभटाला आबांखेरीज कुणी पाहिले होते की नाही, कुणास ठाऊक? आबा त्याच्याविषयी कधीतरी आईला सांगत. त्यांनी आपले गाव सोडले त्या वेळी निव्वळ त्यांच्या शब्दासाठी राधीला घेऊन तोही बाहेर पडला होता; पण नंतर त्याचे डोके बिघडले व त्याला दूर कुठल्यातरी हॉस्पिटलमध्ये ठेवले होते. आबाच कधीतरी अधूनमधून जात व त्याला पाहून येत.

गोपाळभटाची राधी गल्लीतून चालली, की बायका आपल्या पोरांना उगाचच आत ढकलत, चुलीवर दूध उतू जात आहे का, परसातल्या दाराला कडी लावली आहे का, हे बघून यायला सांगत. कारण राधीची नजर वाईट होती. अण्णाबुवांचा बाबू दररोज आठशे नमस्कार घालत असे आणि तो दिसायला कसा लाल, गोळीबंद माणूस होता. तो एकदा जेवायला बसला असताना वाडगाभर फुले द्यायला राधी त्या घरात गेली. तेव्हापासून त्याचे मनच जेवणावरून उडाले. तो खंगत गेला आणि आता तर त्याला कोपऱ्यापर्यंत जातानाही धाप लागत असे व श्वास घरघरीत होई. रविवारी-बुधवारी तर हटकून चारपाच मुलांच्या पाठीवर बिब्बा उठे. मग त्या आया गोपाळभटाच्या राधीचे नाव प्रत्यक्ष न घेता तिचा उद्धार करू लागत; तिचे मढे का एकदा गल्लीबाहेर जात नाही म्हणून तळतळाटाने विचारत. एकदा आम्ही गणपतीच्या मंत्रपुष्पासाठी हौदभर दूध आणले होते. त्यात बदाम बेदाणे-केशर घालून चांगले दाट आटवले व त्या पिवळ्या वासाने सारे घर भरून गेले. त्या वेळी मंत्र एकदाचे संपण्याची वाट पाहत आम्ही दुधाभोवतीच अधीरपणे टपून राहिलो होतो. त्याच वेळी नेमकी देवाला नमस्कार करण्यासाठी राधी आली. आईचा चेहरा खर्रकन उतरला व तिने कपाळावर हात मारून घेतला.

''बरं का कृष्णाबाई, मलाही कपभर दूध ठेवा हं!'' जाताजाता राधी म्हणाली.

वास्तविक राधी आमच्या घरी बऱ्याच वेळा येत असे. सवाष्ण जेवायला सांगायची असली, की आई हटकून दुसऱ्या कुणा बाईला सांगे व मग आबा जाऊन राधीला बोलावून आणत. पण आता मात्र आई तिच्या शब्दांनी हबकूनच गेली. नंतर अर्ध्या

तासात सारे दूध विरजून पिवळ्या दह्यासारखे होऊन बसले. ''सटवी कुठली! मढं काढलं तिचं!'' मंत्र ओरडणाऱ्या ब्राह्मणापेक्षाही मोठा आवाज काढत आई म्हणाली होती. मग आबांनी घाईघाईने खुंटीवरील अस्ताव्यस्त रुमाल तसाच डोक्यावर थापटला, घरोघरी जाऊन मिळेल तेवढे दूध गोळा केले व ब्राह्मणांपुरते काम भागवले. आम्ही मात्र राधीला शिव्या देत तसेच झोपलो.

''पण कदाचित बदाम कडू निघाला असेल,'' आबा आईला समजावत म्हणाले, ''असं कधी नजरेनं दूध बिघडतं होय?''

''असल्या तुमच्या लाडांनीच ती शेफारून गेली आहे. तुमचा हात आवरून घ्या नि बघा! तिला कुणी कुत्रं विचारणार नाही. म्हणे नजरेनं कुठं दूध नास्तं की काय!'' आई कडाडत म्हणाली, ''तिची नजर कश्शी अगदी फुलासारखी आहे. तिनं सुपातल्या तांदळाकडे नुसतं पाहिलं की त्यांचा अगदी कसा साखरभात होऊन बसतो बरं!''

आबांनी हळूच माझ्याकडे पाहिले आणि आपले हसू दाबून टाकले; पण ते काही बोलले नाहीत.

पण खुद्द आबा देखील एक दिवशी हादरले. पाच वाजता हटकून घरी परतणारी आमची गाय, त्या दिवशी सहा वाजले, सात वाजले तरी परतली नाही. आठ वाजता बंड्या गुराखी आला आणि रडव्या चेहऱ्याने सांगू लागला : गाय चरतचरत टेकडीपलीकडे गेली. त्याने खूप शोध केला, आजूबाजूच्या खेड्यांत विचारले; पण गाईचा पत्ता लागला नाही. त्या रात्री घरात कुणालाच झोप आली नाही. आबा तर गुडघे उंच करून पाठ वाकवून बसले होते आणि बराच वेळ कंदिलाचा दांडा उंच करत विड्या पेटवत होते. आईने महादेवाला अभिषेक मागून घेतला. उजाडताच चहाही न घेता आबा रुमाल बांधून बाहेर पडले, ते बक्कळ रात्री आले. त्यांनी आणखी दोनचार खेडी धुंडाळली, कोंडवाडे बघितले; पण गाय गेली ती काही मिळाली नाही. आदल्याच दिवशी संध्याकाळी गाईची शेपटी तोंडावरून फिरवत राधीने म्हटले होते – ''गाय असावी तर अशी! कधी काळी जमलं तर मी पण एक गाय बाळगणार आहे.'' त्या वेळीही आई चिडलीच होती; पण चार दिवसांनंतरही गाईविषयी काही कळले नाही, तेव्हा आई कमरेवर हात ठेवत आबांसमोर उभी राहिली नि म्हणाली, ''आता जर गोपाळभटाची राधी या घरात आली, तर तिच्या झिंज्या धरून मी बाहेर घालवीन तिला! गाईला पायावर घातलं चेटकीच्या. आता आणखी काही व्हायला नको!''

इतर वेळी आबा तिला समजवायचा प्रयत्न करत; पण आता मात्र ते खाली मान घालून गप्प बसले. त्यांनी घरी साठवलेले गवत अण्णाबुवाला देऊन टाकले व गोठ्याला कायमचे कुलूप लावले.

तसाच जर प्रसंग पडला असता, तर खरोखरच राधीच्या तशा झिंज्या ओढायला आईने कमी केले नसते. कारण साऱ्या गल्लीत गणेशवाडीभट सोडला तर तिला कुणाचीच

भीती वाटत नसे. आणि त्याला तर सगळेच वचकून असत. आई तर माघारी त्याला दैत्यभट म्हणे. हा उंचच्या उंच, काळा, दांडगट ब्राह्मण नेहमी धोतर-उपरण्यात हिंडे. मी तरी त्याला कधी सदरा घातलेले किंवा त्याने आपल्या जाड खरखरीत शेंडीला गाठ मारलेली पाहिली नव्हती; पण आबा नेहमी दबलेल्या आवाजात म्हणत, ''हा ब्राह्मण चांगला दशग्रंथी आहे. त्यानं काशीला चौदा वर्षं काढली आहेत.'' कुठलातरी एक प्रोफेसर म्हणे दर वर्षी दोन महिने त्यांच्याकडे येत असे व लहान पोराप्रमाणे चटईवर बसून शिकून जात असे; पण त्याचे कागद देखील एकदा गणेशवाडीभटाने रस्त्यावर फेकून दिले होते. नेहमी आमंत्रणांची गर्दी असलेले श्रीपादभट, दत्तंभट त्याच्यासमोरून जाताना तोंड चुकवून जात व तोही त्यांना दीडदमडीभट म्हणे. पण गणेशवाडीभट तोंडाने अगदी फाटका होता आणि त्याला कधी कुणी श्राद्धपक्षाखेरीज बोलावत नसे. तो म्हणे सत्यनारायणाची पूजा सांगताना देखील दोनचार ठिकाणी शिव्या उच्चारल्याखेरीज पुढेच जात नसे. आबांकडे येणारे पुष्कळ मित्र त्याच्या बोलण्याच्या वाह्यात गोष्टी सांगत आणि खूप हसत. त्याला स्वतःचे घर होते. कुठल्यातरी खेड्यातून पाच पोती भात येत असे व गाडगीळांच्या दत्तदेवळाची पूजा होती म्हणून त्याचे चालत असे आणि ती दत्ताची पूजा देखील त्याच्या लहरीप्रमाणे चाले. कधी पाऊस ओतत असतानाही भिजत जाऊन तो सहा वाजता पूजा आटोपून परत येई, तर कधी भर उन्हात दुपारी दोन वाजेपर्यंत दत्ताच्या अंगावर पाणी पडत नसे. एकदा दत्तजयंतीला मी, बाबा आणि आई देवळात जाऊन त्याच्या येण्याची वाट पाहत बसलो. देवळात इतर दहाबारा माणसेही होती. आठ वाजले, नऊ वाजले तरी गणेशवाडीभटाचा पत्ताच नाही. आम्ही कंटाळून घरी आलो व आमची जेवणे आटोपली; पण दत्तजन्माखेरीज जेवायचे नसलेली ती माणसे ताटकळत बसली. संध्याकाळी मी चार वाजता नारळ फोडून आणायला गेलो, तर ती माणसे अद्याप तेथेच होती व गणेशवाडीभटाला लाखोली वाहत होती. तो आला तो पाच वाजता. तर तो गेला होता कुठे? शेजारच्या खेड्यात जत्रा होती, तिथे गाय आणायला तो गेला होता. गाय घेतली नाहीच; पण तेथील कुस्त्यांची दंगल पाहिल्यावर त्याला तारुण्याची आठवण झाली. धोतराचा काचा मारून तो तयार झाला आणि एक तास मातीत हुंदडून आला. त्या लोकांनी कौतुकाने त्याला हातभर लाल फडके दिले होते. तेच चांगले भिजवून त्याने पूजेच्या वेळी हात पुसण्यासाठी आणले होते.

''भटजी, दत्तजन्म करण्याची ही वेळ आहे की काय आहे?'' भुकेने तळमळत असलेल्या परशाने धीटपणे म्हटले.

''अरे जा रे जा फुसकीच्या! मला आलाय विचारायला!'' गणेशवाडीभट खवळून म्हणाला, ''दत्तारामाचा जन्म अमुक वेळी झाला, अशी त्यांच्या आयांनी काय येऊन तुमच्या कानात कुजबुज केली होती काय रे भडव्यांनो? दत्त जन्मतही नाही, संपतही नाही. संपतो तो दिवस. तुम्हांला लेको खादीला उशीर झाला, म्हणून तुमची ही ओरड!

जा आता घरी आणि पिंडाएवढे गोळे गिळून पडा मढ्यासारखे! म्हणे ही वेळ काय!''

मध्यंतरी मला बरे नव्हते, भूक लागत नसे. मग काळे डॉक्टरांनी सांगितले, की याला दोनचार अंडी तळून द्या म्हणून. अंड्यांचे नाव ऐकताच आबा तर बसल्या ठिकाणीच भेदरले. एक तर आई घरात अंडी कशी काय आणू देणार हा प्रश्नच होता. कोंबडीचे चित्र स्वैपाकघरात आले, तर म्युनिसिपालिटीचा दिवा लावणाऱ्या धोंडूला देखील पकडून आंघोळ घालणारी ती बाई होती. शिवाय खरे म्हणजे अंडी कुठे मिळतात हेच आबांना माहीत नव्हते. आबा दोन दिवस गप्पच राहिले. मग एक दिवशी गणेशवाडीभटाने दारातूनच आजूबाजूच्या चार घरांना ऐकू जाईल अशा आवाजात विचारले, ''आब्या, अंडी आणलीस का रे?''

'शृश्' करत त्याला गप्प बसवण्यासाठी हाताने खूण करत खजील चेहेऱ्याने आबा बाहेर आले व त्याच्यासमोर सर्द होऊन उभे राहिले. दोन घरांतील माणसे बाहेर आली व आबांना प्रथमच पाहत असल्याप्रमाणे रोखून पाहून परत आत गेली. आई तर मटकन खाली बसली.

''अंडी! पोराला अंडी घालायच्या आधी मी काशीला निघून जाईन!'' तिने निक्षून सांगितले.

''वा! चला तर! परवाच शिंचा चांगला मुहूर्त आहे,'' गणेशवाडीभट मोठ्या उत्साहाने म्हणाला, ''मी तुमची चांगली व्यवस्था करून देईन. ते काम माझ्याकडे लागलं! माझ्या पुष्कळ ओळखी आहेत तिथं. नाहीतरी म्हातारपणी हे काम चांगलं! गंगेत स्नान करावं, विश्वनाथाचं दर्शन घ्यावं. मग इकडंही फारशी अडचण राहणार नाही. तो शेंबडा डॉक्टर अंडी दे म्हणतो ना पोराला, देऊन टाकू पाचपन्नास! काय म्हणतोस आब्या?''

आबांची तर विशेष पंचाईत झाली. त्यांना काय बोलायचे हे समजेना. आई मात्र हादरली. 'काशीला निघून जाते' म्हणताच यापूर्वी कुणी असे ताबडतोब तयारीला लागले नव्हते. ती चिडली, ती पुटपुटली, ती आबांवरच उगाच काहीतरी खेकसली; पण तिला खरा राग आला होता तो तिला म्हातारी म्हटल्याबद्दल. मागे एकदा आबांनी तिला थट्टेने तसे म्हटले होते, तर दोन दिवस ती त्यांच्याशी भांडत होती. शेवटी आबांनी हात जोडून म्हटले होते, ''चुकलो बाई, जगदंबे! जगदंबा कधी म्हातारी होत नाही.'' त्यामुळे भांडण आणखी दोन दिवस वाढले होते.

''मी काही झाले तरी या घरात अंडी शिजू-तळू देणार नाही. माणसाला काही धर्म आहे की नाही?'' ती म्हणाली.

''वा वा! धर्म नाही असं कसं होईल?'' आपला अजस्र काळा हात हलवत गणेशवाडीभट म्हणाला, ''बस्तवाडच्या रमेनं धर्माकरता काय केलं माहीत आहे ना?''

आई खाली मान घालून आत गेली. आबा देखील थोडा वेळ गप्प बसले.

बस्तवाडच्या रमेचे लग्न झाले व एक वर्षात तिचा नवरा मेला. तिच्या घरच्या लोकांनी तिचे हातपाय बांधून तिला सोवळी केले होते व दुसऱ्या दिवशी तिने विहिरीत उडी घेतली होती.

"तुमचं ठीक आहे भटजी. निखारे खाऊन राहता तुम्ही," आबा खिन्नपणे म्हणाले, "आता पंधरा दिवस मला घरी वनवास आहे."

"तेच बरं तुला! नाहीतरी तू मुळातच डरपोक माणूस आहेस," गणेशवाडीभट समाधानाने म्हणाला.

आबांना अंडी कुठे मिळतात हे माहीत नव्हते व कुणालातरी राजरोसपणे सांगायचे धैर्य नव्हते. शेवटी अंडी आणली ती देखील गणेशवाडीभटानेच आणि तीही कशी? तर पूजेहून येताना एका ताम्हनात फोडलेला नारळ, दोनचार फुले, पळी-पंचपात्र व यांच्या जोडीला तीन शुभ्र अंडी!

"अहो भटजी, पूजेच्या ताम्हनात तुम्ही अंडी आणता, लोक काय म्हणतील?" आबा थोडे रागावून म्हणाले. गणेशवाडीभटाने ताम्हन कट्ट्यावर ठेवले, आबांकडे एखाद्या खुळ्या कुत्र्याकडे पाहावे तसे पाहून घेतले व तो ओरडून म्हणाला, "आब्या! – आब्या! याद राख हं! मला अक्कल शिकवशील तर हाडं सैल करून देईन बघ एक दिवस! हाडं आहेत की नाही कुणास ठाऊक म्हणा! पण असा यमासारखा एक दणका देईन, की कापडानं जमिनीवरचा तुझा डाग तेवढा पुसावा लागेल बघ! लोकांची भीती तुला! परसात तांब्या घेऊन जाताना चोरी करायला निघाल्यासारखा लपूनछपून जातोस तू बेट्या! आणि मला शिकवायला आलाय! फुलं, नारळ देवानं उत्पन्न केली आणि अंडी मात्र कुणी उपटसुंभानं तयार केली होय?"

मग आबांनी परसात अगदी दूर, लाकडे ठेवायच्या खोलीत शेगडी पेटवली व एक दिवसाआड एक अशी मला अंडी तळून दिली. तळलेली अंडी अगदी सपक लागतात.

चार घरे सोडून राहत असलेला बाळू संध्याकाळी पायरीवर वाचत बसला, की मीही मोठ्याने वाचत पायरीवर बसे. मी एकदा असाच वाचत होतो – 'मग एक समय उच्छाद करून शत्रूचे सारे सैन्य धावून आले...' वाचताना मी आपल्याच नादात होतो. त्यामुळे अगदी जवळच कुणीतरी, 'आणखी एकदा वाच!' असे ओरडले तेव्हा मी टुणकन उडालोच. मी समोर पाहिले, तर उंचच्या उंच झाडाप्रमाणे गणेशवाडीभट उभा होता व माझ्याकडे शिप्तरासारखे डोळे करून पाहत होता.

"वाच एकदा आणखी डोळे उघडून!" तो पुन्हा गरजला.

मी बिचकत पुन्हा वाचू लागलो. "मग एक समय उच्छाद करून शत्रूचे सारे सैन्य –"

गणेशवाडीभटाने घरात डोके घातले आणि थेट परसापर्यंत ऐकू जाईल अशा गडगडाटाची हाक दिली – "आब्या ऽ !"

आबा नुकतेच कचेरीतून येऊन कपभर चहा घेत बसले होते. घरी आल्यावर तेही सदरा घालत नसत. खांद्यावर जानवे सावरत ते बाहेर आले व उंबऱ्यापाशी थांबले.

गणेशवाडीभट मला म्हणाला, ''ही मराठी भाषा, या तुझ्या आबानं चहा पितापिता कणिक मळून ठेवावी तशी खाजगी मळून ठेवली होय रे तुझ्यासाठी? तू त्याचा दिवटा चिरंजीव. वापर ती वाटेल तशी! तुझी मुंज नाही, तुझ्या उच्चाराला संस्कार नाहीत! वाच डोळे वापरून. डोळे जर वापरावयाचे नाहीत, तर ते असतात कशाला? मग बटाट्यालाही डोळे असतात की! म्हण स्पष्ट – एकसमयावच्छेदेकरून!''

मी त्या शब्दातील एकेक अक्षर वाचून पाहिले. खरेच तो शब्द 'एकसमयावच्छेदेकरून' असा होता. आता असला कसला आडदांड शब्द पुस्तकात एखाद्या झुरळाप्रमाणे येऊन बसेल अशी कुणाला कल्पना तरी असेल? उच्छाद हा शब्द मी आईकडून पुष्कळदा ऐकला होता; पण हा अजस्र शब्द मात्र गणेशवाडीभटाने खिळा ठोकून आठवणीत बसवला. तो गेल्यावर ताबडतोब मी पुस्तक पिशवीत कोंबले. बाळू तर केव्हाच पसार झाला होता; पण त्या दिवसापासून पायरीवर बसून वाचायला मात्र मला फारसा उत्साह वाटेना!

पण गणेशवाडीभट होता म्हणून तर राधीला त्या गल्लीत जगता येत होते. कधीतरी दुकानात जाऊन चहाची पूड, गूळ आणता येत होता. शिवाय तो तिच्यासाठी कधीतरी जेवायची आमंत्रणे आणत असे. दत्ताला आलेला प्रसाद तिच्याकडे पाठवी. विशेषतः तिच्याशी राजरोसपणे धिटाईने रस्त्यात बोलत उभा राही.

आमची शाळा महादेवाच्या देवळात भरे. परत येताना मी, मराठ्यांचा बाळू, गोखल्यांची शांती मिळून येत असू. पण एक दिवशी मी माझ्या नव्या वहाणा शाळेतच विसरलो. त्या आणायला मी परत गेलो. तोपर्यंत शांती आणि बाळू पुढे गेली होती. वहाणा आबांनी आजच आणल्या होत्या व त्या चकचकीत दिसत होत्या. मी त्यांना लागलेली धूळ हातोप्याने पुसली; पण तळव्याला लागलेली माती जाईना. तेव्हा मी सदऱ्याचा ओटा उलटा करून ती पुसून काढली; पण त्या वेळी जवळच कुणीतरी हसले, म्हणून मी चमकून पाहिले. प्रथम मला कोण ते समजेना; पण मग आवाज आला – ''अरे, मी राधी रे!''

राधी खिडकीतून पाहत मला बोलावत होती. तिच्या कपाळावर अस्ताव्यस्त पसरलेले कुंकू लाल कापडाच्या चिंधीसारखे दिसत होते व खिडकीच्या काठ्या तोंडावर ओरबडल्याप्रमाणे वाटत होत्या. मी थोडा घाबरलो होतो. कारण मी तिच्याकडे गेलो होतो हे घरी जर आईला समजले तर हाडांची पूड होईल; पण मला राधीच्या त्या एवढ्याशा खोलीविषयी फार उत्सुकता होती. ही जादूटोणा करणारी, मुलांना बिब्बा घालणारी, वाईट नजरेची बाई कशी राहते हे मला पाहायचे होते. आता रस्त्यावर कोणी नव्हते. मी धावत आत वळलो व दाराआड उभा राहिलो.

''तू इथं आलेला समजलं, तर आई तुला चांगला ठोक देईल. होय की नाही?'' ती मनमोकळेपणाने हसत म्हणाली.

मी मानेनेच होय म्हटले.

''पण तू तरी अशी कशाला नजर लावत हिंडतेस?'' मी असे विचारताच तर ती हसत खालीच बसली.

''तू तरी खुळचटच आहेस!'' ती म्हणाली, ''अरे, माणसाच्या डोळ्यांनी कधी दूध नासतंय? गाई हरवतात? तुझ्या आईनंच मागं एकदा म्हटलं होतं, 'राधी, जोडवी धुतलीस वाटतं आज?' आणि त्याच दिवशी माझं एक जोडवं कुठं हरवलं देव जाणे? म्हणजे मला तुझ्या आईची नजर लागली होय रे पोरा?''

हे खरेच कधी माझ्या ध्यानातच आले नव्हते. बाळूने एकदा पांढरी शुभ्र दौत घेतली होती. मला तसली एक दौत फार दिवसांपासून हवी होती. मी त्याला म्हटले होते, ''चैन आहे बुवा तुझी. दुधी दौत आहे तुला!'' त्याच वेळी समोरून एक गाय येत होती. म्हणून शांती एकदम बाजूला सरकली. त्या धक्क्याने दौत खाली पडली आणि तिचा चकणाचूर झाला. विशेषतः शाई बाळूच्या पायावर पडून ते अगदी वहाणा घातल्यासारखे दिसू लागले, हे पाहून तर मला आणि शांतीला हसू आवरेना. परंतु त्या दौतीला माझी नजर लागली असावी, असे मात्र मला कधी वाटले नव्हते...

पण आता राधीचे बोलणे ऐकून मला एकदम मोकळे वाटू लागले व मी एका जुन्या खोक्यावर बसलो. आत खोलीत कोंदट ओकेओके होते. चुलीजवळच्या भिंतीचा भाग धुराने काळवंडला होता. एका मोठ्या कोनाड्यात थोडी भांडी होती व बाजूला कसला हे न ओळखण्याजोगा एक फोटो होता. चुलीजवळ काळसर झालेले अल्मीनचे पातेले होते व त्यावरील झाकणात मूठभर शेंगदाणे होते. आई नेहमी सांगत असे, त्या चहाचे ते पातेले असावे. राधी सकाळी एकदा पातेलेभर चहा उकळून ठेवी व त्यातून अर्धा-पाव कप ती संध्याकाळपर्यंत पीत असे. जमिनीवर एक गोणपाट अंथरले होते व उशाला जुनेऱ्याचे मुटकुळे होते. खोलीकडे पाहिले, की एकंदरीने एखाद्या जुनेऱ्याचीच आठवण होत असे.

राधीने इकडेतिकडे पाहिले व हात उडवत म्हटले, ''मी तुला चहा दिला असता; पण तो आहे गुळाचा!'' ती थोडी शरमल्यासारखी झाली; पण लगेच तिचा आवाज पुन्हा उत्साही झाला, ''थांब, मी तुला दोन आमसोलं देते. त्यात मिठाचा खडा ठेवून ती तोंडात धरली, की इतकं छान लागतं म्हणतोस!''

तेव्हापासून आमच्या घरी आमसोलाचा खप वाढला. 'आमसोऽल फणसपोळीऽऽ' असे ओरडत हिंडणारा वेंगुर्ल्याचा तो उंच कोकणा आमच्या घरी आता महिन्यातून दोनदा गाठोडी उतरू लागला. बाळू-शांती आता हटकून मला बोलावून न्यायला घरी येऊ लागली आणि शाळेत मी शेजारी येऊन बसावे म्हणून चारपाच पोरे तर दररोज मला

इकडून तिकडे ओढू लागली. पण हे फार दिवस टिकले नाही. एकदा मी कपडे धुवायला टाकले, तेव्हा आईला खिशात आमसोले आणि मिठाची पुडी मिळाली. त्या दिवशी ती फार कामात असतानाही तिने त्यातल्या त्यात वेळ काढून मला दोन तडाखे देण्याचे काम तत्परतेने आटोपून घेतले. पण तोपर्यंत मला राधीने करवंदे दिली होती. एक दिवशी तिने एका मळक्या कपात साबणाचे पाणी केले व एरंडाच्या पानांच्या पोकळ देठांनी डोक्याएवढे रंगीत फुगे करायला शिकवले. जोंधळ्याचे ताट आणून, त्यातील भेंड काढून त्याची गाडी करून दाखवली. काही वेळा ती मला गाणी म्हणून दाखवी. तिचा आवाज फारसा गोड, गुळगुळीत नव्हता; पण अंथरुणात पडल्यापडल्या आईच्या जात्याची घरघर ऐकावी, तसे मला वाटे. त्यात कृष्णाचे एक गाणे होते. कृष्णाने एका बाईचे रूप घेतले व तो एका म्हातारीच्या दारात बसून राहिला. मग पाऊस आला. तशी म्हातारीने त्याला आत घेतले आणि कृष्णाने तिचे दहीदूध खाऊन तिला फसवले. अशी ती हकिकत होती.

अवकाळी मृग आला,
करुणा आली त्या म्हातारीला,
जवळ बसे, नाव पुसे –
ती त्या बायकोला,
'माझं ग नाव कृष्णाबाई'
असंच देव बोलला...

कृष्णाने आपले नाव कृष्णाबाई सांगावे याची मला फार गंमत वाटे; पण मला फार, अतिशय आवडे ते गाणे म्हणजे गाय-वाघाचे होते. एकदा एक गाय चरायला गेली असता वाघाच्या तावडीत सापडते; पण 'घरी वासरू आहे, मला सोड,' म्हणून ती सारखी याचना करते. पण वाघ ऐकत नाही. शेवटी 'मी वासराला एकदा भेटून परत येते,' असे ती सांगते. पण वाघ म्हणतो, 'तू परत येशील म्हणून कशावरून?' तर ती सूर्याची शपथ देते. गाय घरी येते, वासराला भेटून त्याचा निरोप घेते आणि परत वाघाकडे येते; पण मग वाघ तिला सोडून देतो. वासराचा निरोप घेताना गाय वासराला म्हणते – 'अरे आता यापुढे मी तुझ्याजवळ असणार नाही. तुला एकटेच राहायला शिकले पाहिजे. चरायला जाताना तू सगळ्यांबरोबर जा. येताना त्यांच्याबरोबर ये. रानात अवेळी भटकू नकोस. संभाळून राहा व सुखाने मोठा होऊन आनंदाने राहा. मी तर जाते.'

हा भाग ज्याज्या वेळी येत असे, त्या वेळी मला हटकून रडू कोसळे. गाणे तर खूपदा ऐकावेसे वाटे आणि रडू तर अगदी आवरत नसे. गाणी म्हणताना, मी फुगे करताना राधी माझ्या अगदी जवळ बसून असे. एखाद्या पेटलेल्या चुलीजवळ बसले, की स्वैपाकघराचा कसा उबदार घरगुती वास येतो, तसा तिला एक वास होता आणि तो मला फार आवडे. आईच्या अंगालाही ऊब होती; पण तिला नेहमी स्वच्छ धुतलेला, साबणाचा वास येत

असे व ती मला तर नेहमी आमच्या झगझगीत धारदार सुरीसारखी वाटे. बाहेर जाताना तिच्याबरोबर राहायला मला फार अभिमान वाटे; पण काड्याच्या पेटीत घातलेली गणेशपाखरे, एकशेआठ वेळा रामनाम लिहून मारुतीच्या गाभाऱ्यात टाकलेली चिठ्ठी, परसात उंबराच्या झाडावर बुलबुलांनी बांधलेले घरटे, आत लाल दोरा असलेल्या काचेच्या गोटीला गेलेला तडा या गोष्टी कशा राधीला सुखदुःखाने सांगाव्याशा वाटत, तशा आईपुढे बोलाव्याशा वाटत नसत. मी वर्गात एकदा हत्तीचे चित्र काढले, तर मास्तरांनी म्हटले, ''काय रे बेट्या, या हत्तीला पंडुरोगबीग झालाय की काय? मग त्या काळे डॉक्टरांना तरी नेऊन दाखव!'' पोरे कशी पाच मिनिटे खिस्खिस् हसत होती. घरी आल्यावर मी ती हकिकत आईला सांगितली, तर ती उलट मलाच म्हणाली, ''तू गाढवासारखं हत्तीचं चित्र काढलंस कशाला?'' खरे म्हणजे हे चित्र गाढवासारखे बिलकूल दिसत नव्हते. दुसऱ्या दिवशी मी राधीला ती गोष्ट सांगितली. ती उठली, तिने आपले फाटके लुगडे आवरले आणि हातात चुलीजवळची फुंकणी घेतली. ती म्हणाली, ''चल! दाखव कुठाय तुझा मास्तर तो! त्याचं डोकं भादरते!'' मी तर घाबरूनच गेलो. मी म्हटले, ''नको ग! आमचे मास्तर फार मारकट आहेत.'' ती म्हणाली, ''जा रे जा! तो एक मारकट असला तर मी सात मारकट आहे!'' शेवटी त्या मास्तरांची बदली झाली, एक महिन्यापूर्वीच ते गेले, असे मी सांगताच तिने फुंकणी बाजूला ठेवली. खरे म्हणजे पत्कीमास्तर अजून आमच्या मागच्याच गल्लीत राहत होते!

त्या दिवशी दप्तर घेऊन मी घरी आलो त्या वेळी बराच उशीर झाला होता. आई परसात तुळशीपुढे पणती लावण्याच्या तयारीत होती. मी हळूच आत शिरताच तिने मान वर करून पाहिले. तेव्हाच तिच्या कडक डोळ्यांकडे पाहून मी ओळखले, आता मात्र आपली हाडे धड राहणार नाहीत. या आईविषयी मला नेहमी एक आश्चर्य वाटे. बशीत शिरा घालून देताना तो बशीबाहेर सांडेपर्यंत ती अगदी रुंद हाताने सढळ भरी. तेल लावून आंघोळ घालताना तिचा हात मऊ आटवलासारखा फिरे. पण काही वेळा मात्र तिची बोटे अशी कशी दगडाची होत हेच मला समजत नसे. मागे एकदा मी काळे डॉक्टरांच्या घरी सत्यनारायणाचा प्रसाद द्यायला गेलो होतो. तेथे बाहेरच्या टेबलावर काचेचा चौकोन होता. त्यात असलेली लहानलहान फुले मला फार आवडली, म्हणून मी तो चौकोन उचलून आणला. मला चोरी करायची नव्हती आणि कागदावर ठेवायला काही हवे होते असेही नाही. उलट, दुसऱ्या दिवशी मी तो परत देऊन टाकणार होतो. पण तो माझ्या हातात पाहून आईने मला असे बडवले की त्यापुढे पत्कीमास्तर म्हणजे अगदी कापूसबोळा! दुसऱ्या दिवसापर्यंत गाल-पाठ ठणकत होती. आबा अनेकदा माझ्या बाजूने बोलत; पण त्या दिवशी मात्र ते देखील घाबरून गप्पगार बसले होते.

आत्ताच पाहा! या वेळी एवढा अंधार झाला होता. मग आधी परसात जाऊन तुळशीपुढे पणती लावायची, की मला उशीर का झाला याची चौकशी करत बसायचे?

पण आईने हातातील पणती बाजूला ठेवली आणि माझा हात धरून मला खस्‌दिशी पुढे ओढले.

‘‘कुठं होतास रे इतका वेळ?’’ तिने करड्या आवाजात विचारले.

‘‘कोण, मी?’’ मी उत्तर आठवण्यासाठी वेळ काढत म्हणालो.

‘‘तू नव्हे, टिपू सुलतान! म्हैसूरचा वाघ!’’ ती वेडावत म्हणाली, ‘‘बोल! कुठं होतास भटकत?’’

‘‘मी महादेवाच्या देवळातच खेळत होतो.’’

‘‘लाज नाही वाटत खोटं बोलायला?’’ ती कडाडली, ‘‘आज सोमवार. मी तर तिथं अर्धा तास होते की!’’

‘‘अग, त्या देवळात नव्हे, मी मोठ्या महादेवाच्या देवळात होतो.’’ मी गोंधळून म्हणालो.

‘‘मी तर आज मोठ्या महादेवाच्या देवळातच गेले होते,’’ ती विजयाने म्हणाली, ‘‘आता खरं सांग कुठं होतास ते!’’

‘‘पण सोमवारी तिथं गर्दी असते. गर्दीत मी दिसलो नसेन तुला!’’ मी अगदी भेदरून कसाबसा म्हणालो.

‘‘थांब! तुझी हाडं सैल केल्याखेरीज तू वठणीवर यायचा नाहीस! चांगला निर्ढावलेला बेरड झाला आहेस तू. आज सोमवार होय रे माकडा?’’ ती म्हणाली.

मग माझ्या लक्षात आले, खरेच आज सोमवार नाही, मंगळवार आहे! पण आता काही इलाजच राहिला नव्हता. आताच माझे गाल गरम होऊ लागले होते. पाठीत बसणाऱ्या घुमक्याचा आवाज कानी ऐकू येऊ लागला होता.

‘‘बोल! त्या चेटकीबरोबर गेला होतास की नाही मसणात?’’ आई चिडून म्हणाली. मग मला सारे सांगावेच लागले. मी राधीबरोबर गेलो होतो; पण मसणात नाही! मी शाळेहून लवकर परतलो होतो. येताना तिने मला खिडकीतून हाक मारली आणि माझ्या हातावर भोपळ्यासारख्या रेघा असलेले दोन मोठे रायआवळे ठेवले. असले रसरशीत, सुरेख आंबट आवळे मी कधी पाहिले देखील नव्हते. मी आणखी दोन मागितले.

‘‘अरे, मी काय पोतंभर आवळे आणून ठेवलेत की काय घरात?’’ राधी हसून म्हणाली, ‘‘त्या करंदीकराच्या घरी मिरचीपूड टाकून द्यायची होती, म्हणून मी गेले होते. तेव्हा त्यांना विचारून मी दोनचार आवळे घेतले झालं. ती करंदीकरकाकू आहे ना, ती फार मोकळी बाई आहे. ती म्हणाली, ‘घे की! जळ्ळं त्यात काय विचारावयाचं! दररोज सूपभर खाली पडून जातात मातीत.’ मी म्हटलं, तुला एक दिवस घेऊन जाईन. अरे, झाड अगदी लहान आहे. माझ्या खांद्यावर चढलास की झाडावरूनच तुला आवळे काढता येतील!’’

प्रत्यक्ष झाडावरच चढून असले आवळे काढून खायचे, या आनंदाने माझे पायच गेले. मी तसेच राधीला करंदीकराकडे नेले. तिच्या खांद्यावर पाय देऊन मी झाडात गेलो,

तेव्हा सगळीकडे आवळेच आवळे पाहून किती तोडू नि किती खाऊ असे होऊन गेले मला. मी दप्तर भरून घेतले आणि खाली उतरलो. तोपर्यंत अंधार पडायला आला होता.

आईने सारे ऐकून घेतले व पिशवीतील सगळे आवळे काढून बाहेर फेकून दिले.

"आता पुन्हा त्या कैदाशिणीकडे गेलास तर पाय मोडून देईन! वरवंट्याकडे बघितलं तर तो तडकतो, असली बया ती! आणि तिथं जाऊन गुलगुल गोष्टी करत बसतोस! थांब! तुला चांगलं लक्षात राहील असं शिकवते," आई म्हणाली आणि तिने खिडकीत एक देवदारी फळकूट होते ते उचलले.

आज कधी नाही ते आबा देखील माझ्यावर संतापले. ते देखील उठले आणि हातवारे करत ओरडून म्हणाले, "खरंच! नाहीतरी कार्टं फार बिघडत चाललंय. त्याला चांगलं शिकवलं पाहिजे." त्यांनी मला हाताला धरून ओढले नि डोळे गरगरत ते आईला म्हणाले, "आण ते फळकूट. मीच त्याला चांगली अद्दल घडवतो. चल रे माडीवर!"

आबांनी मला एकदादोनदा ढकलून माडीवर नेले. आबा देखील फळी घेऊन धावलेले पाहून मात्र मी रडकुंडीला आलो; पण माडीवर दुसऱ्या सोप्यावर आल्यावर त्यांचा कठोर चेहरा एकदम वितळला व डोळे मिचकावून ते हसले. त्यांनी दोनचारदा ती फळी शास्त्रासाठी माझ्या अंगावर लावली न लावली. मी म्हटले,

"आबा हे काय?"

"काय म्हणजे? फळीनं मारीन असं मी म्हणालो होतो ना? मी तुला आता फळीनं मारतो आहे. किती जोरात मारीन असं कुठं मी सांगितलं होतं? मी बोलल्याप्रमाणं करणारा माणूस आहे आणि खोटं सांगणं तर मला बिलकूल पसंत नाही," आबा म्हणाले. मला एकदम हसू येताच 'श्श्' करत त्यांनी मला गप्प बसवले व हळूच म्हटले, "अरे, त्या पिशवीत एखादा रायआवळा शिल्लक राहिला आहे का बघ रे! मला देखील ते फार आवडतात."

त्या दिवसापासून मात्र आबा माझे दोस्त झाले. ते राधीविषयी चौकशी करत आणि त्यांनी न विचारलेल्या पुष्कळ गोष्टी मी त्यांना सांगत असे.

पण त्या दिवशी मी राधीच्या घरी गेलो त्या वेळी तेथे असे काहीतरी वाट पाहत असेल अशी मला कल्पना नव्हती. मी जाताच ती एकदम जवळ आली नि हसत म्हणाली, "बघ! तुला एक कुत्रं हवं होतं ना? मी आणलंय एक. काल परांजपेकडे पाणी भरायला गेले होते. त्यांच्याकडे आता तीनचार कुत्री झाली आहेत आणि त्यांच्या ओरडण्यानं ती माणसं अगदी कंटाळून गेली आहेत. बाईनं तर सांगितलं, 'राधी, दररोज एकेक घेऊन जाऊन सोडून ये यांना कुठंतरी मसणात. जीव अगदी भंडावून सोडला बघ त्यांनी!' मग मी हे त्यातल्या त्यात लहान कुत्रं आणलं तुझ्यासाठी. मात्र त्याला थोडे दिवस दोरीनं बांधून ठेवायला पाहिजे बरं का सवय होईपर्यंत."

तिने एका सुतळीने कुत्र्याला खिडकीला बांधून ठेवले होते व पुढे एका मातीच्या

थाळीत भाकरीचा तुकडा टाकला होता. मला पाहताच ओळख पटल्याप्रमाणे ते कुत्रे शेपूट हलवू लागले. त्याचा रंग कावळ्याच्या पंखासारखा चकचकीत काळा होता; पण ऐन वेळी काळा रंग संपल्याप्रमाणे पाठीवर मात्र चार बोटे पांढरा डाग होता. मी त्याला हळूच पांढऱ्या डागावर स्पर्श केला. ते लगेच माझी बोटे चाटू लागले.

''आवडलं तुला? नाहीतर मला अडाणीला कुत्र्यात काय समजतं दगड?'' राधी म्हणाली; पण मला ते फार आवडले म्हणताच ती अगदी खूष झाली. पण मला आईची आठवण येताच मी हिरमुसून गप्प झालो. ती कधी त्या कुत्र्याला अंगणात देखील येऊ द्यायची नाही याची मला खात्री होती.

''का रे, गप्प का?'' राधीने विचारले.

''पण हे ठेवायचं कुठं? आई तर –''

राधी हसली व तिने मला डोक्यावर थापटले. ती म्हणाली, ''नाहीतरी हे तू घरी नेऊच नकोस. इथं राहील की ते माझ्याजवळ. तुला हवं त्या वेळी तू त्याला फिरवून आण आणि मग बांध त्याला खिडकीला.''

एकदम सारे दरवाजे उघडल्याप्रमाणे मला फार मोकळे वाटले आणि मी धावतच घरी आलो. त्या दिवशीही मला उशीरच झाला; पण आई स्वैपाकघरात होती. मी हळूच आत सटकलो व माडीवर आबांकडे गेलो. मी एकदम त्यांच्या खांद्यावर पडून सांगितले, ''राधीनं मला एक छान कुत्रं आणलंय!''

मी एकदम पडल्याने विडीचा झुरका घेताना आबांना ठसका लागला. ते खोकत म्हणाले, ''कार्ट्या! माणूस आहेस की बकासूर आहेस! आता घरी मात्र आणू नकोस तुझं कुत्रं. तू जाणे, तुझं कुत्रं जाणे! ते सगळं बाहेर! नाहीतर तू आणि मी – दोघांनाही धर्मशाळेत राहावं लागेल बघ. जगदंबा तशी कुणाला सैल सोडायची नाही!''

नंतर एकदा त्या कुत्र्याला घेऊन मी आबा कचेरीहून येत त्या रस्त्याला उभा राहिलो. आबांनी त्याच्याकडे पाहिले नि म्हटले, ''हेच तुझं काळं काय रे? अशक्त दिसतंय. खायलाप्यायला घातलं पाहिजे पुष्कळ. पण फार जीव लावू नको रे पोरा! जिवंत गोष्टींना जीव लावून गोत्यात पडू नये माणसानं.'' – आबा अनेकदा असेच काहीतरी बोलत व त्या वेळी ते मला एकदम निराळे, दूरचे वाटत. आम्ही न बोलता परतलो. वाटेत त्यांनी एक पैशाचा रोट घेतला आणि मला दिला. ''त्याला खायला घाल आणि राधीकडे त्याला सोडून घरी ये परत,'' ते म्हणाले.

पण काळे घरात आले आणि राधीचे आयुष्य मात्र बदलून गेले. तिला आता सवाष्ण म्हणून कुणी बोलवायला तयार नव्हते. केळकरांच्या घरी तर त्या माणसांनी राधीला 'उंबरा ओलांडू नको' म्हणून चक्क सांगितले. देसायांच्या घरातील वार बंद झाला आणि करंदीकरांची माणसे तीनचार महिन्यांसाठी मुंबईला गेली, त्यामुळे त्यांच्याकडील पडझड कामे देखील बंद झाली. कारण काळे घरात आले आणि तेव्हापासून गल्लीत चेटकाचे

प्रकार फारच वाढले. एकदा गल्लीच्या कोपऱ्यावर लिंबू व कुंकू घातलेला भात दिसला. काळ्यांच्या अंगणातील डाळिंबाचे झाड पाहतापाहता वाळून गेले. त्याच्या आदल्या दिवशीच राधी काळ्याला घेऊन तेथे गेली होती आणि त्याने त्या झाडाला अंग घासले होते. रमाकाकूंनी राधीने दिलेला कढीलिंब घेतला आणि त्यांची गाय आटून बसली. भागीरथीबाईंचा गडगडा मोडून नव्या घागरीसकट पाण्यात पडला. बाळंतपणासाठी आलेल्या गौरीचे मूल तर सातव्या महिन्यातच गेले. आता राधी रस्त्याने चालू लागली की बायका सरळ बाहेर येऊन तिला शिव्या देऊ लागत. गणेशवाडीभटाच्या नाऱ्याने तर चारपाच पोरांची एक टोळीच केली होती आणि ती भिंतीआडून राधीला दगड मारत.

गणेशवाडीभटाचा नाऱ्या म्हणजे सगळ्या गावावरून ओवाळून टाकलेले, आडदांड, होळीत अर्धवट जळालेल्या ओंडक्यासारखे पोर होते. तो माझ्याहून चारपाच वर्षांनी मोठा असेल; पण त्याला शाळा नाही, शुळा नाही आणि गणेशवाडीभटाने त्याला लाथ मारून घराबाहेर काढले होते. तो आता उगाचच खोड्या करत लक्ष्मीला सोडलेल्या रेड्याप्रमाणे गावभर भटके. आमच्या शेजारी रामभाऊ दड्डीकर राहत. त्यांची बायको सावित्रीबाई मोठी जाडजूड अजस्र बाई होती आणि तिचा दंड माझ्या मांडीएवढा होता. गल्लीच्या टोकाला काळे यांचा दवाखाना होता. त्यांची बायको तर रस्त्याने चालली की कपड्यांचे मोठे कपाटच फिरायला चालले आहे असे आम्हांला वाटे. तर या नाऱ्याने कुठलेतरी डांबर आणून सावित्रीबाई व काळीणबाई यांची निकाली कुस्ती होणार अशी जाहिरात महादेवाच्या देवळाच्या भिंतीवर लिहून ठेवली होती. पिंपळकट्ट्याजवळच्या गंगव्वाला दररोज फुले लागत. सायकलीला एक करंडी अडकवून ब्राह्मणाचा एक मुलगा येत असे व पानात बांधलेल्या फुलांचा पुडा उघड्या खिडकीतून आत टाकून जात असे. एकदा या नाऱ्याने त्याला कोपऱ्यावरच गाठले, आपण गंगव्वाच्याच घरी जाणार आहो असे सांगून फुलांचा पुडा घेतला आणि मग त्यात दोन मोठ्या बेडक्या घालून पुडा खिडकीतून आत फेकला. नंतर गंगव्वा, तिची मुलगी भीमा यांच्या किंकाळ्या चांगल्या अर्धा तासभर गल्लीत निनादत होत्या. त्याशिवाय घरात चारपाच कपबशा फुटल्या, दूध सांडले, आरसा खाली पडला हे निराळेच. भास्कराचार्य ज्योतिष्याच्या घरावर तेथील 'येथे रमल सांगितले जाईल' ही पाटी काढून गणू शिंप्याची 'सदरे-चोळ्या शिवणार' ही पाटी लावणारा नाऱ्याच! खरे म्हणजे अण्णाबुवा इतका चिक्कू माणूस, की आबा तर सांगत, की एकदा भीक मागायला आलेल्या भिकाऱ्याच्याच भांड्यातून त्याने मूठभर तांदूळ काढून घेतले. गणेशवाडीभट म्हणे, की अण्णाबुवाने आपल्या मुंजीतल्या अक्षता नातवाच्या मुंजीत पुन्हा वापरण्यासाठी अद्याप जपून ठेवल्या आहेत! यातले खरेखोटे किती कुणास ठाऊक म्हणा; पण या अण्णाबुवाच्या घरी सार्वजनिक हळदीकुंकू आहे असे सगळीकडे आमंत्रण देऊन त्याच्या घरी बायकांची झुंबड पाठवणारी पोरे नाऱ्याच्याच टोळीमधली. या नाऱ्याला समोर पाहिले, की आम्ही तर धूमच ठोकत असू.

या नाऱ्याने एकदा म्हणे अमावास्येच्या रात्री, राधी काळ्याला घेऊन पिंपळासमोर उदबत्त्या लावून बसली होती असे पाहिले होते. आता रात्री दररोज कुणी ना कुणी राधीच्या घरावर दगड फेकत असे. एकदा कुणीतरी चिंध्या तेलात बुडवून पेटवून तिच्या खोलीवर टाकल्या होत्या. खोलीवर पत्रा होता व राधीने जाळ ऐन वेळी पाहिला होता म्हणून बरे; पण भाजलेला हात घेऊन ती पंधरा दिवस तळमळत होती. तिच्याशी आता कुणी उघडपणे बोलत होते की नाही कुणास ठाऊक. फार तर कधी गणेशवाडीभट मात्र तिला पत्रावळीतून काहीतरी देई. कधीतरी तो काळ्याला घेऊन फिरायला जात असे आणि पैशाला तीन मिळणारी पिवळी लाकडासारखी घट्ट बिस्किटे त्याला खाऊ घाली. एकदा मी गणू शिंप्याकडे आबांचा सदरा झाला आहे का हे पाहायला गेलो होतो. तेव्हा गणेशवाडीभट तेथेच होता. गणूचे बाकीचे सारे अंग ठीक होते; पण गुडघ्याखालील पाय मात्र पाळण्याच्या खुराप्रमाणे सारे वीतभर होते. त्यामुळे मशिनवर तो उभ्यानेच काम करी. ते मशिनही गणेशवाडीभटानेच त्याला धंद्यासाठी घेऊन दिले होते. गणू तसा थोडा नाकखुपशा माणूसच होता. त्याने गणेशवाडीभटाला विचारले, ''भटजी, तसल्या बिगनेशी कुत्र्याला घेऊन कशाला हिंडता फुकट तुम्ही?''

गणेशवाडीभटाने त्याच्याकडे एखाद्या बेडकाकडे पाहावे तसे पाहिले आणि तो म्हणाला, ''तू चिंधीचोर तेवढा उपटसुंभासारखा मला शिकवायचा बाकी राहिला होतास बघ! अरे, त्या कुत्र्याला काही खायला दिलं, तर ते जाणेल तरी. मी मरायला लागलो तर एकदा येऊन जाईल, घसा ताणून ओरडेल तरी; पण तुमच्यासारख्यांची ढुंगणं धूत जन्म काढला, तर करंगळीवर तुम्ही मुतायला तयार होणार नाही, डुक्करचंदानो! अरे लडदू, चार कुत्री भोवती ठेवून फोटो काढून घ्यायला दत्ताला लाज वाटत नाही. एक कुत्रं बरोबर घेऊन हिंडायला मला सोट्या रे कसली लाज?''

गणू गप्पगार झाला होता. काळ्याची बाजू गणेशवाडीभटाने घेतल्यामुळे मला फार बरे वाटले होते. विशेषतः दत्ताबद्दलचे त्याचे शब्द मला फार आवडले होते. मला जर कुणी कुत्र्याविषयी काही म्हटले, तर तेच म्हणून दाखवण्याचे मी तेथल्या तेथेच ठरवून टाकले होते.

एके दिवशी आईने मला समोर उभे केले. आबाही बाजूलाच होते; पण विडी ओढीत, गप्प. आईने माझ्यापुढे एक बोट नाचवत म्हटले, ''मी यांनाही सांगितलं आहे. यापुढे राधी घरात सवाष्ण म्हणून यायची नाही. तिची त्यांनी विचारपूस करायची नाही. आणि तूही लक्षात ठेव – तिच्याकडे गेलास, बोललास तर याद राख. तुला माझी शपथ आहे. जर तू शपथ मोडलीस, तर मी पटदिशी मरून जाईन.''

आईच्या मरण्याच्या कल्पनेनेच माझ्या अंगावर सर्रकन काटा आला. मी तिला शपथ दिली खरी; पण मला एकदम खूप रडावेसे वाटू लागले. आबा एकदम उठले व डोक्याला रुमाल गुंडाळतच घराबाहेर पडले.

मी शाळेहून येताना राधीने मला एकदादोनदा हाक मारली; पण मी मान हलवून तसाच परतलो; परंतु त्या वेळी माझ्या डोळ्यांत पाणी आले होते. नंतरनंतर तर मी शाळा सुटल्यावर मागच्या गल्लीने येऊन परसातून घरात येऊ लागलो. मला कुठे जावेसे वाटत नव्हते, काही खेळायची इच्छा होत नव्हती. संध्याकाळचे खाणे देखील काही वेळा मला नकोसे होऊ लागले. राधी देखील रस्त्यात फारशी कधी दिसत नसे. कधीतरी वेड्यावाकड्या पट्ट्यांच्या खिडकीत तिचा चेहरा, कपाळावर उधळलेले कुंकू, अस्ताव्यस्त केस दिसत. पोरे तेथून जायला घाबरत आणि रविवार-बुधवार या बिब्ब्याच्या दिवशी तर त्यांना ती बाजूच बंद असे. एकदा संध्याकाळी मी खिडकीत बसलो होतो, तेव्हा काळे रस्त्याने चाललेले मला दिसले. मला न राहवून मी एकदम दारात धावलो आणि त्याला बोलावले. मला पाहताच ते पटकन कट्ट्यावर चढले आणि खुळ्यासारखे तेथल्या तेथे उड्या मारू लागले. आईने ते केव्हा पाहिले कुणास ठाऊक, ती हातात काठी घेऊन आली आणि तिने ती नेमकी काळ्याच्या पाठीवरल्या पांढऱ्या तुकड्यावर हाणली. के के करत काळे पळून गेले; पण मला मात्र फार शरम वाटली. मी अगदी कळवळल्यासारखा झालो. मीच त्याला बोलावले नसते, तर त्याला हा तडाखा मिळाला नसता...

मी अनेकदा रात्री अंथरुणात जागाच तडफडत पडे. काही वेळा मला राधी, काळे यांची स्वप्ने पडत. काळे गाडीखाली सापडले आहे, राधीला दगड लागून तिच्या कपाळावरचे रक्तच कुंकवासारखे दिसत आहे, नाऱ्या आणि ती उनाड पोरे हातात धगधगीत दिवट्या घेऊन राधीला अंगभर भाजत आहेत, असे पुष्कळदा दिसे व छाती दडपून गेल्यासारखी होई.

एकदा रात्री मला आईने हलवून जागे केले व दिवा लावला. आबाही उठून बसले होते व माझ्याकडे पाहत होते. माझा चेहरा ओलसर झाला होता. आईने माझे डोळे-तोंड पदराने पुसले.

"हे बघ, तुला जर उद्यापासून राधीकडे जायचं असेल तर जात जा. माझी शपथ सुटली," ती म्हणाली, "पण झोपेत राधी म्हणत ओरडत जाऊ नकोस. या आठवड्यात तिसरी खेप ही तुझी ओरडण्याची!"

मी एकदम उठून बसत विचारले, "खरंच जाऊ? शपथ?"

"शपथ," आई म्हणाली, "तुझं नशीब तुझ्याबरोबर. मी तरी त्याला सावरूनसावरून किती सावरणार? आणि मी तरी काय तुला जन्मभर पुरणार आहे? सारं घरच फितूर, तर मीच एकटी कशाला जीव टांगणीला लावून घेऊ?" ती अंथरुणावर पडली आणि बाजूला वळून तिने तोंडावरून पांघरूण घेतले.

दुसऱ्या दिवशी शनिवार होता आणि शाळा सकाळी होती. मी धावतच जाऊन राधीला भेटलो. ती त्या अल्मीनच्या पातेल्यात चहा उकळत होती. मला पाहताच

तोंडावर बोटे ठेवत 'अय्यो!' म्हणत ती खिळल्यासारखी उभी राहिली. मी भडाभडा सारी हकिकत तिला सांगून टाकली.

"म्हणजे आईची शपथ मोडून तू इथं आलास?" तिने विचारले.

"नाही ग, तिनं सुटली म्हटलं. जायला देखील सांगितलं मला," मी म्हणालो. मग काही न बोलता राधीने मला एकदम जवळ घेतले व फणी फिरवलेले माझे केस विसकटून टाकले. "तुझ्या आईचं तुझ्यावर फार प्रेम आहे, नाही?" ती म्हणाली व उगाचच हसली.

त्या दिवशी कितीतरी दिवसांत राधी आमच्या घरावरून गेली. तिला परशाच्या दुकानातून गूळ घ्यायचा होता. मी खिडकीत बसलो होतो. तेव्हा तिने मुद्दाम घराकडे पाहिले व ती माझ्याकडे पाहून हसली; पण तिचे कपडे पाहून मात्र मला तिची फार लाज वाटली. अंगावरचे लुगडे चार ठिकाणी मोठे फाटले होते. पाठीवरचा पदर तर एकपट्टी उरला होता व त्यातून आतली ठिगळाची चोळी दिसत होती. ती गेली तरी मी बराच वेळ तसाच बसून होतो. आई आतून माझ्याजवळ आली तेव्हा तिच्या हातात एक जुनेरे होते.

"जा! घाल जा तिच्या मढ्यावर ते!" ती कठोरपणे म्हणाली, "एकेकाची देणी असतात जन्मात. ती फेडल्याखेरीज गत्यंतरच नसतं कुणाला."

मी जुनेऱ्याची घडी घेतली व निघालो; पण आबांनी मला थांबवले.

"तू झालं तरी आडदांड म्हसोबाच आहेस. ते कागदात गुंडाळून नेशील की असंच धरशील हातात?" ते म्हणाले. घरातील रद्दी माडीवरील कोनाड्यात ठेवलेली असे. त्यांनी एका वर्तमानपत्रात जुनेरे गुंडाळले आणि माझ्या काखेत दिले. मग माझ्या चड्डीच्या खिशात त्यांनी हळूच दोन रुपयांच्या नोटा घातल्या व खुणेनेच त्या राधीला द्यायला सांगितले.

मी ते लुगडे देताच ते अंगाशी धरून राधी भ्रमिष्टासारखी बसली. काळे कुठे भटकत गेले होते कुणास ठाऊक. राधी म्हणाली, "तुझी आई म्हणजे देवी आहे बघ. फक्त जीभच मात्र तिखट आहे. तुमच्या रखमेकडून तिनं मला तीनचारदा जेवण पाठवलं होतं. माहीत आहे?"

मला तर कधी आईचा स्वभाव समजला नाही. ती घरी राधीला किती शिव्या देत असे हे मला माहीत होते, म्हणून मी गप्प राहिलो. घरी आल्यावर आईने विचारले, "दिलंस? काय म्हणाली ती?"

तिला तिच्या तिखट जिभेविषयी मी काही सांगितले नाही. राधीचे आपले ठीक होते. दूर राहून असले काही बोलायला तिला भीती नव्हती; पण आईसमोर उभे राहून तसे सांगायचे म्हणजे पायच मोडून घेण्यासारखे होते. मी फक्त एवढेच तिला सांगितले, "ती म्हणाली, तू म्हणजे एक देवी आहेस."

आता एवढ्यावरही आईने माझ्या पाठीवर हलकीच चापट मारली व ती म्हणाली, "सटवीच आहे की ती!"

आज आमची परीक्षा संपली. आता आम्ही – म्हणजे आई आणि मी, आबांना तर कधी सुटीच नसे – मामाच्या गावाला जाणार होतो. परीक्षा चालू असताना मी गेलो नव्हतो, म्हणून गावाला जाण्याआधी मी राधीकडे गेलो. ती त्या गोणपाटावर पडली होती. तिला पाहताच मी घाबरून गेलो. तिचा एक गाल थोडा सुजला होता आणि पिवळसर पांढरा दिसत होता.

''त्या तुझ्या काळ्यानं काल मला कसं कचकन चावून घेतलं बघ!'' ती रागाने म्हणाली, ''आणि मी त्याला विहिरीच्या भिंतीवरून फक्त उचलून आणत होते. नाहीतरी दोन दिवस सारखं वचवच अंगावर धावत होतं सगळ्यांच्या आणि आत्ता बघ, सुतळी तोडून कुठं मसणात जाऊन बसलंय कुणास ठाऊक!''

''मग त्या ठिकाणी काय लावलंस तू?''

''मी चुना-हळद लावली आहे सध्या. रात्री त्याच्यावर विड्याचं पान बांधलं की जाईल ते एकदोन दिवसांत. आता विड्याचं पान मात्र आणायला हवं कुठूनतरी!''जमिनीचा आधार घेत ती उठली. तिने कोनाड्यातील एका भांड्यातून मला तीन बदाम दिले.

''पण आता तुम्ही कधी येणार गावाहून? महिन्यानं का? – बराय, मला विसरू नका. नाहीतर मोठ्या गावाला जाऊन आल्यावर राजश्री मला ओळखणार नाहीत,'' ती म्हणाली आणि हसली; पण तिच्या सुजलेल्या गालांमुळे तिचे हसणे बघून मला गुदमरल्यासारखे झाले.

का कुणास ठाऊक; पण मी परत आल्यापासून मला फार हुरहुर लागली. मी आबांना सारे सांगितले; पण ते काहीतरी लिहीत होते आणि त्यांनी नुसते हूं हूं म्हटले. आई सुताराच्या लक्ष्मीला जायची तयारी करत होती. कुठे गावाला जायचे असले म्हणजे ती त्या लक्ष्मीला गेल्याखेरीज जात नसे. तिनेही ऐकून न ऐकल्यासारखे केले व जडगोळ्या मनाने मी गप्प बसून राहिलो.

दुपारी शांत असलेल्या गल्लीत एकदम गोमकाला ऐकू आला. मी धावत बाहेर गेलो. आबा, आई देखील हातातील काम सोडून बाहेर येऊन पाहू लागली. गळ्यात तुटकी सुतळी घेऊन काळे एका टोकाकडून वेडेवाकडे धावत येत होते. ते आमच्या घराजवळ आले व गिरगिरू लागले; पण त्याच्याकडे पाहताच आपले काळे ते हेच की काय हे मला समजेना. त्याचे डोळे निर्जीव झाले होते, तोंडातून लाळ गळत होती आणि गळा दाबून धरल्याप्रमाणे ते खरखरीत ओरडत होते. इतक्यात मागून पेरवाएवढा दगड आला आणि मला न ओळखता काळे पुढे धावले. मागून काळ्यांच्या दवाखान्यातील महादू गडी, गणू शिंपी, नाऱ्या व चारसहा पोरे हातात काठ्या-दगड घेऊन धावत होती.

माझे अंग तर थंड झाल्यासारखे झाले. ही माणसे काळ्याला मारणार म्हणताच माझ्या पोटात खळगा पडला आणि माझे पाय नकळत रस्त्याकडे वळले. नंतर बाळूही

आला, आबा बाहेर पडले आणि आम्ही मागोमाग गेलो.

काळे शेवटी अण्णाबुवाच्या घराची भिंत नि बस्तवाडांचा आडवा कट्टा यांत सापडले व मागे वळून वचवच अंगावर येऊ लागले. गणूने नारळाएवढा एक दगड उचलला आणि दबकन त्याच्या पांढऱ्या रंगाच्या पाठीत घातला. काळे घडी केल्याप्रमाणे दुमडले व ओलसर ओठ आचक्याने मागे घेत घोगरेपणाने ओरडू लागले. मग त्या सगळ्याच माणसांना वेड लागल्याप्रमाणे झाले. त्यांनी एकदम गर्दी केली व पाचसात काठ्यांतच काळ्याचे झटके बंद झाले. जास्त खात्री करण्यासाठी नाऱ्याने ते अगदी निपचित झाल्यावरही दोनचार काठ्या घातल्या. नंतर त्याने कुठूनतरी एक दोरी आणली, ती त्याच्या तंगडीला बांधली व काळ्याला दरदर फरफटत कचऱ्याच्या कुंडात नेऊन टाकले.

मी भानावर आलो, त्या वेळी मला समजले, की आबांनी माझा हात घट्ट धरला आहे आणि ते मला घराकडे ओढत आहेत. अद्यापही काळ्याला या माणसांनी मारले यावर माझा विश्वास बसला नसता; पण समोरच कचऱ्यात काळे पडले होते आणि आता त्यावर माशा जमू लागल्या होत्या. मी माझा हात हिसकावून घेतला आणि तसाच पळत राधीकडे गेलो. ती आताही गोणपाटावर झोपून होती. मी म्हटले, ''राधी, आपल्या काळ्याला मारलं लोकांनी.''

''मारलं? कुणी?'' उठून बसत ती म्हणाली. मग मी तिला सारे सांगितले.

''तू रडू नकोस. डोळे पूस. ते मेलं असलं तर इलाज नाही. रडून काय कधी परत मिळालं आहे?'' तिने माझे डोळे पुसत म्हटले; पण तिने लुगडे बदलून आईने दिलेले जुनेरे नेसले, नंतर पदर आडवा खोचून हातात कपडे वाळत घालायची काठी घेतली आणि ती बाहेर पडली. तिचा चेहरा सकाळपेक्षा जास्त सुजल्यासारखा झाला होता आणि ती आता संतापल्यामुळे तर तो जास्तच भयानक दिसत होता. तिने मला घरी जायला सांगितले; पण मी तिच्या मागूनच गेलो.

ती आली त्या वेळी गणू शिंपी व नाऱ्या अद्यापही कचऱ्याच्या कुंडाजवळच उभे होते नि मधूनमधून काळ्याला डिवचत बोलत होते. राधीने मागून जाऊन नाऱ्याच्या पिंढरीवर काठी हाणताच तो केकाटतच पाय नाचवू लागला व गणू वीतभर पाय लपकलपक करीत टुण्दिशी कट्ट्यावर चढला.

''मढी ओढली तुमची, बेरडांनो! समजलं की नाही काठी बसली की कसं वाटतंय ते?'' ती ओरडली व गणूकडे हातवारे करीत म्हणाली, ''एक खेकड्या! उतर की खाली! आता कशाला पळतोस? खाली पाय टाक. तुझ्या पायाला दोरी बांधून टाकते बघ याच कुंडात!''

पण इतके बोलावूनही गणू काही खाली यायला तयार झाला नाही. तोपर्यंत ही गर्दी जमली. आबा आले, गणेशवाडीभट आला. गल्लीतील बायकाही दारे उघडून तेथूनच पाहू

लागल्या. गणूलाही आता थोडा धीर आला. आपल्या पोराला मारले म्हणून हा दैत्यभट आता काही गप्प बसायचा नाही, याची त्याला खात्री होती. राधीचा तोंडपट्टा अजूनही चालूच होता व काठी आपटत ती नाऱ्याच्या अंगावर धावून जात होती. तो मागे सरून आपल्या टोळक्यात उभा होता व उर्मटपणे तिच्याकडे पाहत होता. गणेशवाडीभट पुढे झाला नि म्हणाला, ''राधी, तू जा आता घरी. उगाच वडावडा बोलून काय करणार तू?''

राधी हात नाचवत म्हणाली, ''तुम्ही म्हणणारच तसं. तुमच्या पोरानं गुण उधळले आहेत. त्याचा कैवार यायचाच की आता!''

गणेशवाडीभट तुळशीएवढ्या राधीपुढे नारळाच्या झाडासारखा दिसत होता. आता तो हात उगारून फाडकन तिच्या मुस्काटात देणार अशी मला भीती वाटली व माझे अंग आकसल्यासारखे झाले; पण एखाद्या मुलीला समजावावे त्याप्रमाणे तो शांत, सौम्य आवाजात म्हणाला, ''तसं नाही. उगाच गैरसमज करून घेऊ नकोस. मला आता मुलगा उरला नाही. तू ज्याला मुलगा म्हणतेस तो जर उद्या गटारात मरून पडला तर मी त्याच्या नावानं आंघोळ करणार नाही. पण कुत्रं मेलं हे एका दृष्टीनं बरं झालं. त्याला मारणं जरूर होतं.''

''का – का म्हणून? ते वेडंविद्रं, काळं होतं म्हणून?'' राधी म्हणाली, ''मग उद्या तुम्ही मला देखील काठ्यांनी माराल की! मी आतापर्यंत खूप सहन केलं. मी दगडाचा मार खाल्ला, त्या रेड्यानं घरात डांबर टाकलं, घराला आग लावण्यापर्यंत त्याची मजल गेली. आता मी गप्प बसू? येऊ दे ते खापरतोंड कार्टं, त्याचे काप करून तळून काढते त्याला! तो निसंग झाला असेल; पण प्रसंग पडला तर मी शंभर निसंग आहे.''

''ते म्हणे काल एका शेळीला चावलं, दोनचारजणांच्या अंगावर धावून गेलं. तुला देखील थोडा प्रसाद मिळाला!'' तिच्या हातातील काठी घेत गणेशवाडीभट म्हणाला, ''ते आता धोक्याचंच झालं होतं. राधी, जा आता घरी.''

राधी फार नाखुषीने जायला निघाली; पण मला त्यातल्या त्यात बरे वाटले. नाहीतर आणखी काही कमीजास्त झाले असते, तर नाऱ्यानं तिची खोली जाळून टाकायलाही कमी केले नसते. माणसे हळूहळू पांगली. पोरेही घरी गेली. आता कचऱ्याच्या ढिगावर कचरा होऊन काळे मात्र निपचित पडले होते. गल्लीच्या एका टोकाला असलेल्या पत्र्याच्या खोलीत त्याचे खाणे-रहाणे झाले आणि दुसऱ्या टोकाला आता त्याचे संपणे झाले. एका अरुंद गल्लीएवढे आयुष्य जगून काळे मरून गेले.

आमची गाडी पहाटेला होती. थंडीत कांबळे पांघरून व्यंकू गाडीवाला धमणी घेऊन आला. आबाही आमच्याबरोबर स्टेशनला येणार होते. धमणी राधीच्या घराजवळून जाणार होती; पण ती अद्याप उठली नव्हती, कारण आत दिवा नव्हता. पण मला एकदम काळ्याची आठवण झाली. त्याच्या पाठीवरील पांढरा डाग, बरोबर चालताना पायात घोटाळण्याची त्याची सवय, रोट दिल्यावर तो तोंडात घेऊन थोडा वेळ उगाचच

नाचण्याचा आनंद, हे एकदम मला आठवले. त्याला घेऊन मी एकदा शाळेत गेलो होतो, तेव्हा त्याच्याशी खेळायला पोरांची एकच झुंबड उठली होती. एकेक पेन्सिल तिकीट ठेवूनही मला अकरा पेन्सिली मिळाल्या होत्या. त्याचे वेडेवाकडे ओलसर पळणे, पोटात आग पेटल्याप्रमाणे बेभान पळणे, मरायच्या आधीच मेलेले डोळे हे सारे मला दिसू लागले आणि एकदम रडायला येऊ नये म्हणून मला तोंड घट्ट आवळून धरावे लागले. तोपर्यंत गाडी रस्त्याला लागली. पहाटेचे थंड वारे खिडकीतून तोंडावर बडदू लागले आणि आईला जास्तच चिकटून बसल्यावर मनात सुटीचे विचार येऊ लागले.

मी सुटीला गेलो खरा; पण कधी एकदा घरी परत येतो असे मला होऊन गेले. मामाच्या घरी पाहावे तिकडे टेबलखुर्च्या. कधी कुणी पाटावर, सतरंजीवर आराम बसत नसत. आई मला सकाळी स्वच्छ कपडे द्यायची व पाचपाच मिनिटाला 'मळवलेस तर जेवण मिळणार नाही' असे बजावत राहायची. मी ते कपडे घालून भेंडाच्या बाहुलीसारखे अंग आखडून ताठ हिंडे. कधी आंबा, चिंच हातात आलीच तर, 'सर्दी होईल ना?' म्हणून हटकून कुणीतरी ती हातातून काढून घेत असे. मामाची मोटार होती. तिच्यातून आम्ही खूप हिंडलो. नदी पाहिली, मोठी बाग बघितली; पण नदीच्या पाण्यात पाय बुचकळायला मिळाले नाही, ओले हिरवे गवत पायाला लागले नाही. आई एवढी ताठ; पण दागिन्यांनी भरलेल्या मामीपुढे उगाचच दबून वागत होती. वसंत तर मला नेहमी हिणवायचा, 'तुमच्या घरी फोनोग्राफ आहे? मोठ्या आरशाचे कपाट आहे?' आमच्या घरी असले काही नव्हते; पण आमच्याकडे इतर खूप होते. घरी लालभडक आंबट असे लिंबाचे लोणचे होते, परसात पारिजातक होता, सोप्याला शिवाजीचे मोठे रंगीत चित्र होते, मामाला काही आबांप्रमाणे चिकणमातीची घरे करता येत नव्हती. शिवाय आमच्याकडे राधी होती. तिची आठवण झाली की मला काळे आठवे; पण त्याच्याविषयी मात्र मी येथे कुणालाच काही सांगितले नव्हते. शेवटी एके दिवशी मामांनी मला कपडे शिवले, आईला पातळ दिले आणि मोटारीतून स्टेशनवर आणून सोडले. सुटी संपली. मी गाडीतून उतरलो आणि आबांना घट्ट चिकटलो.

''अरे थांब थांब! आता भेटायचंच की!'' ते हसून म्हणाले, ''आधी गाडीतून सामान तरी काढूया.''

आम्ही आत आलो. मी येताना कागदात गुंडाळून काळ्या तुळशीचे एक रोप आणले होते. मी ते हळूच आबांना दाखवले. त्यांनी ते उचलून पाहिले तर ते वाळून गेल्यासारखे झाले होते. आबांनी मान हलवीत म्हटले,

''जगणार नाही पोरा हे. मी आणून देईन दुसरं.''

मला फार वाईट वाटले. आपल्याला एक तुळस पाहिजे असे राधीने मागे एकदा म्हटले होते. म्हणून इकडे परत यायचे म्हणताच चार दिवस आधी मी ते कागदात गुंडाळून ठेवले होते. गावाहून तिला तुळस आणून देण्याचा आनंद काही मला मिळणार नव्हता.

येथे तसली खूप झाडे होती. शांतीच्या परसात तर तसले रान माजले होते. पण 'गावाहून मला काय आणलेस' असे राधीने विचारले, तर काय सांगायचे तिला?...

चहा झाल्यावर मी तसाच निघालो. चहाचा कप खाली ठेवून आबा लगेच उठले नि त्यांनी मला थांबवले. "कुठं निघालास तू?" त्यांनी विचारले.

"राधीकडे," मी म्हटले.

ते एकदम गप्प झाले. त्यांनी माझ्या खांद्यावर हात ठेवला व ते म्हणाले, "तू जाऊ नकोस तिकडे. राधी फार आजारी आहे."

माझे पायच गळाले. मी गावाला जातानाच ती झोपून होती. तिचा गाल सुजला होता.

"मग तर भेटायलाच पाहिजे की!" मी हट्टाने म्हणालो.

"नाही. ती तुला ओळखणार नाही," माझ्याकडे न पाहता आबा म्हणाले.

"ते शक्यच नाही. मी हाक मारताच ती मला ओळखील," मी विश्वासाने सांगितले.

आबा आत गेले. 'राधीकडे जाऊ नकोस' असे आबांनी तरी कधी मला म्हटले नव्हते. त्यामुळे तसेच जाणे माझ्या जिवावर आले. मी गावाहून आलो म्हणताच बाळू आला नि त्याने मला सारी हकिकत सांगितली. कालपासून राधी वेड्यासारखे नाचत कुत्र्याप्रमाणे ओरडू लागली होती आणि लोकांनी तिच्या खोलीला बाहेरून कुलूप घातले होते. गणेशवाडीभटाने खोलीवरचा पत्रा बाजूला करून शिंक्याने काहीतरी खाणे आत सोडले होते; पण ते तसेच होते. तासातासाला ती वचवच ओरडत होती.

माझ्या अंगावर काटा आला व मला काही सुचेना. बाळू गेल्यावर तर मी खुळ्यासारखा बसून होतो. मग आईने दुकानातून रॉकेल आणायला सांगितले तेव्हा मी मुद्दाम उलट रस्त्याने राधीच्या घराजवळून गेलो. घराला खरेच कुलूप होते. समोरच्या कट्ट्यावर चारपाच माणसे, पोरे बसून होती व मधूनमधून विड्या ओढत होती. मी खिडकीजवळून जाताना वर पाहिले व घाबरून माझ्या हातातील बाटलीच खाली पडून फुटली. खिडकीत राधीचा चेहरा होता; पण त्या खिडकीत तो दिसला म्हणूनच तो राधीचा म्हणायचा. नेहमी कपाळभर लांब आडवे असणारे कुंकू पुसून गेले होते, चेहरा सुजला होता व डोळे काचेचे असल्याप्रमाणे दिसत होते. "राधी! राधी! मी आलो परत सुटीहून!" न राहवून मी एकदम म्हणालो. तिने माझ्याकडे मान तिरपी करून पाहिले; पण एक नाही की दोन नाही. 'परत आल्यावर तू मला ओळखणार नाहीस' असे तिने मला म्हटले होते; पणआता खुद्द तिलाच माझी ओळख लागेना.

कट्ट्यावरची माणसे फिदीफिदी हसली. 'राधी! राधी! मी आलो परत सुटीहून!' हे शब्द एकाने ताल धरून गाण्याप्रमाणे म्हटले आणि मग बाकीचे सगळे मिळून त्याचे गाणे करून घोळूनघोळून म्हणू लागले. मला एकदम रडू कोसळले व दुकान, रॉकेल, फुटकी बाटली सारे विसरून मी धावत घरी आलो नि माडीवर एका बाजूला जाऊन पडलो.

संध्याकाळी राधीचे ओरडणे वाढले. अगदी धोपेश्वराच्या घरापर्यंत ते कर्कश घोगरेपणाने ऐकू येत होते. तिच्या शेजारच्या ग्रामोपाध्येमास्तरांनी तर कालच आपली मंडळी गावात पाठवून घर बंद केले होते. माणसांची गर्दी वाढू लागली. संध्याकाळी मी त्या गर्दीत सारखा नवस करीत उभा राहिलो. राधीचे ओरडणे ऐकले की अंगाच्या चिंध्या होत आहेत असे वाटे. मी थोडा पुढे गेलो व आबांचा हात घट्ट धरून उभा राहिलो. ते फुटल्या आवाजात म्हणाले, ''आता ही टिकेलसं वाटत नाही.'' मी माणसे मेलेली पाहिली होती; पण मरताना पाहण्याची ही पहिलीच खेप होती.

– आणि तेही राधीलाच!

''ती आता रात्रभरही टिकणार नाही. तू जा आता घरी. इकडे येऊ नकोस,'' आबा पुन्हा म्हणाले. त्यांनी माझा हात सोडला नि मला घराकडे ढकलले; पण मी मागेच रेंगाळत राहिलो. आता समोरच्या कट्ट्यावर नाऱ्या आपली टोळी घेऊन बसला होता व मधूनमधून कुत्र्यासारखा ओरडत होता. त्याचा आवाज झाला की खोलीतून राधीचाच आहे हे न ओळखू येणारा, भीषण घोगरा आवाज फुटत होता. नाऱ्याने मग कुठूनतरी तांब्याभर पाणी आणले व खिडकीसमोरच पाण्याची धार धरली. तेव्हा तर ओरडणाऱ्या राधीची हाडे ताणून खोलीभर उधळली असतील असे मला वाटले व मला साऱ्या अंगाला झटकन मुंग्या आल्या असा भास झाला.

एकदोघांना बाजूला ढकलून आबा पुढे गेले आणि त्यांनी नाऱ्याच्या हातातील तांब्या हिसकावून घेऊन गटारात फेकला. आबा दिसायला अगदी बारीक, सोवळ्याच्या काठीसारखे होते; पण त्यांनी ढकलताच नाऱ्या बाजूला कलंडला.

''पुन्हा जर असं काही केलंस, तर वेतानं फोडून काढीन!'' ते संतापाने म्हणाले. त्यांचे हात एकसारखे थरथरत होते. आबांना इतके संतापलेले मी कधीच पाहिले नव्हते. तोच माझ्या मागून मला जोराने बाजूला ढकलत गणेशवाडीभट पुढे गेला. आता तरी त्याच्या अंगावर उपरणेही नव्हते व कपाळावरील शीर सापाच्या पिल्लाप्रमाणे ताठ झाली होती. तो आबांपेक्षा चांगला हातभर उंच होता. त्याने पुढे जाऊन नाऱ्याचे मानगूट धरले व त्याला जवळजवळ तसेच वर उचलले.

''आब्या! तू पहिल्यापासून अगदी शेंबूडकिडा आहेस बघ!'' तो चिडून म्हणाला, ''म्हणे वेतानं फोडतो! असल्या वेळी बोलायचं नसतं, करायचं असतं. माझ्याकडे बघ आता.'' त्याने बोटे रुंद केली व आपला तुळईसारखा जाड काळा हात फिरवत नाऱ्याच्या थोबाडीत एक ठेवून दिली. वाळूच्या पोत्यासारखे ते कार्टे; पण चक्क आडवे पडले व त्याचे दोनतीन दात चुरमुऱ्यासारखे बाहेर पडले. आबांनीच जर आवरले नसते तर गणेशवाडीभटाने आपला पोह्याच्या लाटेसारखा पाय नाऱ्याच्या छातीवर घातला असता.

''असं शिकवायचं असतं!'' तो आबांना म्हणाला. तो कट्ट्यावर चढला व एकेका पोराचे मानगूट पकडून त्याने त्या सगळ्यांना खाली ढकलून दिले. ''आता इथं दिसलात

हरामखोरांनो, तर याच्यासारखं होईल!'' नाऱ्याकडे बोट दाखवत तो ओरडला. नाऱ्या व त्याची पोरे गपूगार नाहीशी झाली. गणेशवाडीभट भिंतीला टेकून उकिडवा बसला; पण त्याची नजर माझ्याकडे गेली.

''चल रे, तूही चालता हो! जा घरी जाऊन पड!'' तो गरजला.

मी घरी परतलो त्या वेळी आई दारातच होती. तिने माझ्या पाठीवर आटवलासारखा मऊ हात फिरवला व काही न बोलता ती आत गेली. आज तिने काही स्वैपाक केला नव्हता. येताना काय आणले होते, तेच तिने माझ्यापुढे ठेवले; पण माझी भूकच मेली होती. कानात सारखे राधीचे ओरडणे ऐकू येत होते, तिचा कुंकू नसलेला भकास चेहरा दिसत होता. तिने मला ओळखलेही नाही, हेच सारखे मनात डाचत होते.

रात्री अंथरुणावर पडलो, तेव्हा आबा घरी आले. त्यांनी आईला काहीतरी सांगितले व एक जुना पंचा बरोबर घेतला. ते मला म्हणाले, ''राधी मेली रे. सुटली बिचारी. आता त्या यातना काही मला बघवत नव्हत्या.''

ते बाहेर जाताना आई दारापर्यंत गेली. नंतर तिने चुलाण्यात लाकडे घातली व पाणी तापायला ठेवले. मग ती अंथरुणावर पडली व भिंतीकडे वळली.

मला माझे अंग निर्जीव झाल्यासारखे वाटत होते. मला सारखे काही ना काही आठवू लागले व डोळ्यांतील पाणी थांबेना. राधीच्या खांद्यावर चढून मी रायआवळे काढले, तिच्याकडून किती वेळा तरी गाय-वाघाचे गाणे ऐकले, काळवंडलेल्या पातेल्यातील गुळाचा चहा... फाटून गेलेले लुगडे... 'तुझ्या आईचं तुझ्यावर फार प्रेम आहे, नाही?... तुझी आई देवी आहे... माझी ओळख विसरू नका हं!... मारलं? कुणी मारलं?...'

माझे डोके तर गच्च आवळल्यासारखे झाले. आईने माझा हुंदका ऐकला असावा. ती जवळ सरकली व तिने आपला हात माझ्या अंगावर टाकला.

मी दचकून जागा झालो. आई मला हलवून उठवत होती. ''चल, राधीला नेत आहेत,'' ती म्हणाली. आई अशा इतर वेळी मला कधी बाहेर यायला देत नसे; पण आज मात्र तिने मला मुद्दाम उठवले. मी तिच्याबरोबर जाऊन दारात उभा राहिलो. दोनचार कंदील घेऊन माणसे जात होती. आबांनीही खांदा दिला होता. आमच्या घरावरून जाताना न पाहता, न हसता जायची राधीची ही पहिलीच खेप आणि आता यापुढे तर ती या रस्त्याने जाणारही नव्हती. कधीच जाणार नव्हती.

मी परत अंथरुणावर येऊन पडलो. आबांनी राधी मेल्याचे सांगितल्यापासून मला राधीची आठवण येताच सारखी सुताराच्या लक्ष्मीची आकृती डोळ्यांसमोर दिसू लागली होती. ती लक्ष्मीची मूर्ती लाकडाची असून ओबडधोबड होती. ती उंच होती, उग्र होती व ती लालभडक रंगाने रंगवलेली होती. तिचेही चिकटवलेले केस खरबरीत वाटत आणि तिच्याही कपाळावर कुंकवाचा आडवा पट्टा असे. तिला सहा हात होते. त्यांत तलवार, धान्याचे कणीस, फूल या वस्तू होत्या. एका हाताच्या तळव्यावर चांदीचे नाणे खिळा

ठोकून बसवलेले होते. एका हातात पितळी तामले होते व सुतार दर शुक्रवारी त्यात चार थेंब दूध टाकी. उरलेला हात रिकामा होता; पण तो आशीर्वादासाठी वर उचललेला होता.

मला वाटले, राधीने देखील असेच सगळे मला सहा हातांनी दिले. तिच्या ज्याज्या आठवणी मला येत, त्यात्या साऱ्या तिने मला दिलेल्या, केलेल्या गोष्टींच्याच होत्या. मी मात्र तिला काहीसुद्धा दिले नाही. मी तुळशीचे झाड आणले, ते वाळून गेले; पण मी ते तिच्यासाठी आणले होते हे देखील तिला कळले नाही. मी तिला कधी काही विचारून घेतले नाही. ती पूर्वी कुठे होती, तिची आई कशी होती, तिच्या लहानपणी कायकाय घडले यांबद्दल मी कधी आपुलकीने चौकशी केली नाही. तिनेही काही आपण होऊन मागितले नाही, सांगितले नाही आणि आता तर ती निघूनच गेली होती. हा माझा अप्पलपोटेपणा आठवून मला माझे सारे अंग पोकळ होत आहे असे सारखे वाटत होते. खरेच माझे चुकले. तिला विड्याचे पान पाहिजे होते, ते तरी त्या दिवशी घरातून नेऊन दिले असते, तरी मला आता थोडे बरे वाटले असते. तेवढेच समाधान माझ्याजवळ राहिले असते.

आबा आले, त्या वेळी उजाडले होते. त्यांचा चेहरा अगदी दमून गेला होता व तो इतका हताश झालेला मी पूर्वी कधी पाहिला नव्हता. त्यांनी कट्ट्यावरच सदरा काढून ठेवला व पंचाचे मुटकुळे करून बाजूला ठेवले. आई जागीच होती व तिने चुलवणावर पाणी तापवून ठेवले होते. तिने आबांवर दोनचार तांबे पाणी ओतले व आबा शुद्ध झाले. गणेशवाडीभटही आबांबरोबर होता. त्यानेही दोन तांबे पाणी घेतले व पिळून टाकलेल्या पंचानेच अंग टिपले. जाताना तो आबांजवळ थांबला व म्हणाला, ''आबा, जा आता थोडा वेळ पड. नाहीतर तू अंथरूण धरशील उद्या. आता झाल्या गोष्टी मनाला लावून घेत बसू नकोस. अरे हे चालायचंच. तू काही कमी केलं नाहीस तिच्यासाठी. इतके दिवस खोटं देखील बोलत आलास!''

आबा एकदम चपापले व त्यांनी अविश्वासाने गणेशवाडीभटाकडे पाहिले; पण नंतर मात्र त्यांची मान खाली गेली.

''त्यात शरमायची काही जरुरी नाही. मला माहीत होतं सारं. मी दोन अडीच वर्षांमागं तिकडं एकदा गेलो होतो आणि तू केलंस तेच मीही केलं असतं; पण केल्यानंतर असा खून केल्यासारखा चेहरा मात्र केला नसता. पण तू लेका, पहिल्यापासूनच शेपूटसिंहच म्हणा. झालं ते झालं! काही गोष्टी पुष्कळदा अशा घडतात, की त्या गप्प गिळून बसावं लागतं. तुला माहीत आहे? मी एका खेड्यात राहात होतो त्या वेळी बहिणीला दिवाळीला आणायला मी चौदा मैल चालत गेलो. येताना गाडी केली, बहिणीला हौसेनं आणलं. तेव्हा माघारी बाहेरून कडी लावून कुणीतरी आमचं घरच जाळून टाकलं होतं. बहीण आली दिवाळीला आणि तिला पाहायला मिळाली दादा-

आईची जळालेली प्रेतं! हे असं चालायचंच!'' गणेशवाडीभटाने जाताजाता आबांच्या पाठीवर थाप मारली. तिच्या दणक्याने आबा वाकलेच.

आता थंडी होती म्हणून आबांनी सदरा घातला व विड्यांचा जुडगा घेऊन कुणाशी न बोलता ते माडीवर चालले.

''अर्धा कप चहा करून देऊ का?'' आईने विचारले; पण आबांनी चहा नको म्हटलेले पाहून तर मला फार आश्चर्य वाटले. चहाला ते कधी नको म्हणत नसत; पण आई देखील नेहमी प्रथम चहा करूनच त्यांना विचारत असे. पण आज चूल थंड होती; पण आबांनीही नको म्हटले होते. आबा वर जाताच मीही त्यांच्याबरोबर गेलो. मला खूप बोलायचे, विचारायचे होते; पण आबा गुडघे उंचावून भिंतीला टेकून बसले व त्यांनी विड्या ओढायला सुरुवात केली. एक झाली, दोन झाल्या, चार झाल्या; पण त्यांनी एक शब्दही काढला नाही. मग मात्र मला राहवेना. मी त्यांच्याजवळ सरकलो व म्हणालो, ''मरताना राधी कशी दिसत होती, नाही आबा? मला तर प्रथम ती ओळखलीच नाही.''

त्यांनी एक दीर्घ निःश्वास सोडला व ते म्हणाले, ''म्हणजे आता उरलंसुरलं देखील संपून गेलं म्हणायचं. परमेश्वराची इच्छा. झालं! हे सगळं पुढं असं होणार हे माहीत असतं तर गोपाळाला मी माझ्याबरोबर चल असं म्हटलंच नसतं.''

''पण त्याला आता हॉस्पिटलमध्ये कसं कळवायचं सारं?''

आबांनी चमकून पाहिले व नुकतीच पेटवलेली विडी तशीच कोपऱ्यात टाकून दिली. ''कुणाला कळवायचं आणि कसलं काय घेऊन बसलास!'' ते हताशपणे म्हणाले, ''तिला आहे कोण कळवायला?''

''पण आबा, तुम्हीच म्हणत होता ना, की गोपाळभटाला खूळ लागलंय म्हणून त्याला हॉस्पिटलमध्ये ठेवलंय म्हणून?'' मी आश्चर्याने विचारले. आबा उठले व मागे हात बांधून उगाच येरझाऱ्या घालू लागले.

''होय रे. ते बारा-तेरा वर्षांपूर्वी. मी, गणेशवाडीभट, धोपेश्वरमास्तर या सगळ्यांनी मिळून त्याला तिथं ठेवलं. नंतर काय झालं, माहीत आहे? तो तीन वर्षांपूर्वीच मेला. मला दोन दिवस जेवण गेलं नाही. मी शब्द टाकताच भाबडा गोपाळ आपला सारा संसार दोन गाठोड्यांत घेऊन माझ्याबरोबर आला. कुठं जायचं, काय करायचं याबद्दल एक शब्द त्यानं विचारला नाही. रक्ताचा नव्हे, गोताचा नव्हे; पण तुला कल्पना येणार नाही, माझ्यासाठी तो गुरासारखा राबला! पाठचा भाऊ इतकं करणार नाही! तो मेला हे मी इथं सांगितलं असतं तर राधीचे काय हाल झाले असते, माहीत आहे तुला? तिला कुत्र्यांनी जवळ केलं नसतं!''

हे सारे ऐकून तर मी गप्पच झालो. तिचा नवरा मरून इतके दिवस झाले; पण आबांनी राधीला ती गोष्ट सांगू नये हे मला फार विलक्षण वाटले. ''पण आबा, हे खोटं सांगितल्यासारखं नाही का?'' न राहवून मी एकदम म्हणालो.

आबा एकदम थांबले व किंचित खाली वाकून माझ्याकडे उग्रपणे पाहू लागले. ते थोडे चिडून गणेशवाडीभटासारखा आवाज चढवत म्हणाले, ''वेड्या! भुईतून अजून वर आला नाहीस, तुला अजून लंगोटी देखील अडकली नाही आणि मला खरंखोट्याचा उपदेश करतोस? आणखी पन्नाससाठ वर्षं जगून झाल्यावर असल्या गप्पा मार! मी त्या वेळी इथं तुझ्यासमोर नसणार. माझ्या हाडांचं खत होऊन गेलं असणार त्या वेळी. त्या वेळी जगून, म्हातारा होऊन, स्वतःशीच विचार करून बघ कधीतरी, खोटं बोलल्याखेरीज तुला जगता आलं असतं का ते! मोठ्या गप्पा मारतोस आता जीभ लांब करून! मी त्या वेळी नसलो म्हणून काय झालं! तू आठवण करून तुझ्या मनालाच सांग म्हणजे झालं!''

आबांच्या आवेशाने तर मी भेदरूनच गेलो व त्यांच्याकडे पाहतच राहिलो; पण मी त्यांना तसे कधी पूर्वी पाहिले नव्हते.

कधी नाही ते आबांचे डोळे पाण्याने भरले होते!

हंस : दिवाळी १९६५

व स्त्र

एखाद्या कसर लागलेल्या वस्त्रावर वेड्यावाकड्या आकृती दिसाव्यात त्याप्रमाणे त्या माळरानावर हॉस्पिटलच्या इमारती दिसत. छोटे वीतभर स्टेशन, त्याभोवताली असलेली सातआठ ठिगळजोड दुकाने आणि दोन हॉटेले मागे टाकली, की मग वडारांच्या दहापंधरा झोपड्या लागत आणि तो कोपरा ओलांडला, की रस्ता हॉस्पिटलकडे वळे. आता बाजूला मोकळी शेते होती; पण काही वेळा त्यांत जोंधळा दिसे, तंबाखूची फताडी पाने दिसत, भुईमुगाचे वेल असत.

हॉस्पिटलचा मुख्य भाग रविवारी, बुधवारी गजबजलेला असे, कारण त्या दिवशी बाहेरून बाहेरून पुष्कळ लोक येत. देवदारी फळ्यांच्या खोक्यासारख्या दिसणाऱ्या टांग्यांना कमाई होई. त्या ठिकाणी काहीच खायला मिळत नसल्याने बोटभर अशक्त गर्भासारखी दिसणारी केळी देखील खपत. शिकाऊ नर्स व्हरांड्यात बसलेल्या लोकांसमोर उगाच काम नसता पांढरे कपडे घालून मिरवत आणि तासा दोन तासांत आपले युनिफॉर्म कातड्यासारखे मळकट करून टाकणारे वॉर्डबॉय तोंड वेंगाडत सगळ्यांपुढे नियमाविरुद्ध हात पसरत.

पण रविवार काय, बुधवार काय, क्षयी रोग्यांचे जे वॉर्ड दूर अंतरावर होते, तेथपर्यंत ही गडबड येऊन पोहोचत नसे. तेथील रोगी संध्याकाळी व्हरांड्यात येऊन बसत, फार तर तेथील नवस्या मारुतीपर्यंत फिरून येत, कुणाचे पत्र आले का पाहत. पत्र कुणाचेही असो, ते सार्वजनिक होत असे; पण पोस्टाची वेळ संपली, की तेथल्या आयुष्यातील उसणच संपे. अर्ध्या हातांचा लांब झगा घालणारे, सदा चिडल्याप्रमाणे दिसणारे अय्यर डॉक्टर सहा वाजता बाजूलाच असलेल्या क्वॉर्टर्समध्ये जात आणि स्वतःच एक रोगी असल्याप्रमाणे आरामखुर्चीत शून्यपणे पडून राहात. व्हरांड्यात पिवळा दिवा लागला, की एका दिवसाला गाठ बसली. साडेआठला जेवणाची हातगाडी येई. मग आत थोडा वेळ ताटे वाजत, तक्रारींना ऊत येई, कोणीतरी रागाने आमटी बाहेर फेके, कानडी वाढपी

गुरगुरत उर्मटपणे बोले आणि मग पंचवीससव्वीस खाटांवर निरनिराळ्या वयांच्या बायका हताशपणे पडल्या की सारे शांत होत असे. पण थोड्या वेळाने कोल्ह्यांचे ओरडणे सुरू होत असे. इमारतीवर बसून घड्डल ओरडणाऱ्या घुबडांचे घूत्कार तर इतके परिचित झाले होते, की ते कुणाच्या ध्यानातही येत नसत. मग वडारांची कुत्री इकडे येत, येथील आजूबाजूची कुत्री वचावचा ओरडत. दररात्री तीनदा हॉस्पिटलजवळील रुळाने जाणाऱ्या आगगाडीची शीळ लाल तारेप्रमाणे त्या वचवचीतून ओवल्यासारखी लांब सरकून संपे आणि क्षणभर वॉर्डांतील झोप चाळवे.

बस्स हेच. महिनानुमहिने, काहीजणींच्या बाबतीत वर्षानुवर्षे. मिस डिसोझाच्या बाबतीत तर तिने मोजली नाहीत इतकी वर्षे.

आता सूर्य कलला होता. सातव्वाने नुकतीच फरशी पुसली होती व अवघडलेली कंबर दाबत ती निघून गेली होती. व्हरांडा फिकट, पिवळसर क्षयी प्रकाशाने ओलसर दिसत होता. मिस डिसोझा एका खांबाला टेकून विमनस्कपणे उभी होती. मधूनमधून मानेवर बोटे फिरवत ती आपले केस उगाचच पसरवल्यासारखे करत होती. ती तिची एक लकब होती. जणू त्या मानेला स्पर्श केल्याखेरीज आपण जिवंत आहो याची तिला खात्री वाटत नसे. तिला अद्याप पुष्कळच कामे उरकायची होती, मग कुठे दोनचार तास मोकळे मिळाले असते; पण आज सारा दिवसच मिस डिसोझाचे मन कामाला लागले नव्हते. दर थोड्या वेळाने शांता पैचे नाव नायट्याप्रमाणे उमटत होते. ही शांता पै कोण, कशी आहे, याची तिला बिलकूल कल्पना नव्हती; पण वॉर्ड सुपरवायझर या जागेसाठी नव्या सीएमओने अर्ज मागवले होते आणि त्यातून या शांता पैची निवड झाली होती, हे सातव्वापर्यंत सगळ्यांना माहीत होते. मग काहींनी भाबडेपणाने, काहींनी कुत्सितपणे, आता तिचे पुढे काय, असे विचारले होते. दर वेळी मिस डिसोझाने तिकडे दुर्लक्ष केले होते, हसण्यावर नेले होते, एकदादोनदा खोट्या धैर्याने सांगितले होते, ‘‘अजून तरी ती शांता पै की शांता पैसा कुणी आली नाही ना? मग उद्याची चिंता आजच कशाला?’’

पण आज मात्र ती चिंता तिची तिलाच भेडसावू लागली होती व ती खांबाला खिळून टाकल्याप्रमाणे उभी होती. वॉर्डमधील खोलीत बसली असता कंटाळवाणा वेळ घालविण्यासाठी ती लोकरीचे विणकाम करी; पण आज तिने ते देखील झग्याच्या मोठ्या खिशात तसेच ठेवून दिले होते. नाहीतर स्कार्फ, पायमोजे, स्वेटर काही ना काही टाक्याटाक्याने जन्माला येत असे. सुया लयबद्ध रितीने बिनतक्रार, झगझगीत चालू राहिल्या, की तिचा जीव विरंगुळल्यासारखा होई. रात्रपाळीचे उदास लांब तास धागा संपून जात असल्याप्रमाणे वाटत; पण एखादे वस्त्र विणून झाले, की मात्र त्याचा उपयोग काय, ते कुणाला द्यायचे, हा तिच्यापुढे प्रश्न पडे.

तशी ती एकटीच होती. एकदा भावाच्या बायकोने तिचे कपडे गोळा करून रस्त्यावर फेकून दिले, तेव्हा जी ती बाहेर पडली, तेव्हापासून पंधरा वर्षे तिने त्या घराकडे

पाठ वळवली होती. आता हा वॉर्ड, तेथे काम करणारे बॉय, येथे कुढत, झिजत राहिलेल्या दोन पौंड वजन वाढताच हर्षधुंद होणाऱ्या बायका हाच गोतावळा होऊन राहिला होता. तिने पायमोजांच्या दोन जोड्या सातव्वाला दिल्या होत्या. एक स्वेटर तिने अय्यर डॉक्टरला दिला होता; पण लगेच अर्ध्या तासात त्यांची दुर्गाईसारखी दिसणारी बायको वस्कन अंगावर आली होती व चुरगाळलेले स्वेटर तिने सगळ्यांसमोर मिस डिसोझाच्या तोंडावर फेकले होते. दामले डॉक्टरने मात्र – वास्तविक त्याला डॉक्टर म्हणायला तसली पदवी नव्हती, काही नव्हती – तिने दिलेला स्कार्फ घेतला होता, त्याच्या विणीची खूप स्तुती केली होती; पण तो वापरताना मात्र फारसा दिसत नसे. पण आज प्रयत्न करूनही तिचे विणकामात लक्ष लागेना. शांता पैमुळे टाके चुकले, दोनदा लोकर तुटली व आता लोकरीचा गुंडा खिशात ठेवून ती हताशपणे उभी होती.

आज समोर तीन अजस्र, अस्ताव्यस्त इमारती उभ्या होत्या. थोड्या अंतरावर तीनचार बंगले उठले होते, समोर बाग होती, तिच्या विहिरीतील पंप वेदनेने ठसठसत असल्याप्रमाणे आताही चालू होता. आता अडीच तीनशे माणसे या माळरानावर राहत होती; पण मिस डिसोझा येथे प्रथम आली तेव्हा येथील रखरखत्या उन्हात दोन छोट्या इमारतींखेरीज काही नव्हते. रोग्यांच्या जेवणापासून डॉक्टरांच्या खोलीत साबणाची वडी आहे की नाही येथपर्यंत तिला सारे पाहावे लागे. डॉक्टर घरी गेले, की या छोट्या होमची सारी जबाबदारी तिच्यावर पडे. कित्येकदा तर आडरात्री ती दचकून जागी होत असे व कोल्हेकुईच्या जंजाळ अंधारात ती एखाद्या नवख्या बाईकडे जाऊन धीर देत असे, जरूर लागल्यास चहाकॉफी करी. त्या वेळी ज्याच्यात्याच्या तोंडी मिस डिसोझाला विचार, मिस डिसोझाला सांग असे घोळत असे. दमून गेलेल्या अंगाने ती अंथरुणावर पडली की तिला कृतार्थ वाटे, भावाच्या बायकोशी (देखणी; तसे रूप आपणाला हवे होते) केलेल्या ईर्ष्येचे सार्थक वाटे.

पण आता तिला वाटले, आता ते दिवस गेले. हा माळ आता इमारती, पैसा यांनी तालेवार झाला आहे. आता येथे रोगी मोटारीतून येत, त्यांच्यासाठी कुणी फळांच्या करंड्या पाठवत. एक्स्प्रेस, मेल गाड्यांनाही आता येथे थांबावे लागू लागले, सरकारमान्यता मिळाली, दोन पैशाची विडी मिळायची नाही त्या ठिकाणी अकरा दुकाने झाली; पण हळूहळू मिस डिसोझा मात्र मागे सरली. तिला आता मोठ्या हॉस्पिटलमध्ये कुणी विचारत नव्हते. डोक्यावर ताठ पांढऱ्या कापडांच्या फण्या घेणाऱ्या, दंडावर घड्याळ बांधणाऱ्या, शिकल्यासवरलेल्या नर्स आल्या आणि तिला या आडबाजूला यावे लागले. तिला कसलीच डिग्री नव्हती. तिला जे येत होते ते तिने येथेच टक्केटोणपे खाऊन शिकून घेतले होते; पण तिला दामले डॉक्टरपेक्षा जास्त चांगल्या तऱ्हेने इंजेक्शने देता येत, ती एक्स रे फोटो देखील घेऊ शके व रक्तदाबाचा आराखडा तिला तयार करता येत असे.

परंतु अमेरिकन डिग्री घेतलेला नवा सीएमओ आला. गळ्यात स्टेथॉस्कोप, पायात मखमली बूट घालून त्याने तपासणी केली; पण ही अशिक्षित बाई सुपरवायझर आहे असे म्हणताच त्याला धक्काच बसला. त्याने अविश्वासाने ठेंगण्या, गोऱ्या पण ओठावर लव असलेल्या ओबडधोबड मिस डिसोझांकडे पाहिले व तो अय्यर डॉक्टरांना काहीतरी चिडून म्हणाला. दोनचार दिवसांत वर्तमानपत्रात जाहिरात आली, सतराजणी कागदांची भेंडोळी घेऊन मुलाखतीसाठी आल्या. त्यांत शांता पैची निवड झाली व मिस डिसोझाच्या पायांखालची जमीनच हादरली.

तिने एक निःश्वास सोडला. आता इतक्या वर्षांनंतर येथे हाडे हलवून आयुष्याचे वस्त्र विणले, ते टाकून दुसऱ्या विणीचे, नव्या आकृतीचे दुसरे वस्त्र पुन्हा सुरू करायचे? कुठे? कसे? आपले कपडे रस्त्यावर फेकलेले पाहताच तिने ते गोळा केले व वहाणा घेण्यासाठी देखील त्या घरात पाऊल न टाकता, तिने अनवाणीच तापलेल्या रस्त्यावरून स्टेशन गाठले होते; पण त्या वेळी पाठ ताठ होती आणि अंगावरील मांस लोखंडाचे होते. आता ते सारे पिंजून कातून त्याचे वस्त्र केले व निवाऱ्यासाठी अंगावर घेतले आणि आता ते टाकून जायचे ते कुठे?

आता तिचा तिलाच तो विषय नकोसा वाटू लागला. आता फरशी सुकली होती आणि ऊनही सुकले होते. अय्यर डॉक्टर घरी परतत होते. ते जवळून जाताना देखील आपल्याकडे मान वर करून पाहणार नाहीत याची तिला खात्री होती. कारण हा माणूस नेहमी स्वतःशी हरवलेला असे. अय्यर जवळ आले; पण ते कधी नाही ते थबकले. त्यांनी किंचित व्याकूळ डोळ्यांनी तिच्याकडे पाहिले व सांगावे नाही याचा क्षणभर विचार करू लागले.

"ती शांता पै –" ते चाचरत म्हणाले.

जरा वेळ मिस डिसोझाचे हृदय कलकलले, मनात आशा फोफावली. शांता पै येणार नाही? तिला दुसरीकडे नोकरी मिळाली? तसली नेमणूक करण्याचेच रद्द झाले? तिच्या मनात हजारो प्रश्नांचे कोंब उगवले.

"ती येणार होती दोन आठवड्यांनी; पण आता ती उद्याच येणार आहे संध्याकाळी, परवा सकाळी चार्ज द्यावा लागेल तुला," हे सारे सांगायचेही जिवावर आल्याप्रमाणे अय्यरनी मान खाली घातली व ते निघाले.

मिस डिसोझाचे मन एकदम सैलावले व फार वेळ थंडीत उभे राहिल्याप्रमाणे अंग बाहेरून बधिर झाले.

म्हणजे आता एका दृष्टीने बरेच झाले. आता भोळ्या खोट्या आशेचा देखील निवारा उरला नाही. मागे भावाच्या घरातून बाहेर पडल्यावरही स्टेशनवर तिकीट घेताना तिचे मन असेच निर्जीव पोकळ झाले होते. घराकडे जात असलेल्या अय्यर डॉक्टराकडे पाहत ती खुळ्यासारखी उभी राहिली.

तिला वाटले, हा माणूसही असाच आपल्यासारखा टाकून दिलेला आहे. त्याच्या हातोप्यातून दिसणारे अर्धे हात अशक्त, शिरांनी टचटचलेले, हताश वाटत. बंगलूरसारख्या दूर गावाहून तो येथे आला, रात्रंदिवस तो राबला. अनेकदा तर त्याने स्वतः बेडपॅन धरायलाही कमीपणा मानला नाही; पण येथे त्याला मिस डिसोझापेक्षा काही जास्त स्थान नव्हते. त्याच्या ऑफिसला मोठ्या खिडक्या होत्या. नंतर दोन मोठ्या इमारती उठल्या; पण त्या खिडक्यांना काही दारे-तावदाने आली नाहीत, त्यांच्या घरच्या न्हाणीघराला दरवाजा लागला नाही. माळरानावरून वेड्यासारखा येणारा वारा ऑफिसमध्ये शिरला, की कागद वावटळीप्रमाणे उडत. एक्स रे फोटोची पाकिटे दिवसातून चारसहादा तरी खाली कोसळत. शेवटी कंटाळून त्यांनी शेजारच्या गावातून सव्वासहा रुपयांचे दोन पेपरवेट आणले आणि स्वतःच्या खर्चाने दरवाजा लावून घ्यायला सुतार लावला; पण हे सीएमओला समजताच त्याने सुताराला हाकलून लावले व साऱ्या लोकांसमोर तो अय्यरना टाकून बोलला आणि त्यांच्या पगारातून पेपरवेटचे पैसे कापून घेतले. त्यांची म्हातारी आई मोठ्या हॉस्पिटलमध्ये अर्धांगाने अंथरुणाला खिळून होती. ते दररोज सकाळी तिकडे जात, कसलेतरी पुस्तक अर्धा तास वाचून दाखवत, काम झाले की व्हरांड्यात आरामखुर्ची टाकून शून्यपणे बसत. चार वर्षांपूर्वी त्यांनी लग्न केले, ते त्यांना शिक्षणासाठी पैसा देणाऱ्या माणसाच्या मुलीशी. रेशमी वस्त्रे नेसणारी एक कुर्रेबाज बाई त्या घरात आली. येथे सिनेमा असेल, क्लब असेल, बॅडमिंटन खेळायला मिळेल, हाताखाली पाचदहा नोकर असतील अशी तिची समजूत होती; पण हे वैराण जीवन पाहून पाचव्याच दिवशी ती व्हरांड्यात मोठमोठ्याने रडत बसली व संतापाने तिने घरातील एकेक कपबशी अंगणात फेकून फोडून टाकली. ती आता बाहेर क्वचितच दिसे. त्यांच्या झोपायच्याही खोल्या वेगळ्याच होत्या व ती आपल्या खोलीला आतून कडी घालत असे, असे आया सांगत असे.

मिस डिसोझाला वाटले, आपण काय, अय्यर डॉक्टर काय – सारखेच? ती अपंग म्हातारी आई आहे म्हणून त्यांना कुठे जाता येत नाही, आपणाला कुणी नाहीच, म्हणून जाता येत नाही.

मग माणसाला माणसे असावीत की नाही?

तिने आता वॉर्डकडे जाण्याचे ठरवले. निदान एक काम तरी संपेल, शिवाय कुणाशी तरी दहा-पंधरा मिनिटे बोलत बसायला मिळाले तर बरे वाटेल. नाहीतरी आता जर निरोपच घ्यायचा झाला, तर त्या बायकांचाच घ्यायचा. त्यांच्याच आयुष्याशी तिचे धागेदोरे जमून गेले होते.

त्या अठ्ठावीस खाटांवर आलेल्या स्त्रिया अनेक भाषांच्या होत्या. मुंबई, कलकत्ता यांसारख्या इतर ठिकाणांहून आलेल्या होत्या. खर्च सरकारी असल्याने अमुकच हॉस्पिटल हवे असा आग्रह चालायचा नाही. त्या एकाकी बायांना घरची आठवण झाली

की अनेकदा स्टूल पुढे ओढून बोलत बसत, मिस डिसोझाने तासच्या तास काढले होते, त्यांच्या मुलांच्या फोटोंचे कौतुक केले होते. ती पार्वती देशमुख. तिच्या नवऱ्याला तार केल्यानंतर तो केव्हा येणार म्हणून ती रात्रभर तळमळत होती, तेव्हा मिस डिसोझाने सारी रात्र तिच्या शेजारी काढली होती आणि तेही ती सकाळपर्यंत टिकणार नाही असे डॉक्टरांनी सांगितल्यावर! तो आला दुसऱ्या दिवशी दुपारी, तोपर्यंत पार्वती दूर शेतामधील त्या खोपटातील टेबलावर गेली होती व तिच्यावर पांढरी चादर पूर्णपणे झाकली होती. ती राधाबाई अष्टपुत्रे. तिचे ऑपरेशन आहे म्हणून घरी कळवले तेव्हा नवऱ्याकडून बोटभर चिठ्ठी आली नाही. ऑपरेशनच्या दिवशी आले ते अगदी थकून विरून गेलेले तिचे आईबाप. एका खोलीत ते दोन प्राचीन गिधाडांप्रमाणे राहिले. त्यांचे सोवळे फार कडक असल्याने त्यांनी केळ्याखेरीज काही खायला घेतले नाही. प्यायचे पाणी स्वतः आणायचे म्हणजे लटलट कापणाऱ्या म्हातारीला तासभर लागे. मिस डिसोझाला राधाबाईपेक्षा तिचीच काळजी घ्यावी लागली होती. शेवटी स्वतः जाऊन तिने त्यांना स्टेशनवर गाडीत बसवले तेव्हा कुठे ती निर्धास्त झाली होती. एकदा अमीनबी तापाच्या भरात बेभानपणे विहिरीकडे जाऊ लागली, तेव्हा ती हातातील भांड्याने सारखे मारत असताही मिस डिसोझाने तिला घट्ट धरून ठेवले होते. आणखी एक वर्ष राहायला पाहिजे असे डॉक्टरांनी सांगताच शिवाणी चिकमठने तोंडात धरलेले थर्मामीटर वैतागाने चावून ओठ कापून घेतले, तेव्हा तासभर तिला मंगळून मिस डिसोझानेच काचेचे सगळे तुकडे बाहेर काढले होते.

गेल्या पंधरा वर्षांत अनेक स्त्रिया आल्या. त्या सगळ्यांना निरोप देताना मिस डिसोझा हजर होती. काहीजणींच्या अंगावर तिने पराभूत होऊन हताश मनाने पांढरी चादर घातली. अनेकींना, ''आता येथे पुन्हा येऊ नका; पण कधीतरी पत्र पाठवा'' म्हणत टांग्यात बसून स्टेशनकडे धाडले होते. त्यांच्याकडून तिला नंतर कधी पत्रे आली नाहीत. पत्रे येत कधीतरी; पण ती सीएमओला, अय्यर डॉक्टरांना; पण मिस डिसोझाला वाटे, पत्रेच आली पाहिजेत असे कुठे आहे? ही माणसे विखरून सगळीकडे गेली, त्यात्या ठिकाणी आपली आठवण असणार, हॉस्पिटलमधील दिवस आठवताना आपला खास उल्लेख होणारच.

वॉर्डकडे जाताना मिस डिसोझाला थोडा उत्साह वाटला. व्हरांड्यातून ती हळूहळू वॉर्डकडे येताना तिने मधल्या चौकातील बागेतून जाणारा जवळचा रस्ता घेतला. मागच्या व्हरांड्यात औषधाची रिकामी खोकी साठविली होती. भिंत व खोकी यांच्यामधील सांदरीतून येत असता तिच्या कानावर हसण्याचा मोठा आवाज पडला. ती थबकली व उत्सुकतेने तेथील खिडकीतून आत पाहू लागली.

आतील अठ्ठावीस खाटांपैकी आता दोनतीन मोकळ्या होत्या. त्या शेवटच्या खाटेवर गेले दीड वर्ष धोपेश्वरबाई होती. तरुणच; पण दोन मुलांची आई. ती आली त्या

दिवशी नवऱ्याने तिला हाताला धरून खाटेपर्यंत पोहोचवले; पण ती एकदा जी आडवी झाली, ती स्वतः उठून चाललीच नाही. तिच्या डोक्यात पाणी झाले होते की काय कुणास ठाऊक; पण ती सारखे आढ्याकडे पाहत पडून असे. तिला कधी भुकेचे देखील भान नसे. मिस डिसोझाने समोर उभे राहून खाण्याचा आग्रह धरला तर ती काहीतरी खात असे. अशा वेळी तिला चमचाभर दही आवडे. तिने एखाद्या आयाला केविलवाण्या आवाजात दही आणायला सांगितले, तर त्या हिडीसफिडीस करत, जेवणाची गाडी निघून गेली असे खोटेच सांगत. सकाळी आठ वाजता सगळ्यांना ग्लासभर दूध मिळे; पण तिला नवऱ्याने मुद्दाम आणून दिलेला काचेचा सुबक ग्लास कधी टेबलावर दिसलाच नाही. आया आपले मोठे, अर्ध्या शेराचे ॲल्युमिनियमचे पेले तेथे ठेवत. वाढपी आपल्या अजस्र किटलीतून धांदरटपणे दूध ओतून निघून जात असे व मग धोपेश्वरबाईशेजारचे दूध परस्पर कुणीतरी घरी घेऊन जात असे; पण नवरा मात्र तिकडे ऑफिसमध्ये दहीदुधाकरिता जादा पैसे भरे. दर रविवारी तो तिला फार आवडत म्हणून लाल सालीची केळी घेऊन येत असे, तिच्या शेजारी बसून तासभर गप्पा मारत बसे. धोपेश्वरबाई मात्र त्याच्याकडे फक्त हताशपणे पाहत बसे. मध्येच भानावर आल्याप्रमाणे, शामने हात भाजून घेतला होता तो बरा झाला का? किंवा, आपली बहीण लीलू बाळंत झाली का, असे ती विचारी. शामचा हात बरा होऊन वर्ष झाले होते, लीलूचा मुलगा आता आठ महिन्यांचा होता, हे त्याने तिला अनेकदा सांगितले होते. तो निघून गेला, की थोडा वेळ ती भिंतीकडे वळून डोळे मिटून पडून राहत असे. मग आया, मोलकरणी येत. कचरा काढताना केळी उचलून घेऊन जात. तिला अंगावर पातळ नेसता येत नव्हते आणि हाड कातडे राहिलेल्या अंगावर तिला ओझेही सहन होत नसे. तेव्हा मुद्दाम एक दिवस राहून नवऱ्याने शेजारच्या गावातून सहा परकर शिवून आणले, तिला उत्साहाने दाखवले व स्वतःच्या हाताने घड्या करून बाजूच्या कपाटात ठेवून दिले व ''आता लवकर बरी होऊन घरी ये, पोरं सारखं विचारून सतावून सोडतात बघ,'' असे सांगून तो निघून गेला.

कधी नाही ते त्या संध्याकाळी धोपेश्वरबाई हसरी दिसली. मिस डिसोझाशी सावकाश पण बराच वेळ बोलली. पुढच्या जन्मी आपण यापेक्षा धडधाकट अंग मागून घेणार आहे, आपला मुलगा शाम मोठा झाला, की डॉक्टर होणार आहे असे तिने सांगितले, आंबट अशी करवंदे आता कुठे मिळतील का म्हणून चौकशी केली.

त्या रात्री तिचा ताप फणफणला. त्याच दिवशी नेमके मिस डिसोझाचे डोके दुखत होते व नेहमी ड्यूटी नसताही एकदा तरी या रात्री फेरी मारणारी ती, त्या रात्री वॉर्डकडे आली नाही. धोपेश्वरबाई तापात बडबडू लागली. तिचा आवाज घोगरा झाला, रात्रपाळीची आया चरफडली; पण पडल्या जागेवरून हलली नाही. पण पहाटेच्या सुमाराला ती गप्पगार झाली तेव्हा मात्र ती चमकली व खाटेजवळ जाऊन तिने पाहिले. डोळे तसेच हताश निर्जीव ठेवून धोपेश्वरबाई संपली होती. मग वॉर्डबॉय व आयाने

बॅटरीच्या प्रकाशात नवीनपैकी चार परकर, तिची पातळे, कालच नवऱ्याने आणलेली द्राक्षे व तिची साबणाची वडी पळवली. मग वॉर्डबॉयने धावत जाऊन डॉक्टरांना बोलावून आणले, मिस डिसोझाला सांगितले. नवऱ्याला तार गेली व तो आल्यावर धोपेश्वरबाई आडवीच बाहेर गेली. मिस डिसोझाने तिच्या सामानाचे एक गाठोडे केले; पण चिरडून गेल्याप्रमाणे झालेल्या नवऱ्याने ते तेथेच कुणालातरी देऊन टाकले आणि व्हरांड्यात बसून हुंदके देत अर्ध्या तासाने धोपेश्वरबाईचा नवरा, त्या कोणत्या शामचा बाप निघून गेला. मिस डिसोझाला तिची आठवण झाली की तिच्या डोळ्यांवरची झोप उडे, त्याच रात्री आपण तिकडे गेलो नाही याबद्दल अपराधी वाटे; पण तिला दचकल्यासारखे होत असे ते निराळ्याच विचाराने. तिला वाटे, आपल्यालाही रात्रीबेरात्री असेच काही झाले, तर आपल्या खोलीतसुद्धा अशीच चोरटी पावले हिंडतील. आपण गोळा केलेल्या वस्तूंवर हावरे हात फिरतील. त्या हातोहात नाहीशा होतील आणि जे आपले आहे, त्याचे आपलेपण पार विटाळून जाईल...

त्या शेजारच्या खाटेवर कलकत्त्याची मोहिनी दास होती. तिला येऊन चार वर्षे झाली होती. पहिल्या वर्षी दर तपासणीच्या वेळी ती अधीरपणे विचारत असे, ''डॉक्टर, मी परत केव्हा जाणार?'' मग वरमलेल्या आवाजात ते सांगत, ''जाशील की सातआठ महिन्यांत!'' पण हल्ली मात्र तिने विचारणे देखील सोडून दिले होते. दर महिन्याला तिच्या घरून पत्र येत असे. उत्तरासाठी पत्ता लिहिलेले पाकीट असे. एकदादोनदा मिस डिसोझानेच तिला पत्रे लिहून दिली होती; पण नंतर तिच्या ट्रंकेत तसल्या पाकिटांचा ढिगारा जमला. इकडून लिहायचे तरी काय? तपासणी झाली, ठीक आहे, इतक्यात ऑपरेशन होणार नाही, हेच फक्त! जिवंत आहे एवढेच लिहायचे? गेल्या वर्षी तिच्या मुलाला घेऊन भाऊ भेटायला आला. त्याआधी त्याचे पत्र मिळताच तिने मुद्दाम शेजारच्या गावातून दोनतीन खेळणी आणून ठेवली. मिस डिसोझाला सांगून एक छोटे स्वेटर विणून घेतले. पण तो मुलगा आला, त्या वेळी तो तिच्याजवळ यायला देखील तयार झाला नाही. चार वर्षांत त्याच्या डोळ्यांतील ओळखच पुसली होती. तो आता वाढला होता व स्वेटर त्याच्या डोक्यावरून उतरलाही नसता. शरमून मोहिनीने ती खेळणी बाहेर देखील काढली नाहीत. नवऱ्याकडून गेल्या वर्षात दोन ओळींचे पत्र नव्हते. मुलगा आता स्वतंत्र वाटेने मार्गाला लागला होता. त्यांना आपण मुद्दाम लिहायचे, आपण हयात आहो म्हणून, ते कशासाठी? भाऊ मात्र उगाच धडपडत असे. थंडीवाऱ्यात हिंडू नको असे इतक्या अंतरावरून सारखा बजावत असे.

कित्येक वेळी मध्येच रात्री मोहिनी कसल्यातरी परक्या मंजूळ भाषेत गाणे म्हणू लागे. इतर बायकांची झोप चाळवे. त्या चिडत, ओरडून तिला गप्प पडायला सांगत. अनेकदा मिस डिसोझाला त्या गाण्याविषयी फार उत्सुकता वाटे. मोहिनीने तिला एकदोन गाण्यांचा अर्थ सांगितला होता. नदीवर पांढरे बगळे आहेत, झाडे आरशाप्रमाणे पाण्यात

दिसत आहेत. बगळ्यांनो, माझ्या घरी निरोप घेऊन जाल का? मी माझ्या नाकातील चमकीचे मोती तुमच्या लाल पायांत बांधीन... मी वसंतपूजनाला निघाले; लाल नागाप्रमाणे भांगात कुंकू आहे, हातात काकणे झंकारत आहेत, हातापायांवर मेहेंदी लालसाजिरी उमटली आहे; पण भांग विसकटायला हवा, काकणे पिचावीत व मेहेंदी देखील फिक्कट होऊन जावी... पण तिने एकदा जे गाणे म्हटले होते, ते कमालीचे उत्तान होते, शारीरिक भुकेने वखवखलेले होते. मिस डिसोझा दचकताच मोहिनी हसली होती; पण मिस डिसोझाचे अंग तापून ती बावरल्यासारखी झाली आणि रात्रभर तिचा डोळ्याला डोळा लागला नाही. तिला स्वतःला तसला काही अनुभव नव्हता. तिच्याकडे कधी कुणी ढुंकून पाहिले नव्हते. तिच्या चेहऱ्यावरील लव दोन हातावरून दिसे, अंग निबर होत चालले होते, त्याला आता फारसा आकार उरला नव्हता व त्यामुळे ती झग्याचा कमरेचा पट्टाच घालत नसे. फक्त मानेवरील केस किंचित उंच केले तर मान मात्र गोरीपान स्वच्छ दिसे, दुकानात हस्तिदंती साटीन कापडाची गुंडाळी असावी तशी आणि ती मान गोल आकर्षक आहे हे तिला सांगितले होते, तेही गिरीजा तेंडुलकर या शिकाऊ नर्सने. तरी देखील तिचे अंग पेटल्यासारखे झाले होते. नंतर चार दिवस ती मोहिनीला भेटली नाही. त्या गाण्याने मोहिनीपेक्षा तीच जास्त शरमून गेली होती.

त्यानंतर दीडदोन वर्षे तेथे असलेली हुबळीची चंद्रमा हळभावी होती. काळ्या चकचकीत चेहऱ्यावर ती शुभ्र मोत्यांचा मुगवट घालत असे व तिचे साधे कुजबुजणे देखील डॉक्टरांच्या घरापर्यंत ऐकू जात असे. तिला आपल्या भाषेखेरीज दुसरी कोणतीच भाषा येत नसे आणि तिचे बोलणे समजावून घेताना मिस डिसोझाची अगदी तिरपीट उडे. तिला दर पाच मिनिटांनी सातव्वाला हाक मारावी लागे. मग ती चिडखोर, चोरटी म्हातारी सगळ्यांच्या शेणी ओढ्यावर पाठवत येत असे; पण ती कोपऱ्यावर जाईपर्यंत पुन्हा एक हाक तिच्या कानावर पडे. या चंद्रमाला दररोज भस्म लागे आणि मिस डिसोझाने एकाला मुद्दाम शेजारच्या गावी पाठवून ते आणवले होते. तिचा नवरा लुगड्यांचा फिरता व्यापारी होता व घरी आठ मुले होती. मळकट कोटटोपी घालून तेलकट चेहऱ्याने तो येत असे व दर खेपेला हातमागाचे एक जाडेभरडे लुगडे आणी. पण त्याचा एक पाय वाळल्या पडवळासारखा होता. तो स्टेशनरस्त्यावरील कोपऱ्यावरून वळला, की त्याचे अंग मुडपत येणे वॉर्डाच्या खिडकीतून ओळखता येत असे. मग "आले लुगडीमहाराज!" म्हणून शब्द पसरे व खसखस पिकू लागे. एकदा तर मुंबईच्या सावित्री सूर्यवंशीने सगळ्यांसमोर त्याची नक्कल करून दाखवली. चंद्रमा रात्रभर मच्छरदाणीत रडत पडली होती व एखाद्या लहान पोरीचे पुसावेत त्याप्रमाणे मिस डिसोझानेच तिचे डोळे पुसले होते. पण चंद्रमाने तुसडेपणाने, 'यापुढे मुद्दाम पत्र पाठवल्याखेरीज येऊ नको' असे नवऱ्याला बजावले; पण तो नेहमीप्रमाणे पंधरा दिवसांनी येतच असे. पण तो यायचा तो शेतातल्या पाऊलवाटेने व येऊन मिस डिसोझाच्या घराजवळ थांबे. मग प्रथमच तेथे येत

असल्याप्रमाणे तो अधीरपणे चंद्रमाविषयी चौकशी करी व मी आलो होतो म्हणून सांगू नका म्हणून विनवणी करून चोरासारखा जात असे.

ही सावित्री सूर्यवंशी मात्र अतिशय वात्रट, मिजासखोर बाई होती. खरे म्हणजे येथे येऊन राहायला तिला काही धाडसुद्धा झाली नव्हती. फुप्फुसावर कधी मागे एकदा छाया दिसली म्हणून तिला येथे राहायला सांगितले होते. खरे म्हणजे चारपाच महिन्यांपूर्वीच तिने जायला हरकत नव्हती; पण घरच्या पैशाने ती सोकावून बसली होती व आणखी चार महिने तरी आरामात काढण्याचा तिचा विचार होता. तिला आपल्या स्वतंत्र खोलीत आठवड्यातून तीनदा मटण लागे व दररोज अंडी लागत. घरचा रेडिओ आणण्याबाबत तिने एकदा सीएमओची परवानगी विचारली होती. संध्याकाळ झाली, की ही बया आपल्याभोवती घोळका जमवी. मग ती बाई चालते कशी, या बाईचाच भाऊ कसा लठ्ठ आहे यांच्या ती नकला करी. मोहिनीच्या भावाने दाढी ठेवली होती, तेव्हा तिने डोक्यावरील केस हनुवटीखाली बांधून घेऊन सगळ्यांना हसवले होते. धोपेश्वरबाईच्या नवऱ्याच्या टाचा फुटल्या होत्या. तो निघाला, की ती मोठ्याने ओरडून विचारी, ''आया, सगळ्या ताटंवाट्या आहेत ना सुरक्षित? नाहीतर पायात अडकून नाहीशा व्हायच्या हो!'' राधाबाईचे म्हातारे आईबाप आल्यावर तिने त्यांना बघून ''शेणींची अर्जंट ऑर्डर देऊन ठेवा हं,'' असे मिस डिसोझाला सांगून ठेवले होते. शिवाणीचा कुणी नातलग तिला एकदा भेटायला आला होता. तो बराच स्थूल असून त्याचे पोट सुटले होते. तेव्हा तिने चारचौघींपुढे सांगून टाकले, ''त्यालाही रहा म्हणावे येथेच. म्हणजे ही या वॉर्डात व तो मॅटर्निटी हाऊसमध्ये!'' मिस डिसोझाला अनेकदा वाटे, आजूबाजूच्या शेतांच्या बांधांवर वाढलेल्या एखाद्या बाभळीची दणकट काटेरी फांदी घ्यावी आणि या कंजारणीचे तांबूस पुष्ट अंग चांगले फोडून टाकावे. विशेषतः ही चोरून औषधे विकते असे तिने सीएमओला सांगितले व औषधाचे कपाट तिच्या ताब्यातून गेले, तेव्हा तर खरोखरच हातात एक फळकूट घेऊन मिस डिसोझा कितीतरी वेळ त्याच विचारात उभीही होती.

मिस डिसोझाने आत पाहिले व नव्याजुन्या आठवणी एकदम गोंधळाने तिच्या मनावर आदळल्या. एवढा गोतावळा आपण निर्माण केला. आता त्याचा निरोप तरी घ्यायलाच हवा असे तिला फार वाटले. आपण जाणार म्हणताच ती मोहिनी दास तर रडूच लागणार, अमीनबी घुंगट घालून बसणार याची तिला खात्री होती; पण त्यांचे सांत्वन तर करावे लागणार. जेथे आपण मानाने जगलो, तेथे ओझे म्हणून राहणार नाही, हे त्यांना समजावून सांगावे लागणार.

पण तिने काळजीपूर्वक आत पाहिले, तेव्हा तिला घोळक्याच्या मध्यभागी सावित्री सूर्यवंशी दिसली आणि आता तिचे सोंग पाहताच मिस डिसोझाचे पाय विरघळल्यासारखे झाले व ती शरमून गेली.

सावित्रीने आपला झोपायचा झगा घालून आत उशी ठेवत स्वतःला एखाद्या पिंपासारखे गोल केले होते व ओठावरून कोळशाच्या भुकटीचा पट्टा ओढला होता. तिने एका हातात लोकरीचा गुंडा व सुया घेतल्या होत्या व दुसऱ्या हाताने मानेवरील केस फिसकारत ती फेंगड्या पायांनी दर खाटेजवळ जात होती व काहीतरी बडबडत होती. तिच्या प्रत्येक वाक्याने सगळ्याजणी खिदळत होत्या. मोहिनी तर हसत आपल्या खाटेवर लोळत होती आणि चंद्रमाचा हसताना होणारा घरघरीत आवाज काचेवर ओरखड्याप्रमाणे उमटत होता. एकदम चपराक मिळाल्याप्रमाणे मिस डिसोझा चमकली होती. ते सोंग तिचेच होते.

सावित्रीने मग उशी बाहेर काढली व एक लाथ मारून दूर उडवली. ''जाँव यहां से, मिस डिसोझा, अब इधर मत आना –'' हिंदी चित्रपटातील हिजड्या खलनायिकेप्रमाणे ती ओरडली व लाऽऽऽललला करत ती बाजूच्या खाटेवर बसली.

आपल्याभोवती हसणारे वेडेवाकडे चेहरे, अनेक तऱ्हेचे दात, यांचे एक चक्रच फिरू लागले आहे असे मिस डिसोझाला वाटू लागले. मोहिनीने, शिवाणीने, अमीनबीने देखील आपल्याला हसावे? दररोज पातळ नेसवावे लागे त्या गंगा पाटीलने? घरून कोणी काही पाठवत नाही म्हणून वरचेवर आपणाकडून ऑम्लेट, टोस्ट करून घेणाऱ्या नीला देशपांडेने देखील? या साऱ्यांनी आपले वेडेवाकडे दात दाखवावेत?

आणि कुणास ठाऊक, धोपेश्वरबाई आज असती, तर भर तापातही हसण्याचे आपले कर्तव्य तिनेही चोख पार पाडले असते!

मिस डिसोझा तशीच बधिर होऊन किती वेळ उभी राहिली असती कुणास ठाऊक! आता अंधार पडला होता; पण समोरून कुणीतरी बॅटरी घेऊन चालले होते. अंधारातून आवाज आला,

''कोण मिस डिसोझा का?'' आवाज दामले डॉक्टरांचा होता. मिस डिसोझाने वारूळ झाडल्याप्रमाणे केले व ती भानावर आली. अंधारात तिचा चेहरा दिसत नव्हता; पण सवयीने तिने चेहऱ्यावर हसू आणले होते.

''होय, आता अशीच मी वॉर्डातून परत येत होते.''

''चला, मी तुम्हांला घरापर्यंत बॅटरी दाखवतो,'' तो म्हणाला.

ती व्यथित मनाने पायऱ्या उतरून आली. वॉर्डाच्या दुसऱ्या बाजूला जेवणाची ढकलगाडी आल्याची घंटा झाली. वॉर्डामधील गदारोळ थांबला व भांडीताटांचा खणखणाट सुरू झाला. सवयीने मिस डिसोझाचे पाय रेंगाळले. ती दररोज या वेळी येथे थांबत असे व वाढप्याचा कल पाहून मधल्यामध्ये दोनचार चपात्या कागदात गुंडाळून घेत असे. मग रात्री चूल पेटवण्याची गरज नसे. जेवणे झाल्यावर आया एका बादलीत ताटे रिकामी करत. त्यातील थोडे अन्न ती टॉमीकरता घेऊन जात असे. हे नियमाविरुद्ध होते; पण वीतभर उंचीचा टॉमी त्याच अन्नावर हातभर उंच, तपकिरी केसांचा झाला होता.

तिचे पाय रेंगाळले खरे; पण आत मात्र तिची जीभ त्या मिंध्या अन्नाने कडवटली. तिला एकदम शरम वाटली. नाही, आता नाही त्या अन्नाला हात लावणार! आज बसेल टॉमी उपाशी, नाहीतर घरी निघेल एखादा शिळा तुकडा! तिने आता निश्चयाने पावले उचलायला सुरुवात केली. आता रस्ता पायाखालचा होता व दामलेने बॅटरी बंद केली होती; पण आज त्याने कधी नाही ते, तिने दिलेला स्कार्फ वापरला होता हे तिच्या ध्यानात आले होते.

''ती शांता पै की कुणीतरी उद्या येणार आहे म्हणे,'' तो म्हणाला, ''मग पुढं तुमचं काय?''

त्याने इतक्या सरळपणे विचारले, हे तिला आवडले. येथे निदान ढोंगी आडपडदा नाही.

''व्हायचं काय? मला काही त्यांनी जा म्हणून सांगितलं नाही,'' ती थोड्या आवेशाने म्हणाली, ''पण आता एखाद्या आयाप्रमाणे राबणे मात्र जिवावर येते हे खरं.''

दामले काही बोलला नाही. त्याने स्कार्फ उगाचच सावरला.

''ते खरं आहे. प्रथम बोचतं; पण नंतर त्याची सवय होते. जगात सगळ्याच गोष्टींची सवय होऊन जाते. पण पाहू काही मार्ग निघतो का?''

त्याच्या शब्दांनी तिला उगाचच बरे वाटले. वॉर्डमधील त्या बायांसाठी हाडांच्या काड्या केल्या; पण तेथे त्यांनी उशीला लाथ मारून हाकलले. पण या थंडसर अंधारात हे आपुलकीचे शब्द तिला फार धीराचे वाटले.

पण दुसऱ्याच क्षणी त्या शब्दांतील उपरोधाची तिला कडवट गंमत वाटली. स्वतः चिंध्या झालेला दामले डॉक्टर आपल्याला काय मदत करणार? स्वतःच्या बायकोला वॉर्डमध्ये ठेवायला म्हणून तो प्रथम येथे आला; पण ती वारली त्या वेळी तो येथे नव्हता. त्या शेतातील खोपटात प्रेत एक दिवस ठेवावे लागले होते. तो चार वेळा डॉक्टरीच्या परीक्षेला बसला; पण त्याच्या त्या लांबट, गाठीगाठीच्या बोटांना यशच नव्हते. महिन्यातून दोनचारदा तरी त्याच्या हातून थर्मामीटर खाली पडे, धक्क्याने काहीतरी सांडे. जे इंजेक्शन ती स्वतः अर्ध्या मिनिटात देऊ शके, ते द्यायला त्याला पंधरा मिनिटे लागत आणि काही वेळा तर त्याला शीरही सापडत नसे. या माणसाने आयुष्यात कधी एखादा पोपट विकत घेतला, तर तो हटकून तोतराच निघणार! आता हा आपणाला कसली मदत करणार बरे? पण शब्द फुकाचे असेनात का, त्यामुळे तिला उल्हसित वाटले हे मात्र खरे!

''तसं काही मनाला लावून घेऊ नका,'' दामले म्हणाला, ''असं हे चालायचंच. मी कॉलेजमध्ये गेलो, तेव्हा मला काय वाटायचं माहीत आहे? दहा वर्षांत मी असल्या एखाद्या हॉस्पिटलचा मुख्य होईन.'' तो हसला की काय कुणास ठाऊक; पण तसा आवाज झाला खरा.

चालताना तो मध्येच कशाला तरी ठेचाळला व तोल सावरण्यासाठी त्याने हात

पसरला. तो मिस डिसोझाच्या खांद्यावर पडला व तिच्या मानेवर क्षणभर स्थिरावला. मिस डिसोझा एकदम डाग बसल्याप्रमाणे चमकली. मोहिनीचे गाणे एकदम हाताची बोटे होऊन मानेवर बसल्याप्रमाणे ती बावरली. दामलेने चटकन हात मागे घेतला व बॅटरी पेटवली. ''माफ करा हं. बॅटरी जवळ असून पायाखालच्या रस्त्यावर ठेचाळणारा मीच असेन पहिला माणूस!'' तो म्हणाला.

तेथून त्याने घरापर्यंत बॅटरी चालू ठेवली. मिस डिसोझाला आता काही बोलावेसे वाटत नव्हते. ती घराजवळ आली व तिने कुलूप काढले. ''नंतर बोलू केव्हातरी,'' जाताजाता दामले म्हणाला.

ती आत आली. नेहमीच्या सवयीप्रमाणे टॉमी बाहेरच्या मोकळ्या ओसरीत वाट पाहत बसला होता. या वेळी ती दररोज त्याचे खाणे घेऊन येत असे. तो वखवखून उंबऱ्यापर्यंत आला व शेवटी वळवळू लागला; पण तिने दिवा लावून दार जोराने ढकलून दिले. घरात पाऊल टाकताच सारी विषण्णता तिच्यावर कोसळली. ती अंथरुणावर पडली व एकदम हुंदके देऊ लागली. टॉमीने नाक खुपसून दार उघडले व तो आत आला; पण हे आजचे निराळे दृश्य पाहून तो खाली बसला व खुळ्यासारखा पाहू लागला.

हातातील सारे ओघळून गेल्याने येणारी रितेपणाची भावना तिच्यात राहिली. गेली बारापंधरा वर्षे अशी वांझोटी निघून गेली. इतक्या दिवसांत एका माणसाची पारख झाली नाही. शंभर फुटांवर एखाद्या परक्या माणसाचे पाऊल वाजले, की टॉम ओरडू लागतो आणि इतके दिवस सतत परिचय होऊन आपणाला एक माणूस ओळखता आले नाही! मोहिनीचे दुःख उसने घेऊन रात्रीच्या रात्री आपण तिच्यासाठी तळमळलो. अय्यर डॉक्टरांच्या नव्या संसाराला लागणाऱ्या वस्तू गोळा करण्यासाठी आपण पाठ मोडली. आता मात्र कुणालाच त्याचे काही नाही. आधाराला घेतलेली काठी टाकून द्यावी तसे आपण फेकले गेलो. उशीला लाथ मारून! काम काय, कुठेही मिळते. फारशी काही अपेक्षा केली नाही की झाले. हा टॉमी त्या रात्री पावसात भिजून पायरीवर आला, त्या वेळी त्याची काही अपेक्षा नव्हती; पण वाढलाच की तो सुखाने!

आता ती एकदम उठून बसली. या ठिकाणी आणखी एक दिवस काढायचा ही कल्पनाच तिला भीषण वाटू लागली. उद्या संध्याकाळी ती शांता पै येणार. तेव्हा तिला चार्ज द्यावा लागणार. खरे म्हणजे चार्ज द्यायला आता काही राहिलेच नव्हते. पूर्वी दैनंदिन लागणाऱ्या औषधांचे कपाट तिच्या ताब्यात होते; पण सावित्री सूर्यवंशीने सीएमओचे कान फुंकताच ते तिच्या हातून गेले. परिटाचा हिशेबही ऑफिसने घेतला होता. आता राहिले काय? तर घरातील खाट, कपाट! तेव्हा ती येण्याच्या आतच आपण निघून जावे हे बरे, असे तिला वाटू लागले. एका दृष्टीने वॉर्डशी असलेले धागेदोरे असे एका हिसक्यासरशी तुटून गेले हे बरेच झाले म्हणायचे. नाहीतर कोणी डोळ्यांत पाणी आणले असते, आपुलकीचा एक शब्द उच्चारला असता तर कदाचित आपले मन विरघळून गेले

असते व आपण असेच भाबडेपणाने दिवसाला दिवसाचा टाका घालत राहिलो असतो.

ती आवेगाने उठली. आता नऊ वाजायला आले होते. ती उठताच टॉमीने मोठ्या आशेने शेपटी हलवायला सुरुवात केली; पण तिचे त्याकडे लक्ष गेले नाही. तिने खोलीत सगळीकडे पाहिले, तेव्हा तर ती व्याकूळच झाली. जाताना काय घेऊन जायचे याचा विचार करत तिने दृष्टी टाकली होती. तर तिचे स्वतःचे असे अगदी थोडे होते. आपली पंधरा वर्षे इतकी बरड गेली याची तिला पूर्वी कधी कल्पना आली नव्हती. माणसे तर कुणी जवळ झाली नव्हतीच; पण भोवती वस्तूही फारशा जमल्या नव्हत्या. ही नवार लावलेली खाट, छोटे जुने लाकडी कपाट, खुर्ची, सारे हॉस्पिटलचे. कपबशाही जाताना कुणीतरी दिलेल्या. दहाबारा भांडी होती, ती मात्र तिने विकत घेतली होती. घड्याळ तिचे होते. हे सोडले तर विशेष काही राहिलेच नाही. त्या घरातून बाहेर पडल्यावर तिने भावाकडून आईचा एक फोटो व तिचा आरसा मागवून घेतला होता. आरशावर तर तिचा हक्क होता, कारण आईनेच तो तिला दिला होता; पण तो दोनतीन वर्षांपूर्वी फुटला. मग काही उरलेच नाही.

तिने सूटकेस पुढे ओढली व फू फू करत धूळ झाडत उघडली. आत आईचा फोटो होता. दोन रेशमी झगे होते. पत्र्याच्या एका लहान डबीत रुपये होते. ते तिने काळजीपूर्वक मोजून पाहिले. तीनशे अकरा रुपयांवर निदान दोनतीन महिने तरी टिच्चून काढता येतील असा तिला विश्वास वाटला. तिने खुंटी-दोरीवरील आपले कपडे भराभर आत भरले, भांडी कपाटात ठेवली, खाटेवरील गादी गुंडाळून कोपऱ्यात उभी केली; पण जमिनीवर कचरा पडला होता, तशा स्थितीत घर टाकून जायला तिचे मन तयार होईना. तिने झाडणी घेऊन ती खोली तेवढी झाडून घेतली. आता काही करायचे उरले नाही. आता दहा वाजून गेले असावेत. घड्याळ आता सूटकेसमध्ये टिकटिकत होते. तिने सूटकेस उघडली, तेव्हा तिच्या पायाला मऊ ओलसर स्पर्श झाला. तिने एकदम घाबरून खाली पाहिले. टॉमी तिच्या पायाला नाक लावत होता.

मग मात्र तिला चमकल्यासारखे झाले. या साऱ्यात टॉमीची मात्र काहीच व्यवस्था झाली नव्हती. तिने त्याला एकदम उचलले व त्याच्या मऊ तपकिरी केसांवर गाल घासला. तिने त्याला टेबलावर ठेवले. तो तेथे अंग पसरून बसला व काळ्या स्वच्छ डोळ्यांनी तिच्याकडे पाहू लागला.

तिला वाटले, आता याचे काय करायचे बरे? आपण जेथे जाणार, तेथे त्याला काही नेता यायचे नाही. आपलेच पाय रस्त्याला नाहीत तर त्याला कुठे नेणार? पण त्याला मागे टाकून जावे लागणार या कल्पनेनेच ती हादरली व त्याच्या डोळ्यांत पाहताना तिला आपलेच चित्र दिसू लागले. हे कुत्रे कुणाचे कुणास ठाऊक; पण एका रात्री चिंधीसारखे भिजून पायरीवर ओरडू लागले. ते नेमके याच पायरीवर का बरे आले? नंतर कधीतरी मनाची अशी कालवाकालव करण्यासाठी? पण तसे पाहिले, तर आपण तरी नेमक्या याच

ठिकाणी का आलो? दोघेही तसेच चोरूनमारून आणलेल्या अन्नावर वाढले आणि कुठे जायचे म्हणजे दोघांनाही जागा नाही. पण मिस डिसोझाला एका गोष्टीचा मात्र विश्वास वाटला – निदान टॉमी तरी अन्न देणाऱ्या हाताला जागणारा आहे. तो उशीला लाथ मारणार नाही! तिला अद्याप त्याच्या केसांचा मऊ स्पर्श जाणवत होता, त्याचा वास ताजा होता. तिला वाटले, आता आपले आयुष्यच या केसांच्या वासाच्या, मऊपणाच्या वस्त्राने झाकले आहे; पण आता मात्र ते टाकून द्यायला हवे आणि पुन्हा एकदा वस्त्रहीन जन्म घेऊन नवी वाट शोधली पाहिजे. धोपेश्वरबाई नेहमी पुढल्या जन्मी आपण असे करणार, तसे करणार असे म्हणे, याची तिला आठवण झाली; पण तिला वाटले, नव्या जन्मासाठी प्रत्यक्ष मरायला हवे असे कुठे आहे? हयात असतानाच आपण अनेकदा मरतो, जन्म घेत असतो! घरातून बाहेर पडताना तिला फार वाटले होते, निदान आपला भाऊ तरी जाऊ नको म्हणेल, कुठे जाणार, काय करणार, म्हणून विचारील; पण तो शरमून खाली मान घालून बसला. त्या वेळी काहीतरी मेले, नवे जन्मले. आईचा आरसा फुटला, महिने राबून केलेली बाग उन्हात जळून गेली, औषधे चोरून विकली म्हणून आळ आला, शांता पै आली, उशीला लाथ बसली, सारेच लहानमोठे मृत्यू, लहानमोठे जन्म! आणि खरे मरण म्हणजेच या चक्रातून मुक्ती असते. आता टॉमीला टाकलेच पाहिजे, हेच खरे. पण तिला त्याचा एकदम रागही आला. याच ठिकाणी त्याने येण्याची काही गरज नव्हती. तो आला नसता तर ही यातनाही निर्माण झाली नसती.

क्षणभर विचार करत तिने त्याच्याकडे पाहिले. आपल्यामागे काय होणार याचे? लहानपणी तिने पुष्कळशी मेलेली कुत्री पाहिली होती. रस्त्यावरील केर काढणाऱ्या महाराने एकदा एका मेलेल्या कुत्र्याच्या तंगडीला सुतळी बांधून रस्त्यावरून ओढत नेले होते व ते मागून फरपटत जात असता धुळीत ओलसर पट्टा उमटत होता. एकदा घरासमोर कचऱ्याच्या कुंडात एक कुत्रे पडले होते. त्याचे पोट टमाम फुगले होते व त्याचे पाय दिवसभर झटक्याझटक्याने हलत होते. एवढेसे कुत्रे; पण त्याला मरायला इतका वेळ लागेल, इतक्या वेदना सहन कराव्या लागतील, याची तिला कल्पना नव्हती. त्या दिवशी रात्री अंथरुणात ती तासभर त्या आठवणीने रडत होती. आणि ते सारे आतडे बाहेर टाकून लाल फुटलेले ट्रकखालचे कुत्रे! तिला निरनिराळी दृश्ये आठवू लागली, तसे टॉमीला टाकून जाण्याचे जास्तच जिवावर येऊ लागले; पण तिने उद्धटपणे स्वतःला बजावले, 'बस्स झालं तुझं! एवढं काही हळवं व्हायला नको! माणसं काय, कुत्री काय, कुणावाचून मरत नाहीत. भावाचा आधार तुटला म्हणून तू मेली नाहीस. तू गेलीस म्हणून ते उपाशी मरणार नाही.'

तिने मनावरची कोळीष्टके झाडून टाकली. तिने कपडे वाळत घालायची दोरी सोडली व ती टॉमीच्या गळ्यास बांधून तिचे दुसरे टोक खिडकीला बांधून टाकले. कधी नाही ते हे बंधन गळ्यात पाहून टॉमी धडपडला व हिसफिस करू लागला; पण मधूनमधून तो भूक लागताच करी तसा आवाज करू लागला, तेव्हा मात्र तिला एकदम उद्वेग वाटला,

''माझं मढं गेलं तरी याला मात्र आपल्या भुकेचा विसर पडायचा नाही!'' ती पुटपुटली व कपाटाकडे गेली; पण कालच्या ब्रेडच्या तुकड्याखेरीज घरी काहीच नव्हते. येथे ब्रेडवाला एक दिवसाआड येत असे. आज तिला भूक असती, जर वाढप्याकडून चपात्या मिळाल्या नसत्या, तर त्या ब्रेडवर तिने भागवले असते. तिने इनॅमलची ताटली घेतली व ब्रेड तिच्यावर ठेवून ती त्याच्यापुढे आदळली. त्याने हुंगल्यासारखे केले; पण तो पाय पसरून हुसमुसत राहिला.

तिने दिवा घालवला, सूटकेस उचलली व दार उघडून रस्त्यावर कुणी आहे का पाहिले. हॉस्पिटलच्या रस्त्यावर मधूनमधून दिवे होते व आपल्या कक्षेत आल्यावर तिच्याभोवती प्रकाश टाकून तिला पकडण्यासाठी टपून सावध उभे होते. त्यामागे दूर स्टेशनवरील दिवे दिसत होते. तिने मन घट्ट केले. दार हळूच ओढून घेतले व ती मागच्या पाऊलवाटेने स्टेशनकडे निघाली. जाताना अय्यर डॉक्टरांच्या घराजवळून मागच्या बाजूने जावे लागे. तेथे येताच तिची पावले एकदम हलकी झाली, कारण अय्यरांच्या खोलीत दिवा होता व ते खुर्चीत बसलेले दिसत होते. त्यांच्या हातात टेबलावर असते, तसली लांब लखलखीत सुरी होती व ते तिच्याकडे पाहत ती फिरवत असता तिची धार चमकत होती. जणू ती तिच्याच गळ्यावरून फिरल्याप्रमाणे मिस डिसोझा चरकली. तिला एकदम वाटले, 'डॉक्टर, असलं भलतं काही करू नका वेड्यासारखं!' पण अय्यरांनी ती सुरी विमनस्कपणे टेबलावर टाकली व पेन उचलून ते शून्यपणे बोटांवर आपटू लागले. मिस डिसोझाला हायसे वाटले. सूटकेस धरलेली बोटे तिने तेथल्या तेथेच हलवून त्यांचा निरोप घेतला व पावलांचा आवाज होणार नाही याची काळजी घेत ती पुढे गेली. कोपरा ओलांडल्यावर वडारांची दोनचार कुत्री वचवचत अंगावर आली. तिने दोनचार दगड गोळा केले व मधूनमधून एखादा फेकत ती स्टेशनकडे निघाली.

स्टेशन आता निर्जन होते. भोवतालची दुकाने आता मिटली होती व त्यांसमोर फळ्यांवर दोनचार माणसे अस्ताव्यस्त झोपली होती. रेल्वे ऑफिसमध्ये कंदील होता; पण तेथील कारकूनही आडवा झाला होता. ती प्लॅटफॉर्मवर आली. तेव्हा वाऱ्याच्या धारदार स्पर्शाने तिचे अंग शहारले. आपण आपले स्वेटर बाहेर ठेवले असते तर बरे झाले असते असे तिला वाटले. तिने प्रकाशापासून दूर असलेले एक बाक निवडले. आता फार तर अकरा वाजले असतील. म्हणजे गाडी यायला अद्याप दोन तास तरी असतील. दोन तास तर दोन तास! अशा आशयाने तिने निःश्वास सोडला व ती अंग आखडून बसली. सूटकेसवर हात ठेवला, की आतील घड्याळाची टिकटिक जाणवे; पण किती वेळ गेला याची तिला कल्पना नव्हती, कारण तिला आता मधूनमधून डुलक्या येऊ लागल्या होत्या. पण ती खाडकन जागी झाली, ते तोंडावर बॅटरीचा उजेड पडला म्हणून. प्रथम तिला वाटले, आपण वॉर्डजवळ आहो व दामले डॉक्टरच प्रकाश टाकत आहे! तिने स्वतःला सावरले व उजेडातून मान वळवत बाजूला पाहिले.

‘‘कोण मेरी की काय? तू काय करतेस इथं?’’

हा आवाज निराळा होता. तो ओळखीचा होता; पण तो कुणाचा होता हे प्रथम तिच्या ध्यानात येईना. शिवाय मेरी या नावाने हाक मारणारे येथे कुणीच नव्हते. हिशेबखात्यातील पगार देणाऱ्या कारकुनाखेरीज ते नाव कुणाला माहीत होते की नाही कुणास ठाऊक!

‘‘ओळखलं नाहीस? मी पिन्टो.’’ तो आवाज म्हणाला.

काळ्या लोकरीच्या सूटमधल्या माणसाकडे तिने निरखून पाहिले व मग तिला आठवले. पिन्टोला भेटताच तोंडावर हलकाच थंड पाण्याचा शिडकावा व्हावा, त्याप्रमाणे तिला ताजेतवाने वाटले व ती उत्साहाने उभी राहिली.

‘‘काय योगायोग बघ,’’ पिन्टो म्हणाला, ‘‘आजच सकाळी तुमचे अय्यर डॉक्टर इकडे आले होते. त्यांच्याजवळ मी तुझी चौकशी करत होतो.’’

‘‘पण तू इथं केव्हा आलास?’’ मिस डिसोझाने उत्सुकतेने विचारले.

‘‘मी येऊन झाले चारपाच दिवस. तो रामब्रह्म दोन महिन्यांच्या रजेवर गेला अचानक, तेव्हा मला इकडं घातलं; पण इथं काय करणार तू? गाडीला तर अद्याप अवकाश आहे, त्यात आजच ती तासभर लेट आहे. तू सेकंडक्लास वेटिंगरूममध्ये बस की!’’

उघड्या प्लॅटफॉर्मवरील वाऱ्याने मिस डिसोझाला गारठल्यासारखे झाले होते. तिने सूटकेस उचलली व ती पिन्टोबरोबर निघाली. याच वेळी त्याची बदली नेमकी इथे व्हावी ही गोष्ट तिला फार शकुनाची वाटली. हा पिन्टो तिच्याच गावचा होता. चार घरे टाकली की त्याचे घर होते. शिवाय मागे एकदा तो या स्टेशनवर थोडे दिवस होताही. मिस डिसोझाला साऱ्या परिस्थितीतील थोडा उपरोध जाणवला. ती येथे आल्यावर तो दोन महिन्यांतच बदलून गेला. आता तिचे वास्तव्य संपले, तर आता दोन महिने तो येथे राहणार आहे!

सेकंड क्लास वेटिंगरूम दुसऱ्या टोकाला होती. पिन्टोने कुलूप काढले व बॅटरीच्या प्रकाशात दिवा लावला. दरवाजा उघडाच ठेवला. आता वाऱ्याचा जोर तितकासा भासत नव्हता; पण अद्याप थंडीही कमी झाली नव्हती. साऱ्या जगात फक्त वेटिंगरूममध्येच आढळते, तसलेच विलक्षण आकाराचे, बोजड फर्निचर त्या खोलीत होते. एक सुरक्षित कोपरा पाहून मिस डिसोझाने सूटकेस टेबलावर ठेवली व सँडल्स काढत ती लांब हाताच्या, एका प्रचंड खळग्यासारख्या खोल खुर्चीत विसावली. पिन्टोने खिशातून उग्र वासाची एक सिगार काढली व किंचित थरथरणाऱ्या हाताने ती पेटवली.

‘‘कितीतरी दिवसांनी आपण भेटतो आहो,’’ पिन्टो म्हणाला, ‘‘तुझ्यात काही फरक पडला नाही; पण आता सांग, या असल्या आगगाडीनं कुठं जाणार तू?’’ ‘‘मला दोन महिन्यांची रजा मिळाली आहे,’’ त्याच्याकडे न पाहता मिस डिसोझा म्हणाली,

''अगदी भरपगारी बरं का! मीही कितीतरी दिवसांत कुठं गेले नाही. म्हटलं, एकदा भावाकडं जाऊन यावं. सारं तोडून बाहेर पडले खरे; पण त्याच्याखेरीज, कुणी उरलंच नाही. काही वेळा जुन्या गावाविषयी बोलावंसं वाटतं; पण ते सारं पाहिलं आहे कुणी आता त्याच्याखेरीज?''

पिन्टो क्षणभर गप्प राहिला. खरे तर तो तिच्या भावाहून चारपाच वर्षांनीच मोठा असेल; पण तो किंचित स्थूल झाला होता व त्याचा चेहरा फळावरील पातळ सालीप्रमाणे तुकतुकीत, थोडा सुरकुतलेला होता आणि आता त्यावर एकप्रकारचा कढ आल्याप्रमाणे लालसर रंग होता. सिगार समोर दातात धरून ते विचकत असल्याप्रमाणे बोलण्याची त्याची पद्धत होती.

''आज सकाळीच अय्यर डॉक्टर इकडे आले होते. त्याचं कसलंसं पार्सल पाठवायचं होतं म्हणे. तू अद्याप इथंच आहेस की काय याबद्दल मला शंका होती. म्हणून मी त्याच्याजवळ तुझी चौकशी केली. तेव्हा त्यांनी तुझी थोडी हकिकत सांगितली.''

त्याला आधीच सगळे माहीत आहे हे पाहून ती थोडी वरमली. तिला अय्यर डॉक्टरांचा थोडा रागही आला. होणार ते तर खरेच; पण म्हणून काही ते सगळीकडे सांगत सुटण्याची गरज नव्हती.

''हां, तशी थोडी गुंतागुंत आहे खरी. त्यांनी काही मला अद्याप जा म्हणून सांगितलं नाही; पण आता येथील मनच उडाले. आता पुन्हा आणखी कुठं तर सुरुवात करायची; पण म्हटलं, त्याआधी थोडी सुट्टी घ्यावी. गेल्या कितीतरी वर्षांत महिना पंधरा दिवस मी सुखानं पडून आहे, असं कधी घडलं नाही म्हणून मी भावाकडे चालले आहे. तो काही मला दारातून हाकलून देणार नाही. शिवाय आता माझं काही कुणाला ओझं होणार नाही,'' ती म्हणाली व गळ्यातील पांढऱ्या मण्यांच्या माळेशी चाळा करत ती खुळ्यासारखी हसली. ''निदान दीड दोन महिने तरी. मग पुढचं बघू. बरं, तू कधी हल्ली गेला होतास का पणजीला?''

''हल्ली म्हणजे काय? मी परवाच एक महिन्याची रजा घेतली होती. आता आमचंही तिथं कुणी राहिलं नाही, घराची विल्हेवाट लावायची होती. तेव्हा होतो मी तिथे आठपंधरा दिवस,'' सिगारेटची राख झाडत पिन्टो म्हणाला. त्याचा हात आता स्पष्ट थरथरत होता.

''होय, खरं का? मग कसा आहे माझा भाऊ? त्याला आणखी काही मुलंबाळं झाली?'' एखाद्या लहान मुलीप्रमाणे उत्साहाने मिस डिसोझाने विचारले.

पिन्टो प्रथम काही बोलला नाही. तो उठला व दिव्याजवळ आला. वाऱ्याचा झोत त्यावर सारखा आदळत असल्याने ज्योत मधूनमधून भडकत होती. त्याने ती बारीक केली. तो पुन्हा वळला व खुर्ची बरीच पुढे ओढून बसला.

''तू भावाकडं निघाली होतीस!'' तो म्हणाला, ''म्हणजे तुला तिकडची काहीच

माहिती नाही तर!'' आता वारा थोडा वाढला. वेटिंगरूमचे दार खडखडून भिंतीवर आदळू लागले. पिन्टो पुन्हा उठला व त्याने पायानेच ढकलून दार लावले; पण तो परत फिरतो तोच पुन्हा अदृश्य हाताने ढकलल्याप्रमाणे ते उघडले. पिन्टोने एक शिवी हासडली. त्याने पुन्हा दार लावले व करकचत आतून कडी लावली.

''आता ठीक झालं,'' तो परत येऊन बसत म्हणाला, ''हे बघ मेरी, तू धीट आहेस म्हणून मी तुला सारं सांगतो. मी परवा गेलो होतो ना, त्या वेळी सारं पाहिलं. त्या आधीच दीडदोन महिने तो वारला. गेली दोन वर्षं तो अर्धांगानं आजारी होता. तुमचं घरचं दुकान तर केव्हाच बंद झालं होतं. त्याची बायको कुठंतरी काम करत होती म्हणून कसंबसं चाललं होतं. याला दोन मुलं आहेत. पण खरं सांगू मेरी, मी जे ऐकलं, त्यावरून तो मेला ते सुटला असं मला वाटलं. कुणीही भेटायला गेलं तर तो अक्षरशः रडत असे म्हणे. हा एकदाचा मरत का नाही असे शब्द त्याला दिवसातून चारपाचदा ऐकावे लागत. मग भेटायला आलेला माणूस जायला निघाला, की तो त्यास चार आण्याचं विष आणून द्या म्हणून हळूच सांगू लागे.''

''तो वारला आणि मला कुणीच कळवलं नाही?'' मिस डिसोझाने चिंबलेल्या आवाजात विचारले.

''कोण कळवणार तुला? त्याची बायको?'' उपरोधाने पिन्टो म्हणाला, ''तुला घरातून काढलं, त्याच्या दुसऱ्या दिवशी तिनं मेजवानी दिली होती, माहीत आहे तुला? आणि ती तुझे पत्ते शोधत अगत्यानं तुला कळवणार? वेडीच आहेस तू!''

पण मिस डिसोझाचे त्याच्याकडे लक्ष नव्हते. तिच्या बधिर मनात मुंग्या हळूहळू लागल्याप्रमाणे वारूळ फुटले होते. एकदम अंगावर ओतल्याप्रमाणे सारेच झपाट्याने आठवले. भावाचे फूटबॉल खेळण्याचे वेड, शिकण्याविषयी अगदी लहानपणापासून असणारा द्वेष, अंथरुणावर अस्ताव्यस्त झोपणे, कधीतरी जाऊन मुद्दाम तिच्यासाठी मासे धरून आणणे, तो मरत का नाही असे कोणी म्हणण्याजोगे आयुष्याचे ओझे होणे... एकदम चिडून तिला वाटले, मग उठून तो सरळ इकडे का आला नाही? आपणाला काही त्याचे ओझे झाले नसते. आणखी थोड्या आपल्याच रक्ताचे कधी कुणाला ओझे झाले आहे? सहासात महिन्यांपूर्वी तो मेला; पण त्या दिवशी आपण काय करत होतो बरे? त्याच नेमक्या वेळी हसतखिदळत होतो? चहाचा गरम कप घेत होतो? वाढप्याने जरा जादा मटण दिले म्हणून जिभल्या चाटत होतो, की जवळच्या गावात आलेल्या सर्कशीत जाऊन, अंगावर काळ्या तलवारी असलेला तो पिवळाधमक वाघ, त्याचे वीतभर वाकड्या सुरीसारखे दात पाहत गमतीचे वाटणारे शहारे अंगावर आणत होतो? त्या दिवशी अंगावर रेशमी झगाही असेल. कदाचित हातरुमालावर आपण थोडे अत्तरही टाकले असेल, मनात कुठेही त्या दिवशी घरदार, भाऊ, आई यांची पुसटही आठवण नसेल.

आणि त्या दिवशी हा भाऊ विष मागत मरून गेला.

तिला आता आवेग थोपवता आला नाही. तिचे खांदे हलू लागले व ती एकदम हुंदके देऊ लागली. तिचे केस थरथरले व तिने डोके खाली केले, त्या वेळी तिची गोरी स्वच्छ मान मंद प्रकाशात एकदम मोकळी, फार लालस वाटली.

पिन्टोने सिगार तशीच कोपऱ्यात टाकून दिली. ती जळत्या रेषेत कोपऱ्यात जाऊन पडली व तेथे धगधगीत डोळ्याप्रमाणे दिसू लागली. हळूहळू तिच्यावर राख जमली व डोळा मिटल्याप्रमाणे झाला. पिन्टो जवळ आला व त्याने तिच्या मानेवर हात ठेवला व किंचित वाकून तो घोगऱ्या आवाजात म्हणाला, ''मेरी, तू काही काळजी करू नकोस. तू जर मनात आणशील तर सारं ठीक होईल.''

तिने चमकून वर पाहिले व ती भेदरून उभी राहिली. पिन्टोने तिला एकदम गच्च धरले. त्याचा चेहरा एकदम जवळ आला आणि त्याच्या उघड्या पिवळ्या दातांतून सिगार, व्हिस्कीचा उग्र, डोके भणभणणारा वास तिच्या चेहऱ्यावर आदळला. त्याचा स्पर्श होताच, आपण अगदी वितळून जाऊन ओघळत आहो असे तिला वाटले व तिच्यातील शक्तीच गेली. मनात घृणा असताही अंग मात्र तापल्यासारखे झाले व मोहिनीच्या गाण्यातील शब्द जळते मासे होऊन अंगभर खेळत आहेत असे तिला वाटू लागले. पिन्टोने तिला भिंतीकडच्या बाकाकडे ढकलले व त्याने दात जास्तच जवळ आणले.

भिंतीबाहेर जवळच एकदम अंधाराच्या चिंध्या झाल्यासारख्या झाल्या. पाचदहा कुत्री वचावचा ओरडून भांडू लागली. झोपेतून जागी झाल्याप्रमाणे मिस डिसोझा भानावर आली. तिने स्वतःला सावरले व बोटे वाकडी करून तिने त्या तुकतुकीत लालसर चेहऱ्यावर नांगरल्याप्रमाणे कचकन नखे ओढली... एक शिवी देऊन पिन्टो थोडा मागे सरकला; पण मग जास्तच चिडून त्याने सारे अंगच तिच्यावर झोकले. तिने टेबलाचा आधार घेण्याचा प्रयत्न केला, त्या वेळी तिचा हात सूटकेसवर पडला व घड्याळाची टिकटिक तिला जाणवली. जणू त्या आधाराची वाट पाहत असल्याप्रमाणे तिने सूटकेस उचलली व रागाने पिन्टोच्या चेहऱ्यावर आदळली. त्याच्या नाकातून रक्त आले व त्याच्या मळकट खाकी शर्टावर पडू लागले.

सूटकेस घेऊन ती तशीच दाराकडे धावली. तिने करकचत कडी काढली व अनवाणी पायानेच बाहेर आली. झग्याची वरची दोन बटणे तुटली होती आणि गळ्यातील पांढऱ्या मण्यांची माळही नाहीशी झाली होती. तिने केसांवरून हात फिरवला व थरथरत्या अंगाने ती हॉस्पिटलकडे वेगाने निघाली.

वडारांची कुत्री पुन्हा ओरडू लागली, मध्येच अंगावर धावू लागली. त्यांचे ओठ मागे ओढल्याप्रमाणे होत व अणकुचीदार, हावरे दात दिसत. एक काळे कुत्रे तर फर्लांगभर तिच्या बाजूने ओरडत आले; पण आता तिने तिकडे लक्ष न देता शेतातील पाऊलवाट गाठली. शेत मोकळे होते; पण जोंधळ्याची ताटे काढल्यावर राहिलेले खुंट

सर्वत्र होते आणि कुठेही अनवाणी पाऊल टाकताच टोकदार वेदना होत. आतापर्यंत आपण पाहिलेले सारे दात आपणाला छळण्यासाठी येथे उगवून बसले आहेत, असे तिला क्षणभर वाटून गेले. ती घराजवळ आली. तिने दरवाजा ढकलला व आतून कडी लावून त्यास पाठ लावून उभी राहत, ती धापा टाकू लागली.

तिने चाचपडत काड्याची पेटी शोधून दिवा लावला. टॉमी तिला पाहताच तिच्या पायांत लडबडू लागला. त्याने ब्रेडचा एखादा लचका तोडला असेलनसेल. बाकीचा तसाच होता. तिने सूटकेस कोपऱ्यात ठेवली व खाटेवर अंग टाकले.

थोड्या वेळाने उठून बसत तिने जळत्या डोळ्यांनी घराकडे पाहिले. कपाट, खाट, कोपऱ्यात गुंडाळून ठेवलेली गादी. कपबशा ठेवलेले शेल्फ... पण आता त्यातील काहीच तिचे राहिले नव्हते. मघा तिने उंबरा ओलांडला तेव्हाच तिने सारे बंध तोडून टाकले होते. आता खुद्द तीच परकी झाली होती. बाजारात विकायला नेलेले जनावर गिऱ्हाईकच नसल्याने पुन्हा त्याच गोठ्यात परत यावे तसे तिला वाटले व ती गोठून निर्बुद्ध बसली.

नंतर तिला जाणवले, आपणाला भूक लागली आहे, फार भूक लागली आहे. कुरतडणारी, अनावर, कुंपणाच्या तारेप्रमाणे काट्याकाट्याची. मनात भावाचे प्रेत असले तरी भूक काही मरत नाही. आता तिला टॉमीविषयी एकदम आपुलकी वाटू लागली. तिला आता त्याची भूक समजली. तिच्या मनात एक विचार आला; पण शरमेने तिने तो बाजूला टाकला. तिने कपाट उघडले. दोनतीन भांड्यांत पाहिले; पण घरी काही नव्हते. हे तिला आधीच माहीत होते.

ती खालच्या मानेने आली. तिने टॉमीच्या गळ्यातील दोरी सोडली व त्याला मोकळे केले. त्याने दात लावलेल्या बाजूकडचा तुकडा तिने हातानेच फाडला व त्याच्यापुढे तो टाकून बाकीचा कपाटावर ठेवला. त्याने तो तुकडा उचलला व बाहेरच्या ओसरीत कोपऱ्यात अंग पसरले. तिने पुन्हा दार लावले. कपाटावरील ब्रेडचा तुकडा तिने आधाशासारखा खाल्ला व कपभर पाणी ढोसून ती तशीच कपडे न बदलता, गादी न उकलता खाटेवर आडवी झाली.

दारावर आवाज झाला म्हणून ती दचकून जागी झाली, तेव्हा उजाडले होते. या वेळी कोण आले असावे याचा विचार करत ती उठली; पण सारे अंग अवघडले होते व डोळ्यांत कालची वेदना ठसठसत होती. तिने केस उगाचच सावरल्यासारखे केले, अवघडल्या मानेवर हात फिरवला व डोळे बारीक करीत तिने दार उघडले. दारात दामले डॉक्टर उभा होता.

''माफ करा हं, मी फार लवकर आलो,'' तो म्हणाला, ''सकाळी फिरायला म्हणून मी बाहेर पडलो. तेव्हा म्हटलं, उठलात का पाहावं.'' मिस डिसोझा मागे सरकताच तो आत आला व त्याने उगाचच इकडेतिकडे पाहिले. ''म्हणजे हे काय? तुम्ही कुठं जायला निघालात की काय?'' त्याने आश्चर्याने विचारले.

मिस डिसोझा काही बोलली नाही. तिला आता त्याचे बोलणे नको होते, त्याने निघून जावे असे ती सारखे मनात घोकत होती. तिने खुर्ची पुढे ओढली व त्यावर बसून कपाळ दाबून धरले.

''हे पाहा मिस डिसोझा, मी जरा मोकळेपणाने बोलतो म्हणून रागावू नका,'' तो म्हणाला, ''मी काल रात्री येतानाच तुम्हांला सांगणार होतो. आता सकाळी अगदी राहवलंच नाही म्हणून मी मुद्दाम आलो.'' तो पुढे आला व त्याने वाकून तिच्या खुर्चीच्या दोन्ही हातांवर हात ठेवले.

''एवढ्यानं दबायची जरुरी नाही,'' तो म्हणाला, ''अशा वेळी मदत करायला माणसं असतात. निव्वळ ती शांता पै येणार म्हणून गाव सोडून जायची गरज नाही. मी तुम्हांला हवी ती मदत करीन,'' त्याने एक दीर्घ श्वास घेतला व ओठावरून जीभ फिरवली. ''तुझ्यासारखीला मदत करायची नाही तर करायची कुणाला?''

तो आणखी थोडा पुढे वाकताच मिस डिसोझा एकदम आकसली व निर्जीव डोळ्यांनी पाहतच राहिली. दामलेचे ओठ किंचित मागे ओढल्यासारखे झाले होते. त्याचेही दात पिवळसर वेडेवाकडे होते व ओठावर तोच तो हावरा, परिचित ओलसरपणा होता.

सुगंध : दिवाळी १९६५

सोडवण

डॉक्टर दादा फाटक अस्ताव्यस्त, मळक्या अंथरुणावरून उठले; पण उठताना बाजूला सिगारेटची थोटके ठेवलेल्या बशीला त्यांचा धक्का लागला व ती खाली पडून पसरली. त्यांनी निर्विकारपणे त्यांच्याकडे पाहिले व ते उठून आरशाकडे आले. अगदी तिऱ्हाइताप्रमाणे त्यांनी स्वतःच्या चेहऱ्याकडे पाहिले व त्यांना वाटले, अगदी गुन्हेगाराचा चेहरा! इंग्रजी डिटेक्टिव्ह मासिकात येतात, तसला. रुंद, सैलावलेला. डोळ्यांखाली उतरलेल्या जाड मांसाची वर्तुळे. दाढीचे पांढरे खुंट थोडे वाढलेले. ते तेथे फार वेळ थांबले नाहीत. ते खिडकीपाशी आले व दोन्ही हात गजांवर ठेवून बाहेर पाहू लागले.

रस्त्यावर अद्याप गर्दी नव्हती. समोरचे सिगारेटचे दुकानही अजून बंदच होते. फाटकांची जीभ सतत सिगारेटमुळे कडवट झाली होती; पण आता आपल्याजवळ फक्त एक सिगारेट आहे, दुकान उघडताच एक पाकीट आणून ठेवले पाहिजे, हे ते विसरले नाहीत. रस्त्यावरून एक छोटी मुलगी गिरणीहून पिठाचा डबा घेऊन निघाली होती. ती मध्येच ठेचाळली व पसाभर पीठ रस्त्यावर सांडले. तिने बावरून इकडेतिकडे पाहिले. तिची दृष्टी वरच्या बाजूला फाटकांकडे गेली. तिने डबा सावरून दुसऱ्या बाजूला घेतला व ती पूर्वीपेक्षाही लगबगीने निघून गेली. फाटक चटकन मागे आले. त्या मुलीनेदेखील अगदी ओळखले, आपण एक गुन्हेगार आहो म्हणून. खिडकीच्या गजांमधून आपला चेहराही एखाद्या कैद्यासारखाच दिसला असला पाहिजे. आता साऱ्या चेहऱ्यावरच तो शिक्का कायमचा पडून गेला आहे – खुनी!

त्यांनी आपला चष्मा उचलला व जिना उतरून ते खाली आले आणि सोप्यालाच असलेल्या आपल्या दवाखान्यात खुर्चीवर बसले. एका बाजूला बाटल्या भरलेले एक लहान कपाट होते म्हणूनच त्याला दवाखाना म्हणायचे. त्याही फाटकांनी कधी फेकून दिल्या नाहीत म्हणूनच राहिल्या. बाहेरचा बोर्ड एकदा वाऱ्याने उडून पडला, तो त्यांनी

पुन्हा बसवलादेखील नाही. फाटकांनी चष्मा टेबलावर ठेवला व टेबलावर बोट ओढून पाहिले, तो रुंद, स्पष्ट रेषा उमटली. म्हणजे कालही रावजीने केर काढलेला दिसत नाही. त्यांनी फूःफूः करून धूळ झाडली व ते उदासपणे बसून राहिले. मध्येच त्यांनी आपल्या हाताची बोटे रुंद पसरली व त्यांकडे विमनस्कपणे पाहिले. ही बोटे जाड, आखूडसर, वयस्क आहेत. हीच अगदी आपल्या आईची बोटे. घरकाम करून तिची बोटे वाकड्या नखांची, खरबरीत झाली होती; परंतु तिने जुनेऱ्याची घडी घालून त्यावर टीप घातली, की स्वच्छ धुतलेले तांदळाचे दाणे रांगेने मांडावेत त्याप्रमाणे टाके पडत. शिळी भाकरी कशीबशी ताकात कुसकरून तिने पुढे ठेवली की पोट भरत असे. तिने लावलेले झाड कधी मेले नाही, की तिने कडेवर घेतलेले मूल कधी रडले नाही. आईने आपल्याला पुष्कळ दिले; पण या तिच्याच बोटांना आपले यश द्यायला मात्र ती विसरली!... त्या बोटांची फाटकांना जणू एकदम शरम वाटली व ती लपवण्यासाठी त्यांनी दोन्ही हात डोक्यामागे धरले. युद्धकाळात नोकरीमुळे आफ्रिका, ब्रह्मदेशमध्ये प्रवास झाला. रखरखीत वाळवंटात अंग वितळत असता, गर्द दमट झाडाझुडपांत ते उबत असता, त्यांनी सोळासोळा तास काम केले. नंतर अतिशय उत्साहाने त्यांनी येथे व कँपमध्ये दोन दवाखाने सुरू केले. नवी मासिके आणून आपल्या धंद्यात नवेनवे काय घडत आहे याचा त्यांनी सतत अभ्यास ठेवला. त्याच वेळी शालूदेखील त्यांच्या आयुष्यात हसली. रामदास दिवगीने एक दिवस सहज तिची ओळख करून दिली आणि योगायोगाने त्यांचा हात हव्या त्या स्विचवर पडल्याप्रमाणे ती हसली होती. फाटक एकदम गोंधळले. कपड्यांकडे फारसे लक्ष न देणाऱ्या फाटकांना त्या दिवशी सुरकुतलेल्या सुती सुटात फार अस्वस्थ वाटले, पायांतील जुने बूट एकदम ओझ्यासारखे वाटू लागले; पण नंतर तासभर ती आपुलकीने बोलत – नव्हे ऐकत बसली. फाटकांनी तिला आफ्रिकेतील आपले अनुभव सांगितले. पाहतापाहता ते तिला आपण दहा वर्षांत एक छोटे हॉस्पिटल कसे काढणार आहो हे सांगू लागले. रामदास इतका जुना मित्र; पण त्यालादेखील फाटकांनी आपली ती कल्पना सांगितली नव्हती.

फाटकांच्या ज्ञानाविषयी इतरांना फार दबदबा वाटू लागला. अनेकजण त्यांना आपल्याबरोबर तपासणीसाठी घेऊन जात, त्यांच्या निदानाप्रमाणे औषध देत; पण खुद्द त्यांचेच दवाखाने मात्र रिकामेच राहिले. एखाद्या रोग्याशी ते बोलू लागले, की तो बावरल्यासारखा होऊन अंग चोरत असे. मग घाईघाईने दोन दिवसांचे पैसे देऊन जात असे; पण परत मात्र तो पुन्हा कधी येत नसे. बाहेरच्या बाकावर रावजी जांभया देत बसू लागला. महिनान्‌महिना कुणी न येता जाऊ लागला. दोनचार जुने वर्गमित्र कधीतरी इंजेक्शने घेत, 'फ्ल्यू'वर गोळ्या घेऊन जात, इतकेच. पुष्कळदा पोस्टाने नव्या औषधांच्या जाहिराती येत. कधीतरी एखादा एजंट येऊन पंधरा मिनिटे बोलत असे; पण शेवटी नमुना म्हणून फुकट द्यायची बाटलीसुद्धा पुन्हा सूटकेसमध्ये घालून परत जात असे.

शेवटी ते लोकदेखील येण्याचे बंद झाले. फाटकांनी कँपमधला दवाखाना बंद केला आणि याच ठिकाणी ते तासन्‌तास बसून मनात कोळ्याची जाळी बांधू लागले.

पायरीवर कुणाचीतरी पावले वाजली म्हणून त्यांनी पाहिले. एक खेडवळ माणूस आठदहा वर्षांच्या मुलीला हाताला धरून उभा होता. त्या अशक्त मुलीला पाहताच फाटकांच्या पोटात भीतीचा गोळाच उठला व त्यांचा हात थरथरू लागला. हा माणूस वर चढून आपल्याकडे येऊ नये, त्या मुलीला तपासा असे त्याने म्हणू नये, असे एकदम त्यांना वाटू लागले. ''हे डॉक्टर दाते कुठं राहतात?'' हातातली चिठ्ठी दाखवत त्या माणसाने विचारले. ते ऐकून फाटकांच्या मनावरील ताण एकदम कमी झाला. जा जा, दातेकडे जा, देशपांडेकडे जा, कुणाकडेही जा; पण माझ्याकडे मात्र येऊ नकोस. मुलीला विशेष काही झाले नाही. फक्त कावीळ आहे थोडी. पण महिन्यात बरी होईल. मात्र माझ्याकडे येऊ नकोस...

दातेंचा दवाखाना रस्त्याच्या अगदी टोकाला; पण आत गेलेल्या लहान रस्त्याला होता. फाटकांनी त्या माणसाला माहिती सांगितली व ते पुन्हा खुर्चीवर बसले. आता एखाद्या लहान मुलीकडे पाहण्याचे देखील धैर्य आपल्याला कधी होणार नाही, मग औषध देणे तर दूरच, हे त्यांना जाणवले. प्रत्येकीकडे आयुष्याचा एक तुकडा गहाण आहे. त्याची सोडवण आता या जन्मी होणार नाही आणि आपला प्राण तर पाण्यावर तरंगणाऱ्या भेंडाच्या मोळीखाली कायम दडपून गेला आहे.

दाते डॉक्टरांचे नाव ऐकताच, त्यांनी काल रात्री पाठवलेल्या चिठ्ठीची फाटकांना आठवण झाली. टेबलावरील दोनचार मळके कागद उलथेपालथे करून त्यांनी ती शोधून काढली व उगाच पुन्हा वाचून पाहिली; पण त्यांनी आपल्याला कशाला बोलावले आहे हे त्यांना समजेना. कसल्यातरी केसविषयी विचारायला?... पण हा विचार मनात येताच, न जाण्याचे त्यांनी ताबडतोब ठरवून टाकले. जीवनाचा जेथेजेथे प्रश्न आहे, तेथेतेथे आपल्या बोटांना यश नाही; पण दुसऱ्या कशासाठी बोलावले असेल त्यांनी?... बराच वेळ विचार करून, जायचे की नाही हे त्यांना ठरवता येईना. नंतर पुन्हा बोलावणे आले की पाहता येईल असे त्यांनी ठरवले. आताच ताबडतोब निर्णय घेण्याची जरुरी नाही, असे ठरवताच त्यांना बरे वाटले व त्यांनी शिल्लक असलेली शेवटची सिगारेट पेटवली. त्यांनी एक झुरका मारला असेलनसेल, तोच दातेंचा गडी पुन्हा आला. आता मार्गच उरला नाही. नुकतीच पेटवलेली सिगारेट त्यांनी तशीच चुरडून टाकली व ते उठले. शर्ट मानेवर मळका झाला होता व थोडा बोंदरा दिसत होता; पण त्यांनी तो बदलला नाही. एक सैलसर, गोल, बिनइस्तरीची पँट त्यांनी अडकवली व चष्मा हातात घेऊन ते निघाले. बाहेर पडताच शर्टाच्या खिशातून वर आलेले पेन त्यांनी दडपून खाली बसवले. त्याचे क्लिप फार सैल झाले होते व अंगाची थोडी हालचाल झाली की ते पटकन वर येत असे व दहापंधरा मिनिटांनी फाटक अगदी सवयीने त्याला दाबून खाली बसवत. ते बाहेर पडले व

दातेंनी कशाला बोलावले असेल, याचा विचार करत चालू लागले.

त्यांना पाहताच दाते हसले. धंदेवाईक, सराईत, पेशंटना बरे वाटण्यासारखे. फाटकांना वाटले, हे व्यवहारी हसणे डेल कार्नेगीला अगदी पसंत पडले असते.

"मी मुद्दामच तुम्हांला बोलावणं पाठवलं, डॉक्टर," दाते म्हणाले, "फार अर्जंट. मीच येणार होतो; पण इथं पेशंटच्या गर्दीतून सुटका होईल तर ना! तेव्हा म्हटलं, तुम्हांला वेळ आहे; तुम्हांला यायला सांगितलं तर तुम्ही गैरसमज करून घेणार नाही."

त्यांच्या शब्दांतील खोच ध्यानात घेऊन विसरत फाटकांनी आपले अंग खुर्चीत खुपसले. त्यांनी हातरुमालाने चष्मा पुसला; पण तो टेबलावर ठेवला व विचारले, "काय काम होतं माझ्याकडे?"

"म्हणजे त्याचं असं आहे," दाते सांगू लागले, "हा आयुष्याचा प्रश्न आहे. माझी एक पेशंट सध्या हॉस्पिटलमध्ये आहे. उद्या किंवा परवा तिचं ऑपरेशन आहे. तिला रक्त हवं आहे. पण अडचण काय आहे, तर तिचा जो ग्रूप आहे, ते रक्तच मिळेना. पुण्या-मुंबईला तारा करून मी वाट पाहत आहे. इथल्या वर्तमानपत्रात गेले दोन दिवस लाल रंगात मी एक पत्र प्रसिद्ध केलं आहे, ते तुम्ही पाहिलं असेल कदाचित. दोनचारजण येऊन गेले. एकजण तर स्वतःच आजारी आहे. बाकीच्यांचे ग्रूपच निराळे पडले. मग काल मला चटकन आठवलं. मी मागं एकदा तुमचं कार्ड पाहिलं होतं. मी म्हटलं, हात्तिच्या! इथं आपले फाटक आहेत आणि आपण सगळ्या गावाला वळसा घातला की! तेव्हा आज दुपारी तुम्ही हॉस्पिटलकडे जाता का?"

फाटकांनी मान खाली घातली व ते आपल्या बोटांकडे पाहत बसले. त्यांना एकदा वाटले, आपण इथे आलोच नसतो तर फार बरे झाले असते. हा प्रश्नच निर्माण झाला नसता; पण आता ताबडतोब निर्णय सांगितला पाहिजे. तो ताण त्यांना नको होता.

"पण दुसरं कुणी मिळणार नाही का?" थोड्या वेळाने त्यांनी विचारले.

दातेंचे तोंड आश्चर्याने उघडे पडले. खुर्चीत कसाबसा कोंबलेला हा धुडासारखा माणूस दुसऱ्याचा जीव वाचवायला चौदा-पंधरा औंस रक्त द्यायला नकार देत आहे. ही गोष्टच त्यांना समजेना आणि एखादी गोष्ट समजली नाही की एकदम चिडणाऱ्या माणसांपैकी ते एक होते.

"अहो, दुसरा कुणी असता तर मी तुम्हांला बोलावलंच नसतं!" दाते चिडून उतावीळपणे म्हणाले, "सावकाश शोध करत बसण्याइतका वेळ नाही. मुलीच्या आयुष्याचा प्रश्न आहे. मी काही फावल्या वेळातला विनोद करत नाही. पाहा, पुढं कधीतरी तुम्हांला आपण एका मुलीला आपल्या रक्तानं वाचवलं याचा अभिमान वाटेल."

फाटकांच्या मनात काहीतरी लोलकासारखे हलले. त्यांचा चेहेरा क्षणभर उजळला. भेंडाच्या मोळीखाली हालचाल झाली. तेथे गहाण पडलेले आयुष्य सोडवून घेण्याची

संधी आली असे त्यांना वाटले. ही कुठलीतरी अज्ञात मुलगी आपले रक्त अंगात बाळगून कुठेतरी वाढेल, आनंदाने राहील. रक्ताची मुलगी हातून निसटली खरी; पण या मुलीचे रक्त एक कणापुरते तरी आपले राहील, दुरून कुठूनतरी आपल्याला क्षमा करील. फाटकांना दातेंबद्दल एकदम कृतज्ञता वाटू लागली व ते उत्साहाने अंग सावरून बसले.

''पाहा बुवा, तुमची स्वतःची मुलगी असती तर केलं असतं की नाही तुम्ही?'' दाते म्हणाले.

फाटकांच्या आत काहीतरी पिरगळल्यासारखे झाले व ते कोपऱ्यात सापडलेल्या श्वापदाप्रमाणे एकदम जागरूक झाले. स्वतःच्या मुलीसाठी? – वृंदासाठी? खूपखूप केले. ती आईबरोबर जात असता आपण तिला थांबवले आणि तिचा हात धरून तिला विहिरीकडे नेले. फाटक पुन्हा पिंजारलेल्या केसांनी बेभानपणे विहिरीत बुड्या मारू लागले. तेथे हातांना काही लागते का हे चाचपडून पाहू लागले. काळवंडत गेलेले पाणी, त्याची अमानुष थरथर, वेळ जसजसा जाऊ लागला तसे कणाकणाने मरत हताशपणे पाण्यात घातलेल्या फेऱ्या. स्वतःच्या मुलीसाठी खूप केले! तिचे रक्त आपल्या हातावर कायमचे आहे आणि त्याच हातांनी या अज्ञात मुलीला स्पर्श करायचा?...

फाटक खचल्यासारखे झाले. विकल झालेले मन त्यांनी परत गुंडाळून ठेवले व ते जायला निघाले. ''सॉरी डॉक्टर, तुम्ही दुसरा कुणीतरी पाहा,'' मुठीची उघडझाप करीत ते म्हणाले. दातेंनी त्यांच्याकडे रोखून पाहिले. एवढ्या मांसाचा ढिगारा, त्यात एवढे पिंपाएवढे रक्त!...

''ठीक आहे,'' दाते निर्विकारपणे म्हणाले, ''तुमची मर्जी. असल्या बाबतीत कुणावर बळजबरी काही करता येत नाही; पण मला वाटलं होतं –''

फाटक तेथेच क्षणभर घोटाळले. 'पण मला वाटलं होतं, तुम्हांला थोडीतरी माणुसकी असेल!' त्यांनी दातेंचे शब्द स्वतःशी पुरे केले. त्यांनी दातेंकडे पाहिले. एखाद्या फळावर अळी बसावी तसे ते, उभट ठिपक्यांसारखे डोळे घेऊन खुर्चीवर आत्मविश्वासाने बसले होते. आयुष्यातील कारण आणि परिणाम यांची स्पष्ट कल्पना करून सदैव स्वच्छ सूर्यप्रकाशात निःशंक जगणारी जी पुष्कळ अत्यंत मूर्ख आणि उथळ माणसे असतात त्यांपैकीच तो एक. त्याला काय सांगायचे? आणि त्याला समजणार तरी काय? कागदाची घडी घालावी त्याप्रमाणे त्याने आपल्या सोयीप्रमाणे जीवनाची घडी घालून ठेवली आहे आणि त्या रकान्यात चांगल्यावाईटाचा क्षुद्र हिशोब तो लिहीत बसला आहे. दृष्टी अस्पष्ट करणाऱ्या पाण्याच्या लाटा त्याच्या डोळ्यांवरून कधी गेल्या नाहीत, लवचीकपणे क्षणभर दूर सरून पुन्हा आपल्याला सगळीकडून वेढणाऱ्या अंधारात हव्या असलेल्या वस्तूचा शोध घेत त्याने कधीही बेभान फेऱ्या घातल्या नाहीत. त्याला काय सांगायचे?...

फाटक वळले. त्यांनी पेन दाबून खाली बसवले व ते चालू लागले; परंतु दातेंनी

त्यांना हाक मारली व म्हटले, ''हा तुमचा चष्मा राहिला.'' फाटकांनी तो हातात घेतला व खाली मान घालून ते परतले.

पण साऱ्या दुपारभर त्यांचे मन पिंजल्यासारखे होत होते. एकही चित्र अथवा फोटो नसलेल्या पांढऱ्या भिंती त्यांना त्रस्त करू लागल्या. सगळीकडे वृंदाचा चेहरा, सर्वत्र शालूचा आवाज. स्वतःला सिगारेटच्या धुरात कोंडून फाटकांनी लपण्याचा प्रयत्न केला; पण उलट तो पडदा फाडून वृंदाचा चेहरा अगदी डोळ्यांजवळ आला. शालू अत्यंत कर्कशपणे कानातच ओरडू लागली. फाटक एकदम असहाय होऊन मळक्या अंथरुणावर पडले व त्यांनी चेहरा दाबून धरला.

त्या दिवशी सकाळीच शालू आणि वृंदा कुठेतरी जायला निघाल्या. फाटक दारातच उभे होते व तेथल्या गुलाबाची काटछाट करीत होते. वृंदाला पाहून ते हसले व म्हणाले,

''आज काही विशेष ऐट आहे बुवा! –'' उत्तरादाखल वृंदाने हसून टाळी वाजवली. दोघीही कुणाच्यातरी घरी सारा दिवस जाणार होत्या. तेथे काचेच्या पेटीत पुष्कळसे रंगीत मासे होते हे वृंदाच्या उत्साहाचे कारण होते.

''छान! म्हणजे सारा दिवस आम्ही एकटेच म्हणा की!'' चेहरा पडल्यासारखा करून फाटक म्हणाले, ''पाहा बुवा, तू जर आमच्याजवळ राहणार असशील, तर पोहायला जाऊ आपण.''

पोहण्याचे नाव ऐकताच वृंदाचा हात एकदम बटणाकडे गेला व एकदोन बटणे काढून नवा झगा काढून ठेवण्याची तिने तयारीसुद्धा केली.

''हे काय? येऊ दे तिला माझ्याबरोबर. इतर दिवस नाहीत पोहायला?'' शालू एकदम अकारण चिडून म्हणाली. थोडेसे मनाविरुद्ध झाले की ती फार चिडत असे. पुष्कळदा तिच्यात उपहासाची धार येत असे. फाटकांना एकदम कमीपणा वाटला. तिच्या साऱ्या मैत्रिणींच्या मोटारी होत्या. त्यांच्या नवऱ्यांचे दवाखाने भरलेले असत. ती हल्ली कधी कुणाला आपल्या घरी बोलावत नसे. शालू व फाटक दोघेही एकत्र फिरायला जाऊन पुष्कळ वर्षे झाली असतील. तिच्यासमोर उभे असताना त्यांना आपले अपयश फार जाणवे.

''बरं वृंदा, आपण उद्या जाऊ सकाळी,'' तिला समजावत फाटक म्हणाले; पण सारा वेळ भिंगरीसारखी नाचणारी वृंदा फुरंगटली. बाहेर जाण्याचा आनंद पोहण्याच्या कल्पनेने नाहीसा झाला होता आणि आता पोहणेही मिळणार नव्हते.

''आधी कशाला काढलात तो विषय? असं कसं समजत नाही तुम्हांला?'' शालू कर्कशपणे म्हणाली, ''आता घेऊन तरी जा. मी येईन मग लवकरच दोनच्या बसनं.''

शालू निघून गेल्यावर मनावरचे दडपण गेल्याप्रमाणे फाटकांना मोकळे वाटले. त्यांनी वृंदाच्या गालाला मोठा खोटा चिमटा घेतला. ते आत आले व त्यांनी पोहण्याचे कपडे घेतले.

त्यांनी महादूला हाक मारली व ती तिघेही चतुरदासशेटजींच्या बंगल्याजवळील विहिरीवर आली. बंगला बहुधा मोकळाच असायचा. पुण्याचा स्टुडिओ आणि मुंबईचा व्यापार यांच्या व्यापात नरोत्तम कधी महिना-पंधरा दिवस आला तरच तेथे गर्दी वाटे. तो आला की वृंदा, शालूला भेटी येत आणि फाटकांसाठी सिगारेटचे दोन डबे. गेले आठ दिवस तो बंगल्यात होता.

विहीर फार मोठी असून पायऱ्यांची होती. त्या वाडीतील सगळी पोरे त्या विहिरीतच डुंबून पोहायला शिकली होती. सकाळ झाली की त्यांची इतकी गर्दी होत असे, की भेंडाच्या मोळ्यांखाली पाणी दिसत नसे. वृंदाने तीनदा गुडघे खरचटून स्वतःच सायकल शिकून घेतली होती; पण नंतर तिचा सायकलबाबतचा उत्साह गेला. आता तिला पोहणे हवे होते. तेथे ती यापूर्वी दोनदा ओलावली होती आणि प्रथम एखाद्या राक्षसाप्रमाणे दिसणाऱ्या विहिरीची भीती आता खूप कमी झाली होती. ते ज्या वेळी विहिरीकडे आले त्या वेळी दोन माणसे पायरीवरच आंघोळ करीत होती. लवकरच त्यांची आंघोळ आटोपली. ते बाहेर आले व अंग पुसतच ते वरच्या भिंतीवर उन्हाला बसले.

"अरे महादू, ती सगळी पोरं कुठं आहेत रे आज?" फाटकांनी विचारले.

"आज ती माळावर गेल्याती नव्हं जेवायला?" महादू म्हणाला. नंतर फाटकांना आठवले, सगळी पोरे वैजनाथला ट्रिपला गेली होती. वृंदाने ते देऊळ पाहिले होते. शिवाय ती आईबरोबर पुन्हा जाणार होती! आईबरोबर जाणार म्हणून ट्रिपला गेली नाही आणि पोहायला येणार म्हणून आईबरोबर गेली नाही...

फाटकांना या साऱ्या आठवणी नको होत्या. त्यांच्या तापाने त्यांचे डोके ठणकू लागले. त्यांना वाटले, इतके धागे, इतकी गुंतवळ असते; पण कोणी तरी नेमक्याच दोऱ्याच्या नेमक्याच गाठी घट्ट घालत जाते. एक जरी गाठ सैल असती तरी आपण निसटून गेलो असतो; पण नाही. तसे व्हायचे नव्हते. या रुंद बोटांना कधीच यशाचा कोंब फुटायचा नव्हता.

फाटक स्वतः पाण्यात उतरले. कॉलेजमध्ये असताना ते पट्टीचे पोहणारे होते. तेव्हापासूनच पाण्यात उतरताना एकदम आत्मविश्वास वाटे. हे आपले खरे घर. येथे आपण कुणीतरी आहो. येथे आपल्या वर्चस्वाला मान आहे! त्यांनी वृंदाला पोहण्याचा पोषाख दिला. तिच्या पोटाला हात लावताच हुळहुळून अंग मुरडत ती हसली. हे झाले म्हणजे पाण्यात उतरायची तयारी झाली. त्यांनी भेंडाची मोळी स्वतः तपासून पाहिली, अंगाला बांधायची दोरी हिसका देऊन बघितली. नंतर वृंदा चीत्कारत शेवटच्या पायरीवरून पाण्यात आडवी झाली. फाटक स्वतः तासभर तिच्याभोवती तरंगत्या तटाप्रमाणे फिरले व परत पायऱ्यांवर आले. त्यांनी वृंदाला उचलून वर घेतले व गालावर चापट मारत म्हटले, "हं! पुरे! चला आता बाईसाहेब."

वृंदाचा ओला चेहरा लालसर दिसत होता व त्यावर चेहऱ्याच्या कडा मोडून बाहेर

पडणार असे वाटण्याजोगा टवटवीतपणा होता. फाटकांना तिचा फार अभिमान वाटला. ही पोरगी आठवड्यातच चांगले पोहायला शिकणार हे त्यांनी ओळखले. नंतर ती आपल्या शेजारीच पोहत राहणार. आपल्या शेजारी राहण्यात तिला कमीपणा वाटणार नाही. येथे मग यशापयशाचा प्रश्न नाही. पाणी थरथर हलत आहे आणि हातापायांच्या हालचालीने त्यावर सत्ता गाजवत आपण गोल फिरत आहो... बस्स! हाच निर्भर ऊनधुतला आनंद.

फाटक पायऱ्या चढू लागले, त्या वेळी नरूच्या बंगल्याकडे जावे असा एक विचार त्यांच्या मनात आला. जर तो घरीच असला तर दोन बोटे मिळेल! त्या अपेक्षित उष्ण चवीने त्यांना एकदम उल्हसित वाटले; पण वृंदा अजून खालीच उभी होती. तेथूनच ती ओरडली, ''अजून एकदा जाऊया की. आता तर दहा वाजले असतील.''

''आज पुरे. आता इथं कुणी नाही. हे बघ, मी तर चाललो,'' फाटक म्हणाले; पण त्यांचा आवाज कौतुकाने दुबळा झाला होता.

''कुणी नाही काय? महादू आहे. वर ते लोक आहेत,'' वृंदा म्हणाली आणि वरचे दोघेजण हसले.

''मी दूर जात नाही. इथंच पायरीजवळ पोहते.''

महादूही हसत दोन पायऱ्या उतरला. फाटकांना वाटले, डुंबेना दहा मिनिटे! नाहीतर महादू आहेच. महापुरात कृष्णा पोहणारा गडी तो. त्याने अनेकदा खुद्द फाटकांना दमवले होते. ''बरोबर दहा मिनिटं. मी बंगल्यापर्यंत जाऊन येईतो कपडे घालून तयार असली पाहिजेस,'' फाटक म्हणाले, ''अरे महादू, दहा मिनिटांत तिला उचलच. नाहीतर ती संध्याकाळपर्यंत राहील उनाडत आणि तू जाऊ नकोस इथून.''

फाटक बंगल्याकडे गेले. नरू घरी होताच. ते दोघेही ग्लास घेऊन बसले. त्या ठिकाणहून विहिरीची भिंत दिसत होती. फाटकांनी ग्लास संपवला नसेल, तोच वर बसलेल्या दोन माणसांपैकी एकजण धावत वर आला आणि पोरगी कुठे दिसत नाही म्हणून सांगू लागला. फाटक व नरू दोघेही विहिरीकडे धावले. महादू व दुसरा माणूस दोघेही बुड्या मारत होते. पाचदहा मिनिटे वृंदा डुबकडुबक करत फिरत होती. नंतर आवाज एकदम बंद झालेला पाहून महादू हाक मारत शेवटच्या पायरीवर आला. अंगाला बांधलेली दोरी तुटली होती व भेंडाची मोळी पाण्यावर तरंगत होती. खालून निसटलेली वृंदा त्या डोळ्याने गिळली होती. फाटकांनी कपडे ओरबडून टाकले व वेड्याप्रमाणे ते पाण्यात सारखे फिरू लागले. नरूने आणखी माणसे आणली आणि संध्याकाळी पाचला वृंदाचे प्रेत मिळाले.

सारखे केस ओढत फाटक बधिर झाल्याप्रमाणे रात्रभर खुर्चीत बसून होते. शालूही आघात झाल्याप्रमाणे गोठून कोरड्या डोळ्यांनी त्यांच्यासमोर बसून होती. तिने बाहेर जाण्यासाठी घातलेले नवे कपडे देखील बदलले नव्हते.

‘‘पण तुम्ही कुठं गेला होता त्या वेळी?’’ चौथ्यांदा शालूने तोच प्रश्न विचारला, ‘‘माझ्याबरोबर ती येत असताना तुम्ही तिला थांबवलंत, तुम्ही तिला घेऊन गेलात; पण त्या वेळी तुम्ही कुठं होता?’’

‘‘सांगितलं ना, महादू होता, वर माणसं होती, म्हणून पाचदहा मिनिटं –’’

‘‘पोटासाठी राबणाऱ्या माणसावर आपल्या मुलीचा जीव टाकून जायला तुम्हांला काही वाटलं तरी कसं नाही?’’ शालू ताडकन उभी राहिली व थरथर कापू लागली. ‘‘पाचदहा मिनिटं! एकदा बाटली उघडली की पोटची पोर मरत असली तरी तुम्हांला सोयरसुतक नाही! अगदी बोलावून नेऊन मारलंत तिला. आग लावा आता या तुमच्या घराला! सारं आयुष्य नासून घेतलं मी इथं येऊन.’’ ती एकदम रडू लागली व रडतच आत गेली.

आपले आयुष्यच त्या क्षणी मरून गेले हे फाटकांनी ओळखले व ते भ्रमिष्टासारखे बसून राहिले. शालूच्या डोळ्यांकडे आता कधीच आपल्याला सरळ नजरेने पाहता येणार नाही! परंतु पंधरा दिवसांतच शालू पुण्याला बहिणीकडे निघून गेली. त्या वेळी फाटक घरी नव्हते. तिने एक चिठ्ठी देखील मागे ठेवली नाही. आपण वृंदाला हाताला धरून विहिरीकडे नेले, फक्त उचलून मात्र तिला आत फेकले नाही इतकेच! हा आघात फाटकांना सहन झाला नाही. त्यांनी तो बंगला विकून टाकला व ते या दोन सोप्यावर भुतासारखे राहू लागले. पायरीवर कुणाचा आवाज झाला, की ते अंग चोरून बसत आणि तो निघून गेला की त्यांना हायसे वाटे. त्या वेळी आपण फक्त दहा मिनिटे गेलो नसतो तर आज वृंदा हसतखेळत वाढली असती. पाणी हा आपला इतका जिवाभावाचा मित्र आणि नेमक्या त्यानेच एक क्षण साधून असा विश्वासघातकी प्रहार केला! रामदास दिवगीला ते ऐकून निष्ठुर समाधान झाले असेल!... रस्त्यातून जाताना फाटक मध्येच आजूबाजूला पाहत. कुणी ना कुणीतरी आपल्याकडे रोखून पाहत आहे असे त्यांना दिसे व ते बिचकून धपाधपा चालू लागत. तो अवजड देह नेताना त्यांना धाप लागे; पण वेड्याप्रमाणे ते चालतच राहत. भेंड्याच्या मोळीखाली गहाण पडलेले आयुष्य सोडवण्याचा प्रयत्न करत ते कंगालाप्रमाणे एकेक दिवस तोडून टाकत जगत होते...

रामदास दिवगी केंब्रिजहून येऊन येथेच राहिला, त्या वेळी तर गावातील निम्मे रस्ते त्यांना बंद झाले. दोनचार महिन्यांतच तो एखाद्या पिशाचाप्रमाणे त्यांच्या पाळतीवर राहू लागला. त्याने मुद्दाम त्यांच्याच क्लबात नाव घातले. तो अनेकदा फाटक जात असलेल्या रस्त्यावरच सिगारेटच्या दुकानात दिसे. बससाठी उभ्या असलेल्या लोकांच्या रांगेकडे सहज पाहिले तर अचानक त्याचा कुत्सित चेहरा दिसे. अशा दर क्षणाने त्यांचे आयुष्य हादरून जात असे. रात्री सिगारेटचा ढीग पडला, तोंड कडवटून गेले, झोप जळून गेल्यामुळे तारवटल्यासारखे झाले, की हताशपणे त्यांना वाटे, रामदासने सरळ यावे आणि मानेत सुरी खुपसावी. आता हे भणंग आयुष्य पुरे. त्या विहिरीत आयुष्याचा एक तुकडा

गहाण, रामदासाकडे दुसरा, शालूकडे तिसरा आणि आता आपले असे उरले काय, तर केस वाढलेला रुंदाड चेहरा, निरुपयोगी मांसरक्ताचा अवजड देह, ही खुनी, अपयशी बोटे! आईने आपली बोटे दिली; पण आपल्या बोटांचे यश मात्र दिले नाही!...

ते दुपारी एकटे असले, म्हणजे हे सारे एखाद्या काळ्या जळजळीत लाटेप्रमाणे त्यांच्यावर आदळे व त्यांना गुदमरल्यासारखे होत असे. मग ते अगदी असहाय होऊन मळक्या अंथरुणावर पडत आणि ठसठसत असलेला चेहरा दाबून धरत...

आताही जमिनीवर थोटकांचा ढीग पडला; पण भिंतीवरील चित्रे पुसेनात, कानातील आवाज जाईनात. एकदम झटका आल्याप्रमाणे ते उठले. त्यांनी चष्मा हातात घेतला व खिशात पेन दाबून खाली बसवले. त्या गोंधळातून सुटण्यासाठी ते हॉस्पिटलकडे गेले. अधीरपणे त्यांनी रक्त दिले. पण नंतर तो झटका ओसरला. या गुन्ह्याबद्दल आपल्याला कुणी हटकतील असल्या भीतीप्रमाणे ते धापधाप पावले टाकत बाहेर पडले व आपण येथे का आलो याचा विचार करत ते परतले. हॉस्पिटलमध्ये विसरलेला त्यांचा चष्मा एका वॉर्डबॉयने त्यांना दुसऱ्या दिवशी परत आणून दिला.

नंतरचे चार दिवस फाटकांनी जवळजवळ घरातच बसून काढले. दातेंकडील माणूस पुन्हा येतो की काय, अशी त्यांना भीती होती; पण त्या मुलीचे काय झाले हे जाणण्याची उत्सुकता सारखी वाढत होती. त्यांना एकदा आशा वाटे, खरेच ती मुलगी वाचली तर आपल्या आयुष्याला थोडी तरी ऐपत येईल. पण नाहीतर – नाहीतर... ती कल्पनासुद्धा त्यांना नको होती. चार दिवस झाले तरी दातेंकडून कुणी आले नाही व फाटकांना आता घरी बसवेना. त्यांनी पोत्यासारखा एक सूट चढवला व चष्मा खिशात घातला आणि पेन दाबत ते बाहेर पडले. ती भकास खोली, मळके अंथरूण, जमिनीवर फोड उमटावे त्याप्रमाणे पडलेली थोटके, लहान प्रेतांप्रमाणे वाटणाऱ्या बाटल्या यांच्याकडे त्यांना आता अधिक वेळ पाहवेना. त्यांनी धाडकन दरवाजा लावला व ते हॉस्पिटलकडे आले.

कॉरिडॉरमध्ये येताच कार्बालिक साबण, फिनेल यांचा परिचित वास एखाद्या अदृश्य जाड वस्त्राप्रमाणे त्यांच्याभोवती गुंडाळला. पांढऱ्या गुबगुबीत कबुतरासारखी एक नर्स समोरून गेली. फाटक पूर्वी येथे कितीतरी वेळा येत. चीफ मेडिकल ऑफिसरपासून, दूर एक फर्लांगावर असलेल्या छोट्या व निर्लज्ज महाग औषध दुकानापर्यंत सगळे त्यांना माहीत होते; पण आज त्यांना एखाद्या खेडवळाप्रमाणे गोंधळल्यासारखे वाटू लागले व कुठे जावे हे त्यांना समजेना. त्यातच आपण आलो कशाला, अशीही रुखरुख त्यांना लागून राहिली होती. इतक्यात एक्स-रे-रूममधून डॉक्टर देशपांडे बाहेर पडत असताना त्यांना दिसले. त्यांना पाहताच फाटकांत एकदम संतापाचे विष पसरले. हा देशपांडे गावातल्या क्लबाचा सेक्रेटरी होता. संगीत कार्यक्रमात त्याची लुडबुड असे. नाटकातही तो आपल्या बायकोबरोबर किरकोळ काम करी. तो वाङ्मय मंडळाचा कार्याध्यक्ष आणि कला मंदिराचा उपाध्यक्ष होता. त्याला माहीत

नव्हती अशी एकच गोष्ट होती. ती म्हणजे स्वतःचा धंदा! निव्वळ त्याच्या हलगर्जीपणामुळे सहा माणसे मेलेली फाटकांना माहीत होती. पोटात अल्सर झालेल्या माणसाला तो अपचनावर चारचार महिने औषध देत असे. सायरॉसिस झालेली एक केस त्याने चार महिने दुर्लक्षिली. मग पोट घट्ट झाले, पायाला सूज आली, त्या वेळी त्या मुलीचा भाऊ तिला घेऊन फाटकांकडे आला होता. नुसत्या बोटांनी तपासताच केस असाध्य आहे हे फाटकांनी ओळखले होते आणि हा देशपांडे चार महिने नुसते 'Continued' म्हणून लिहायचा आणि एखाद्या बोकडगंधर्वाप्रमाणे रात्री नाटकात कामे करायचा! हा कसला डॉक्टर! हा तर शुद्ध मोटरवाला खाटिक, खुनी!...

– खुनी? आणि तू स्वतः?... फाटक त्या कल्पनेने दचकले व शरमले. ते घाईघाईने वेटिंगरूममध्ये आले व हाताला येईल ते एक मासिक त्यांनी उचलले. येथे यायलाच नको होते ही रुखरुख वाढली. मासिकाच्या कडेवरून जाणाऱ्यायेणाऱ्यांचे पाय दिसत, त्यातील गडबड जाणवे. येथे आपण एकटेच कामाशिवाय, रिकामे. ते उठले व त्यांनी परत जाण्याचे ठरवले. तोच अकाउण्ट-ऑफिसचा दरवाजा उघडला व काणे बाहेर आले.

''काय डॉक्टर, इकडे बरे आज?'' ते म्हणाले.

''आलो होतो सहज,'' अपराध करत असता सापडल्याप्रमाणे चेहरा करून फाटक म्हणाले. येथे आपण का आलो हे त्यांना एकदम आठवले व काणे आल्याने त्यांना बरे वाटले. त्यांना विचारायला हरकत नाही. आपण येथे चार दिवसांपूर्वी आलो होतो हे त्यांना माहीतही नसेल.

''काय काणे, आज ऑपरेशन्स वगैरे?'' फाटकांनी विचारले.

''छे, आज काही नाही; पण गुरुवारी आहेत तीन. डॉक्टर मेहता येणार आहेत मुंबईहून.''

''अस्सं!'' नंतर आठवल्यासारखे करून फाटक म्हणाले, ''परवा त्या मुलीचं ऑपरेशन झालं ना, कसलंतरी रक्त मिळत नव्हतं ते? काय झालं पुढं त्याचं?'' बोलताबोलता फाटक चाचरले. आपल्या उत्सुकतेमुळे काणेंना सारे समजणार तर नाही ना, अशी त्यांना भीती वाटली आणि आपण लगेच विषय बदलावा की काय, असाही विचार त्यांच्या मनात आला.

''हो, ती केस ना?'' खांदे हलवत काणे म्हणाले, ''ती मुलगी काल कोलॅप्स झाली. बराय, मी जरा जाऊन येतो सीएमओकडे.''

फाटक एकदम निर्जीव होऊन बसले व फक्त त्यांचा उजवा हात कापू लागला. म्हणजे त्या मुलीला देखील आपला स्पर्श जाणवलाच! आपण रक्त दिले नसते तर ती खात्रीने जगली असती. आपल्या हातालाच, रक्तालाच काळ्या सर्पाचा दंश झाला आहे! आपण त्या मूर्ख दातेकडे जायलाच नको होते; पण ते व्हायचे नव्हते. गाठी

घालणाऱ्याच्या हातून एक गाठ सैल पडायची नाही. आणखी एक तुकडा मिंधा झाला. फाटकांचा चेहेरा आवळल्यासारखा झाला आणि अगदी दमून गेल्याप्रमाणे त्यांना शरीराचे ओझे वाटू लागले.

खाली मान घालून ते उठले व दोन्ही बाजूंना बसलेल्या लोकांच्यामधून चालू लागले. त्यांना वाटू लागले, प्रत्येकाचे डोळे आपल्या पाठीवर संतापाने खिळले आहेत. प्रत्येकजण पुटपुटत आहे : 'खुनी! खुनी! तुला फासावर लटकावलं पाहिजे! तुला मोकळं हिंडूफिरू देणं फार धोक्याचं आहे!...' आपण कशाला आलो येथे आणि कशाला दिले ते शापित रक्त? हातात सुरा घेतलेला खुनी ओळखता येतो, पकडताही येतो; पण आपण मात्र लाल विश्वासघाताने हा खून केला. कॉटवर आपण पसरलो, दंडाला पट्टा बांधून घेतला व थेंबाथेंबाने तिच्या आयुष्यात विष टाकले. एक थेंब देऊन एक श्वास लुबाडला आणि रक्त पिऊन जगणाऱ्या भुताप्रमाणे तिचे आयुष्य पिऊन आपण हा देह तोलत, ही पावले टाकत बाहेर पडत आहो. कोण होती ती मुलगी? दिसायला कशी होती ती? हात लावताच हुळहुळणारी? सायकलवरून सारखी हुंदाडणारी?...

ते बाहेर पडले व पावले धपधपत चालू लागले. अंगावरचे सारे कातडे सोलून गेले असून कुणीतरी त्यावर अणकुचीदार फणी ओढत असल्याप्रमाणे त्यांना वाटत होते व घसा कोरडा पडला होता. कुणीतरी वेगाने पुढेमागे ओढत असल्याप्रमाणे सायकलीमोटारी सर्रकन ढकलल्या जात होत्या. त्यांना येताना पाहून समोरचे लोक बाजूला सरकत. ते जवळून जात असता एका दुकानदाराने फटकन खिडकी लावली. रस्त्याच्या कडेला पेरूची बुट्टी घेऊन बसलेली बाई एकदम बुट्टी उचलून चालू लागली आणि गुलमोहराच्या झाडावरून पसाभर पाने गळाली. या सगळ्यावरून काळ्या कवडशाप्रमाणे आपली विषारी छाया पसरत आहे, सारे जळून कोळपल्यासारखे होत आहे.

एक माणूस मात्र धीट होता. तो समोर आला व फाटकांच्या पोटात बोट टोचू लागला. विरळ झालेले केस, पिकल्यासारखा तुकतुकीत चेहरा, बोटावर जाड अंगठी. तो सारखा टोचत होता. फाटकांनी एकदम मान हलवली. बाजूचे जीवन सैलावले. सगळ्यावर चढलेला बुरशीसारखा थर स्वच्छ झाला. समोरचा माणूस रामदास दिवगी होता. इतर वेळी फाटकांनी त्याला मैलावरून टाळले असते; पण या परक्या, विरोधी जगात ओळखीचा चेहरा दिसताच फाटकांना एकदम कृतज्ञता वाटली. त्यांनी त्याचा हात घट्ट धरला व ते तो पंपासारखा हालवू लागले.

"अरे, तू काय झोपेत चालतोस की काय? चारदा डिवचलं तरी हू का चू नाही," दिवगी हसून म्हणाला. फाटकांनी त्याचा हात सोडला व संधी आहे तोच निघून जावे असे त्यांना वाटू लागले; पण त्यांचा घसा कोरडा पडला होता. एक जुनी आठवण, सुख जागे झाले होते.

"अरे रामदास, तुझ्या खोलीवर आहे का रे एखादा थेंब?" त्यांनी कोरड्या आवाजात विचारले.

दिवगीच्या भुवया आश्चर्याने कपाळावर गेल्या व तो फाटकांकडे पाहतच राहिला.

"अरे गुहस्था, तू त्या मार्गाचा नाहीस असं मी ऐकलं क्लबात."

"कितीतरी वर्षांनी आज मी घेणार आहे. आता काहीतरी हवं."

दिवगीने एकदम कॉलेजमधील दिवसांची आठवण देणारी थाप त्याच्या पाठीवर मारली. ते दोघे दिवगीच्या खोलीकडे आले. दिवगी 'कृष्णविलास'मध्ये एक कायम खोली घेऊन राहत होता. तो कुठल्यातरी पोहोण्याच्या क्लबचा पगारी सेक्रेटरी होता. कॉलेज संपल्यावर दिल्ली-नागपूर करत तो चारसहा वर्षे भटकला. नंतर स्वतःचे घरदार विकून केंब्रिजला गेला. तेथे सातआठ वर्षे राहून काहीही न करता तो परत आला. तेव्हापासून खाणावळीत राहतो, स्टॅन्ले गार्डनर विकत घेऊन वाचतो आणि क्षणाक्षणाला पिकत जाऊन नासतो! कितीतरी वर्षांनंतर फाटक दिवगीसमोर बसले होते. कॉलेजात असताना ते तासनूतास बडबडत; पण नंतर शालू आली. ती झगझगीत हसली व तिने फाटकांशी लग्न केले. दिवगी असाच भटकत गेला व शेवटी 'कृष्णविलास'मधील या खोलीत वाळूवर येऊन पडला. येथे आल्यावर फाटकांनी त्याला पूर्ण टाळले होते; पण आता ते कृतज्ञतेने त्याच्या मागोमाग खोलीत गेले. दिवगीने दरवाजा लावला व एका खुर्चीवरील मळके कपडे बाजूला करून फाटकांना बसण्यासाठी जागा करून दिली. नंतर त्याने कपाटातून दोन ग्लास काढले व हातरुमालाने स्वच्छ पुसले. नंतर त्याने डोळा मिचकावत गार्डनरच्या पुस्तकामागून एक बाटली काढली. "रम चालेल ना रे?" त्याने विचारले, "हवं तर दुसरंही आहे; पण ही रम पाहा तरी."

"चालेल काहीही," दमून फाटक म्हणाले.

फाटकांनी थोडे पाणी घेतले. ग्लास किणकिणले. पहिल्या घोटानंतर तांबूस उष्ण पट्टी साऱ्या अंगभर पसरली आणि गळ्यात धारदार चव राहिली; पण ती सुखाची होती. त्यांनी आणखी एक घोट घेतला व ग्लास खाली ठेवून सिगारेट पेटवली. त्यांचा अवजड ओबडधोबड देह आता उबदार वाटू लागला व कोळपून गेलेले मन पुन्हा उकलू लागले; पण ती आठवण जाईना.

"आत्ताच हॉस्पिटलमधून आलो. एका मुलीचं ऑपरेशन होतं म्हणून पाहायला गेलो होतो; पण केस फेल झाली," फाटक जणू स्वतःशी म्हणाले.

"कुणी आप्तांपैकी?" दिवगीने विचारले. फाटकांनी मान हलवली व ते गप्प झाले.

"दादू, हल्ली तिच्याविषयी काही कळलं का रे?" दिवगीने विचारले. त्याचा ग्लास तसाच होता व त्यानेही सिगारेट पेटवली होती.

"कोण? कुणाकडून?" दचकून फाटकांनी विचारले व नंतर त्यांच्या ध्यानात आले, तो शालूविषयी बोलत होता. त्यांनी खिशातून चष्मा काढला व पुसून टेबलावर

ठेवला. ''तिच्याकडून होय? काहीच नाही. ती पुण्याला आपल्या बहिणीजवळ असते एवढंच मला माहीत आहे,'' फाटक म्हणाले; पण हे सांगताना ते शरमले व त्यांना दिवगीपुढे मान वर करवेना. त्याच्याकडेही आपला एक भाग गहाण आहे, हे त्यांना जाणवले. त्याने शालूशी ओळख करून दिली, त्या वेळी त्याचे तिच्याशी लग्न ठरले होते. केंब्रिजला दोनच वर्षे राहून परतल्यावर तो तिच्याशी लग्न करणार होता. फाटकांनी नंतर त्याला बातमी सांगितली त्या वेळी तो खुळा चेहरा करून एकदम खुर्चीवर बसला होता. तो लग्नाला आला नाही की त्याने पत्र पाठवले नाही.

''काय रे रामदास, तू काय, मी काय, आता आपापले पार्ट संपवून बसलो आहोत. खरं सांग, माझ्याविषयी तुला कधी द्वेष, संताप वाटला नाही?'' आतल्या उष्ण सुखाने मनमोकळे होऊन फाटकांनी विचारले.

दिवगी एकदम हसला. त्याच्या तकतकीत चेहऱ्यावर पुष्कळशा सुरकुत्या पडल्या व पुसून टाकल्याप्रमाणे नाहीशा झाल्या.

''द्वेष, संताप वाटला नाही?'' तो म्हणाला, ''अरे, सातआठ वर्षं मी सारखा जळत होतो. तुला आश्चर्य वाटेल. नाटक-कादंबऱ्यांत घडतं, तसा वागलो मी अगदी मूर्खासारखा! तुला माहीत नाही, मी एक लांबलचक सुरा विकत घेतला होता. आता तसल्या सुऱ्याकडे नुसतं पाहिलं तर हातपाय लटपटू लागतील; पण मी तो त्या वेळी सारखा जवळ बाळगत असे. तो घेऊन मी तुला मरण्यासाठी तुझ्या त्या जुन्या बंगल्याकडे आलो होतो. ती मला बसस्टँडजवळ दिसली म्हणूनच मी आत शिरलो; पण तुझं नशीबच शिकंदर म्हणून तू वाचलास. तू आपल्या मुलीला घेऊन पोहायला गेला होतास म्हणून वाचलास. संध्याकाळी यायचा निश्चय करून मी परतलो. नंतर मला ती सारी हकिकत समजली. नंतर आठपंधरा दिवस सुरा बाळगून उगाच हिंडलो आणि शेवटी तो मी कुठंतरी फेकून दिला. असला माझा मूर्खपणा!'' दिवगी पुन्हा हसला. ''त्या दिवशी तू भेटला असतास तर आपण दोघेही आज इथं दिसलो नसतो.''

पायऱ्यांची मोठी विहीर. भेंडाची मोळी. डुबकडुबक हातपाय हलवणारी वृंदा. मोठ्या माशाप्रमाणे आपण फेऱ्या घालत होतो. विहिरीचा अजस्र काळा डोळा. त्यातील प्रतिबिंबाप्रमाणे आपण व वृंदा. मग डोळ्यातील बाहुली उघडते व वृंदाला आत बोलावून नेते. वृंदाचा हात धरून आपण तिला डोळ्यात नेले, तिला मारले व त्यामुळे आपण आपला प्राण वाचवला. – या साऱ्या घटना एखाद्या गोष्टीतील असल्याप्रमाणे फाटकांनी तिऱ्हाइताप्रमाणे पाहिल्या व पुन्हा ग्लास उचलला. ''त्या दिवशी मी मेलो असतो तर मला दुःख झालं नसतं!'' ते म्हणाले.

''पण मी मात्र बावळटपणं फासावर चढलो असतो,'' दिवगी म्हणाला, ''नंतर माझं आयुष्यच बदलून गेलं. कुणाविषयी राग वाटण्याइतकं त्राणच उरलं नाही माझ्यात. मला वाटलं, जे झालं त्यात तुझा किंवा शालूचा काय दोष आहे? हे अगदी असंच व्हावं असं

फार पूर्वीच कुणीतरी लिहून ठेवलं होतं. ते सारं एखाद्या ब्लू-प्रिंटप्रमाणं झालं. त्यात राग कसला आणि द्वेष कसला? मी ओळखलं. मी जन्मलो ना, त्याच वेळी मी हा नंबर काढला. हेच तिकीट माझ्या नावानं ठेवण्यात आलं होतं. शालूशी भेट होणं अटळ, तसं ती निघून जाणं हे देखील अटळच! सगळं अगदी पूर्वी व्यवस्थित ठरल्याप्रमाणं. मला या ठरलेल्या कार्यक्रमाची कल्पना नव्हती, म्हणून मी वेड्यासारखा कुढलो, आदळआपट केली. नंतर मी तुला कितीतरी वेळा भेटायचा प्रयत्न केला. प्रोफेसर मॅक्मरेच्या पुस्तकांविषयी तू कॉलेजमध्ये असताना पेटल्यासारखा बोलायचास. त्याच्याविषयी मला खूपच सांगायचं होतं तुला. तो माझा ट्यूटर होता. फार विद्वान माणूस; पण आता मला वाटतं, फार खुळाही. त्याला देखील हा कार्यक्रम कधी कळला समजला नाही. एवढ्यासाठी मी तुझ्या क्लबचा मेंबर झालो; पण म्हणूनच तू दुसरीकडे गेलास. मी समोर दिसलो की तू मला टाळायचास. एखाद्या गुन्हेगाराप्रमाणं तू मला दूर ठेवलंस. नंतर मी तो प्रयत्न सोडला. वाटलं, हा देखील त्या कार्यक्रमाचाच भाग आहे. शालू, केंब्रिज, 'कृष्णविलास', सेक्रेटरी – आणि ही रम; सारे काही अत्यंत रेखीव अटळ कार्यक्रमातील लहान प्रसंग आहेत.''

आणि वृंदा? भेंडाची मोळी? तुटलेली दोरी? नरूने दिलेला ग्लास?... फाटक फारफार अस्वस्थ झाले. त्यांना रामदासचा थोडा रागही आला. ''रामदास, मग तू फार सुखी माणूस आहेस बघ!'' ते कडवटपणे म्हणाले.

दिवगी खूप मोठ्याने हसला. तो म्हणाला, ''दादू, तू अजून कुत्सित आहेस की! अरे, चाळीसपंचेचाळीस वर्षं जगूनही एखादा माणूस कुत्सितच राहिला तर त्यानं काहीही शिकून घेतलं नाही, तो अगदी कोरडा ठणठणीत राहिला, असं खुशाल समजावं. सुखी आहेस! मग सरळ तू मला मूर्ख, कठोर, भावनाशून्य का म्हणत नाहीस? पण तू चुकलास. मी मात्र ती चूक पुन्हा कधी करणार नाही. हे सुख नाही. ही फक्त सवय आहे. तसं पाहिलं तर चटका बसावा, मनात कायम राहावं, असं सुख मला कधीच मिळालं नाही. मला काय वाटायचं माहीत आहे? पांढरा शुभ्र घोडा असावा, त्याच्यावर बसून बाणाच्या वेगानं दमेपर्यंत धावावं. वारा वेगानं अंगावर आदळून बाजूला सरकत आहे आणि घोड्याचे डौलदार स्नायू खाली लहानलहान मांसल लाटांप्रमाणं थरथरत आहेत! केंब्रिजला असताना घोड्यावर बसणं शिकण्याचा मी प्रयत्न केला; पण सालं व्हायचं काय, तर घोड्याच्या तोंडाकडे पाहिलं, त्याचे चौकोनी दात दिसले, की हातपायच गळायचे! चक्क घाम सुटायचा! घोड्यावर बसायची ईर्ष्या आणि घोड्याची भीती एकत्र ठेवून देवानं इरसाल विनोद केला आहे बघ माझ्या बाबतीत! हा विनोद आता देखील सुटला नाही. मला पाण्याची इतकी भीती वाटते, की अद्याप मला पोहता येत नाही; पण सध्या मी कोण आहे? – तर एका स्विमिंग पूलचा सेक्रेटरी! दादू, I am God's greatest joke बघ!'' दिवगी मांडीवर थाप मारत मिनिटभर हसत राहिला.

फाटकांना त्याच्या गुळगुळीत लालसर चेहऱ्याच्या जागी तसलाच त्याच्या आयुष्याचा कंद दिसला. दर दिवशी एकेक पापुद्रा टाकून लहान होत तो संपत आहे; पण अगदी आतपर्यंत तोच बाहेरचा लालसर नितळपणा. फारशी ऐपत नाही; पण ठिकठिकाणी आयुष्य गहाण ठेवून मिंधेपणाने तो भणंग दिवस तरी जगत नाही.

फाटकांचा ग्लास रिकामा झाला होता, तेव्हा दिवगीने आणखी दोन बोटे ओतली; पण फाटकांनी तीन बोटे दाखवली. त्यांनी ग्लास तसाच कडक उचलला व संपवला. पातळ तपकिरी जाळाप्रमाणे रम अंगभर पसरली. फाटक एकदम ताठ बसले व त्यांचे अलग ओठ शिवून टाकल्याप्रमाणे आवळले गेले.

ते खुर्चीचा आधार घेत उठले व त्यांनी फाउंटनपेन दडपून आत ढकलले. दिवगीने एक छोटी चपटी बाटली पुस्तकामागून काढली व फाटकांच्या पाठीवर थाप मारत त्यांच्या खिशात ठेवली. ''असू दे तुझ्याजवळ. तिचं नावच आहे मुळी 'डॉक्टर्स व्हिस्की'. खास तुझ्यासाठी अगदी! बंगळुरी माल आहे.''

फाटक जाताना दरवाजाचा आधार घेत होते, ते पाहून तो पुढे झाला आणि त्याने विचारले, ''जाशील ना रे? की येऊ कोपऱ्यापर्यंत?''

तो आवाज फार दुरून आल्याप्रमाणे वाटला. फाटकांनी मान हलवली व ते चालू लागले. थोड्या वेळाने दिवगीचे लक्ष त्यांनी विसरलेल्या चष्म्याकडे गेले. तो उचलून दिवगी लगबगीने बाहेर आला; परंतु फाटक कुठे दिसले नाहीत. त्यांच्याविषयी विचार करता त्याला वाटले, बोलण्याच्या भरात आपण त्यांना ती गोष्ट सांगून टाकली नाही हे बरे केले. शालू आता पुण्याला राजरोसपणे नरोत्तमाजवळ राहते. तिने तसे राहणे हा कार्यक्रमातील एक भाग. आपण त्याविषयी काही न सांगणे हाही एक भाग. चष्मा विसरून राहणे हाही एक भाग व आपण तो उद्या त्यांना देणे हा देखील त्याच कार्यक्रमाचा एक भाग...

एकेक पाऊल तोलून टाकत फाटक चालू लागले. त्यांच्या साऱ्या अंगावर कंप होता व जरा पाऊल चुकले की डोलारा कोसळल्याप्रमाणे आपण खाली येणार अशी त्यांना भीती वाटत होती.

हा रस्ता कोणता आहे? आपण कुठे चाललो आहो? आणि तिकडेच का?... धुक्यासारख्या मनात प्रश्न फणा काढू लागले. कोणता रस्ता आहे कुणास ठाऊक; पण रस्ता सिमेंटचा आहे. त्याच्या कडेने झाडे आहेत. मोठ्या काळ्या पंज्याप्रमाणे त्यांच्या सावल्या पडल्या आहेत. आपल्याला बोटात पकडण्यासाठी त्या मधूनच हलतात. रस्त्याच्या कडेला दोन बाके होती. बाक पाहताच फाटकांना एकदम दमल्यासारखे वाटले व अंग दुबळे झाले. पेन खिशात दाबत ते एका बाकाकडे गेले व रस्त्याकडे तोंड करून बाकावर बसले; पण एकदम सारे गिरकल्यासारखे झाले. रिबन ओढल्याप्रमाणे पायाखालचा रस्ता निसटला आणि झाडांचे छत डोळ्यांवर आले. कुणीतरी रस्त्यावर

हसले. गोंधळून फाटक उभे राहिले आणि डोके हलवत बाकाकडे पाहतच राहिले. बाक मागे अजून तीनचार फूट तरी होते. मग ते अगदी पायाजवळ आहे असे कसे वाटले? की तरंगत मागे गेले?... हातात काठी घेतलेली एक मुलगी रस्त्यात हसत होती. ती हसली व गेली; पण तिचे अंग रक्ताने न्हाले होते. फाटक एकदम भेदरले. ही ती हॉस्पिटलमधली मुलगी – आपला पाठलाग करत आली आहे. ते लगबगीने डोलतडोलत मागे गेले व हलणारे बाक घट्ट धरून त्यांनी त्यावर अंग टाकले.

त्या मुलीची क्षणिक भीती गेली. उलट तिने यावे आणि आपल्याला शिक्षा करावी, असे त्यांना वाटू लागले. निदान एखाद्या तुकड्याची तरी सोडवण होईल, पोटातील आग विझेल; पण ती हॉस्पिटलमधील मुलगी नव्हेच. तिच्या पाठीवर भेंडाची मोळी आहे. ही तर वृंदा. केस बांधलेले. पाण्याने निथळणारी. पाण्याने रस्ता ओला झाला आहे. पाण्यात लाटा आहेत. पण ती फाटकांशी बोलली नाही. ती त्यांच्याकडे पाहत राहिली व मग खाली मान घालून निघून गेली. फाटक अगदी व्याकूळ झाले व हाताच्या कोपऱ्यात तोंड लपवून अंग आवळून बसले.

कुठेतरी थड्थड् असा सारखा आवाज होत होता. त्यामुळे सारे अंग ठसठसल्यासारखे होऊ लागले. ऊन आता मलूल होऊ लागले होते. फाटक कुत्र्यासारखे अंग हलवून बाकावर सरळ बसले. रस्ता. लालकाळ्या मोटारी. एकमेकींसमोर आल्या. त्या आदळून त्यांचा चक्काचूर होणार, म्हणून फाटकांनी एकदम कान बंद करून घेतले; पण त्या एकमेकींशेजारून सहज गेल्या. रस्त्यापलीकडील फूटपाथवर कुणीतरी घोळत असल्याप्रमाणे हलणारी अस्पष्ट माणसे. मोठ्या होत चाललेल्या पाण्याच्या मंद, काळसर लाटा. त्यांच्यावर रक्ताचे पंजे उठल्याप्रमाणे दिसणारे रक्ताचे मोठे डोळे. फाटकांना तेथून उठून जायचे होते; पण शरीराचे निरुपयोगी ओझे उचलण्याचा त्यांना फार कंटाळा आला. ते सारे जणू नासून गेल्याप्रमाणे त्यांनी नाक मुरडले व ते पुन्हा बाकावर निर्जीवपणे रेलले.

– पण त्यांना एकदम धक्का बसला! अंगात मॅग्नेशियमची तार जळाल्याप्रमाणे ते एकदम भाजत उजळले. गोणपाटात अस्ताव्यस्त कोंबल्याप्रमाणे दिसणारे शरीर स्प्रिंगप्रमाणे उभे राहिले. समोरच्या फूटपाथवरून हातात पुडा घेतलेली मुलगी हसत रस्त्यावर उतरत होती. रस्त्यावरून वेगाने लाल बस आली, त्या वेळी ती मुलगी चालताचालता दुसरीकडे पाहत होती.

फाटकांच्या मनात सारे काही तुटून गेले. अंग ओढत, पेन खिशात दाबत ते पुढे धावले व हातवारे करत 'थांब थांब' असे ओरडले. पाण्याच्या लाटा पुन्हा येऊ लागल्या. भोवती अंधार घोटाळू लागला. ते तसेच धडपडत पुढे आले. समोर काहीतरी गोरे दिसताच, त्यांनी त्याला हात लावला. कुणीतरी हुळहुळून स्वच्छ हसले. 'वृंदा! वृंदा!' म्हणून हर्षाने ओरडत फाटकांनी तिला उचलले व थरथरत्या पाण्यावर आणले. साऱ्या आयुष्यभर अंधाऱ्या पाण्यात आंधळ्या फेऱ्या घालून आता अखेर वृंदा हाताशी आली.

त्यांनी तिला पुन्हा स्पर्श केला. ती परिचितपणे हुळहुळून त्यांना बिलगताच त्यांनी आपला रुंद, किंचित दाढी वाढलेला, सैल चेहरा थोडा वर केला व उन्हाकडे पाहत, उन्ह पीत ते मोठ्याने मनापासून हसले...

कर्कशपणे ब्रेक लावून बस थोड्या अंतरावर थांबली. रस्त्यावर पडलेल्या फाटकांभोवती लोक जमा झाले. त्यांचे हातवारे पाहून थबकलेली मुलगी देखील काय झाले पाहण्यासाठी आली व घोळक्यात मिसळली. एकाने खाली वाकून पाहिले. खिशातील बाटली फुटून फाटकांच्या कोटाचा एक भाग ओला झाला होता. तो उठला व त्याने कोपर वाकवून, अंगठा तोंडाकडे नेऊन, बाटली वाकडी केल्याचा आविर्भाव केला.

''हात्तिच्या!'' जमलेले लोक म्हणाले. त्यांचे चेहरे उजळले. सगळ्यांना सारा अर्थ समजला व कुणाला काहीसुद्धा गूढ वाटले नाही.

थोड्या अंतरावर मात्र एक माणूस साशंक काव‌ऱ्याबाव‌ऱ्या नजरेने उभा होता. किंचित दूर पडलेल्या पेनावर पाय ठेवून तो उभा होता. लोक जाऊ लागताच, पायाच्याच बोटांनी ते त्याने वर उचलले व हळूच खिशात ठेवून खाली दाबत तो निघून गेला.

हंस : दिवाळी १९६२

रात्र झाली गोकुळी

जमिनीतून विशाल कारंजा निघून हिरवा गोठून गेल्याप्रमाणे दिसणारे ते चाफ्याचे प्रचंड झाड परसात अगदी मध्येच होते. त्याची मुळे आजूबाजूच्या पाचसहा घरांखाली गेली असतील. रात्री वाऱ्यात ते झाड हजार पानांनी सळसळू लागले, की अर्ध्या गल्लीची झोप आपल्या फांद्यांप्रमाणे चाळवे. त्याच्या भोवतालीच समोरच्या बिऱ्हाडातील भांडी घासण्याची जागा होती आणि तेथे सदोदित राख, काश्याखापरीचे तुकडे पडलेले असत. परवा पावसाळ्यात डाव्या बाजूची भिंत मध्येच कोसळली. त्यामुळे रस्त्यावरील पाणी सरळ अंगणात साठू लागले आणि ते काळवंडले. त्या सतत ओलीमुळे गोकुळचा उंबरठा हिरवाचार होऊन शेवाळाने निसरडा झाला.

मागच्या बाजूला असलेले हे घर म्हणजे एकच सोपा होता; पण वारणाईने तट्टी बांधून त्यात एक लहानशी खोली केली होती. दुसऱ्या बाजूने रॉकेलचे डबे उघडून तात्पुरती भिंत झाली होती. सुरुवातीला तो पत्रा झगझगीत दिसे; पण दोन पावसाळ्यांतच तो तांबरला व त्याला बारीक भोके पडली. तट्टीतच वारणाईने चौकोनी भोक पाडून छोटीशी खिडकी केली होती; परंतु नंतर तिच्या कडा बोंदऱ्या होऊन ती वेडीवाकडी झाली. शिवाय नंतर तट्टीला तशीच अनेक भोके पडल्यामुळे मूळची खिडकी कोणती हेच समजेनासे झाले. या साऱ्यामुळे आत चूल सुरू झाली, की धुराच्या अनेक पट्ट्या त्यातून निघत. बाकीच्या बिऱ्हाडांना परसात यायला रस्ता तेथूनच होता आणि तेथे सांदरीतून अंग तिरपे करून जावे लागे. भाजी किंवा तांदूळ निवडायचे झाले, की अर्धवट आत रस्त्यावर बसावे लागे. अशाच वेळी नेमके कुणीतरी परसात जायला यायचे. मग सारे गोगलगाईच्या शिंगाप्रमाणे आत घ्यावे लागे. ते लोक धुरामुळे वारणाईला ऐकू जातील अशा शिव्या देत. पुष्कळदा तोंड आवळून वारणाई गप्प बसे; पण मध्येच कधीतरी अंगात भूत शिरल्याप्रमाणे प्रत्येक बिऱ्हाडाच्या परसात जाऊन हातवारे करीत भांडून येत असे.

मागच्या बाजूला जुनेऱ्याएवढी मोकळी जागा होती. तेथे अनेक वर्षे मोकाट वाढलेले रानवट द्राशाळाचे झाड होते व त्यावर नेहमी अर्धवट उघडलेली करंगळीएवढी लाल फुले असत. मग उरलेल्या कोपऱ्यात वारणाईने कुठूनतरी आणलेले गुलबासाचे झाड लावून टाकले. इतकी माणसे परसात जात, परंतु त्याकडे कधी कुणाचे लक्ष गेले नाही; पण ते मात्र मोरीच्या पाण्यावर समाधानाने वाढत होते व सूपभर निरुपयोगी फुले फुलवत होते.

असल्या मळक्या पायरीला स्पर्श करावा की नाही अशातऱ्हेने उन्ह पायरीपर्यंत आले व वारणाईचा दुपारचा शांत, सुखाचा एक तास चुटकीसारखा संपला. तो एकच तास तिचा खासगी. त्या वेळी शकी दवाखान्यात कामाला गेलेली असे. कृष्णा शाळेत, दाजी तर आठ वाजेपर्यंत घरी येत नसे. घरी राहता राहिली दुर्गी; पण ती हल्ली अगदी अबोल झाली होती. चार गोष्टी बोलत बसाव्या म्हटले, की पाचदहा मिनिटांतच ती कंटाळत असे. तिचे मन कुठेतरी भरकटत असल्याप्रमाणे ती आपल्यातच आखडून बसू लागली होती. सारी दुपारभर परसातल्या जुन्या खुर्चीवर बसून ती तीच ती पाचसहा पुस्तके सदा वाचत असे, मध्येच द्राशाळाची मुक्या कळ्या असलेली फांदी तोडून कुसकरून टाकत असे. समोरच्या बिऱ्हाडांचे दरवाजे तर बहुधा बंदच असत. त्यांचे जग वेगळे, त्यांचे दरवाजे आपणाला नेहमी बंद. वारणाई त्या प्रत्येकाशी कधी ना कधीतरी भांडली होती; पण त्यांनी कधी तिला पापड करायला, सांडगे घालायला बोलावले असते तर ती आनंदाने गेली असती; पण नाहीच. समोरच परवा मुंज झाली, पन्नास माणसे जेवून गेली; पण आमंत्रणाचे चार तांदूळ काही वारणाईला मिळाले नाहीत.

गुडघे दाबत वारणाई उठली व तिने पाठीवर पदर सावरून घेतला. अद्याप हौदात पाणी घालायचे होते. पाणी ओढायचे म्हणताच तिच्या अंगावर शहारा आला. आता तिला पाणी ओढणे होत नसे आणि मध्येच जर का भिंगरी फिरल्याप्रमाणे खोकल्याची उबळ आली तर हात दुबळे होत व घागरीबरोबर आपणही आत जातो की काय अशी तिला भीती वाटे. पाणी झाल्यानंतर चूल. तेथे होणारा सगळाच धूर आपल्या नाकाडोळ्यात जातो की काय असे तिला नेहमी वाटत असे. पण या गोष्टी काय टाळण्याजोग्या असतात? असा विचार करून ती आत आली व परसात गेली. तेथील खुर्चीवर तळहातावर हनुवटी ठेवून दुर्गी उगीच बसली होती आणि तिचे पुस्तक खाली पडले होते.

"दुर्गी, काय ग हे? अशी काय बसलीस करकऱ्या वेळी?" वारणाई म्हणाली, "पितेस काय चाय कपभर?"

ती एकदम बोलल्यामुळे दुर्गी एकदम दचकली व तिने अंग आकसले.

"छे छे नको. आता शकी-कृष्णा येतील, मग बघू," ती लगबगीने म्हणाली. ती उठली व पुस्तक तिने तेथल्याच कोनाड्यात ठेवले. "मी पाणी ओढू का दोनचार बिदग्या?"

"अग कसलं पाणी, आहे तर सारं दोन घागरी," वारणाई म्हणाली; पण तिला

एकदम खोकल्याची उबळ आली. ती पाच मिनिटे खोकत होती व नेहमीप्रमाणे मग तिची छातीची हाडे दुखू लागली. तिने डोळ्यांतील पाणी पुसले व ती उगाचच हसली. ''मी करते सारं. अग, उद्या तुझा संसार सुरू झाला म्हणजे आहेच सगळं. इथं मी जिवंत असेपर्यंत तुला विहिरीकडे पाठवणार नाही. तू थोडे दिवस गप्प पडून राहा. बघ तर नुसतं हाडंकातडं राहिलंय. शकीच्या त्या दवाखान्यात दाखवून तरी का येत नाहीस एकदा?''

दुर्गी गप्प राहिली; पण ती शरमली. तिला वाटले, मला डॉक्टर काय करायचा? माझं दुखणं मला माहीत! पहिली मुलगी म्हणून वारणाईने तिला अगदी सायीसारखे वाढवले होते. आता तिच्या वहाणा मळून गेल्या, त्यांना दहा वेळा तुकडे जोडले गेले; पण त्या मखमली, किमती होत्या. दुर्गीने झाडणीला नुसता हात लावलेला तिला खपत नसे; पण ती हल्ली खंगली होती. तुळशीचा काढा, डिंकाच्या लाह्या, सारेकाही झाले; पण ती काहीकेल्या अंगच धरेना. तिने हात वर केला की बांगड्या कोपरापर्यंत उतरत.

''मग मी भाजी तरी चिरते,'' दुर्गी हट्टाने म्हणाली. ती उठली. तिने दहाबारा पिवळसर डोरली वांगी आणली. ती वांगी अगदी तुरट, खूप बिया असलेली असत; पण ती आण्याला ढीगभर मिळत. त्यांच्या फोडी करून आमटीत टाकल्या की तिच्यात डाळ नाही, मसाला नाही हे ध्यानात येत नसे.

वारणाईने घागर उचलली; पण तिला ते सारे नकोसे वाटले. उद्या सकाळी कृष्णालाच दोन घागरी ओतायला सांगावे असा तिने विचार केला. तिने घागर ठेवून दिली व चूल पेटवली. घरी लाकडावरील सालीच वापरत असल्याने तासभर धूर कोंडून राहत असे. तसल्याच चुलीवर वारणाईने सकाळीच करून ठेवलेल्या गुळाच्या चहाचे पातेले ठेवले. आता संध्याकाळी काय, हा दररोजचा प्रश्न उभा राहिला. घरी मूठभरही तांदूळ नाहीत, तिला पूर्ण माहीत होते; पण तिने डबा काढून मुद्दाम पाहिले. सारे धान्याचे डबे एका बाजूला आडव्या टाकलेल्या बाजल्याखाली होते.

दुसऱ्या डब्यात फार तर मूठभर डाळ असेल. एकात मात्र डांगराचे पीठ होते. त्यात गाठीगाठी झाल्या होत्या. त्या तिने काढून टाकल्या व बचकभर पीठ पातेल्यात घेतले. झाली संध्याकाळच्या जेवणाची तयारी! तिने कपाळाला हात लावत म्हटले, 'कधी घरी येतोय शकीचा पगार, देव जाणे!'

मागचा दरवाजा धाडकन उघडला व कृष्णा धावतच आला. त्याने दप्तर तेथेच खांद्यावरून खाली सरकवले व तो आत आला. दुर्गी वाटेत होती व त्याच्या ठेचाळण्याने तिच्यापुढील चिरलेल्या फोडीचे ताट उलटे झाले.

''काय डोळे आहेत की परट्याची भोकं आहेत?'' ती रागाने म्हणाली.

''मग तू वाटेत कशाला बसावंस म्हशीसारखं?'' त्या फोडी गोळा करण्यासाठी बिलकूल न थांबता आत जाताना कृष्णाने उत्तर दिले.

त्याचा चहा अद्याप गरम झाला नव्हता, तेव्हा तो चिडला. त्याने दणादणा पाय

आपटायला सुरुवात केली. ''मग आम्हांला भूक लागतेय. चहासुद्धा देत नाहीत घरी वेळेवर –''

वारणाईने बोलायला तोंड उघडले; पण पुन्हा छातीत खसखसले व ओठ आवळून ती गप्प राहिली. थोड्या वेळाने तिने वळून पाहिले. कृष्णा परसात जाऊन उभा राहिला होता. समोरच्या घरातील मुलांनी पोह्याच्या ताटल्या बाहेर आणल्या होत्या. आपल्या घराकडे भीतभीत पाहत कृष्णाने एकापुढे हात केला होता व त्यावर त्या मुलाने आपला रिकामा हात फटदिशी मारला होता.

''कृष्ण्या, भिकारड्या,'' वारणाईने संतापाने हाक मारली. कृष्णा आत येऊन तिच्यासमोर रागाने बसला. ''तुला काय लाजबीज आहे की नाही? घे तुझा चहा. अगदी दुष्काळात जन्मलंय कारटं!'' वारणाईने कोमट झालेला काळसर चहा बदकूदिशी कपात ओतला, कप त्याच्यापुढे आदळला.

समोर फक्त चहा पाहून कृष्णाचे तोंड गाडग्यासारखे झाले. ''नुसताच चहा प्यायचा?'' त्याने चिडून विचारले. ''ते कालचे चुरमुरे संपले?''

तेलात तळून त्यांना हळद लावून थोडे चुरमुरे वारणाई कधीतरी घरी ठेवीत असे, ते कधीच संपले. काल देखील त्याला मिळालेले चुरमुरे खरे म्हणजे शकीच्या वाटणीचे. तिला चुरमुऱ्यात हल्ली चव वाटत नसे. चहा देखील तिने घेतला न घेतला असेच चालायचे. दवाखान्यात पुष्कळ लोक घरच्या बाळंतिणीसाठी चहा आणत, त्यातील तिला मिळत असे म्हणे.

''कृष्णा, आज गिरणीत जायचं आहे सखारामकडे,'' वारणाई सांगू लागली; पण तोवर घटघटा चहा पिऊन कृष्णा बाहेर सटकलासुद्धा. 'आत्ता काय करावं कारट्याला!' म्हणत वारणाई त्याच्याकडे पाहतच राहिली. कोपऱ्यावरील गिरणीत काम करणारा सखाराम पूर्वी समोरच्या घरात खोली घेऊन राहत होता, त्या वेळची जुनी ओळख. आलेल्या दळणातून तो मूठपसा धान्य बाजूला काढून ठेवत असे, त्यातील थोडे तो मधूनमधून वारणाईला देत असे. परंतु आता सखारामकडे जाणार तरी कोण? शकी लहान होती तोपर्यंत ती आनंदाने गिरणीत जात असे. दुर्गी देखील जायला नाही म्हणायची नाही. पण सखारामने तिची एकदा थट्टा केली. ती तिने मनाला लावून घेतली. वास्तविक त्या वेळी हसायला गिरणीत तिसरे कुणीसुद्धा नव्हते. पण आता तिच्यापुढे सखारामचे नाव काढण्याची सोय नव्हती. 'बराय' असा सुस्कारा सोडून वारणाई चुलीकडे वळली.

आता करकरीत संध्याकाळ झाली. वारणाईने कंदील लावला. त्या वेळी तिच्या ध्यानात आले, की त्याची काच फुटली आहे. हे त्या शकीचेच काम असले पाहिजे. आज सकाळी तिला काच स्वच्छ करायला सांगितली होती आणि फोडल्यावरही शहाजोगाप्रमाणे तिने ती जशीच्या तशी ठेवून दिली होती. दवाखान्यात लागल्यापासून तिचे कामाकडे लक्ष नाही हेच खरे.

आज कसे काय कुणास ठाऊक, दाजी लवकर घरी आला. त्याने कोटटोपी खुंटीवर ठेवली आणि खिशातून विड्या, एक पुडी हातात घेऊन तो काही न बोलता वारणाईसमोर बसला. त्याच्या डोक्याला टोपीचा कच पडला होता व तो त्यावरून हात फिरवत होता. त्याचा चेहरा त्रस्त, दमलेला दिसत होता. त्याने एक विडी काढली व चुलीतील जळत्या सालीवरच पेटवली.

"काम फार होतं आज?" वारणाईने विचारले.

दाजीने एक सुस्कारा सोडला. "चालायचंच," तो म्हणाला, "आज चहा आहे काय थोडा? म्युनिसिपालटीच्या दवाखान्यातून मी दोन गोळ्या आणल्या आहेत. त्या म्हणे चहाबरोबर घ्यायच्या आहेत."

"घ्या की. शकीचा चहा आहेच," वारणाई चटकन कप भरत म्हणाली, "तिचं काय, घेतला न घेतला. शिवाय तिला चांगला अर्धा तास आहे यायला."

'शकीचा' म्हणताच दाजीने हात चटकन मागे घेतला. "तिचा नको. उगीच तोंड करत बसेल ती. मलाच नंतर दे की ग," तो म्हणाला.

"नको. आत्ताच घेऊन टाका त्या गोळ्या. नाहीतर सारं अंगावरच काढायची सवय आहे तुम्हांला," आग्रहाने वारणाई म्हणाली. दाजीने चहाबरोबर एक गोळी घेतली व काही न बोलता तो विडी ओढू लागला.

शकी आली ती चटकचटक वहाणा वाजवीतच. तिने वहाणा काढल्या व त्या खुंटीवरील पोलक्याने स्वच्छ पुसून वरच्या कोनाड्यात ठेवून दिल्या. ती आत आली व सरळ बाजल्यावर जाऊन आडवी झाली. "हुश्श, दमले बाई. अंग दुखायला लागलं."

दाजी, वारणाई कुणी काही बोलले नाही. "होय का ग! बस जरा वेळ तू. तू आहेस म्हणून घरात तीस रुपये तरी येतात," असे वारणाईने म्हणावे असे तिला फार वाटले; पण ती काहीच बोलत नाही हे पाहून ती हिरमुसली. आपला फार अपमान झाल्यासारखे तिला वाटले आणि या घरात सारे लोक ऐतखाऊ, कृतघ्न आहेत अशी तिला चीड आली. खरे म्हणजे तिचे पैसे अद्याप घरी आलेच नव्हते. पहिल्या रुपयातून तिने दोन तलम पातळे व वहाणा घेतल्या होत्या. नाही म्हणायला तिने घरी एकदा तीन आण्यांच्या गोवाऱ्याच्या शेंगा आणल्या होत्या. "चहा नाही माझा?" तेथेच कपड्यांच्या ढिगावर रेलत तिने विचारले.

"हा काय होतोय पाच मिनिटांत," वारणाई म्हणाली, "तुझा होता शिल्लक; पण तो यांना दिला. त्यांना कसलीतरी गोळी –"

पण शकीचा धीर सुटला व तिने वारणाईचे पुरते ऐकूनही घेतले नाही. उसळून ती म्हणाली, "मग दुर्गीचा, कृष्णाचा चहा द्यायचा होतास. सारं होतंय ते माझ्याच बाबतीत. दुर्गी तुझी लाडकी लेक ना!"

वारणाईने हात मांडीवर ठेवले व शांतपणे शकीकडे पाहिले. तिच्यात ताबडतोब

येणारा अनिवार संताप नव्हता; पण शकीच्या मुस्कटात एक काडकन ठेवून द्यावी म्हणजे तिच्या आवाजातील उर्मटपणा निवळेल असे तिला वाटले. पण तिने तो मोह आवरला. मात्र तिच्याकडे पाहायला लागू नये म्हणून ती शकीकडे पाठ करून बसली.

दुर्गी आत आली व शकीकडे पाहू लागली.

''तिथं टेकून बसू नका बाईसाहेब, माझं धुतलेलं पातळ आहे,'' ती एकदम तुटकपणे म्हणाली. अंग वळवून शकीने अंगाखालचा पातळाचा चोळामोळा काढला व तो तेथूनच अव्यवस्थितपणे दुर्गीच्या अंगावर फेकला.

''घे तुझं पातळ, तुझं आपलं ठीक आहे बघ. घरी बसायचं, खायचं. पातळ चुरगळलं म्हणून काय झालं?'' ती म्हणाली व पुन्हा मागे रेलली.

दुर्गीने पातळ तेथेच बाजूला ठेवले आणि ती खाली बसली. खालची जमीन ओलसर होती व जरा जोरात पाऊल टाकले, की पोपडे पायांना चिकटून येत. मोरीजवळची भिंत तर अगदी भुसभुशीत झाली होती आणि त्यातच हल्ली घराला कुठेतरी घूस लागली होती. दररोज सकाळी उठून पाहिले, की ढीगभर माती दिसे. वारणाईने रस्त्यावरील दगड गोळा करून तसली बिळे तीनचारदा तरी बुजवली होती; पण मग लगेच दुसरीकडे घूस उकरत असे. काल बाजल्याखाली माती दिसली होती.

दुर्गी बसली होती; पण तिचे सारे लक्ष शकीकडे होते. तिला उगाचच तिच्याविषयी आतून विलक्षण चीड येत होती. हल्ली शकी अगदी रानवट तऱ्हेने भरदार झाली होती आणि कामाला लागल्यापासून तर ती छातीवरील पदर जास्तच दाबून बसवत असे; पण तिचे पाय मात्र ओबडधोबड बडवण्यासारखे होते. पण दुर्गीचे लक्ष तिच्या बांगड्यांकडे गेले व ती चमकली.

''शके, माझी काकणं कशाला घातलीस तू?'' तिने रागाने विचारले.

शकीने आपल्या हाताकडे समाधानाने पाहिले व ती कौतुकाने हसली. दुर्गीची काकणे आपण वापरली याबद्दल तिला बिलकूल अपराधी वाटले नाही. ''मग काय झालं वापरली तर? ती घेऊन मी काही पळून जात नाही. खुंटीवर तर ती पडून होती दोन महिने.''

''पण ती मला आणली आहेत, ती माझी आहेत,'' दुर्गीचा तोल जाऊन ती कर्कशपणे ओरडली. तिचे डोके एकदम भणभणू लागले आणि बोलताना तिच्या गळ्याच्या शिरा एकदम सुतळीप्रमाणे टचटचीत बाहेर आल्या.

''बराय, तू ओरडू नकोस मांजरासारखं,'' वेडावत शकी म्हणाली, ''तू काकणं घालणार तरी केव्हा? माझा पगार जर माझ्याजवळच राहिला, तर मीच घेऊन देईन तुला असली काकणं पन्नासदा.'' शकीने पुन्हा काकणांकडे पाहिले व तिच्यापुरता तो विषय संपला.

दुर्गीच्या डोक्यात एकदम काहीतरी पेटल्यासारखे झाले आणि साऱ्या अंगावर घाव पडल्यासारखे तिला वाटू लागले. डोके गच्च दाबून धरून ती शकीकडे थोडा वेळ वेड्यासारखी पाहत बसली.

बाहेर फरशीवर कुणी काहीतरी फेकल्याचा आवाज झाला व मंजू मांजरी ओठावर जीभ फिरवत सावलीप्रमाणे निःशब्द आत आली. काळ्याभोर रेशमी अंगाची ही मांजरी, आतून तिला हाडे नसावीत असे वाटण्याजोग्या सफाईने हलत असे. ती आली ते समोरच्या घरात चुलीवरचे दूध पिऊनच आली व दाजीच्या अंगाला अंग घासू लागली. दाजीला वाटले, अंग असे मऊ उशीसारखे असावे. कुठे ठणका नाही, कुठे वेदना नाहीत. त्याने मंजूच्या अंगावरून प्रेमाने हात फिरवला व थोडा चहा असलेली बशी त्याने तिच्यापुढे ठेवली. तिने एवढीशी जीभ काढून चहाला स्पर्श केला; पण तिला तो आवडला नाही. शेपटी उंच करून ती तशाच सावरीकापूस हालचालीने बाहेर निघून गेली.

"दुर्गे, घेतली तिने तुझी काकणं तर घेऊ दे," समजावणीच्या स्वरात वारणाई म्हणाली. या साऱ्या धुरकट कडवट वातावरणात आपले डोके खिसल्यासारखे होत आहे असे तिला वाटले. आता तासभर सगळ्यांची तोंडे जावीत, कुणाचाही शब्द कानावर पडू नये. मग आपण थंड वाऱ्यात पाच मिनिटे तरी जाऊन यावे, आपल्याला थोडी उसंत मिळावी, असा रागीट विचारही तिच्या मनाला स्पर्श करून गेला. "तुला लागतील ना, त्या वेळी पुन्हा आणून देईन म्हणे. आता गप्प राहा."

"बघ दुर्गी, तुला नवी आणून देणारी माणसं आहेत," कुत्सितपणे शकी म्हणाली, "आम्ही काय, हमालच बोलूनचालून. उष्ट्या पत्रावळी देखील चालतील की!"

दुर्गीला आता हे सारे असह्य झाले आणि तिच्या अशक्त कानशिलांवरील शिरा ताठल्या व ती रडू लागली. वारणाईने तिला हाताला धरून आग्रहाने उठवले व दरवाजाकडे वळवले. "तू जा बाहेर. बस थोडा वेळ कट्ट्यावर. काय लागतेस तिच्या तोंडाला. दिवसेंदिवस ती निःसंग व्हायला लागलीय," वारणाई म्हणाली.

दाजी देखील उठला व बाहेर येऊन कट्ट्यावर उकिडवा बसला. हे सारे शब्द त्याच्या कानावर पडले; पण त्यांच्या अर्थाचा त्याला स्पर्शही झाला नाही. आयुष्यावरील एक थर त्याने बैलाच्या मानेवरील जाड कातड्याप्रमाणे निबर केला होता. हा झुरका शेवटचा, त्यानंतर तो कधीच मिळणार नाही अशा हावरेपणाने तो छाती भरून धूर घेत होता व विडी ओढताना विडीच्या लाल टोकातच फक्त त्याच्या मनाची धग दिसत होती.

त्याच्या खांद्याचे हाड न् हाड दुखत होते आणि सारे अंग मरगळल्यासारखे झाले होते. हे दुःख नको, हे ओझे नको असा वैताग त्याला आला होता. त्याच्या हेडक्लार्कने दोन गाड्या लाकडे घेतली होती व ती माळ्यावर रचण्यासाठी त्याने दाजीला बोलावले होते. दोन तासभर तो लाकडे नेत होता, वर रचत होता. हल्ली खाली वाकले, की डाव्या बाजूला छातीत मोठी तापलेली सुई सावकाश खोल रुतवल्याप्रमाणे बारीक पण असह्य कळ येत असे हे त्याने वारणाईलाही सांगितले नव्हते. एकदा तर हातातील लाकडे तशीच धडाधडा खाली टाकून तो असहाय उभा राहिला होता. त्याचा चेहरा घामाने डबडबला होता... आणि त्या बाईने कपभर चहा देखील दिला नव्हता. दाजीला वाटले, नको ही

नोकरी. घरदार सोडून जावे कुठेतरी, कुठेही मसणात. बाजूच्या आवारात झाडीबुडी जास्त असल्याने संध्याकाळी खूप डास येत. दाजी मधूनमधून हात फिरवत होता; पण तो उगाचच. हे देखील श्रम नकोत, सारी दुखरी हाडे हलवणे नको असे त्याला वाटत होते. बराच वेळ झाला; पण दुर्गी अद्यापि हुंदके देत होती. दाजी काही बोलला नाही. हे आणखी दुःख. आपल्याच आयुष्याचा कोंभ. हौसेने तिला वाढवले, तिचे लाड केले; पण आता पुढे काय? उद्या जर आपण पट्दिशी रस्त्यातच पडलो तर हिचे काय? वारणाईचे काय? ती खोकूनखोकून हैराण झाली म्हणजे दाजीला वाटे, हा खोकला तिचा जावा, आपल्याला यावा. सध्यापेक्षा आपल्याला काय जास्त सहन करावे लागणार आहे? पण ती मात्र फाटक्या पण रुंद पानांच्या, मोठ्या काल्याच्या केळीसारखी आहे. तिला हा खोकला नको. सारे घर तिने पाठीवर सांभाळले आहे.

दाजीने विडी टाकली व तो उठला. "दुर्गी, फार वेळ बसू नको वाऱ्यात. डास फार आहेत," तो आत येतायेता म्हणाला. काही न बोलता दुर्गीने मान हालवली. दाजी आत आला तो पाठ चेपतच. वारणाईने त्याला जवळची फळी टाकली व म्हटले, "बसा थोडा वेळ इथंच. जेवायचं झालंच की!" दाजीला बसणे नको होते. सणसणणाऱ्या पाठीला कुठेतरी आधार, ताण मिळेल असे पडायचे होते. त्याने काही न बोलता आशाळभूतपणाने बाजल्याकडे, शकीकडे पाहिले. शकीने निर्विकारपणे त्याच्या नजरेला नजर भिडवली; पण ती हलली नाही. एक सुस्कारा सोडून दाजी फळीवर बसला. त्याने पाठीनेच भिंत चाचपली व त्यातल्या त्यात बरी जागा पाहून तो टेकला व त्याने गुडघ्याभोवती हात गुंडाळले. "दुर्गी बाहेरच बसलेय," जणू स्वतःशीच तो म्हणाला, "डास आहेत तिथं."

दुर्गी अद्याप बाहेर कट्ट्यावर होती. समोरील औटहाऊसमध्ये दिवा लागल्यावर तिला शकीचा, डासांचा, चुरचुरणाऱ्या डोळ्यांचा विसर पडला. तिचा जीव गोळा होऊन उठला व ती अगदी कावरीबावरी झाली. लक्ष्मण घरी परत आला होता. तो त्या इमारतीत रातपाळीचा पहारेकरी होता. दिवसभर तो जवळजवळ खांद्यापर्यंत वर केलेल्या हातांचे गडद निळ्या रंगाचे शर्ट, उजव्या हातात झगझगीत पट्ट्याचे घड्याळ घालून गावात हिंडत असे. तास न् तास आपल्या खोलीबाहेर उभा राहून डोक्यावर तुऱ्यासारखे केस आणण्याचा प्रयत्न करीत असे. दुर्गी गलबलली. आत्ताच्या आत्ता त्याच्याकडे जावे व धरणे धरून बसावे असे तिला वाटू लागले; पण तिने तो मोह आवरला. पण आता तिला तेथे बसवेना. असेच जर आपण येथे बसून राहिलो, तर झोपेत असल्याप्रमाणे आपण आपल्याला नकळतच तिकडे चालत जाऊ, असे वाटून ती पटकन उठली व आत आली.

कृष्णा नव्हता, तरी देखील ती जागा माणसांनी गच्च झाल्यासारखी वाटू लागली. दुर्गी हलकेच बाजल्याच्या कडेला बसली. शकीची पावले तेथेच होती. तिने नखे रंगवायला कधी सुरुवात केली होती कुणास ठाऊक; पण त्या रुंदाड टाचफुटक्या

पावलांवर तो रंग गांवढळ वाटत होता. ते जणू रक्ताचे डाग असल्याप्रमाणे दुर्गीने शकीकडे पाहिले व तिला शकीचा फार राग आला.

बाहेर कसलीतरी गडबड ऐकू आली व कुणीतरी लाथेनेच दरवाजा उघडला. कडी खळखळा हलली व चौकटीतून मूठभर माती घरंगळली. मागून कुणीतरी ढकलल्याप्रमाणे कृष्णा आत आला. त्याच्यामागे शेजारच्या वकिलाचा गडी मारुती होता.

''चोर कारटं! पोलिसांच्या ताब्यातच द्यायला पाहिजे होतं. चामडीच काढली असती बेरडाची,'' तो खेकसला. वारणाई चटकन उठली व तिने कृष्णाला जवळ घेतले. त्याचा चेहरा लालसर झाला असून त्यावर बोटे उठली होती.

''काय केलंय त्यानं?'' तिने विचारले. शकी एका अंगावर वळली व तिने मारुतीकडे पाहिले. मारुती तिच्याकडे पाहून हसला, पण लगेच वारणाईकडे पाहून तो चिडून म्हणाला, ''विचार की तुझ्याच कारट्याला! गेले पंधरा दिवस परसातील दुधीभोपळे, दोडकी चोरली जात. मी म्हणायचा, कोण बरं इथं यायला सोकावलंय? आज पण बेरडाला नेमका पकडला. चार दिवस पाळतीवर आहे आणि आज हा येतोय साला –''

कृष्णाने चोरी केली, या गोष्टीवर वारणाईचा विश्वास बसेना. ती एकदम तापल्यासारखी लाल झाली. ''आग लाव तुझ्या भोपळ्या-दोडक्यांना! त्याला काय करायची आहेत तुझी दोडकी घेऊन! काय रे कृष्णा, तू घेतलीस याची भाजी?''

''नाही ग, मी कशाला घेऊ यांची भाजी?'' हुंदके देत कृष्णा म्हणाला, ''मला काय करायची आहेत याची दोडकी घेऊन?''

''मी कश्शयाला घेऊ?'' वेडावत मारुती म्हणाला, ''मग आमच्या परसात काय तुझ्या बापाचं गाठोडं होतं?''

दाजीने निर्जीव डोळ्यांनी वर पाहिले. हे सारे दुसरीकडे कुठेतरी, निराळ्याच भाषेत चालल्याप्रमाणे तो सारे निर्विकारपणे पाहत होता. त्याचा चेहरा एकदम सुरकुतल्यासारखा झाला व त्याने दात आवळून धरले. डाव्या बाजूला सुई सलू लागली होती, ती खोलखोल जाऊ लागली. वारणाई, कृष्णा, मारुती व सगळ्यांभोवती जाळाची थरथरती लाल कड असल्याप्रमाणे त्याला दिसू लागले आणि त्याने छातीवर हात दाबून मान खाली घातली.

पुन्हा सापडला तर तंगडीच मोडून देईन, अशी तंबी देऊन मारुती निघून गेला. वारणाईने कृष्णाकडे पाहिले. अस्वस्थपणे चुळबुळ करीत तो एका पायावरून दुसऱ्या पायावर होत होता.

''मी तिथं गप्प उभा होतो आणि दुधीभोपळ्याचा वेल अंगावर पडला.'' कुणी विश्वास ठेवणार नाही हे माहीत असूनही कृष्णा आवेशाने सांगू लागला.

''पण तू त्यांच्या परसात कशाला गेला होतास मरायला?'' शकीने शरमून विचारले.

कृष्णा गप्प बसला. वेल कोसळत नव्हता. भोपळा तोडत असता मांडव मोडला होता. गिरणीच्या बाजूला भटाचे दुकान आहे, तेथे भाजी देखील मिळत असे. त्या दुकानात मागच्या बाजूने गेले की भट दुधीभोपळे, दोडकी यांना दोनचार आणे देत असे. परवा दिवशी दोडक्यांवर आलेल्या दोन आण्यांची कृष्णाने बटर बिस्किटे घेतली होती आणि दोनच्या सुट्टीनंतर सारा वेळ शाळा सुटेपर्यंत तो बाहेर चिंचेखाली बसून ती बिस्किटे कुरकुरीत समाधानाने खात होता.

वारणाईने तर एकदम हबकाच खाल्ला. ती ताडकन त्याच्या दिशेने उठली; पण लगेच तिने भिंतीचा आधार घेतला. खोकल्याने असहाय होऊन ती मटकन खाली बसली; पण खोकत असताही बटबटीत ओलसर डोळ्यांनी ती त्याच्याकडे पाहत होती. त्या डोळ्यांतील रागाने तिला जे काही सांगायचे होते ते सांगितले.

वारणाईने दणदणा चार ताटल्या आदळल्या व वाट्या मांडल्या. भाकऱ्या दुपारच्याच, त्यातल्या त्यात पातळशी भाकरी बघून तिने एका ताटलीत घातली व ती दुर्गीकडे सरकवली. ''चल ग दुर्गी, घ्या खाऊन.'' ती सगळ्यांनाच उद्देशून म्हणाली. वांग्याच्या फोडी असलेले लालसर पाणी तिने चुलीवरूनच सगळ्यांना वाढले. डांगराच्या पातेल्यात काळसर ताक ओतून तिने ते पातळसे केले व पानात थोडेथोडे ओतले आणि ती भिंतीला टेकून बसली. थोडा वेळ कुणी बोलले नाही. बाजूच्या घरातील लोक फिरायला जाऊन परत आले असावेत, कारण रेडिओ सुरू झाला होता. त्याबरोबर आवाजसुद्धा ऐकू आला, ''बाबा, बाळाला न्हाणीत न्यायचं आहे.'' ''आलो'' लगेच कुणीतरी तत्परतेने म्हणाले. शकी खिस्सदिशी हसली व वारणाईलाही गंमत वाटली. ''त्यांचं सगळंच अरिष्ट काम!'' ती म्हणाली.

बाजूच्या घरात आपटे नावाचा वजनेमापे तपासणारा इन्स्पेक्टर राहत होता. नवराबायको, दोघेही अगदी त्याच उंचीची, तशीच लठ्ठ. ही दोघे नसून घरात आल्यावर पातळ नेसणारी, बाहेर जाताना पँट घालणारी एकच व्यक्ती आहे असे शेजाऱ्यापाजाऱ्यांच्या मोलकरणी खिदळत एकमेकींना सांगत; पण बहुधा ते तसे नसावे. कारण घरात दीडदोन वर्षांचा मुलगा होता. त्याचे खाणेपिणे, कपडे घालणे, झोपणे या साऱ्याची पाचपाच मिनिटांनी सगळ्या बिऱ्हाडांना वर्दी मिळे आणि ती सारी कामे बाबाला करावी लागत. ''अहो बाबा, बाळाला आंघोळ घालायची आहे!'' स्वयंपाकघरातून लठ्ठ थुलथुलीत, लाडिक हाक यायची. मग हातातील वर्तमानपत्र, सिगरेट तशीच टाकून बाबा धावत स्वयंपाकघराकडे येई. ''पण बाबा, बाळाचा टॉवेल सोप्यालाच राहिला.'' पुन्हा सोप्यापर्यंत धावपळ. ''आणि तो बेबीसोप? माडीवरून नाहीच का आणला?'' जिन्यावर धडपड, धाडधाड आवाज व मग न्हाणीघरात हजेरी. फार सुखी कुटुंब होते ते! त्या घरात भांडणे झालेली कधी कुणी ऐकली नव्हती. बाई गोल नेसून शेपटा सोडणारी व पुस्तक समोर ठेवून वजनमापाने स्वयंपाक करणारी. एकदा तिने

थालीपीठ करायचे ठरवले. पीठ मळून पातेल्याला लावावे असे बिचाऱ्या पुस्तकाने सांगितले. मग बाबाने डब्यातून पीठ काढून मापून दिले, पातेले विसळले, कांदे चिरले, स्टोव्ह पेटवला, स्पिरीटची बाटली कपाटात ठेवली, थालीपीठ झाल्यावर काढण्यासाठी उलथने सज्ज ठेवले व 'बश्या मांड' शब्दांची वाट पाहत तो बसला. पण तो प्रसंग काही आला नाही व त्याचे बश्या विसळण्याचे काम वाचले. बाई कपबश्यांच्या बाबतीत अत्यंत काळजीपूर्वक वागत असे. चांगल्या बश्या मोलकरणीकडे दिल्या की त्यांचा चक्काचूर व्हायचाच, त्यामुळे त्या घरीच धुण्याबाबत तिचा कटाक्ष होता. बाईने स्टोव्हवर पातेले पालथे घातले व वर त्याच्या बुडावर सारे पीठ गिलाव्याप्रमाणे थापले. मोलकरणीने नंतर ते खरवडून काढताना पुस्तकात सांगितल्याप्रमाणे उलथने न वापरता खापरीच्या तुकड्यावरच काम भागवले.

ती मंडळी घरी आली व लगेच रेडिओ सुरू झालाच. 'या अलाला दिलही गया' असले कसलेतरी हुच्च गाणे सुरू झाले. शकीने लगेच त्यावर ताल धरला. जेवण झाल्यावर तर ती तेच गाणे मोठमोठ्याने गुणगुणू लागली. दुर्गीने वचावचा एक चूर भाकरी संपवली व ती उठली. कृष्णा भुकेने वखवखला होता. त्याने पटकन तिची भाकरी उचलली व एका सुरळीने तोंडात कोंबली. दाजी प्रथम आपल्या ताटलीकडे पाहतच राहिला. तीच भाकरी, तेच लालसर पाणी पाहून त्याच्या पोटात उमळून आले. त्या जून वांग्यांच्या बियांची तुरट चव त्याच्या जिभेत कायमची रुतून बसली होती. मऊमऊ ऊन भात असावा, त्यावर तूप, बरोबर लिंबाचे लोणचे आणि वर काकडीच्या फोडी तरंगत असलेली, खूप जिरे घातलेली कढी हे त्याला हवे होते. त्याने अर्धी भाकरी कशीबशी खाल्ली व वर पाणी ढोसून तो उठला.

वारणाईला आज काही नको होते. आताच तिची छाती भरून आल्यासारखे तिला वाटू लागले होते. रात्र झाली की पोटातून दडपत वरवर येत असे आणि त्यातून श्वास ओढून घेताना तिच्या बरगड्या तळमळत. तिने ताटल्या रचून कोपऱ्यात ठेवल्या. पचापचा पाणी मारून चुलीतील निखाऱ्याचा तुकडा न् तुकडा विझवला. ती तेथेच झोपत असे आणि तिचे अंथरूण चुलीपर्यंत येत असे. एकदा चुकून निखारा राहिला व चटई अर्धी जळून गेली. तेव्हापासून राख डिवचूनडिवचून कुठे लाल कण दिसतो की काय हे पाहणे तिचे त्या दिवसाचे शेवटचे महत्त्वाचे काम होऊन बसले होते.

आता सगळ्यांनी बाजल्यावरील कपड्यांच्या ढिगाजवळ गर्दी केली. दाजीने जाजम व चादर उचलली व तो बाहेर कट्ट्यावर आला. त्याने जाजमानेच कट्टा झटकला व तेथे तो अंग आखडून पडला. हजार ठिकाणी त्याला ठणक्याच्या वेदना होत होत्या. अंगाचे काही भाग काढून टाकून द्यावे असे त्याला त्यांचे ओझे वाटू लागले. खालची जमीन तर ओल्या गोणपाटासारखी होती. त्याने अंग अगदी आखडून घेऊन डोक्यावरून चादर ओढून घेतली. थोड्या वेळाने त्याला ग्लानी आली. ठिकठिकाणी ठसल्याने चमकणारी

वेदना अस्पष्ट झाली व तो चाफ्याच्या गजबज पानात हरवला.

वारणाईने निर्जीव हाताने एक गोणपाट अंथरले. तिने उशाला जुन्या कपड्यांचे एक मोठे गाठोडे घेतले. पालथी पडूनच ती जवळजवळ त्याला टेकूनच बसली. छातीवर थोडा दाब पडल्याने तिला थोडे बरे वाटले. आता या जागेवरून थोडे देखील हलू नये असे तिला वाटले. परंतु अद्याप लांबलचक काळी रात्र समोर ढकलायची आहे आणि आतडी तोडणारी खसखस हळूहळू जास्त चिवट होत आहे.

''शके, दिवा घालव ग झोपताना,'' घोगऱ्या आवाजात ती म्हणाली.

कृष्णाने आपले जाजम उचलले, तो ते त्याच्या हाताला ओलसर लागले. ''आई, माझ्या अंथरुणावर गळलंय. मग कशावर झोपू मी?'' तो ओरडला. ''घे की रे दुसरं काहीतरी. मी तर काय सांगणार माझी हाडं अंथर म्हणून?'' अगदी त्रस्त होऊन वारणाई म्हणाली, ''माझी चादर घे ही आणि पड आता.'' कृष्णाने तिच्या बाजूची चादर घेतली; पण तो उगाचच चुळबुळत राहिला. वारणाई आडवी झाल्यावर तो फळीजवळ गेला व त्याने पत्र्याचा डबा उघडून पाहिला. खरेच चुरमुरे संपले होते व खाली फक्त तिखटाची पूड उरली होती. त्याने डबा आदळला व चादर अस्ताव्यस्त पसरून तो कुशीवर पडला. दुर्गी नेहमी दरवाजाजवळ झोपत असे. तेथे दोन फळ्या टाकून त्यावर चटई टाकली, की त्यावर चांगले झोपता येत असे. ती आपली चटई व पांघरण्यासाठी एक जुनेरे घेऊन दरवाजाकडे चालली, तोच शकीने तिला थांबवले.

''दुर्गी, तुला ताप येतोय, तू झोपू नकोस दाराजवळ,'' ती प्रेमळपणे म्हणाली. ''मी झोपते इथं आजपासून.'' दुर्गी चमकली व संशयाने तिने शकीकडे पाहिले. तोवर शकीने फळ्या टाकल्या, दुर्गीच्या हातातील चटई घेऊन त्यावर पसरली आणि त्यावर बसली.

हातात जुनेरे घेऊन असहायपणे दुर्गी तशीच पाहत राहिली. ती एकदम अस्वस्थ झाली. ती शकीजवळ आली आणि म्हणाली, ''मला तापबीप काही येत नाही. मी माझ्या जागेवर झोपणार.'' जणू जीवनमरणाचा प्रश्न त्यावर अवलंबून असल्याप्रमाणे पाय आपटत ती हट्टाने म्हणाली.

''पण इथंच काय आहे एवढं? तू झोप की बाजल्यावर,'' तिच्याकडे पाहत निश्चयाने शकी म्हणाली. फार असहाय वाटल्यामुळे तर दुर्गीचा संताप वाढला. शकीच्या भरदार चेहऱ्यावर चांगली बोटे उमटतील असा प्रहार करावा असे तिला वाटले; परंतु तिचे दुबळे हात तसेच शिवशिवत राहिले. पुन्हा कानशिले तडतडू लागली. सारा रचलेला बेत एकदम उधळल्यामुळे ती घाबरली व काय करावे हे तिला समजेना.

''असं काय करतेस शकुन्,'' ती अगदी अजीजीने म्हणाली, ''दर बाबतीत कसला ग तुझा हट्ट! ऊठ, मला झोपू दे माझ्या जागेवर!''

शकीने उशी व्यवस्थित केली व ती पसरली देखील. ''जा ग, आत झोप जा. रात्र झालेय,'' ती जांभई देत म्हणाली व कुशीवर वळली.

संतापाचे अश्रू आवरत, पाय आपटत दुर्गी बाजल्याजवळ आली व तिने दणदिशी अंग टाकले. तोंडाखाली जुनेऱ्याचा गोळा ठेवून ती हुंदके देऊ लागली.

"शके, दिवा काढलास का?" वारणाईने पालथे पडूनच विचारले. तिला कुणी उत्तर दिले नाही. कृष्णा हलकेच कुशीवर वळला. खोकत वारणाई उठली, कृष्णाच्या पायाला ठेचाळून पुढे गेली आणि शकीच्या उशाजवळ खांबाला असलेला दिवा तिने घालवला व पुन्हा येऊन ती गाठोड्याला टेकून बसली.

आता तेथे सारे शांत झाले. थोड्या वेळाने दुर्गीचा उमाळा ओसरला व उष्ण कोरड्या डोळ्यांनी आढ्याकडे पाहत ती पडून राहिली. कृष्णाच्या पोटात अजून भूक मांजराप्रमाणे हिंडत होती. त्याने पाठीवर झोपण्याचा प्रयत्न केला तो साधत नाही, म्हणून तो डाव्या कुशीवर वळला; पण भूक काहीकेल्या आवरेना. वारणाईने उपवासाचे दाणे कुठल्यातरी डब्यात ठेवले होते व सारे डबे बाजल्याखाली होते. त्याने अंधारातच हात पुढे केला, तो एक लहान डबा धक्क्याने कोसळला व त्याचा खडखडाट एकदम फार मोठा वाटला. त्याने पटकन हात मागे घेतला व तो अंग चोरून पडला.

"सुरू झाले जळ्ळे उंदीर!" वारणाई स्वतःशीच मोठ्याने म्हणाली.

तिचा थोडा डोळा लागू लागला, तो कृष्णाला तहान लागली. पाणी वारणाई झोपली होती त्या कोपऱ्यात होते. कृष्णाने भांडे बुडवून घटाघटा आवाज केला व परतताना तो वारणाईला ठेचाळला.

"कारटं तरी!" विव्हळत वारणाई म्हणाली.

शेजारच्या रेडिओचे ओघळ अद्याप वाहत होते. दूर तालमीमध्ये सोंगट्या खेळणाऱ्यांचे ओरडणे मधूनच ऐकू येत होते. पण अंधारात एकेक आवाज बुडू लागले. सगळ्यांवर झोपेची झापड येऊ लागली. तोच एकदम धडालकन् आवाज झाला व वारणाई दचकून उठून बसली. कुणीतरी पत्र्यावर दगड मारला होता. मागल्या गल्लीतील आचरट कारटी दररोज हा खेळ करत. त्या आवाजाबरोबर दोनचार कुत्री वचावचा ओरडू लागली आणि रात्र फाटल्यासारखी झाली. पण सुदैवाने आज चारपाच दगडांवरच भागले व कुत्रीही कंटाळून गप्प झाली; पण वारणाईची झोप मात्र थोडा वेळ पूर्ण उडाली. मघाची ती सुखकारक जागा शोधत ती गाठोड्यावर सरकू लागली व मध्येमध्ये पाठ दाबू लागली.

त्या आवाजाने बाहेर दाजी उठून बसला. जागा झाल्यावर त्याला थंडीची शिरशिरी एकदम जाणवली व साऱ्या अंगावरून चाकूचे पाते हलकेच सरकल्याप्रमाणे तो थरथरला. त्याने उशाला ठेवलेला शर्ट अंगात घातला व विडी पेटवण्याचा प्रयत्न केला; पण चाफा समोर राक्षसाप्रमाणे उभा राहून आपल्या पानांनी काडीवर फुंकर टाकत होता. दाजीने तोंडावरून चादर घेतली व आत काडी ओढून विडी पेटवली. कुसकरल्यासारखा वेडावाकडा बसून तो झुरके घेऊ लागला.

रेडिओ अद्याप चालू होता. स्टेशनचे कार्यक्रम बंद होईपर्यंत तो चालूच असे; पण

सवयीने दाजीला त्यातही झोप येत असे; पण आता डाव्या बाजूची वेदना साऱ्या शरीरभर पसरली होती. हे सारे आकारहीन दुःख कुठे अडवावे, कुठे त्याला थांबवावे हे त्याला समजेना. त्याने उसे बदलले व विरुद्ध दिशेला डोके करून तो झोपला. गाण्याच्या कडा असलेल्या वाऱ्याच्या लाटा त्याला बडवत राहिल्या आणि त्याला अस्वस्थ झोप लागली.

दुर्गी त्या चाफ्याच्या अखंड सळसळण्याकडे कान देऊन पडली होती. त्याच्या फांद्या अतृप्त तळमळत असल्याप्रमाणे सारख्या हलत होत्या आणि सारखा कोरडा पाऊस पडत असल्याप्रमाणे पानांचा आवाज होत होता. त्यांच्या आवाजामुळे तिचे मन जडावले व डोळे अर्धवट मिटू लागले.

मघा तिला वाटले त्याप्रमाणे ती हळूच लक्ष्मणकडे गेली. नुसताच गंजीफ्रॉक घालून तो खोलीत बसला होता. ती आत गेली व एकदम त्याच्या गळ्यात हात घालून रडू लागली. ''आता कसं रे व्हायचं माझं?'' ती अस्पष्टपणे म्हणाली. त्याने हळुवारपणे तिच्या केसांवरून हात फिरवला. ''दुर्गी, तू वेडी आहेस की काय?'' तो म्हणाला, ''मी असताना तू घाबरतेस? मी तुला फसविण्यासाठी का हे सारं केलं? अग, मी मध्यंतरी पंधरा दिवस गावाला गेलो होतो म्हणून भेटलो नाही. मी काय इतका वाईट खाटीक आहे?'' त्याने तिच्या डोळ्यांत पाहिले व तिचा हात आपल्या हातात घेतला. ''पाहिलंस? काळजीनं तू अगदी वाळल्या भेंडीसारखी झाली आहेस. आता डोळे पूस आणि हस बघू!''

दुर्गी ओल्या डोळ्यांनी हसली व त्याला जास्तच बिलगली. ''तसं नव्हे रे. तू वाईट नाहीस. आहेस म्हटलं मी केव्हातरी?'' ती गहिवरून म्हणाली, ''पण मला फार भीती वाटते. आपण लग्न करून मोकळे होऊ.''

''म्हणजे बाईला स्वतंत्र घरदार मिळेल, होय की नाही? आणि सहासात महिन्यांत हेही झालं, की काय, मग मी कुठल्या झाडाचा पाला! आईमूल एकीकडे व आम्ही एकीकडे!'' तो हसला. ती देखील पूर्ण समाधानाने हसली. नेमके यासाठी तिला स्वतःचा संसार हवा होता.

तृप्तीची पंधरा मिनिटे. सुख तोडता येत नाही; पण ती प्रयत्नाने निघाली. ''पण केव्हा?'' तिने हलकेच विचारले.

''अग, तू ठरव दिवस आईला विचारून. आत्ताच करूया का त्या चाफ्याखाली?'' त्याने हसून विचारले व ती तरंगत परत आली. तिने हळूच दरवाजा उघडला व आत येऊन झोपली...

दुर्गीचे डोळे खाडकन उघडले. ती बाजल्यावर तळमळत होती. लक्ष्मणला भेटल्यावर सारे अगदी यासारखे व्हावे असे तिला वाटले. पण होईल का? तिला तगमग असह्य होऊ लागली. तिने कान देऊन ऐकले. वारणाईचा श्वासोच्छ्वास जाळीतून वारे

निसटल्याप्रमाणे होत होता; पण ती झोपली होती. कृष्णा अद्याप चुळबुळत होता. शेजारच्या घरातील रेडिओ बंद झाला होता; पण त्या मंडळींची हालचाल सुरू होती.

''बाबा, बाळाला झोपवायचं आहे माडीवर नेऊन,'' तो लाडिक आवाज आला.

''आलो,'' मागून नम्र उत्तर व त्यामागोमाग पावलांचा आवाज स्वयंपाकघरापर्यंत आला.

''खीर खीर म्हणून बाळाने हट्ट धरला, म्हणून केली कपभर; पण त्यानं बोट देखील लावलं नाही. शिवाय ही बटाट्याची भाजीसुद्धा उरली. आता काय करायचं?'' बाई म्हणाली. बाबाला विचार पडला असावा, कारण तो लगेच बोलला नाही.

''आता असं कर,'' तो म्हणाला, ''भाजी एका चपातीत गुंडाळून ठेव व सकाळी खीर चपाती देऊन टाक शेजारी.'' त्याने मुलाला उचलले असावे, कारण ते एकदम रडू लागले.

त्या आवाजाने वारणाई जागी झाली व शरमली. तिला एकदम वाटले, दाजीने ते शब्द ऐकले नाहीत ना? शेजारचे अन्न त्याला नकळत येत असे व मुलांतच वाटले जात असे. तिने काळजीपूर्वक ऐकले. दाजी झोपला होता. तिला त्यातल्या त्यात समाधान वाटले व ती पुन्हा झोपली.

कृष्णा मात्र एकदम खुलला. दडपून ठेवलेली भूक एकदम जागी झाली आणि ती रांगेत मांडून ठेवलेल्या चपात्या व खिरीची भांडी यावर खुशाल चरू लागली. हे सारे सकाळी देण्याऐवजी आत्ताच का देत नाहीत? मी स्वतः जाऊन आणतो हवे तर! तो अर्धवट उठलाही; पण शेजारच्या घरातील दिवे एकेक जात असल्याचा बटनांचा आवाज आला. दरवाजे बंद होऊ लागले व अखेर जिन्यावर पावले वाजली. इतका वेळ रेडिओ असल्यामुळे कंपित होत असलेले घर गोठल्याप्रमाणे शांत झाले. कृष्णाने अखेर निराशेने चादर तोंडावरून घेतली; पण तेथे फाटलेल्या जागेतून नाक बाहेर ठेवून तो उजाडण्याची वाट पाहू लागला. ती खीर शेवयांची होती. तिचा रंग केशरी होता व मधूनमधून बेदाणे येत आणि बाईला वाटले त्याप्रमाणे ती कपभर नव्हती, चांगली पातेलेभर होती, मोठे पातेलेभर! मग ती शकीने घेतली नाही, दुर्गीने नको म्हटले आणि आईचा तर उपवास होता... केशरी दाट खीर...

आता कुठेतरी कुरकुर आवाज सुरू झाला. सारे शांत झाल्यावर घुशीने आपले काम सुरू केले होते. आवाज कुठून येत होता कुणास ठाऊक; पण तो साऱ्या घरात पसरल्यासारखा वाटत होता. वारणाईचा खोकला सुरू झाला की तो पाचपाच मिनिटे टिके. अयो, अयो म्हणत ती चेहरा इकडेतिकडे टेके व थोडा वेळ धापा टाके. त्या अवधीत तटकन दोरा तोडल्याप्रमाणे तो कुरकुर आवाज थांबत होता. त्या आवाजाने आपले मन सारखे कुरतडत आहे असे दुर्गीला वाटू लागले. ती हलकेच उठली व पुढच्या दाराजवळ आली. दुसऱ्या दाराकडून पलीकडे जायला वाट होती; पण आता तेथे शकी

आहे. जर का तिला पाय लागला... पुढच्या बाजूला विहिरीजवळ भिंत कोसळली होती तेथून तिने जायचे ठरविले. तिने हळूच दाजीकडे पाहिले, काकणे वर चढविली व ती पलीकडे उतरली. भिंतीवरून मातीचा एक ढिकळा घसरला व दुर्गी वितळल्यासारखी झाली. ती झपाझपा पावले टाकत लक्ष्मणच्या खोलीजवळ आली. आत दिव्यावर दरवाजाच्या बाजूने काळा कागद लावला होता आणि आत कुणीतरी हलक्या आवाजात बोलत होते. मध्येच कुणीतरी हसले आणि दुर्गीचे आयुष्य फाटून गेले. तिने फटीतून पाहिले व तिचे अंग बधिर झाले. अद्याप तिचा विश्वास बसेना; पण दुसऱ्यांदा हसण्याने तिची खात्री झाली. ती शकीच होती व लक्ष्मणला बिलगून बसली होती. अर्धवट झोपेत असल्याप्रमाणे दुर्गी परतली. तिला वाटू लागले, मघाप्रमाणे आपली झोप उडणार, डोळे उघडणार. मग आपण बाजल्यावरच आहो हे पाहून आपले मन ओझ्याखालून निसटेल. पण तसे काही झाले नाही. येताना ती विहिरीजवळ क्षणभर रेंगाळली. आंधळ्या डोळ्यांच्या खोबणीप्रमाणे ती विहीर दिसली; पण तिचा ओलावा अंधारात झाकला होता. 'आई तू म्हटलं ना, की तू जिवंत असेपर्यंत मला विहिरीकडे पाठवणार नाहीस म्हणून! मग आता मला पदराखाली घाल. आता मला आयुष्य नाही.' ती आत आली व तिने मुद्दाम पाहिले. शकीचे अंथरूण रिकामे होते.

दुर्गी अंथरुणावर पडली. एकदम मर्मस्थळी प्रहार झाल्याप्रमाणे ती बधिर, असहाय होऊन गेली. कुरकुर, ओरबडण्याचा, पोखरण्याचा आवाज जास्त स्पष्ट होऊ लागला. वारणाईला दहा मिनिटांची उसंत मिळेना व खोकूनखोकून बरगड्या बाहेर फेकल्या जातात की काय, असा त्यांच्यावर ताण पडू लागला. ही रात्र केव्हा संपेल असे तिला होऊन गेले.

''दुर्गी उजाडलं काय ग?'' धापा टाकतच तिने विचारले. दुर्गीच्या कानावर ते शब्द चिंध्यांप्रमाणे पडले; पण एक शब्द उच्चारायचा म्हणजे ओझे ढकलल्यासारखे असे तिला वाटले व ती गप्प राहिली. कशाला उजाडायला हवे! रात्र अशीच लांब, कधी न संपणारी, आपला चेहरा इतरांना न दाखवणारी राहावी. ती मनातल्या मनात म्हणाली. कृष्णाचीही झोप चाळवल्यासारखी झाली. तो डोळे चोळत उठून बसला. ''उजाडलं आई?'' त्याने विचारले; परंतु वारणाई पुन्हा गुदमरून टाकणाऱ्या जाळ्यात अडकली होती. चिमूटभर श्वास संथपणे घ्यावा यासाठी धडपडत होती. कृष्णाने इकडेतिकडे पाहिले व काहीतरी पुटपुटत तो पुन्हा झोपला.

शकी केव्हा आली कुणास ठाऊक; पण ती शांत झोपली होती. सारे शरीर उष्ण उबदार झाल्याप्रमाणे सुखावली होती. तिचे पांघरूण पायाजवळ तसेच गोळा होऊन पडले होते. ते पांघरूण दाजीला चालले असते. थंडीने त्याचे अंग थरथरत होते. खालच्या जमिनीला हजार टेंगळे आहेत आणि ती नेमकी दुसऱ्या भागांना डिवचत आहेत असे त्याला वाटत होते. त्याने आतील शब्द अस्पष्ट ऐकले. तोंडावरून पांघरूण काढून

त्याने समोरील छपरावर पाहिले; पण तेथे गडद अंधार होता. त्याला त्यातल्या त्यात समाधान वाटले. निदान येथे पडता तर येते. उजाडले की पुन्हा खांद्यावर भारे, ते उचलताना दाभणासारख्या रेघा जळत आत चमकणार आणि डोळ्यांत पाणी येईपर्यंत खोलखोल जाणार. इतक्यात नको उजाडायला!

घुशीचे कुरकुरणे आता अखंडपणे चालू झाले. वारणाईचे खोकणे हे सतत चालायचेच, हे तिनेसुद्धा ओळखले. समोरील घराच्या छपरावरून मंजूचे अधीर कर्कश ओरडणे सुरू झाले. सारी रात्र आपल्या अणकुचीदार नखांनी फाडून चिंध्या करीत असल्याप्रमाणे ती ओरडत होती व त्यामुळे दुर्गीच्या मनावर ओरबडल्यासारखे होत होते.

पहाट व्हावी, पहाट होऊ नये या तालात रात्र आपल्याच गतीने सरकत होती. मंजूला पहाटेची उत्सुकता नव्हती. सारी रात्र जरी एक विशाल काळे मांजर असते, तरी ती त्याच्याशी खेळली असती, त्याला तिने झुलवले असते व क्रूर आनंदाने ती ओरडत राहिली असती. घुशीला रात्र हवी होती. गुलबासाची फुले मात्र श्रमून डोळे मिटण्यासाठी प्रकाशाची वाट पाहत, हिरव्या पानांत थरथरत होती. पहाट व्हावी, पहाट होऊ नये. कुरकुर, खोकल्याचा आवाज, कर्कश ओरडणे, संवेदना बधिर झालेले कोरडे जळणारे डोळे, लाल सुईसारख्या वेदना आणि उफाड्याचे शांतपणे झोपी गेलेले रसरशीत तृप्त मांस. पहाट व्हावी, पहाट होऊ नये...

पहाट झाली काय न झाली काय याची पर्वा नव्हती फक्त दोघांना. सतत हालणारा चाफा आणि त्याखाली साचलेले, कधीच न हलणारे हिरवट काळे पाणी. पहाट काय, रात्र काय, न शमणारी अखंड अस्वस्थता, कधीच न जळणारी चिरंतन मृतकळा. आणि पहाट?

दूर कुठेतरी, ही जर्जर असहाय भुकेली म्हातारी रात्र जाण्याची वाट पाहत ती सज्ज होऊन राहिली होती. तिला येण्याची घाई नाही; परंतु मागे रेंगाळत राहण्याचीही तिची तयारी नाही.

आणि हवी असो अगर नसो, पहाट ही होणारच!

रा क्ष स

आपले गांजेकस बटबटीत डोळे ताणून शंकरू सोनार शेगडीपुढे उकिडवा बसला होता व हातातील चिमट्याने कात्रीचे एकच पाते जाळावर हळूहळू गोल फिरवीत होता. त्या शेगडीचा लालसर प्रकाश त्याच्या रुंद ओबडधोबड चेहऱ्यावर पसरला होता. त्याने आपले केस बैराग्याप्रमाणे लांब ठेवले होते. आणि तो बहुतेक सारा वेळ एक तांबूस धोतर लुंगीप्रमाणे गुंडाळून गल्लीतून भटकत असे. त्याला पाहून म्हशी बुजत, व तो समोर आला की काम होत नाही असे समजून अनेक लोक माघारी फिरत.

धंद्याने सोनार खरा, पण त्याने कितीतरी महिन्यांत आजच शेगडी पेटवली होती. दीडदोन रुपयांच्या मजुरीसाठी तास न् तास ऐरणीसमोर बसायचे या आयुष्याने त्याचा जीव कातावून गेला होता. त्याने शेवटचे सोनारकाम केले ते वर्षा-दीडवर्षांपूर्वी. श्रीपाद भटाने गुंजगुंज जमवून केलेली पुरचुंडी, आणि राधाकाकूंनी नातवाला कटदोरा करण्यासाठी आणलेली चांदी शंकरूने विकून खाल्ली, व त्याने धंदा सोडला. त्याला आता कामासाठी ताबडतोब रोख व बराच पैसा मिळण्याचा मार्ग सापडला होता. त्याने आपले सारे सामान परसातल्या खोलीत भरले, व घर रिकामे केले. अंधार पडू लागला की तेथे गर्दी दिसू लागे. आजूबाजूच्या खेड्यांतील पाचसहा काळ्या, घट्ट मळलेल्या मांसाच्या, शेळीच्या वासाच्या बायका येत, चराचरा पान खात, आणि हिस्सदिशी हसून तोंडाला पदर लावत लाजल्याचा तमाशा करत. नंतर गवंडी-मजूर यांची वर्दळ सुरू होत असे. पत्त्याचे डाव पडत, काही वेळा लखकन चाकू बाहेर पडे. मग शंकरू दादाआप्पा करून त्यांना गप्प बसवे, पहाटे पहाटे पाचसहा नोटा चुरगळून लुंगीच्या कनवटीला लावून तो बाहेर पडे, आणि आपल्या खोलीत दहाबारापर्यंत रेड्यासारखा पडे. चांगले उजडायच्या आतच बायका निघून जात, आणि शेजारी सकाळी रांगोळी घालताना राधाकाकूंना आपल्या अंगणातून विड्यासिगरेटच्या थोटकांचा ढिगारा लोटून बाजूला करावा लागे.

हे सारे आरामात चालले होते. गणपा पोलिसाचा दर मात्र वाढला होता, पण शंकरूची त्याबद्दल तक्रार नव्हती, कारण धंदाही तसाच वाढला होता. पण दोनतीन महिन्यांपूर्वी अक्काबाईचा फेरा आला, आणि धंदा साफ मेला. त्या कारटीला कुणीतरी रिबनचा तुकडा देताच तिने वडावडा तोंड केले, आणि पोलिसांची धाड आली. आधीच गणपा पोलिसाने गुणगुण सांगितली होती म्हणून बरे, नाहीतर शंकरूच्या नशिबी पुन्हा हातोडाच आला असता. पण गिऱ्हाईक बिचकून गेले. एक महिन्यात तिकडे कुत्रे फिरकले नाही. त्या काळ्या बायका नंतर दोनचार दिवस आल्या, पण नंतर कंटाळून बंद झाल्या व पलीकडच्या गल्लीत सुणगाराकडे जमू लागल्या.

हा सारा त्या पांढऱ्या पायाच्या गुणीचा प्रताप! तिचे नाव मनात येताच शंकरूचे अंग तापल्यासारखे झाले. त्याची मुलगी पाचसहा महिन्यांपूर्वी मेली, आणि गुणीला कुणी नसल्यामुळे ती शंकरूकडे येऊन पडली. त्याने आपल्या मुलीलाही उद्देशून एक अत्यंत बीभत्स शिवी हासडली. कुणा गणागणपाचा हात धरून निघून गेली आणि लग्नानंतर दहा वर्षे तिने त्याचे नाव घेतले नाही आणि मेल्यावर सूड म्हणून या कारटीला येथे फेकून दिले. ही अवदसा घरी आल्यावर धंदा बसला आणि अन्नान्नदशा आली. पैसा हातात खेळत असता फेकलेली नाणी येशी कुत्र्याप्रमाणे गोळा करायची, पण आता नुसते जेवण पाठवायला कलकलाट करू लागली होती. महारमांग दारात पैशासाठी वचावचा ओरडू लागले आणि दररोज एक तरी भांडण घेऊन शंकरू घरी येऊ लागला.

आणि आजच सकाळी पुन्हा ही कारटी कुणा तिऱ्हाइताला घरी चिठ्या घेऊन येणाऱ्या माणसांची नावे सांगत होती! आकड्याच्या धंद्यात शंकरूला फारसे मिळत होते असे नाही. तेवढ्या पैशासाठी दरवेशाचे माकड काठीवरून उडाले नसते, पण नाही म्हटले तरी थोडा आधार होताच. तिला एकदा चांगली अद्दल घडवल्याखेरीज तिची जीभ सुधारायची नाही, असे शंकरूला वाटले, व त्याने रागाने कात्रीचे पाते पुन्हा फिरवले.

नुसतेच पुढे केलेले दार वाऱ्याने सारखे फटफटत होते. खरे म्हणजे त्याला कडी लावून ते कात्रीचे पाते अडकविल्याखेरीज ते घट्ट बसत नसे. पण त्या आवाजाने शंकरू जास्तच चिडला. पाते तसेच निखाऱ्यावर ठेवून तो उठला, व त्याने दरवाजावर धडाधडा दोन लाथा घातल्या व पुटपुटत परत येऊन तो पुन्हा शेगडीसमोर बसला. आता पाते जिभेप्रमाणे लालभडक झाले होते, व त्याची आग चिमट्यातूनही येऊन त्याची बोटे भाजू लागली होती. तो उठला, व धोतराच्या टोकाने घाम पुसत बाहेर आला.

गुणी बाहेरच घराला लागून असलेल्या देवळाच्या कट्ट्यावर बसली होती. तिच्या झिंज्या तर नेहमी सुटलेल्या असत. ती मान ताणून खाली काहीतरी उत्सुकतेने पाहत होती. तिची अशक्त, मळकट दोरीसारखी मान पाहून शंकरूची बोटे शिवशिवली. ती क्षणभर पसरली, व त्या गळ्यावर बसून अत्यंत त्वेषाने करकचू लागली. शेवटी हातांतील मांसाचा एकच चोथा झाला, त्याची बोटे चिकट झाली, आणि त्याचा रोखून धरलेला

श्वास सैलावला. त्याने हलकेच पुढे येऊन किंचित वाकून पाहिले. गुणीने कुठून तरी एक झुरळ आणले होते, व ते तिने तेथे जमलेल्या लाल मुंग्यांपुढे टाकले होते. मुंग्या सगळीकडून झोंबत असता ते सारखे आपले काटेरी पाय झडझडत होते. जर ते मध्येच झटक्याने सरळ झाले तर गुणी त्याला लागलीच पालथे करत होती. शंकरूने एकदम हाक मारली. गुणी घाबरून आकसल्यासारखी झाली व वाळक्या लिंबासारखा चेहरा वळवून त्याच्याकडे पाहू लागली.

"काय गुणे, म्हटलं काय चाललंय?" तो आणखी जवळ येत हसत म्हणाला. त्याचे ओठ ताणल्यासारखे वाटले. त्याचे पिवळसर दात घोड्याप्रमाणे रुंदट रानटी होते. इतक्या जवळ आल्यावर त्याचे अस्ताव्यस्त, केसाळ अंग कोसळून अंगावर पडते की काय असे वाटून गुणी मागे सरकली. "गुणे, तुला बांगड्या पाहिजे म्हणत होतीस नाही? आज आणल्या आहेत बघ तुला."

गुणी पटकन् उभी राहिली. त्याच्या बोलण्यावर तिचा विश्वास बसला नाही. तिने झिंज्या सावरत म्हटले, "होय? कुठं आहेत बघू?"

"अग, आत आहेत कपाटावर, चल ये की देतो," ओठ तसेच ठेवून शंकरू म्हणाला. पण आता उतावीळपणाने त्याचा आवाज चिडल्यासारखा होऊ लागला होता.

गुणी बिचकतच आत आली. शंकरूही मागोमाग आला व आत येताना त्याने दरवाजा ओढून घेतला. गुणी कपाटाजवळ येताच त्याने तिला मागून एकदम शेगडीकडे ढकलले. गुणी ओरडताच त्याने आपल्या जुन्या सायकल सीटसारखा हात तिच्या तोंडावर ठेवला व तिला घट्ट दाबून ठेवले. नंतर बाकावर व्यवस्थित बसून त्याने चिमट्याने कात्रीचे पाते उचलले, व इकडे तिकडे वळवून पाहत, घाई न करता ते त्याने गुणीच्या मनगटावर ठेवले व जोरात दाबून धरले.

चर्रदिशी आवाज होऊन गुणी उलटल्यासारखी झाली, पण त्याने तिच्या तोंडावरील हात बाजूला केला नाही. कात्रीचे पाते काळवंडताच ते कपाटावर टाकून दिले आणि चिमटा खाली ठेवला.

"आता पुन्हा कुणाजवळ तोंड वाजवलंस तर पुढल्या खेपेला जीभच जाळून टाकीन," तो म्हणाला, "कुत्र्यासारखे दोन घास खायचे, गप्प पडायचं, काय? जगात इतक्या विहिरी आहेत, इतके रोग आहेत, कुठंतरी जाऊन पट्‌दिशी मरतही नाही."

पण तेवढ्यात धडपड करून गुणीने तोंड मोकळे करून घेतले, व त्याचे एक बोट दातांत धरून तिने कडकडा चावले. शंकरू पटदिशी बाकावरून उडाला, व त्याने गुणीच्या हाडक्या चेहऱ्यावर जोराने प्रहार केला, त्यासरशी ती कोपऱ्यात जाऊन पडली. बोटावर फुंकर घालत तो खेकसला, "आणि हे बघ, आजपासून उलथ कुठंतरी. मी आल्यावर जर तू दिसलीस इथं, तर कातडी सोलून काढीन." बोटावर फुंकर घालतच तो बाहेर पडला.

मोठ्या, कोरड्या डोळ्यांनी निर्जीवपणे ते सारे गुणीने ऐकले. ती जवळ जवळ बेभानच होती, कारण हातावर अद्याप शेगडी जळत होती. तिने पटकन थुंकी काढली व डागावर पसरली, पण ती आग कमी होईना. जणू कात्रीचे पाते तसेच मांसात रुतून बसल्याप्रमाणे मनगटापासून कोपरापर्यंत लालभडक वण उमटला होता. ती सारखी फुंकर घालत बधिर होऊन बसली होती; पण आग विझेना. रडून डोळेदेखील कोरडे झाले, व पाय अवघडले. ती उठली व हात दाबत दाबत बाहेर आली. बाहेर कट्ट्यावर आता त्या झुरळाचा फक्त एक तुकडा उरला होता. त्याच्या काटेरी पायांपैकी दोनच शिल्लक राहिले होते, आणि तो उरलेला भागही चार-पाच मुंग्या नेटाने ओढत ओढत घेऊन जात होत्या. गुणीने तुकडा व मुंग्या यांवर पाय चिरडला, आणि ती चालू लागली. नकळत तिची पावले गोरीकडे वळली.

तेथून डांबरी रस्ता ओलांडला की समोरच गोरी होती. रस्त्यावरूनसुद्धा आतील झाडांमधून उंच उंच जुनाट थडगी दिसत. ती अतिशय जुनी असल्याने आता उपयोगात नव्हती. परंतु भिंतीत खिंडारे पाडून पोरांनी प्रवेशाची सोय करून ठेवली होती, कारण आत आंबे व जांभळे यांची खूप झाडे होती. काही वेळा गुराखी बाजूच्या मैदानावर म्हशी सोडून दुपारच्या वेळी थडग्यांच्या चौथऱ्यावर झोपत किंवा त्यांवर चढून आंबे-जांभळे काढत. सगळ्या थडग्यांवर हिरवट कळा होती, व अनेक ठिकाणी गवत आडदांड वाढले असून भर दुपारी सुद्धा तेथे किर्र आवाज होत असे. पूर्वी शंकरू घराबाहेर गेला की पुष्कळदा त्याच्या येण्याला दिक्कत नसे. मग गुणी तेथे तासन् तास भटकत हिंडे. आत त्या निर्जन हिरवट अंधारात येताच तिचे स्वतंत्र जग निर्माण होऊन त्यास भोवतालच्या भिंतीची टीप पडे, व तिला एकदम मुक्त वाटू लागे. आता तर ती जागा तिला अगदी घरासारखी वाटू लागली होती, व तिचा कोपरा न् कोपरा तिला ठाऊक झाला होता. डावीकडील कोपऱ्यात पिवळ्या लोकरीच्या गोळ्यासारखी फुले येणारे झाड होते. त्या फुलांचा वास घेतला की गुणीला आईच्या अंगाच्या वासाची आठवण होत असे. पण त्या झाडाला बोटाएवढे खिळ्याप्रमाणे वाटणारे काटे होते. त्या बाजूला चाफ्याचे झाड होते, पण त्याची फुले तर आभाळालाच चिकटल्यासारखी दिसत. पण तिला भयानक आकर्षण वाटे ते त्याच्या बुंध्यावरील केसुरकिड्यांचे. बोट बोटभर जाड असे काळे, लाल पट्ट्याचे, पांढरे असे शेकडो केसुरकिडे एकमेकांना अगदी चिकटून असत, व त्यामुळे बुंध्याभोवती रंगीबेरंगी कांबळ्याचा तुकडा गुंडाळल्यासारखा दिसे. मध्येच दहाबारा किडे अंग वळवत, घाईघाईने एकीकडून दुसरीकडे चालू लागत. त्या खरखरीत चित्रातील रंग बदलत, व त्या धडपडीत काही लहान केसुरकिडे खाली पडत. एकदा गुणीने मोठा काटा उचलून एका किड्यात टोचला, व तो अगदी डोळ्याजवळ धरून पाहिला. त्याचे केस टाचण्यांसारखे वाटले, व डोळे आपल्याकडेच अगदी रोखून पाहत आहेत असा तिला भास झाला. तिचे अंग एकदम शहारले, व काटा फेकून देण्यासाठी

तिने हात उचलला. इतक्यात तो किडा मागचे पुढचे भाग टोचलेल्या जागेच्या दोन्ही बाजूला लयबद्ध रितीने हलवू लागला. गुणी एकदम हसली. तिने आणखी तीनचार किडे गोळा केले, व त्याच काट्यावर एकावर एक असे टोचले. थोड्याच वेळात ते सगळे एकदम त्याच पद्धतीने हलू लागले. ते पाहून तर ती एका चौथऱ्यावर लोळून खिदळू लागली होती. जांभळाच्या झाडाखाली पिकून फुटलेल्या जांभळांचा सडा असे, व त्यांत काळ्या गाठीगाठींचे डोंगळे हिंडत. गोरीच्या आतल्या बाजूला आणखी एक भाग होता व त्याचे लोखंडी गेट नेहमी कुलूप लावून बंद असे. पण बाहेरून एक खोली, एक मोडकी ढकलगाडी, आणि गडद हिरवा अंधार यांखेरीज काही दिसत नसे. पण तेथे तर राहोच पण त्या अलीकडील मनोऱ्यासारख्या थडग्याजवळ जायला तिला भीती वाटे. कारण तेथे ती एकदा गेली असता गवतातून एक लालसर निळा सरडा सुळकन् पुढे आला होता. पुढील पाय उंचावून त्याने तिच्याकडे असे पाहिले होते, की तिला वाटले, तो 'हं, तूच काय ती गुणी!' असे म्हणत होता. तिच्या पोटात भीतीने पसाभर खळगा पडला, व ती धावत भिंतीच्या खिंडाराजवळ कशी आली हे तिलाच समजले नव्हते.

गुणी हातावर सारखी जीभ फिरवत तेथे आली व भिंतीतल्या एका लहान भगदाडातून वाकून आत शिरली. एक लाल बस डांबरी रस्त्यावरून गेली आणि जाताना तिने बाहेरचे गलबल्याचे जग कातरून टाकल्याप्रमाणे आत एकदम शांत, हिरवेगार झाले. आपण आत येताच साऱ्या थडग्यांनी आपल्याकडे वळून पाहिले असे तिला वाटले. पायाखालचे गवत थंडगार वाटत होते व त्यामुळे तर हातावरील आग जास्तच भाजणारी वाटत होती. ती आंब्याच्या झाडाखाली असलेल्या चौथऱ्यासारख्या थडग्याजवळ आली, आणि तेथे तिने अंग पसरले. वरती हिरवी छत्री उघडल्याप्रमाणे फांद्या पसरल्या, व त्या हलल्या की पाने घोळक्याप्रमाणे एकत्र येऊन आपल्याला खुणावतात असे तिला वाटू लागले. त्यामधून दिसणारे आभाळ ओघळत येऊन खाली आले. आता नुसता हात वर केला की ते हाताला लागेल असे वाटून ती हसली. पण हात अद्यापही जळत होता, व तो थोडादेखील हलवण्याची तिची इच्छा नव्हती. इतक्यात पटदिशी आवाज आला व ती उत्सुकतेने उठून बसली. कुठेतरी आंबा पडला होता. आजूबाजूचे गवत पायाने फिस्कारत तिने पाहिले, तो तो जवळच पडला होता. पण दगडावर पडल्याने तो चिरला होता. तिने तो उचलला व अधाशीपणाने त्यात दात रोवले. त्या आंबट चवीने दात रिवरिवताच तिला एकदम थरारल्यासारखे वाटले. आतली कोय अद्याप कवळीच होती. तिने ती फोडली, व हातावर डागाला लावली, आणि त्या थंड स्पर्शाने तिला थोडा वेळ बरे वाटले.

पण लगेच तिला कंटाळा आला, व काय करावे हे समजेना. तिला जाताना शंकरूने म्हटलेले शब्द आठवले. पण आता जायचे तरी कुठे? ती येसूबाई तर सारखी हिडीसफिडीसच करायची. आपल्या गावी परत जायचे म्हणजे तरी कसे? त्या गावाच्या

नावाखेरीज तिला काहीच माहीत नव्हते. तिला इतकेच माहीत होते की, रुमाल बांधलेल्या रामूकाका नावाच्या माणसाने आपणाला येथे आणून टाकले व तो येथे घोटभर पाणीही न घेता निघून गेला. शिवाय आता तेथे आईही नाही. तीदेखील तिला गुरासारखी बदडत असे, पण तिने असे कधी हाकलून घातले नव्हते! गुणीला काय करायचे समजेना, व रात्री कुठे जायचे हा प्रश्न तिला इतका भेडसावू लागला की, ती जवळ जवळ रडण्याच्या बेतात आली. येथेच जर रात्री झोपले तर मात्र फार भीती वाटणार असे तिला वाटले व ती त्या कल्पनेनेच चरकली. पण निदान सध्यातरी काही भीती नाही याचे तिला हायसे वाटले. ठिकठिकाणी सूर्यप्रकाशाचे तुकडे पडले होते. गवतातून येणारा किर्र आवाज तर नेहमीचाच होता. तोच तिचे लक्ष चौथऱ्याच्या कडेला गेले व सारे भयानक विचार तिच्या मनातून नाहीसे झाले. तेथून एक गोगलगाय चिकट पांढरी रेषा ओढत पुढे चालली होती. गुणीने तिला एका काटकीने स्पर्श करताच शिंगे आत गेली, व ती शिंपल्यात नाहीशी झाली. तिने तो शिंपला ढकलत ढकलत दुसऱ्या एका गोगलगाईजवळ आणला. तिला वाटले, आता ह्या दोघींत भांडण होणार, त्या एकमेकीला फाडणार. पण बराच वेळ झाला तरी काही होईना. काही तरी व्हावे म्हणून तिने डिवचताच त्या पुन्हा शिंपल्यात जाऊन बसत. गुणी चिडून गेली. तिने एक दगड उचलला, व टचाटचा ते शिंपले ठेचून काढले. त्यांचा बुकणा झाला, व घाणेरड्या चिकचिकाटात रुतून बसला.

तिच्या बाजूलाच कुणीतरी हसले व गुणी घाबरून टुणकन उभी राहिली. तिच्या बाजूला जो माणूस उभा होता तो केव्हा आला होता हे तिला समजलेच नाही; कारण गवतात त्याच्या बुटांचा आवाज झाला नाही. त्याचा पोषाख स्वच्छ होता, व हातात वेताची छडी होती, ती तो चाळा म्हणून बुटावर आपटत होता. तेथे येऊन तो बराच वेळ पाहत उभा असावा; कारण तो हसत होता. त्याचे पुढील दोन दात सोन्याचे होते व तो हसला की ते झक्कन् चमकत होते.

"तर काय!" तिच्याकडे कौतुकाने पाहत तो म्हणाला, "इतका वेळ झाला तरी भांडत नाहीत म्हणजे काय?"

आपणही त्याच्याशी बोलावे काय हे प्रथम तिला समजेना, व ती थाडा वेळ भेदरून बसली. तोच तिला हाताची आग जाणवली, व तिने त्यावर ओलसर जीभ फिरवली. "भाजलं वाटतं तुला त्यानं?" किंचित खाली वाकून त्याने विचारले व तो पुन्हा हसला. त्याच्या डोक्याला फार आकर्षक वास येत होता. शंकरूने तिला डागले हे त्याला आधीच माहीत असावे, कारण ती काही तरी बोलावी म्हणूनच विचारावे अशा तऱ्हेने त्याने विचारले होते. गुणीने फक्त मान हलवली. त्याने छडी उगाचच हवेत फिरवली, व झाडाच्या एका खालच्या फांदीची दोनचार पाने फाडून टाकली. नंतर त्याने लोखंडी गेटकडे बोट दाखवले, व म्हटले, "चल, आपण तिथं जाऊ पलीकडे. तिथं जांभळाची झाडं फार छान आहेत."

गुणी घाबरली, कारण ती त्या भागात कधीच गेली नव्हती. पण तेथल्या दाट हिरव्या अंधाराविषयी तिच्या मनात एकदम उत्सुकता निर्माण झाली. ''पण त्या दाराला कुलूप आहे की!'' ती म्हणाली. त्याने खिशातून लगेच एक जाडजूड चिपट्यासारखी किल्ली काढली व ती तिच्यापुढे हलवत तो हसला. गुणी बिचकत त्याच्या मागोमाग चालू लागली. गेटचे कुलूप काढताच दार करकरत वळले व स्वत:च्याच वजनाने मागे भिंतीवर आदळले. त्या करकरण्याबरोबर आतून कुठून तरी कुत्र्याचे ओरडणे ऐकू आले व गुणी एकदम त्या माणसाच्या जवळ येऊन चालू लागली!

''तुला पेपरमिंट पाहिजे?'' त्याने चालता चालता विचारले, व खिशात हात घालून चारसहा रंगीबेरंगी गोळ्या काढल्या. गुणीने चटकन् हात पुढे केला, पण त्यांचा स्पर्श होताच तिला पाठीत कुणी तरी लाथ हाणल्यासारखे झाले, व तिचा हात मागे आला. दोन महिन्यांपूर्वी शंकरूला विड्या आणण्यासाठी ती भैरूच्या दुकानी गेली होती. त्या वेळी त्याचे लक्ष नाहीसे पाहून तिने गप्पकन पेपरमिंटच्या बरणीत हात घातला होता. त्या वेळी भैरूने मागून अशीच करकचून लाथ घातली होती. पण नाही. तिने हात पुढे करताच त्या माणसाने गोळ्या पटकन मागे घेतल्या नव्हत्या. तिचा प्रथम विश्वास बसेना. तिने एकेक गोळी उचलून गोल फिरवून पाहिली, व शेवटी दोन हिरव्या व एक लालभडक अशा गोळ्या निवडल्या. पुन्हा विचार करून तिने मांजराच्या डोळ्यांसारखी दिसणारी आणखी एक गोळी घेतली व ती हसली.

ते आता बरेच आत आले होते. बाजूला जांभळाचे झाड होते. पण त्यावरील काळे ठिपके अगदी उंच होते. त्या माणसाने एक फांदी धरून ओढली, व सारे झाडच ओणवे झाले. त्याने एक घोस तोडला व गुणीला दिला. ''अव्वा!'' म्हणत तिने आश्चर्याने तोंडावर हातच ठेवला. एवढे मोठे झाड पण त्याने तारेसारखे वाकवले! ती त्याच्याकडे मोठ्या डोळ्यांनी पाहू लागताच तो मोठ्याने हसू लागला.

''तुला साप बघायचा आहे?'' हसणे थांबवत तो म्हणाला, ''तो समोर दगड आहे ना? त्याखाली साप आहे. बघ, उचल तरी.''

''नको साप. चावेल की तो मला,'' पटकन एका थडग्यावर चढत गुणी म्हणाली. पण तेथे खरोखरच साप आहे की काय हे पाहण्याची शहारे आणणारी उत्सुकता तिच्या मनात आली. ''पाहिजे तर तुम्ही काढा दगड, मी साप पाहते,'' भीत भीत ती म्हणाली.

''पण तो चावणार नाही. माझी छडी आहे की,'' तो म्हणाला, परंतु तो पुढे झाला व त्याने बुटाने दगड बाजूला केला व परत गुणीजवळ येऊन उभा राहिला. किंचित मागेच राहून जांभूळ न चोखता तोंड गप्प ठेवून गुणी पाहू लागली.

दगडाखाली खरोखरच दोनतीन वेटोळ्यांचा साप होता. वरचा दगड गेल्यावर तो हळूहळू लांब होऊ लागला व त्यांच्याकडे येऊ लागला. मध्येच त्याने एकदा काळसर जीभ पटकन् काढली. तो त्या माणसाच्या बुटाजवळ आला व त्याने तोंड उचलले. तो

आता चावणार असं वाटून गुणी ओरडली. पण त्याने पाऊल न हालवताच वेगाने त्याच्यावर छडी मारली. हिरवट काळ्या रंगाचा पट्टा जाऊन त्या जागी खालचे फिकट पांढरे अंग दाखवत साप उलथला. त्याचे तो छडीवर उचलला व गवतात भिरकावून दिला.

''बघ कशी आहे माझी छडी,'' तो म्हणाला, ''तू उगीच घाबरतेस. असं घाबरून चालत नाही. बराय, चला आता. त्या कोपऱ्यात डाळिंबाचं झाड आहे, त्याला डाळिंब आहे काय पाहू.''

गुणीने आपण होऊन उत्साहाने त्याचा हात धरला, व ते चालू लागले. मध्येच तिने जांभळांनी निळसर झालेली जीभ बाहेर काढली व सापाच्या जिभेप्रमाणे हलवून ती हसली. त्याचे बुटावर छडी आपटणे चालू होते व तो मधूनमधून शीळ वाजवत होता. मध्येच एका झुडपाआडून एक हडकुळे, लूत भरलेले कुत्रे एकदम पुढे आले व वस्कन् गुणीवर ओरडले. त्याने तिच्या झग्याचे टोक ओढण्याचा प्रयत्न केला. ती धावत दुसऱ्या बाजूला गेली व त्याच्या पायांना मिठी मारून उभी राहिली. तरी तिच्या झग्याचा एक तुकडा टरकावला जाऊन लांबत होता व त्याचे नख पायाला ओरबाडून दोऱ्याएवढी रेषा रक्त दाखवीत होती. त्या माणसाच्या हातातील छडी बघताच कुत्रे तेथेच दबून बसले व ओलसर जीभ दाखवू लागले.

''बघ, तुला ओरबाडून टाकणार होतं ते कुत्रं,'' तेथल्या एका चौथाऱ्यावर बसत तो म्हणाला, ''त्यानं तुझ्या पायातून रक्त काढलं. आता तू काय करणार त्याला?''

''मी काय करणार?'' अंग चोरत गुणी म्हणाली. तिची भीती अद्याप कमी झाली नव्हती.

''पुन्हा येईल ते अंगावर. नाहीतर त्याच्या डोक्यात दगडच घातला असता.'' ती घाबरली तर होतीच. पण असल्या डाग डाग पडलेल्या घाणेरड्या कुत्र्याने आपणाला अगदी बेधडक ओरबडावे याचा तिला रागही आला होता.

''छट्, दगड घालून काय होणार?'' मान हलवत तो म्हणाला, ''मरेल झालं ते पटकन. त्यात काही विशेष नाही. आपण मरत आहो हे त्याला समजलं पाहिजे. इतकं सावकाश त्याला मारलं पाहिजे.''

''पण करणार काय मी! ते येईल की पुन्हा अंगावर,'' साऱ्या अंगभर कसेबसे पुरवलेल्या कातड्यात कुत्र्याचा हाडाचा भाता लहान मोठा होत होता, त्याकडे पाहत गुणी म्हणाली. त्याच्या वेडसर डोळ्यांत दोन मोठे काटे टचदिशी टोचावे असे तिला वाटले, पण त्याच्या दातांकडे पाहून तिचे पाय हलेनात. पण तो माणूस उठला व त्याने छडी अतिशय जोराने कुत्र्याच्या नाकावर हाणली. ते त्यामुळे आडवेच झाले, त्याच्या तोंडाला फेस आला, व ते हिसक्याहिसक्याने अंग झटकू लागले.

''मेलं नाही ते. पण थोडा वेळ ते काही करणार नाही तुला. मग आता काय

करणार?'' त्या माणसाने तिला विचारले. पण ती गोंधळून नखे चावत उभी राहिली... आता आपण तेथून एकदम निघून जावे असेही तिला वाटू लागले. पण आता होणार तरी काय, हे पाहण्याची उत्सुकता तिला जाऊ देईना.

"तुम्हीच करा त्याला काही तरी," ती म्हणाली.

"बराय, मी तुला आधी दाखवतो, मग तू कर," तो हसून म्हणाला. त्याने वेताची छडी बाजूला ठेवली व शर्टाच्या आत हात घालून त्याने एक सुरी बाहेर काढली. त्याने बटन दाबताच सूर्यकिरणाप्रमाणे लखलखीत असे हातभर पाते चक्कन् पुढे आले. त्याने अभिमानाने तिच्या दोन्ही कडांवर हलकाच अंगठा फिरवला, व 'आता गंमत पाहा हं,' म्हणत तो खाली चवड्यांवर बसला.

त्याने कुत्र्याच्या जबड्याखाली चाचपून पाहिले. हाताला मऊ जागा लागताच त्याने सुरीचे पाते आत खुपसून थोडे वळवले न नंतर ते सर्रकन मागे काढून तो उभा राहिला. एकदम भीतीने गुणी गप्प झाली. सुरी शिरली त्या ठिकाणाहून रक्ताचा एक पट्टाच सुटून बाहेर आला, व खाली थोडा वेळ साचून गवतावर पसरू लागला. कुत्र्याची मान ताणल्यासारखी झाली, व आता त्याच्या पायाचे झटके मेंगुळले.

"आता तू घे ही सुरी. तुझ्या पायाचं रक्त काढलंय त्यानं. माझ्या नाही," किंचित हसून तो माणूस म्हणाला व त्याने सुरी गुणीपुढे केली. भीत भीतच गुणीने सुरी हातात घेतली व ती तिच्याकडे गुंगून पाहू लागली. तिची मूठ झगझगीत असून तिच्यावर संतापलेल्या डोळ्यांप्रमाणे दोन लाल खडे बसवले होते, व त्यांमध्ये बटनासाठी एक सोनेरी चौकोन होता, तो तर त्या माणसाच्या चकाकणाऱ्या दातांप्रमाणे होता. पण सर्वांत भीषण सौंदर्य होते ते तिच्या धारदार कडांत हात जरा हलवताच त्यांच्यावर प्रकाश झर्रकन सरके, आणि दोन्ही कडा जेथे मिळाल्या होत्या त्या निमुळत्या टोकावर तर आता ठिणगीच पडते की काय असे वाटे. आता टोकावरून रक्त ठिबकत असल्यामुळे ओलसर लाल ठिणग्या निघतच आहेत असा कदाचित भास झालाही असता. तिने सुरी हातात घट्ट धरली, व त्याच्याकडे पाहिले. तो हसला नाही. त्याने मुकाट्याने कुत्र्याकडे बोट दाखविले व तो बुटावर टकटक छडी आपटू लागला.

गुणी कुत्र्याजवळ आली. पण त्याने मध्येच पाय झटकताच ती मागे सरकली. पण त्या माणसाने तिच्या खांद्याला धरून तिला पुढे ढकलले. ती खाली वाकली व तिने सुरीचे टोक कुत्र्याच्या पोटावर टेकले.

"आँ आँ, तेथे नाही. तिथं तर सारी हाडंच असतात. जरा खाली मऊ भाग दिसतो ना, तिथं," तो माणूस म्हणाला. आता तो किंचित हसला, व त्याचे दात चमकले. ते जणू बटनाप्रमाणे दाबल्यामुळे त्याचे सुरीसारखे हसणे बाहेर आले होते. गुणीने सुरी पोटावर ठेवली व निश्चयाने आत खुपसली. पण एवढ्या बळाची काहीसुद्धा जरुरी नव्हती. ती तीक्ष्ण धारेने अशी सहज आत शिरली की तिच्या मार्गात काहीही आड येऊ शकले नाही.

आता आत्मविश्वासाने गुणी खाली बसली. तिच्या अंगात नवाच उत्साह आला. तिने आणखी एका ठिकाणी ती खुपसली; व मूठ दोन्ही हातात धरून वर्तुळाकार फिरवली. एखादा कागद कापत जावा त्याप्रमाणे सुरी हिंडली व काळसर लाल अशा मांसाचा लबेदाच बळक्कन् बाहेर पडला.

लाल झालेली सुरी घेऊन गुणी उभी राहिली. बोटांमध्ये असलेल्या सुरीमुळे तिला एकदम जिवंत झाल्याप्रमाणे वाटू लागले. त्या कुत्र्याने दोराभर रक्त काढले, आणि आता बघा! त्याची आतडीच बाहेर येऊन पडली आहेत! तिला त्या नव्या सामर्थ्याच्या धुंदीत जळता हात, शंकरूने दिलेली धमकी या साऱ्या गोष्टी क्षुद्र वाटल्या व किंचित हसून तिने त्या माणसाकडे पाहिले. तोही हसला होता व सुरी परत घेण्यासाठी त्याने हात पुढे केला होता. गुणीने पुन्हा खाली बसून त्या कुत्र्याच्या अंगावर जेथे केस होते तेथे उलथीपालथी करून सुरी पुसली. पण ती सुरी मात्र परत करेना. आता तिला नवा मार्ग सापडला होता, व ती तो हातून सोडायला तयार नव्हती.

''मला देऊन टाका की सुरी,'' तिने म्हटले, ''राहू दे मला ती.''

''अगं, तुला काय करायची ती?'' हात मागे न घेता तो म्हणाला, ''तुला कधी लागलीच तर मिळेलच ती त्या वेळी.''

''पण त्या वेळी तुम्ही कुठं भेटणार? तुमचं घर काही माहीत नाही मला,'' हिरमुसून हावरेपणाने त्या पात्याकडे पाहत गुणी म्हणाली. त्या माणसाने सुरी तिच्याकडून घेतली व पाते मिटवले. ''घरदार कशाला माहीत पाहिजे? तुला हवी त्या वेळी ती मिळाली की झालं. चल आता, अंधार होईल. कावळ्यांना इथं चांगलं जेवण मिळणार.''

ते तेथून निघाले. कुत्र्याची तडफड आता केव्हाच थांबली होती. आणि त्याचे भयानक वाटणारे दात आता निर्जीव उघडे पडले होते. भयानकता आणि ही निर्जीवता यांत फक्त सुरीच्या एका वळशाचाच फरक होता. त्याच्या गळ्याभोवती साचलेल्या काळसर वर्तुळाभोवती ओल्या कडेने पाण्यासाठी तलावावर जमलेल्या बायकांप्रमाणे मुंग्या लागल्या होत्या, आणि वर झाडात एखाददुसऱ्या कावळ्याचे काटेरी ओरडणेही ऐकू येऊ लागले होते. गुणी ऐटीत चालू लागली. जणू तिच्या आयुष्यातील हिरवाकाळा साप तिने मारून टाकला होता. डाळिंबाच्या झाडाकडे आपण चाललो होतो याचा तिला विसर पडला. जांभळे चोखून बिया थुंकत त्या माणसाबरोबर ती गेटपाशी आली. ती बाहेर आली, पण तो माणूस तेथेच आतल्या बाजूला राहिला. त्याने हिसका देऊन गेट लावून घेतले, आणि कुलूप लावत त्याने तिच्याकडे हसून पाहिले.

''म्हणजे तुम्ही येत नाही बाहेर?'' गुणीने आश्चर्याने विचारले.

''छट्, माझा रस्ता इकडे. मी इकडून जातो,'' तो म्हणाला, ''आता कधी कुठल्या कुत्र्याला घाबरू नको.''

''येऊ दे तरी ते आता, त्याचे पायच कापते,'' गुणी जोराने म्हणाली. तिची बोटे

काल्पनिक सुरीवर घट्ट झाली, व तिने दात आवळून धरले. ''मला ती सुरी देऊन टाका की!''

''तुला पाहिजे त्या वेळी ती खात्रीने मिळेल. तू जा आता घरी,'' तो माणूस म्हणाला व जाण्यासाठी वळला. जाता जाता तो बुटावर छडी आपटत होता व आवाज थोडा वेळ गवताची सळसळ, कावळ्याचे ओरडणे यांतून ऐकू येत होता. गुणीला वाटले, एकदा जाऊन त्याला विचारावे पुन्हा केव्हा भेटणार? पुन्हा पेपरमिंटी आणणार? तिने मागे वळून पाहिले देखील. पण तो आवाज एकदम थांबला होता व जणू ते चित्र कुणीतरी स्वच्छ पुसून टाकल्याप्रमाणे तो माणूस दिसेनासा झाला होता. स्तब्ध उभी झाडे, लाटेलाटेने हलणारे गवत, व त्या साऱ्यांत कुत्र्याच्या अंगावरील काळ्याकाळ्या डागाप्रमाणे थडग्यांचे चौथरे एवढेच दिसत होते. छे, चुकलेच आपले! आधीच विचारायला पाहिजे होते, असे तिला वाटले, व ती चालू लागली. भिंतीतील खिंडारातून बाहेर पडताच आत्तापर्यंत दूर राहिलेला बाहेरच्या जगाचा गोंधळ वाट पाहत टपूनच राहिल्याप्रमाणे तिच्यावर आदळला. पुन्हा एक लाल बस गेली. दूर निळे पांढरे दिवे पेटू लागले होते.

ती घराकडे आली त्या वेळी दरवाजा अर्धवट उघडा होता. ते पाहून क्षणभर तिचे हातपाय पिठाचे असल्याप्रमाणे झाले, व तिने गप्पकन तोंडावर हात ठेवला, पण लगेच तिची बोटे घट्ट आवळून त्यांची मूठ झाली. तिच्या मनातील भीती नाहीशी झाली, व ती धैर्याने पण हलक्या पावलांनी आत आली. शंकरू बाहेरून आला होता, व तसाच उघडाबंब खाटेवर पडून घोरत होता. त्याला रात्री दहाअकरा वाजता उठून पुन्हा भटकायचे असे, त्यामुळे तो संध्याकाळी झोपत असे. गुणी हलक्या पावलाने हिंडू लागली. तिने अल्युमिनियमच्या पातेल्यातील भाकरी ओच्यात घेतली, जाजमाचे फटकुरे व चादर यांची गुंडाळी करून दारात ठेवली. आज रात्री देवळाच्या कट्ट्यावर झोपायला तरी कुणाची भीती नाही, बाकी उद्या पाहता येईल! तिने शंकरू जागा आहे की काय हे हळूच पाहिले. तो घोरत होता, व त्याच्या नाकपुड्या सारख्या फेंदारत होत्या. त्याचे मांसाच्या करपल्या ढिगासारखे दिसणारे पोटही वरखाली हलत होते. त्या काळ्या शरीराकडे पाहताच तिच्या हातावरील आग एकदम जागी झाली. जेथून त्याचे पोट सुरू झाले होते, तेथे त्याची हाडे संपली असावी; खाली मोठ्या डेऱ्याप्रमाणे सारे बिनदिक्कत, मोकळे, लगदा भरलेले; पण तिचे लक्ष गुंतून राहिले ते गळ्याखाली असलेल्या पैशाएवढ्या खोलगट जागेकडे. मधूनमधून तेथे देखील हालचाल होती. शंकरू झोपेत मधूनमधून कुत्र्याप्रमाणे हातपाय हलवत होता. खरेच, शंकरूचा चेहरा कुत्र्यासारखा होता. त्याची वाढलेली दाढी लूत भरल्यासारखी होती! ती हलक्या पावलांनी शंकरूजवळ आली. तिची छाती धडधडू लागली, व हातावरील आग साऱ्या अंगभर पसरली. गळ्याखाली थरथरणारा भाग, हाडे संपताच दिसणारे मोठे मोकळे पोट! या साऱ्यामुळे ती खिळून गेल्याप्रमाणे शंकरूकडे पाहू लागली. त्यांच्यावरील तिचा ताबा

पूर्णपणे सुटल्याप्रमाणे तिच्या हाताची बोटे उघडमीट करू लागली. कपाटावर हात ठेवून ती ताणलेल्या डोळ्यांनी त्याच्याकडे पाहतच राहिली. पण कपाटावर हात ठेवताच काहीतरी सरकले व ते खाली पडून आवाज होणार तोच घाई करून गुणीने ते आपल्या चिकट हातात धरले.

असा किती वेळ गेला कुणास ठाऊक! पण तो ताण गेल्यावर तिला दमल्यासारखे वाटले. भाकरी ओच्यात घेऊन तिने जाजमाची गुंडाळी काखेत घेतली, व देवळाच्या कट्ट्यावर येऊन तिने अंग पसरले. रात्री उघड्यावरील थंड वाऱ्याने तिला सारखे काकडल्यासारखे होत होते. थोडा डोळा लागतो न लागतो तोच तिला आपले फाटले पोट घेऊन रस्त्यावर ओला पट्टा ओढत आपल्यामागे धावत असलेले कुत्रे दिसे, छडीचा हिरवट काळा साप झाल्यासारखे वाटे, किंवा मानेवर केसुरकिडे हुळहुळत. काही गेल्या डोळे मिटेनात, आणि शेवटी कुठे झोप लागू लागली तोच कुणी तरी तिला पायाने डिवचून उठवले.

ती घराकडे आली त्या वेळी दारात पोलीस व सातआठ लोकांचा घोळका होता. तिच्याकडे कुणी लक्षच दिले नाही. ती एकदम आत गेली व तिने पाहिले. शंकरू तसाच खाटेवर पडला होता, व खालच्या कपड्यावर रक्ताचे मोठमोठे डाग पडले होते. एका कागदावर रक्ताने माखलेले कात्रीचे पाते ठेवले होते, पाय जमिनीत रुतल्याप्रमाणे गुणी त्याच्याकडे पाहतच राहिली. तोच तिला कुणी तरी मागे दरादरा ओढून बाहेर आणले. वाकड्या भांगाची, पचकपचक लाल थुंकणारी, मागे गोंडा सोडून गळ्यात टिक्का घालणारी येसूबाई तेथे आली होती व तिनेच गुणीला बाहेर आणले होते.

लोकांच्या घोळक्यात, अड्ड्यात लाकडे फोडणारा सिद्राम होता, व तो हातवारे करकरून पोलिसांना माहिती सांगत होता. तो पैसे मागण्यासाठी अगदी सकाळीच आला होता, त्या वेळी दरवाजा उघडाच होता, व आत तसाच शंकरू पडला होता. तो ही हकिकत वरचेवर घोळून सांगत असता येसूबाई त्याच्याकडे दगडी पाट्यासारख्या चेहऱ्याने पाहत होती.

"ए बये, तुला काय माहीत आहे काय?" पोलिसाने तिला विचारले. त्याचादेखील पुढील एक दात सोन्याचा होता, व गुणी त्याकडे रोखून पाहत होती.

"मला काय डोंबल माहीत!" किंचित चिडून येसूबाई म्हणाली, "आता उलथलाय, म्हणून तोंड मारायचं इतकंच. महिन्यात फुटकी पै लागली नाही हाताला. काल आला नेहमीप्रमाणे, पातेलंभर चहा प्याला, बकरीसारखं चराचरा पानतंबाखू खाल्ला त्यानं, आणि गेला."

पोलीस दुसरीकडे वळला. कुणीतरी त्याला इन्स्पेक्टरसाहेब म्हणून हाक मारली होती, व त्यामुळे तो थोडा खुष झाला होता.

"इन्स्पेक्टरसाहेब, या पोरीचं हो काय करायचं?"

पोलिसाने थोडा विचार केला. ''आज राहील म्हणे या बाईकडे. नाहीतरी काय, आता शेगडीहातोड्याची सारी एस्टेट तिचीच होणार की!'' येसूबाईकडे पाहत तो सलगीने म्हणाला. दोनचारजण खि: खि: हसले. शंकरू आणि येसूबाई यांचे संबंध जगजाहीर होते, पण असा उल्लेख होताच ती शरमली. गुणीला जवळजवळ ओढतच ती बाहेर निघाली. पण ''हां, कुठं जायचंब्यायचं नाही. तासा दोन तासांत यावं लागेल पोलीस कचेरीवर,'' तो पोलीस म्हणाला.

''अरे जारे जा पावल्लीच्या!'' बाहेर आल्यावर येसूबाई रागाने म्हणाली, ''पै पुढे केली तर बाळंत व्हायची तुझी तयारी, आणि मोसबा बघावा तर मामलीदाराचा!''

शंकरूच्या घरासमोर गडबड आहे म्हणताच ती आली होती, आणि शंकरूचे रक्तबंबाळ प्रेत पाहिल्यावर जरी तिला आश्चर्य वाटले होते, तरी तिला अगदी सुटकेचा आनंद झाला होता. तो अद्यापही तिच्यात उकळत होता. होती न कवडी, न कापडचोपड, बारा वर्षे त्या दैत्याच्या सहवासात काढली. ''गावबिव सोडलंस तर नाकच कापतो' हे शंकरूचे शब्द तिला सारखे ऐकावे लागत आणि दरवेळी तिच्या पोटात भीतीचा गोळा उठत असे. कुठल्या करकऱ्या वेळी त्याला आपल्या घराचा उंबरा ओलांडू दिला याचा तिला पश्चात्ताप होत असे, व अनेकदा ती सरळ फतकाला घालून एकटीच रडत बसे.

रस्त्यात मध्येच तिने गुणीचा हात धरताच ती किंचाळली, व येसूबाईने तिच्याकडे निरखून पाहिले. तिच्या हातावरील डाग लांबलचक काळपट झाला. ''डाग दिला वाटतं त्यानं?'' मध्येच थांबून येसूबाईने विचारले. गुणीकडे पाहताच तिला स्वत:च्या अंगावरील दोन डाग, अनेकदा आदळलेल्या लाथाबुक्क्या यांची आठवण झाली. तिला शंकरूचे अस्ताव्यस्त प्रेत आठवले, व तिने कडाकडा बोटे मोडली.

''म्हणून तर मी तांबड्या खड्यांची सुरी घेऊन त्याच्या गळ्यापोटात भोकं पाडली कुत्र्याप्रमाणे,'' डागावरून हलकेच बोट फिरवत गुणी म्हणाली. तिचा हात झिडकारून येसूबाई तिच्याकडे रोखून पाहत म्हणाली, ''काय म्हणालीस? भोकं पाडलीस?'' गुणीने समाधानाने मान हलवली. तिला सारी हकिकत आठवली, व तिने तशी सारी येसूबाईला सांगितली.

कपाटावरील वस्तू सरकून खाली पडायच्या आतच गुणीने ती हातात घट्ट धरली. तिच्याकडे पाहताच गुणी हर्षाने जवळजवळ ओरडलीच. तिच्या हातात तीच लखलखीत सुरी होती, व त्या जड, मंद प्रकाशात तिच्यावरील लाल खडे दोन ओलसर जखमांप्रमाणे दिसत होते. तिची बोटे मुठीभोवती घट्ट होताच जणू तिचे उपाशी दुबळे शरीर गळून पडले, व ती छपराइतकी उंच झाली. तिचा सारा राग सुरीच्या जिवंत कडांनी उफाळून आला. तिने एक पाऊल पुढे टाकले व शांतपणे स्थिर हाताने तिने सुरी शंकरूच्या गळ्याच्या त्या थरथरणाऱ्या भागात खोलवर खुपसली. शंकरूचे जाडजूड केसाळ हात खाटेवर

बडवण्याप्रमाणे आपटले व लुळे पडले. ते पाहून गुणी तृप्त झाली. तिने आता स्वतंत्रपणे रक्ताचा पट्टा काढला होता. मला डागतो काय? तिने आवेशाने विचारले. तिने सुरी काढून पोटात तीनचार ठिकाणी खुपसून वर्तुळे वळवली होती. नतर मात्र झटका येऊन गेल्यावर तिला एकदम दमल्यासारखे वाटू लागले. तिने सुरी खाटेवर टाकली व कपाटाला टेकून धापा टाकीत उभी राहिली. आणि असा किती वेळ गेला कुणास ठाऊक...''

''आत्ता काय करावं सटवीला!'' येसूबाई उद्गारली, ''तोंड गेलं चुलीत तुझं, काहीतरी भकत हिंडू नको. फास लावून घेशील गळ्याला!'' तिने गुणीच्या डोक्यावर चापट मारली व म्हटले, ''हं, उचल आता लवकर.''

पण तिला वाटले, ही कारटी तरी काय अवदसा आहे. भुताने तिला जन्माला घातलंय की काय कुणास ठाऊक. अभंड बोलत असतेय सदान्‌कदा. मागे एकदा तसेच झाले. काळ्या मांजरावरून मोटार जाऊन ते काकडीसारखे फुटले, हे दहाजणांनी प्रत्यक्ष पाहिले.

पण ही कारटी आपणच त्या मांजराला मारले, त्याचे पाय तोडले, असे सांगत हिंडत होती व सगळ्यांना काड्याच्या पेटीत ठेवलेला मांजराचा डोळा दाखवत होती. आताही तसंच. शंकरूला त्या कात्रीच्या पात्याने भोसकले होते हे सरळ होते. आणि ही गप्पा मारते सुरीच्या! आणि तीही साधी सुरी नव्हे तर सोन्याचा चौकोन असणारी, लाल खडे बसवलेली सुरी!

खुनाची आठवण होताच येसूबाई चरकली व तिने घाबरून इकडेतिकडे पाहिले. ते काम कुणी केले होते, हे तिला माहीत होते. जुगाराच्या पैशाबाबत शंकरू आणि सिद्रामचे भांडण तिच्याच घरी काल झाले होते. आणि सिद्रामने मिश्यांवरून हात फिरवला होता!

स्वत:चे घर दिसताच येसूबाईने इतर सारे विचार डोक्यातून काढून टाकले. आता आपण तरी मोकळे झालो, याचा आनंद पुन्हा जागा झाला, व तिचे आयुष्य आताच दुसऱ्या कुठल्यातरी गावात पायमोकळे चालू लागले. ही कारटी गेली मसणात! उद्या-पासून जाऊ दे गटारे फुंकत, आपल्याला काही त्याचे सुईरसुतक नाही! आता आपण तरी गाव सोडणार. जाताना दोनतीनशे रुपये मिळतील सिद्रामकडून! हा विचार मनात येताच येसूबाईला हाती आलेल्या या नव्या बळाची जाणीव झाली, व कुणावर तरी सत्ता, उर्मटपणा दाखविण्याची संधी कधीतरी का होईना, मिळाली म्हणून तिचे डोळे सुरीप्रमाणे चमकले. दोनचारशे! गळफास चुकवायला फक्त चारशे! पाचशे सहाशे, त्याला काय धाड झाली आहे! झक्कत देईल तो सातशे...

त्या आनंदाने ती खुलली. आपण मुक्त झालो, व त्याबरोबर ही पोरगीही मुक्त झाली या एकाच कारणावरून तिला गुणीविषयी तात्पुरती सहानुभूती वाटली. ''चल आता,'' ती म्हणाली ''मी तुला थोडा भात घालते. जावं लागेल की कचेरीवर. आणि आता कुठं गाढवासारखं बडबडू नको. काय!''

पण गुणीचे लक्ष तिच्याकडे नव्हते. ती येसूच्या मागे पाहत होती. कारण अगदी तिच्यामागेच, तिच्यावर सावली टाकत तो माणूस उभा होता. त्याने हसून गुणीकडे पाहताच त्याचे दात चमकले. लगेच तो बुटावर छडी आपटत निघून गेला. गुणीदेखील हसली.

''हसायला काय झालं हुच्चासारखं? मला काय शिंगं उगवली आहेत?'' एकदम चिडून येसूबाई म्हणाली, ''का दुसऱ्या सुद्धा हातावर पाहिजे एकाकी डागणी?''

गुणीचे डोळे घाबरे होऊन वेड्यासारखे झाले व तिने तोंडातील पेपरमिंट काडकाड फोडली. तिची मूठ घट्ट झाली, पण लगेच ताण कमी झाला व ती पुन्हा हसली.

आणि मग तिने येसूबाईच्या गळ्याखाली टिक्केच्यावर दिसणाऱ्या खोलगट जागेकडे शांत, स्थिर नजरेने पाहिले व ती आत गेली.

दीपावली : दिवाळी १९६०

तु ती

आम्ही मल्लाप्पा कासाराच्या घरी राहत होतो. ते घर फार मोठे होते. त्याला दोन्ही बाजूंनी कट्टा होता आणि त्याला लोखंडी कड्या होत्या. त्या घराला वर माळा होता. तेथून मी कितीतरी वेळा पतंग उडवला होता. काही वेळा पाय घस्सदिशी खाली जाऊन वासा मोडे. त्याची टोके पायाला ओरबडत, व पसाभर माती खाली पडे. मग आतून आई ओरडे, 'कारट्या, उतर तेथून खाली, नाहीतर आणशील सारं घर डोक्यावर!' त्या वेळी अंग चोरून अगदी गप्प राहावे, पाय देखील हलवायचा नाही, नाहीतर वासे करकरतील. मग आईला वाटायचे, मी खालीच आलो, व ती पुन्हा कामाला लागायची. पतंग नसेल त्या वेळी तेथे जमणाऱ्या कबूतरांकडे पाहत सारा दिवस जात असे. ती अगदी ऐटीत छाती पुढे काढून घुमत, आणि एकदम टाळी वाजवली की, फटफट पंख आपटत बाजूच्या घरांवर जाऊन बसत. आमच्या परसात चाफ्याचे फार मोठे झाड होते आणि त्याच्या बाजूला गाठीगाठीच्या अंगाचे शेवग्याचे झाड होते. नाना कधीतरी लवकर उठून शेवग्याची फुले काढत, कारण आईला त्यांची आमटी फार आवडे. मल्लाप्पा आम्हांला एक शेंग काढून द्यायचा नाही; परंतु त्या झाडावर डिंकाचे पांढरे तांबडे गोळे तयार होत, ते मी त्याची नजर चुकवून एका काड्याच्या पेटीत भरून ठेवत असे. त्यांची एक गोळी करून कुणाच्या तरी पाठीला चिकटवली की, शाळेत आम्हांला संध्याकाळपर्यंत हसू आवरत नसे. टोपीच्या मागे कागदाचा तुकडा अडकवून 'शिवाजी, शिवाजी' म्हणून सगळेच ओरडत, पण या गोळ्यांची गंमत निराळी! दुसऱ्या कुणाच्या घरी शेवग्याचे झाड नव्हते. त्यामुळे डिंकाच्या गोळ्या दिल्या की, मला पेन्सिली मिळत; एखाद्या वेळी तर मोराचे पीसही मिळे. आमच्या विहिरीत एक कासवसुद्धा होते, पण मी ते कधी पाहिले नव्हते कारण कृष्णीचे पांढरेशुभ्र हरिणीसारखे वासरू उड्या मारता मारता त्या विहिरीत पडून मेले. तेव्हापासून आई मला विहिरीकडे जाऊच देत नसे. 'कारट्या, विहिरीत डोकं घातलंस तर हाडं सैल करून ठेवीन बघ!' पण एकदा पाणी ओढत असता सुम्मीने मला

हळूच बोलवले व आत दाखवले. पण मला कासव तर जाऊ दे, पण पाणीही दिसले नाही. पण ती आत गेलेली विहीर पाहून मात्र मी घाबरून गेलो. कुणालातरी गिळायचे असल्याप्रमाणे विहिरीने तोंड जास्तच मोठे केले असे मला वाटले, व मी सुम्मीला एकदम चिकटून उभा राहिलो. दोर हातात धरून सुम्मी तशीच राहिली आणि हसू लागली. ती हसली की, देव्हाऱ्यावरच्या पितळी तोरणाचे घुंगूर वाजल्यासारखे वाटत. आई तर म्हणे, 'कारटी हसत नाही, तर गळ्याने नाचते आणि सारखी नाचतेच नाचते!' अनेकदा आईने धपाटा दिला की, पाठ चोळत मी कोपऱ्यात जाऊन बसे. कुणाशी बोलायचे नाही, जेवायचे नाही असे ठरवून मी गाठोडे होऊन बसे. पण सुम्मीने येऊन पाठीवरून हात फिरवला आणि ती हसली की, का कुणास ठाऊक एकदम मला वाटू लागे, 'मारले तर मारले आईने. अंग काही फाटले नाही. निदान गुळाचा खडा तरी मिळाला की नाही खायला!' दोर धरूनच सुम्मी हसत राहिली आणि म्हणाली, ''अहा बघा भागूबाई! विहिरीला घाबरतोय. ती काय गिळतेय की काय तुला?''

संध्याकाळी नाना कचेरीतून परतताना कोपऱ्यावर मल्हारीच्या दुकानाजवळ आले की, मला माळ्यावरून दिसत. येताना ते धोतराच्या सोग्यातूनच आणा-दोन आण्याची भाजी आणत. आम्ही वांग्याची भाजी खाऊन खाऊन कंटाळलो होतो. पण नानांनी भाजी आणली की, ते वांगीच आणत. मग ते एकेक जांभळे गुळगुळीत वांगे आईपुढे ठेवत व चुटकी वाजवत म्हणत, ''वा! आज काय सुरेख वांगी मिळाली! आता भरल्या वांग्यांची भाजी कर, फार दिवस झाले खाऊन!'' मग आई म्हणायची, ''फार दिवस कसले डोंबल! गेल्याच आठवड्यात चारदा झाली की!'' पण घरी दुसरी भाजी असली तरी आई त्या दिवशी वांग्याचीच भाजी करी. नाना कचेरीतून येतानाच कृष्णीसाठी पाच पेंड्या गवत हातात धरून घेऊन येत. पूर्वी गाडीवाला आमच्या दारात येत असे व तो गाडीतील गवतावर उभा राहून 'पन्नास की शंभर?' म्हणून विचारी; आणि तेथूनच मग अंगणात पेंड्या फेकी. ते सारे गवत मग मलाच उचलून गोठ्यात नेऊन ठेवावे लागे. नाना घरी आले की, रुमाल तसाच काढून खुंटीवर ठेवत व मग जाकीट काढत. मग आई त्यांच्यापुढे पाव कप चहा ठेवी. नाना नेहमी पाव कपच चहा घेत, पण दहा-बारा वेळा घेत, आणि कपाला पेला म्हणत. त्यांनी पेला म्हटले की, मी आणि सुम्मी एकमेकांना डिवचून खूप हसत राहायचो. आई पोहे लावत असली तर कधी मला त्यात हात घालू देत नसे. पण नाना मात्र पोहे लावत असतानाच खात. उजव्या हाताने पोह्यांचा घास घेऊन ते डाव्या हातावर ठेवत व मग तेथून तो तोंडात टाकत. आई म्हणे, ''हे काय लहान मुलासारखं? घरात काही ताटल्या नाहीत की काय?'' मग नाना हात झाडत, ''बऽरं राहिलं!'' म्हणत, व मग सोप्यावर किंवा कृष्णीकडे एक फेरी टाकत. पण ते स्वयंपाकघरात आले की, पुन्हा उजव्या हाताने डाव्या हातावर पोह्यांचा घास! जेवताना ते भाकरीबरोबर हिरव्यागार मिरच्या वाळकासारख्या खाऊ लागले की, आम्ही बघतच राहायचे. ''तुम्हां माकडांना

काय चव समजणार त्याची?'' ते मला व सुम्मीला म्हणत, ''कसं असावं? आमच्या गावची नदी. नदीकाठच्या वांग्याची भाजी, गाडगंभर घट्ट चुन्यासारखं दही, आणि शेतातूनच तोडून आणलेल्या ताज्या हिरव्या मिरच्या! वा, कशी गंमत येते माकडांनो! या सुगीला जाऊया हं शेताकडे...'' पण हल्ली ते फारसे बोलत नसत. पाव पेला चहा घेतला की, ते कट्ट्यावर जाऊन कोपऱ्यात बसत, व विड्या ओढत. मल्लाप्पा कासार हल्ली फार वेळा घरी येत होता. आला की मोठमोठ्याने, हातवारे करत कानडीत बोले. आम्हांला ते काही समजायचे नाही. पण ते ऐकून नाना गप्पा का बसतात, हे मला कळतच नसे. मला व सुम्मीला मल्लाप्पाचा फार राग येत असे. एकदा त्याचे रेडकू चुकले, व तो गावभर शोधत होता. पण ते जैन वस्तीमागे चरत होते हे मला माहीत होते. सुम्मीनेही ते बघितले होते. पण आम्ही संध्याकाळपर्यंत काही बोललो नाही. एकदा मल्लाप्पा बोलून गेला तसे नाना ताडताड आत आले. त्यांच्या मिश्या सारख्या हलत होत्या. आम्ही आत चिडीचाप होतो, आणि आई, ओठ घट्ट दाबून संध्याकाळची चूल पेटवीत होती. नाना आत आले, व काही न बोलता त्यांनी आईच्या पाटल्या ओरबडून घेतल्या, आणि डोक्यावर रुमाल आपटून ते बाहेर पडले. डोक्यावर काही न घालता ते कधी बाहेर पडत नसत आई म्हणाली, ''अहो नको या वेळी! लक्ष्मी घरी यायची ही वेळ, तुम्ही उद्या जा. ऐका माझं एवढं.'' पण नाना पायांतही काही न घालता बाहेर पडले. ते नंतर केव्हा परतले कुणास ठाऊक, आई त्या दिवशी जेवली नाही. सुम्मी इतकी सारखी खिदळायची, पण तीही अगदी मुकाट होती. तिने आपले दही मला दिले, आणि त्या दिवशी भाताला, भाकरीला मला अगदी मनाजोगे खूप दही मिळाले!

मग आम्ही दुसरे घर शोधले, पण आमच्या घरी गाय आहे म्हणताच कुणी घर द्यायला तयार होईनात. कृष्णी आता दूध देत नव्हती, पण ती माझ्या लहानपणापासून आमच्या घरी होती. दहा वाजता लंगडा बाबू गुराखी येऊन तिला सोडवून चरायला घेऊन जात असे, व संध्याकाळी तिला मारुतीच्या देवळापर्यंत आणून पोहोचवत असे. गोठ्यात जायचे म्हणजे तिला सारे घर ओलांडून जावे लागत असे. पण वाटेत कधी तांदळाचे सूप किंवा भाजीची बुट्टी असली तरी ती कधी तोंड घालायची नाही. आई तर मला राहून राहून म्हणे, 'बघ कारट्या, ते मुकं जनावर असून शहाणं आहे. नाहीतर तू! कुठं खोबरं खा, कुठं आमसोल खा, असं सारखं चरत असतोस; खादाड भटजी!' कृष्णी गोठ्यात जाऊन गप्प उभी राहत असे. मग रात्री केव्हातरी नाना तिला दावे अडकवत असत. मला पुष्कळदा वाटे, छान, आता दावे नाही काही नाही. मग कृष्णी पळून का जात नाही? रात्री तिला गवत टाकायला नाना हातात कंदील घेऊन गेले की, तिच्या डोळ्यांवर प्रकाश पडून ते सोनेरी भिंगाप्रमाणे चमकत. तिच्या कपाळावर पिंपळपान होते व नाक केळीच्या सालीसारखे मऊ होते. तिच्यापुढे काहीतरी खायला पुढे केले की, ती हातभर जीभ बाहेर काढून बोटांनाही लावायची, आणि मग माझ्या अंगावर गमतीचा

काटा उभा राहात असे. चार-सहा ठिकाणी लोकांनी तिच्यामुळे घर 'देत नाही' म्हणून सांगितले. नाना घरी आल्यावर त्या सगळ्या लोकांना रागाने शिव्या देत. आई गप्प बसे, पण एकदा ती भीत भीत म्हणाली. ''आता घरच मिळणार नसेल तर करायचं काय? पाठवून देऊ या का तिला आपल्या एखाद्या रयताकडे?'' नाना त्या वेळी जेवत होते. मागचा भात होईपर्यंत ते काही बोलले नाहीत. उठताना त्यांनी हातावर ताक घेतले, व हात धुवायला जाताना ते म्हणाले, ''हो, पाठवून देऊ या की तिला खेड्यावर! आज तिला पाठव, आणि उद्या मलाही पाठवून दे.''

नानांनीदेखील खेड्यात कशाला जायचे हे मला समजेना. मी आईला म्हटले, ''तू नानांना खेड्यात पाठवणार! आणि मग मला देखील?'' तो उगाचच आईने माझ्या पाठीत धपाटा घातला, आणि दुसऱ्या बाजूने सुम्मीने चिमटा काढला. नाना आत गेल्यावर त्या एकमेकींकडे पाहून हसू लागल्या. मी मात्र फुकट मार खाऊन खुळ्यासारखा बसलो झालं. अशा वेळी मला दादाची आठवण यायची. सुम्मी आई बोलत असता मी जर तेथे बसलो तर त्या मला म्हणायच्या, ''जा की बाहेर लडदू! बायकोळ्यासारखं इथं कशाला बसतोस शेणाच्या पोप्रमाणे?'' पण दादा असला की मात्र वाटेल तितका वेळ तेथे बसायला मिळे. सुम्मी काही बोलली, हसली, की तो तिला म्हणायचा, ''तू गप्प बस ग बोचरी आजीबाई! तू आधी लुगडं नेसायला शीक, आणि नंतर चुरूचुरू बोल!'' त्यांची भांडणे मिटवता मिटवता आई कंटाळून जात असे.पण सुट्टीनंतर दादा कॉलेजला जायला निघाला की, शेवटचे दोन दिवस त्या अगदी घुम्म होत. आई त्याचे कपडे शीव, त्यांना बटणे लाव, त्याचा लाडवांचा डबा भर, असली कामे करत दिवस काढे. तर सुम्मी तो निघाला की, लहान मुलीप्रमाणे रडूच लागे. दादा फक्त माझ्याशीच कधी बोलत बसायचा नाही. शिवाय मला त्याची फार भीती वाटत असे. तो एखाद्या वेळी संतापला म्हणजे त्याचा आवाज फार मोठा होत असे. तो हातात असेल ती वस्तू जमिनीवर जोराने आदळे, दरवाजे फाडफाड आपटे. पण कॉलेजला जाताना तो मला छान वासाच्या व्हॅसलीनच्या रिकाम्या बाटल्या, शिसपेनी देऊन जात असे. त्याने आपली बॅग उघडली की, तिला फार छान वास येत असे. मला वाटायचे, 'आपणही तसल्या वासाची एक बॅग घेऊन त्याच्याबरोबर खूप हिंडावं.' त्याने दिलेले लालभडक खड्याचे बटण अजूनही असेल माझ्याजवळ कुठेतरी.

अखेर देसाई गल्लीत आम्हांला एक घर मिळाले. ते घर घेऊ नका म्हणून अनेकांनी आम्हांला सांगितले, कारण त्या घरात ब्रह्म होता. सुम्मी आईला म्हणाली, ''ब्रह्म असेल तर नको ग आई ते घर!'' मी सुम्मीला म्हणालो, ''खरंच ब्रह्माचं घर नकोच आम्हांला.'' खरे म्हणजे ब्रह्म म्हणजे कय हे मला मुळीच माहीत नव्हते. आईदेखील घाबरली होती. पण नाना म्हणाले, ''ब्रह्म असला म्हणून काय झालं? खातोय की काय तुम्हांला?'' महिना-पंधरवड्यानं एखादा नारळ फोडला की झालं! शिवाय घरी गाय असताना घर द्यायला बसलं आहे कोण?''

मग आम्ही पुष्कळसे सामान अंगाखांद्यावरून आणले. सामान आणताना नाना आईवर खूप संतापले. ''कशाला पाहिजे तुला इतकं सामान, इतके पाट, डबे, चुली! तुला सामानाचा मूर्खासारखा हव्यास!'' एकदा आरामखुर्ची खांद्यावरून आणताना नाना कशाला तरी ठेचाळले. त्यांनी नव्या घरात बाहेरच ती खुर्ची आदळली व ते ओरडून म्हणाले, ''कशाला हवी होती ही खुर्ची तुला? निष्कारण अडचण, पैशापरी पैसा फुकट!'' तर आई म्हणाली, ''मी कुठं आणली? घरी असावी एक, म्हणून तुम्हीच आणलीत. मी काय बालीस्टर आहे खुर्चीत बसायला? देव्हाऱ्याखालचा चौरंग कोणी आणला? खुंटाळं कोणी आणलं?'' नाना म्हणाले, ''बराय, बराय. पुढे बोलू नकोस.'' आणखी मग नानांनी ती खुर्ची अंगणात घातली आणि जेवायला होईपर्यंत ते तिच्यात झोपून राहिले.

हे घर मल्लाप्पा कासाराच्या घरापेक्षा लहान होते; आणि बाहेरच्या खोलीत जमिनीलगतच्या एका मोठ्या कोनाड्यात 'ब्रह्म' होता. ब्रह्म म्हणजे कुंकू, शेंदूर लावून लालभडक केलेला एक मोठा, गुंड, गुळगुळीत दगड. आम्ही कोणी कधी त्याची पूजा केली नाही की त्याच्यापुढे नारळ फोडला नाही. पण त्या खोलीत एकट्याला जायला मला फार भीती वाटे. जमिनीतून कोणीतरी डोके वर काढून लाल डोळ्यांनी आपल्याकडे पाहत आहे असे मला वाटे. सुम्मी मला हसायची. पण नानांचे धोतर वाळत घालायचे असले की, ''तुला चिंच देते हं, तुला गुळाचा खडा देते हं,'' असे म्हणत मला मंगळून ती आत न्यायची. नंतर अनेकदा ती चिंच, गूळ काही द्यायची नाही, काही नाही. उलट, भित्री भागूबाई म्हणत व हात नाचवत मलाच उलट चिडवायची.

येथे आमच्या परसात रायआवळ्याचे, तुतीचे झाड होते. घरमालक जवळ राहत नसल्याने ती दोन्ही झाडे आमच्या ताब्यात होती. रायआवळ्याला आवळ्याचे घोसच्या घोस लागत. परसात धुणे करायच्या अथवा पाणी ओढायच्या निमित्ताने सुम्मी आली की, ती पाच-सहा आवळे मिटक्या मारीत खाल्ल्याखेरीज आत जातच नसे. तुतीला हिरव्यातांबड्या, अगदी पिकल्या जांभळ्या तुती लागत. पण त्या पिकू लागल्यावर पाच-सहा दिवसांतच मी व सुम्मीने सारे झाड अगदी स्वच्छ रिकामे करून ठेवलेले असे. मग सुम्मी म्हणाली, ''ए खादाडा, आता तू माझ्या आवळ्याच्या झाडाला हात लावशील तर मानेवर झुरळ टाकीन.'' मी म्हटले, ''वा ग वा! तुती खाताना तू माझ्यापेक्षा उड्या मारीत होतीस की! आणि आता आमचं झाड संपलं की म्हणे मानेवर झुरळ टाकते! मग मी आईला सांगतो.'' मग ती म्हणाली, ''आईला सांगितलंस तर मग तुझ्या मानेवर तीन झुरळं टाकते.'' म्हणून मी गप्प बसलो. त्या घरात आल्यावर संध्याकाळी कृष्णीला घेऊन यायचा एक कार्यक्रमच होऊन बसला. ती दररोज नियमितपणे जुन्या घराकडे जाऊन कट्ट्याशेजारी शांतपणे उभी राहायची. तेथले नवे लोक तिला दगड-काठ्यांनी मारत. पण ती हलायची नाही. या घराची सवय व्हायला तिला बक्कळ महिना लागला. तोपर्यंत तिला

चक्क मागून घरात ढकालावे लागे, इतकी ती नाखुष असे. त्या घरात ब्रह्म आहे हे तिलाही समजले होते की काय कुणास ठाऊक!

मला शाळेत घातले त्या वेळी मला काहीसुद्धा येत नव्हते. कुडके मास्तरांनी सांगितले, ''जा रे, तू बिगर यत्तेत जाऊन बस!'' तेथे पत्की म्हणून मास्तर होते, ते खुर्चीवर बसल्या बसल्या पेंगत, आणि कुणी दंगा केला तर डाव्या हाताने फाडदिशी मारत. माझ्याजवळ गडूमकाचे पुस्तक किंवा अंकलिपी काहीच नव्हते. एकदा अंकल्पी नाही म्हणून पत्की मास्तरांनी मला हाकलून घातले. ते ऐकून नाना संतापले. ते माळ्यावर चढले, त्यांनी धुळीने भरलेली कागदांची पाचसात गाठोडी खाली फेकली. नंतर त्यांतील कागद, वह्या, पुस्तके साऱ्या माजघरभर पसरून त्यांनी एक जुनी अंकल्पी शोधून काढली. तो सारा पसारा बघून आईने कपाळाला हातच लावला. ती म्हणाली, ''दोन-चार आणे खर्च करून, जळ्लं त्याला नवीनच पुस्तक का आणून देत नाही?'' नाना म्हणाले, ''तू गप्प बस ग.'' नंतर नानांनी अंकलिपीला वर्तमानपत्राचे कव्हर घातले. ''सुम्मे,'' ते ओरडून म्हणाले, ''एक चांगली मोठी सुई घेऊन ये.'' सुम्मी खसाखसा करून सुई शोधू लागली, तो एका कपाटातून खिळे, जुन्या किल्ल्या, लोखंडाचे तुकडे ठेवलेला डबा धडाडा कोसळला, व दोन मिनिटे आमचे कान किटले. नंतर आईनेच सुई आणून दिली. आता, ''ट्वाईनचा घट्ट दोरा घेऊन ये हातभर,'' नाना म्हणाले. ''अहो ट्वाईनचा दोरा घरात कुठला? साखरेच्या पुड्याचा देऊ?'' आईने विचारले. ''काय घर आहे की धर्मशाळा आहे ही? कितीही आणा, काही वेळेवर मिळत नाही,'' नाना म्हणाले. पुड्याचा दोरा शिवताना तटातटा तुटू लागला. मग नानांनी आईला नकळत जानव्याचा एक दोरा हळूच तोडला, व अंकलिपी शिवून दिली. तिच्यावर तेलाचे दोन डाग असून तिच्या कडा तांबूस, बोंद्र्या झाल्या होत्या. सुम्मीने ती उघडून पाहिली व ती म्हणाली, ''नाना, यात दहापर्यंतचे पाढेच नाहीत. पान फाटून गेलंय!'' नाना रागावून म्हणाले, ''तू तर मोठी शहाणीच आहेस, जा, आत उष्टं-खरकटं कर जा. खरं म्हणजे दहाच्या पुढचेच पाढे महत्त्वाचे असतात!'' नानांनी अंकलिपी उचलून हवेत हलवत आईला म्हटले, ''पाहिलंस! साऱ्या वर्गात याची अंकलिपी चांगली होणार. माझ्या मुलाला कसली तरी गटार अंकलिपी चालायची नाही!'' आई काही बोलली नाही. सारा पसारा आवरत असता तिला मान वर करायला वेळ नव्हता.

नाना माझ्याशी बोलत बसत नसत, की परवचा म्हणून घेत नसत; पण कधी लहर आली तर तास न् तास आमच्या गावाची हकीगत सांगत असत. त्या गावाला मी कधीसुद्धा गेलो नाही; पण प्रत्यक्ष सारे पाहिल्याप्रमाणे मला सगळे डोळ्यांपुढे दिसते. तेथे शाकंबरीचे देऊळ आहे, पण यात्रा मात्र वीरभद्राची भरते. गावाभोवती सोनगंगा नदी वाहते. तेथे आमचे शेत आहे. पावसाळ्यात नदीला पूर आला की ते पाण्यात जाते. मग पुष्कळसे साप तेथे येऊन काकडून पडत, व हळूहळू ऊन पडू लागले की बाहेर पडत.

मांडीएवढ्या सापांची हकीगत ऐकून तर माझ्या अंगावर काटाच येत असे. पण, ''होती कशी जमीन?'' नाना अभिमानाने विचारत. लगेच मी अगदी तत्परतेने सांगे, ''काळीभोर!'' पुरुषभर मातीत भातात येतो तेवढा खडा येणार नाही; अगदी काळ्या लोण्यासारखी, ती हकीगत त्यांनी कितीतरी वेळा सांगितली होती. मग मी म्हणे, ''नाना, जाऊ या की कधीतरी गावाकडे.'' ते, ''जाऊ या हं'' म्हणत व सगळे विसरून जात. मला कधीच जायला मिळाले नाही. आमच्या दारासमोर कधी गाडीतून धान्य आले नाही. शेजारी बैलगाड्यांतून जोंधळ्याची पोती किंवा भाताचे तट्टे येत, पण आमच्या घरासमोर अंगणभर पिंजर कधी पडले नाही, कट्ट्याच्या लोखंडी कड्यांना कुणी बैल बांधले नाहीत, की हातात भाकरी घेऊन खाणाऱ्या खेडवळ माणसांनी मला छोटे मालक म्हटले नाही. नाना दरवर्षी गावाला जात. कधीतरी धोतराच्या गाठोड्यातून हुरडा आणत, शेंगा आणत, वीरभद्राची जत्रा असली तर गुळाचा मेवा आणत. तो जिभेवर ठेवला की हळूहळू विरघळत असे. तो मेवा खात असता मला वाटे, 'आम्हांला कधी जायला मिळणार तिथे? काळ्या लोण्यासारखी जमीन कधी पाहायला मिळणार?'

सुट्टीबिट्टी काही नसता त्या दिवशी दादा अचानकच आला. कुण्णाशी बोलला नाही की आईने दिलेला चहा त्याने घेतला नाही. तो नानांची वाट पाहत सोप्यावरच बसून राहिला. नाना आले. त्यांनी रुमाल काढून खुंटीवर ठेवला व त्याच्याकडे पाहत म्हटले, ''तू आलास होय?''

''नाना, हे पत्र खरं का अगदी? तुम्ही सुम्मीचं लग्न ठरवलंय?'' दादाने विचारले.

नाना म्हणाले, ''होय, तिचं लग्नाचं वय झालंय.''

''पण तुम्ही तिला या म्हाताऱ्याच्या गळ्यात बांधणार? स्वत:च्या हातानं तुम्ही तिला त्या तसल्या घरात ढकलणार?'' पत्र खाली आपटत दादा म्हणाला.

''अरे माधव, तो म्हातारा कुठं आहे? तो फक्त बिजवर आहे. तुझ्या आईच्या लग्नात मी त्याच्यापेक्षा मोठा होतो! काय राहून गेलं आमच्या संसारात?''

''पण ती माणसं कसली आहेत हे साऱ्या जगाला माहीत आहे, नाना. ती पहिली मुलगी जळून मेली! लोक खूप बोलतात. तुम्ही दरवर्षी गावाकडे जाता, तिथं- देखील माणसं कुजबुजतात. जाणूनबुजून नाना हे कसं करता तुम्ही?'' दादा मोठ्या आवाजात म्हणाला.

तक्क्याला टेकून बसत विडी पेटवत नाना शांतपणे म्हणाले, ''अरे, अपघात होतात, त्याला कोण काय करणार? माझं पहिलं लग्न झालं, त्याची तुला माहिती नाही. माहेराला जायचं म्हणून नवं लुगडं नेसून ती पुऱ्या करायला बसली होती. मी बाहेर गेलो होतो. त्या वेळी पदर पेटून ती भाजली. मी येऊन बघतो तो नुसता श्वास राहिला होता! आता बघ, मी तिला जाळलं का? उगाच उचलली जीभ लावली टाळ्याला करू नको.''

''नाही नाना, हे लग्न मी होऊ देणार नाही. ती राहील दोन वर्षे तशीच. तोपर्यंत माझं

शिक्षण संपेल, नोकरी लागेल. मग मी देईन तिला दुसरा कोणीतरी शोधून. सुम्मी आहे बावळट, पण शंभरांत उठून दिसेल ती.''

नाना उठून ताठ बसले. ''मी अगदी खाटीक आहे असं वाटतं नाही तुला?'' ते म्हणाले. त्यांचाही आवाज आता मोठा झाला. ''तू फार शहाणा. दोन बुकं शिकलेला. मला मन नाही, मुलीसाठी आतडं नाही, काही नाही!'' नाना एकदम थांबले, व त्यांनी कपाळावर हात मारून घेतला. ''आता माझे दिवस फार राहिले नाहीत. एकदा गावाकडे जातो, तिथलं खत तिथेच टाकतो, मग तू काय करायचं ते कर बाबा.''

''हे काय भलतंच बडबडता अपशकुनी?'' आई म्हणाली.

''मग तुलाही वाटतं ना, मी मुलगी विकली म्हणून?'' नाना आईला म्हणाले.

''तसं कुठं म्हणते मी? उगाच पानाचं रान करून वणावणा कशाला हिंडता? पण तो सुम्मीपेक्षा फार मोठा आहे. शिवाय माणसंही —'' पण आई अर्ध्यावरच गप्प बसली. सुम्मीला कोणी काही विचारले नाही. गुडघ्यावर हनुवटी टेकून ती स्वयंपाकघरात गप्प बसली होती. तिला काही तरी झाले की ती तशी बसे. मग न्हाणीघरात किंवा अंथरुणात रडे.

''हुंडा द्यावा लागणार नाही, जमीन सोडवून घ्यायला मदत मिळेल, असल्याकरिता मी सुम्मीला त्या घरात घालणार नाही. नाना, मी लग्नाला येणार नाही, आणि हे लग्न होऊ देणार नाही.'' दादा पाय आपटत म्हणाला. ''हे लग्न कसं होत नाही हे मीही पाहतो,'' नानादेखील उठून म्हणाले. त्यांचे ओठ थरथरू लागले. ''अद्याप माझे हातपाय गेले नाहीत. तुम्हांला अद्याप एक दिडकी मिळवायची अक्कल नाही. महिना नाही पैसे गेले तर जेवण मिळणार नाही — पण'' नाना शब्द संपल्याप्रमाणे एकदम थांबले.

दादा ताडकन् उठला. तो म्हणाला, ''मला तुमचा पैसा नको, जेवण नको. मी आता दांडेलीला जातो. तेथे कारकून होतो, मजूर होतो. पण तुमचं अन्न खाणार नाही!'' दादाने रागाने टेबलावरची दोनचार पुस्तके उचलली व सोपाभर फेकली. अंगातला सदरा ओढून ताणून फाडून टाकला, त्या वेळी जानवे बटणात अडकले, तर त्याने जानवेही टाकले, आणि दात आवळून मोठ्या डोळ्यांनी पाहत उभा राहिला. दादा संतापला म्हणजे अगदी नानांसारखा दिसे. त्याला मिश्या नव्हत्या, नाहीतर नाकडोळे तस्से. पुष्कळदा सुम्मी मक्याच्या कणसातील मिश्या घेऊन त्याच्या तोंडावर धरे व त्याला नानांचे सोंग म्हणून चिडवे. आता तो नानांसमोर अगदी नानांसारखाच उभा होता.

''घ्या तुमचे कपडे, जानवे. या घरात आता मी पाणी पिणार नाही,'' तो म्हणाला!

तो जायला निघाला, तेव्हा आई त्याला आडवी गेली, आणि म्हणाली, ''असं डोक्यात राख घालू नको. चल घरात. उद्यापर्यंत तुमची डोकी शांत होतील. मग तुला कुठं जायचं आहे तिथं जा दांडेलीला फिडेलीला.''

पण दादा काही न बोलता तिच्यासकट दरवाजाकडे गेला. इतका वेळ सुम्मी

स्वयंपाकघरात गाडग्यासारखे तोंड करून बसली होती ती बाहेर आली व तिने दादाला घट्ट धरून ठेवले.

''दादा, असं एकटं टाकून जाऊ नको मला!'' ती म्हणाली, ''निदान असं उपाशी-वनवासी तरी जाऊ नको घरातून.''

''तूच आहेस आधी बावळट,'' दादा चिडून म्हणाला, ''लहानपणापासून अगदी मातीचा गोळा! तू कशाला गप्प बसलीस? तुला तुझ्या जन्माची काळजी नाही. बोल? तुला त्याच्याशी लग्न करायचं आहे?''

मग सुम्मीने त्याला सोडले, आणि ती मुळूमुळू रडू लागली. ''मग मी तरी काय करू सांग?'' ती म्हणाली.

'म्यी त्यरी क्याय करू सांग!'' दादा वेडावत म्हणाला, ''मग बस रडत!''

त्याने मग दरवाजा उघडला, आणि अंगावर धोतराखेरीज काही नसलेला दादा घराबाहेर पडून निघून गेला.

''त्याला पैशाचं, जेवणाचं कशाला वर्म काढायचं होतं?'' आईने विचारले.

''मग त्यानं तरी कशाला 'जमिनीसाठी मी पोरगी विकली,' असं म्हणावं?'' नाना म्हणाले. अजून त्यांचे ओठ रागाने थरथरत होते. ''मी इतकं काही आतडं जाळलं नाही अद्याप! मी त्यांच्याकडून एक पै घेतली नाही, आणि यापुढे घेतली तर माझे बाप दोन! त्यानं तरी मग का म्हणावं असं मला?''

सुम्मी आणि आई आत गेल्या, आणि कितीतरी वेळ रडत बसल्या. रात्र तर बरीच झाली आणि माझ्या पोटात वखवखू लागले. शिवाय झोपेने डोळे जड झाले. मी सुम्मीला हळूच म्हणालो, ''सुम्मी, आज जेवण नाही, होय ग? मला तर फार भूक लागली आहे.'' मग आईने पदराने डोळे कोरडे केले व तीन ताटल्या मांडल्या. ''जारे कारट्या बाहेर,'' ती म्हणाली, ''त्यांनाही बोलाव.'' मी नानांजवळ आलो. ते हातावर कपाळ टेकून बसले होते, पण त्यांना बोलवायची मला फार भीती वाटली. मी आत येऊन आईला म्हटले, ''ते जेवत नाही म्हणाले. मग मला तरी घाल.'' ''मग तू तरी जेऊन घे ग,'' आई सुम्मीला म्हणाली. नुसते जेव म्हणताच सुम्मी पुन्हा हुमरून रडू लागली. ''तो गेला, ते जेवत नाहीत, तूही खात नाहीस, मग हे सारं अन्न बांधा माझ्या डोक्यावर!'' आई चिडून म्हणाली, आणि मला वाढून आपण कोपऱ्यात जाऊन बसली. मी जेवून घेतले, पण आईने दुपारची उरलेली बटाट्याची भाजी मला वाढली नाही, आणि भाताला ताक वाढायचे ती विसरूनच गेली! मी अंथरुणावर पडल्यानंतर सुम्मी आई बाहेर आल्या व अंथरूण न घालताच चटईवर आडव्या झाल्या. माझ्या चादरींपैकी एक मी हळूच सुम्मीच्या अंगावर घातली, तेव्हा तिने माझा हात गच्च धरला, आणि ती आवाज न करता रडू लागली. माझा हात अगदी ओलसर झाला. आत सगळे शांत झाल्यावर मग नाना आत आले, पण आपल्या खोलीकडे जाण्यापूर्वी ते थोडे घोटाळले. ''अग ए सुम्मा,''

त्यांनी हाक मारताच आई उठून बसली, व तिने दिवा मोठा केला. ''मला एक अर्धा पेला चहा करून देशील?'' ते म्हणाले व तेथेच चटईवर बसले. मघाचे उग्र नाना आता संपले होते. आताचे नाना हातातून गवताच्या पाच पेंड्या आणणारे, अंकलिपी शिवणारे नाना होते. डोळ्यांत बुब्बुळांभोवती पांढरी कड आलेले नाना!

आठ दिवसांनी आम्ही उत्तूरला सुम्मीच्या लग्नाला गेलो. आमच्याबरोबर फक्त श्रीपूमामा मात्र आला होता. श्रीपूमामा दूरचा जरी असला तरी आमचा एकच मामा होता. त्याच्या उजव्या हाताच्या अंगठ्याला आणखी एक लहान अंगठा होता, त्याची दाढी नेहमी थोडी वाढल्यासारखी दिसे व तो आमच्या आईशी बोलताना कमळी म्हटल्याखेरीज बोलत नसे. घरी काही फराळाचे केले नाही, मला काही नवीन कपडे शिवले नाहीत. सुम्मीदेखील मळक्या कपड्यांतच आमच्याबरोबर आली. आईने एक ट्रंक, नाना व श्रीपूमामाने एकेक वळकटी, माझ्या हातात एक पिशवी, एवढेच आमचे सामान होते. कृष्णीला चार दिवस आम्ही बंडूच्या घरी ठेवले. ते गाव कसले होते कुणास ठाऊक, मोटारीतून उतरल्यावर आम्हांला खूप चालावे लागले. हातात पिशवी घेऊन जाताना मी फार दमलो. श्रीपूमामाने तीन फेऱ्या घालून सगळे सामान आणले. आम्ही येऊन पोचल्यावर आम्हांला कुणी खायला दिले नाही की काही नाही. सारे अगदी शांत होते. तेथे परसात एक मोठी विहीर होती व तिला नळ बसवला होता. एक चक्र फिरवले की, त्या नळातून पाणी येत असे. मी तसले चक्र कधी पाहिले नव्हते, आणि त्यामुळे मी सारा वेळ ते चक्रच फिरवीत होतो. लग्न संपले. सगळे लोक जेवायला बसले असता आई राबराब राबली. एकदा रेशमी लुगडी नेसलेल्या दोन बायका आल्या आणि तिला वाटेल तसे ताडताड बोलल्या. आईचे डोळे लालसर झाले, पण साऱ्या लग्नात आई एकदाही रडली नाही. मला वरातीत मात्र जायला मिळाले नाही. त्या दिवशी सकाळी फार जोरात पाऊस पडला होता. चक्र फिरवायला पळत जात असता माझा पाय घसरला व माझा आवडता पांढरा सदरा आणि निळी चड्डी चिखलाने भरली. मला वाटले, आई आता चांगला रपाटा घालणार, पण तिला काय झाले होते कुणास ठाऊक! काही न बोलता तिने ते कपडे पिळले व वाळत घातले. पण संध्याकाळपर्यंत ते वाळले नाहीत. त्यामुळे वरातीत घालायला मला अगदी मळक्या कपड्यांखेरीज कपडेच नव्हते. माझे कपडे वाळले ते दुसऱ्या दिवशी दुपारी आम्ही निघण्याच्या वेळी. आम्ही निघालो त्या वेळीही सगळे सामान आम्हांलाच आणावे लागले. जाण्यापूर्वी मी हळूच एकदा शेवटचे चक्र फिरवून घेतले. निघताना सुम्मी भेटली. नव्या लुगड्यात ती फार मोठी दिसू लागली होती. ती आईच्या पाया पडली आणि आईच नव्हे तर नानाही उपरण्याने डोळे पुसू लागले. नानांनी सुम्मीला जवळ घेतले आणि ते म्हणाले, ''पोरी, रागावू नको. माझ्या हाताला यश दे आणि सुखी हो.'' सुम्मीने मला जवळ घेतले आणि ती हळूच म्हणाली, ''मला विसरायचं नाही हं आणि दादा भेटला तर सांग त्यालाही.'' त्या वेळी सुम्मी मला फार

आवडली. तिच्या अंगाला नव्या कपड्यांचा वास होता, तिच्या नव्या बांगड्यांचा आवाज फार सुरेख होत होता आणि ती सगळीच नव्या समईप्रमाणे चमकत होती. मी विचारले, ''सुम्मी, तू आता आमच्याकडे कधी येणार?'' तर ती म्हणाली, ''तुम्ही बोलवाल ना भाऊसाहेब त्या वेळी!'' ती इतकी मोठी दिसत होती तरी तिच्या डोळ्यांत पाणी होते. तिने मला पूर्वीसारखे गालाला चिमटले. आम्ही पुढे निघून वळणाला आलो. त्या वेळी सुम्मी विहिरीच्या कट्ट्यावर चक्रावर एक हात ठेवून उभी होती. तिने हात हलवताच मीही हलवला. आई थांबून तिच्याकडे पाहत राहिली. नंतर झटकन वळून झपाझपा पावले उचलत ती आमच्याबरोबर चालू लागली आणि आम्ही रस्त्यावर मोटरीसाठी आलो. श्रीपूमामा सामान घेऊन दमला होता, त्याने ट्रंक खाली ठेवली व घाम पुसला. त्याची आम्हांला कुणालाच आठवण झाली नाही. ''ती सगळी माणसं उर्मट, रानवट आहेत ग कमळी,'' तो म्हणाला, ''तुझी भोळी पोरगी तेथे कशी काय तगणार देव जाणे!''

कृष्णी गाय पुन्हा घरी आली. माझी शाळा सुरू झाली. पण सुम्मीशिवाय घरी गंमत वाटेना. पूर्वी आमच्या घरी राजा नावाचा पोपट होता. तो दिवसभर काही ना काही बोलत असायचा. पुष्कळदा तो सरळ पिंजऱ्याबाहेर येत असे व दादा, सुम्मीच्या हातावर बसत असे. पण माझ्यावर मात्र त्याचा फार राग होता. एकदा दोनदा मी हात पुढे करताच टचदिशी त्याने आपली चोच मारली होती. त्या पोपटाला एक दिवस शेजारच्या मांजराने मारले. त्या दिवशी सगळ्यांनाच फार ओके ओके रिकामे वाटले. मग दादाने तो पिंजरा रागाने शेण भरून शेजारच्यांच्या विहिरीत टाकला होता. सुम्मी गेल्यापासून आम्हांला तसे वाटायला लागले होते! नाना हाक मारताना पुष्कळदा चुकून 'सुम्मे' म्हणत. आई तर तिचे जुने कपडे काढून घड्या घालून ठेवत म्हणे, ''पाहिजेत हे कपडे उद्या दुपट्यांना!' असली तीन गाठोडी करून तिने ती तीन खुंट्यांना अडकवून ठेवली होती. सुम्मी गेल्यावर तिचे मध्ये स्वस्तिक असलेले ताट मला जेवायला मिळाले. रात्री तिचा रगही मीच वापरू लागलो. तो माझ्या रगापेक्षा मोठा होता, व त्यावर निळे निळे कमळ होते.

एक दिवस नाना सुम्मीकडे जायला निघाले. रात्रीची कामे झाल्यावर आईने बऱ्याच उशिरापर्यंत जागून परातीत खोबऱ्याच्या वड्या केल्या. नानांनी तो डबा घेतला. सुम्मी आणि आपण परतायला पैसे आहेत की नाहीत ते पाहून घेतले. पण ऐनवेळी त्यांची एक वहाणच मिळेना. पण निघायला मुहूर्त चांगला होता म्हणून ते अनावाणीच मोटर स्टँडकडे गेले.

''येताना घेऊनच या हं सुम्मीला!'' आई दारातून म्हणाली. मग मीही ओरडलो, ''सुम्मीला घेऊनच या, नाना.''

दुसऱ्याच दिवशी संध्याकाळी नाना एकटेच आले. त्यांनी रुमाल काढून ठेवला, व पायदेखील न धुता ते सोप्यावरच बसून राहिले. ''सुम्मी आली नाही?'' आईने विचारले,

व त्यांच्याजवळचा डबा उचलला. तो जड लागताच ती म्हणाली, ‘‘परत पुन्हा काय घालून पाठविलं आहे पोरीनं? वेडंच आहे भूत!’’

‘‘तिनं काही पाठवलं नाही,’’ नाना म्हणाले, ‘‘मी तिथं डबाच उघडला नाही. मी जाऊन बसताच सगळ्यांनी ताडताड बोलायला सुरुवात केली. आम्ही लग्नात दोन लुगडी दिली नाहीत, म्हणून साऱ्या गावभर त्यांची नाचक्की झाली म्हणे! अशी रत्नासारखी आमची मुलगी. तिचं नख धुण्याची किंमत नाही त्या कुणाची!’’

‘‘तुम्ही काही बोलला नाहीत ना उलट?’’ आई काळजीच्या स्वरात म्हणाली, ‘‘आता आपला हात अडकलाय तिथं!’’

‘‘मी माझ्या प्रत्यक्ष मुलाला घरातून घालवला, त्यांचं बोलणं ऐकून गप्प बसतोय मी? ‘सुम्मीचं लुगडं धुवायची तुमची लायकी नाही’ असं मी स्पष्ट सांगितलं त्या बायकांना!’’ नाना म्हणाले.

आई एकदम गालाला हात लावून मटकन जमिनीवर बसली. ‘‘आता काय करावं तुम्हांला?’’ ती म्हणाली, ‘‘अहो, आपली पोरगी दिली तिथं, तिच्यासाठी जन्मभर नाक घासावं लागतं.’’

‘‘तू घास जा हवं तर. मी नाही घासणार!’’ नाना म्हणाले.

‘‘बरं बाई, मी जाते, त्यांची जी काही लुगडी द्यायची आहेत ती देते, अगदी मोलकरणीपर्यंत सगळ्यांच्या पाया पडते,’’ आई कळवळून म्हणाली, आणि रडू लागली. सुम्मी आली नाही म्हणताच मलाही फार राग आला होता. असली कसली दुष्ट माणसे ती! आईने मला वड्यांचा डबा आत नेऊन ठेवायला सांगितला. आत गेल्यावर मी तो उघडून पाहिला. आईने चौकोनी, पिवळसर छान वड्या केल्या होत्या. मी त्यांतील एक घेतली. एकच, दुसरी ती काही वडी नव्हती, फक्त वडीचा तुकडा होता तो! मग मी डबा पुन्हा भरून ठेवला. त्या वड्या सुम्मीसाठी होत्या, व आई जाऊन तिला बोलावून आणणार होती.

नाना त्या दिवशी लवकर झोपले नाहीत. ते सारखे येरझारे घालून विड्या ओढत होते. सकाळपर्यंत सगळ्या सोप्यावर जळक्या विड्या पडल्या होत्या. त्या आधीच ते अंघोळ करून कपडे घालून बसले होते. त्यांनी पेलाभर चहाही घेतला नाही.आईला ते म्हणाले, ‘‘मी जरा बाहेर जाऊन येतो हं.’’ आणि आई काही बोलायच्या आत ते बाहेर पडलेही. अकरा वाजले, बारा वाजले तरी नानांचा पत्ता नाही. आई तर कट्ट्यावर बसून राहिली. केलेला स्वयंपाक गार गारगोटी होऊन गेला. तिने मला जेवायला वाढले आणि ती म्हणाली, ‘‘जारे, श्रीपूमामाला पुढे घालून घेऊन ये.’’ श्रीपूमामाचे घर पार दूर किल्ल्यात होते, आणि मला तर रस्ता नीट माहीत नव्हता. ‘‘जा, विचार की कुणाला तरी, कारट्या, आता तू लहान की काय?’’ आई खेकसून म्हणाली, पण मी निघालो नाही. पण ती काही बोलली नाही. मग नाना दीड वाजता घरी आले. त्यांच्या हातात एक मोठा पुडा होता.

‘‘न सांगता न बोलता जायचं, इतर माणसांचं काही आहे की नाही तुम्हांला?’’ आई चिडून म्हणाली, ‘‘आता आधी पाय धुऊन घ्या आणि जेवण आटपा.’’

नाना पाटावर बसले. पण नुसता पहिला भातच खाऊन उठले. ‘‘नाईकाकडून आणखी पैसे घेतले जमिनीवर,’’ ते म्हणाले, ‘‘ती जमीन आता गेलीच हातातून. आता गावात घर राहिलं नाही, रानात शेत राहिलं नाही, पण तीन लुगडी आणली सुम्मीसाठी.’’

मग आपण न जेवताच आई लुगडी पाहू लागली. त्यांतील एक फार झगझगीत मोराच्या पिसासारखे होते. एकावर खरखरीत जर होता, आणि तिसरे अंजिरी रेशमी होते. आईने एकेक पदर हातावर घेऊन पाहिला, घड्या गालाला लावून त्यांचा स्पर्श पाहिला.

‘‘काय तरी छान छान कपडे असतात जळ्ले!’’ ती कौतुकाने म्हणाली.

आमची सुम्मी आईच्या चेहऱ्याची होती. दादा रागावला म्हणजे नानासारखा दिसे, तर आई हसली की सुम्मीसारखी वाटे! मग पुष्कळदा दादा सुम्मी दोघेही, ‘हेच बघा भूत कसलं बाहेरचं आलंय.’ म्हणत मला चिडवत. दादा तर म्हणे की, ‘मी आई-नानांचा नव्हेच. बुट्टीभर कोंडा देऊन मला एका अस्वलवाल्याकडून विकत घेतले होते.’ आता आई त्या घड्या गालाला लावून पाहत असता नवे कपडे घातलेल्या लग्नातल्या सुम्मीप्रमाणे मला लहान वाटली.

‘‘आई, सुम्मीला ही लुगडी छान दिसतील,’’ एकाला हात लावत मी म्हणालो. आईने माझा हात बाजूला काढून टाकला, व घड्या कागदात गुंडाळल्या. ‘‘ही काही सुम्मीसाठी नाहीत, बाबा!’’ ती म्हणाली, ‘‘ती सुम्मीच्या माणसांसाठी आहेत.’’ मला वाटले ते मोरपंखी तरी सुम्मीसाठी असावे, ते तिला फार शोभून दिसेल.

मग दोन दिवसांनी आई सुम्मीकडे निघाली. श्रीपूमामा तिला स्टँडपर्यंत पोचवायला गेला. नानांनी आईला नव्या वहाणा आणून दिल्या होत्या. तिला वहाणांची सवय नव्हती, त्यामुळे त्या सारख्या तिच्या पायांतून निसटू लागल्या, आणि माझे तर हसून पोट दुखू लागले. ‘‘मला जळ्ल्या वहाणा कशाला?’’ म्हणत आई तशीच फटकफटक करत चालली. नानांनी पुष्कळ पैसे तिच्या हातात घातले. पण ते मात्र हसले नाहीत. ‘‘तू तरी सुम्मीला घेऊन ये,’’ ते म्हणाले, आणि श्रीपूमामा-आई वळून जाईपर्यंत ते त्यांच्यामागे पाहतच राहिले.

आई आली. तीही एकटीच! तिने नेलेले कपड्यांचे गाठोडेही तसेच होते. ती आली त्या वेळी नाना विड्या आणण्यासाठी गेले होते. ती आली व स्वयंपाकघरात डोळे ओले करत बसली. मी विचारले, ‘‘सुम्मी का आली नाही?’’ तर ती उलट मलाच जवळ घेऊन हुंदके देऊ लागली. नाना बाहेरून आले व सोप्याला कोणी नाही म्हणताच ते सरळ स्वयंपाकघरात आले. आईला पाहताच ते प्रथम थबकले. नंतर आत येऊन ते घुम्म बसले व त्यांनी विडी पेटवली.

“ते लोकच फार वाईट आहेत हो!” डोळे पुसत आई म्हणाली. त्यांनी लुगडी काढली, आणि शेजाऱ्यापाजाऱ्यांना दाखवली. ‘असली लुगडी आम्ही मोलकरणींनादेखील देत नाही,’ असं त्यांनी म्हणताच साऱ्या फिदीफिदी हसल्या! माझ्या अंगाला साऱ्या जन्मात असलं वस्त्र लागलं नाही. मी त्यांच्या पाया पडले, म्हणाले, “आता क्षमा करा, येऊ द्या पोरीला माझ्याबरोबर. तर काही नाहीच!”

“ ‘तुमची मुलगी तुम्हांला मेली’ असलं अभद्रदेखील बोलले हो ते!” आई पुन्हा रडू लागली. नाना गप्प बसून विडी ओढत होते. त्यांच्या कपाळावरील शीर सुतळीप्रमाणे झाली होती.

“येताना सुम्मीशी बोलायलादेखील मिळालं नाही मला,” आई पुन्हा सांगू लागली, “ती सारखी मोटेच्या बैलाप्रमाणे पाणीच ओढत होती. मी तिच्या गालावरून हात फिरवला, तर ती पुटपुटली, ‘आई, ने ग इथून मला!’ आणि तिनं मला हळूच आपला हात दाखवला. त्यावर डागल्याचा जांभळा डाग होता हो. कसं व्हायचं आता आपल्या पोरीचं?”

नाना चटकन् उठून आईकडे आले, व त्यांनी तिचा हात घट्ट धरला. “तू पाहिलास डाग?” त्यांनी घोगऱ्या आवाजात विचारले, “तू स्वत:च्या डोळ्यांनी प्रत्यक्ष पाहिलास तो डाग?”

ते उठून उभे राहिले, आणि हातातील विडीचे बंडल त्यांनी करकचून चिरडून जमिनीवर आपटले. “जर सुम्मीच्या जिवाला काही झालं, तर त्या सगळ्यांची नरडी चिरून टाकीन. तसं जर झालं तर तू आपल्या कपाळाचं कुंकूच पुसून बस!” ते म्हणाले. दादा घर सोडून गेला त्या वेळी मी नानांना संतापलेले पाहिले होते. पण आता त्यांच्या चेहऱ्याकडे मला पाहवेना. त्यांचा सगळा चेहरा अगदी लालबुंद, ब्रह्मप्रमाणे दिसू लागला. ब्रह्म जमिनीतून डोके वर काढून पाहत असल्याप्रमाणे वाटे. आता तो पूर्णपणे वर येऊन उभा राहिल्याप्रमाणे नाना दिसू लागले. त्यांचे डोळे मोठे झाले, व डावा हात इतका थरथरू लागला की तो त्यांनी उजव्या हाताने घट्ट धरून ठेवला. ते पाहून आई घाबरली, व मला ढकलून ती पुढे आली. तिने नानांना सावरून धरले, व माजघरात आणून अंथरुणाला टेकवून झोपवले. नाना भिंतीकडे तोंड वळवून अंग आखडून लहान मुलाप्रमाणे पडले, पण ते झोपले नाहीत. ‘नरडीचा घोट घेईन, गळा चिरेन,’ असेच कितीतरी वेळ बडबडत होते.

आईने श्रीपूमामाला एकदा पैसे दिले व सुम्मीकडे जायला सांगितले. “कमळी, तू जा म्हणतेस म्हणून जातो मी बिचारा,” श्रीपूमामा म्हणाला, “पण मी तरी काय कोण ऐपतदार माणूस? मशिनीवर सदरे चड्ड्या शिवणारा माणूस मी. तू होतीस म्हणून मला पोट तरी भरता येतं. लग्नालाही चल म्हणालीस म्हणून मी आलो. आता जाऊन पोरीलाच कमीपणा वाटेल बघ. तिचा चुलतमामा शिंपी म्हणून हिणवतील.”

''आपली माणसं काय टाकायची असतात होय?'' आई म्हणाली, ''जाऊन तरी बघ. कुणाच्या हातून गुण येईल काही सांगता येत नाही बघ.''

श्रीपूमामा जाऊन आला. त्याला तर तेथे जेवायलाही मिळाले नाही. दादा कुठे होता कुणास ठाऊक! मध्यंतरी आईला त्याचे एक कार्ड आले होते. दांडेलीजळ तो कुठेतरी खाणीवर कारकून म्हणून काम करत होता. नानांना नकळत आईने श्रीपूमामाला तिकडे पाठवले. दादा तेथे काम करत होता. पण आता पावसाळ्यात काम बंद होते आणि तो कुठेतरी मुंबईला गेला होता. श्रीपूमामा कपाळावर हात मारून म्हणाला, ''कमळी, मुंबईला कुठं शोधू आता तुझ्या पोराला? मी तरी काय कायमचा तिथला? इथं कुणी कुत्रं विचारेना म्हणून तिथं वणावणा हिंडलो महिनाभर.'' मग आई गप्प बसली. नाना आता बाजारातून काहीच आणीत नसत, पण कृष्णीसाठी पाच पेंड्या मात्र ते विसरत नसत. कृष्णी आता लंगडू लागली होती. नाना तिला घेऊन एकदा गुरांच्या दवाखान्याकडे गेले. ती परत आली, त्या वेळी तिच्या गुडघ्यावर पांढरी पट्टी बांधली होती. ''कृष्णी आता फार दिवस टिकणार नाही!'' खाली मान घालून नाना आईला म्हणाले.

त्या दिवशी नानांचे जेवण झाले होते व मी आणि आई जेवायला बसलो होतो, तो पोस्टमन आला. त्याची वेळ बरोबर बारा. ऐन जेवण्याची. आमच्या घरी पत्रे यायची ती कसली तरी त्रासाची, दुःखाची बातमी घेऊनच. नाना पुष्कळदा त्रासून मग जेवतच नसत व आई पोस्टमनवर फार चिडायची. ''कसा यमासारखा येतो बघा ऐन जेवायच्या वेळी!'' ती म्हणे. त्याने कार्ड नानांच्या हातात दिले. त्यांनी ते वाचले व हातात घेऊन स्वयंपाकघरात आले व न बोलता आईच्या समोर टाकले.

अजून न उष्टावलेले ताट आईने पालथ्या हाताने बाजूला केले, आणि पालथी पडून ती आत काही तरी एकदम काटल्याप्रमाणेच्या आवाजात रडू लागली. 'कसं माझ्या हातानं मी त्या पोरीला त्या घरात घातलं हो!'' ती म्हणाली. नंतर तिने मला जवळ ओढले. माझ्या खरकट्या हाताने तिचे लुगडे बरबटले हे तिच्या ध्यानातच आले नाही. ''कारट्या, आमची सुम्मी गेली रे! कधी इथं इतरांसारखी आली नाही, नाचली नाही.''

चार दिवसांपूर्वी सुम्मी अपघाताने विहिरीत पडली होती. मला ती चक्राची विहीर आठवली. तेथे उभी राहून हात हलवणारी नव्या लुगड्यातील सुम्मी; तिचा वास; 'तुम्ही बोलवाल त्या वेळी येईन हं, भाऊसाहेब — आणि दादालाही सांग' म्हणणारी. नानांच्या मागोमाग ती लग्नाला गेली, पण ती परत येथे आलीच नाही. 'मला विसरू नको' म्हणणारी, हात घट्ट धरून डोळ्यांतील पाण्याने भिजवणारी, पाठीवरून हात फिरवणारी, एकदम मला सारे आठवले. मला फार भूक लागली होती, पण एकदम वाटले, जेवण नको, काही नको, कोपऱ्यात जाऊन एकीकडे बसावे व रडावे. सुम्मी माझी लहान आई होती. ''कासव दाखवताना विहीर काय गिळतेय की काय तुला,'' असे ती म्हणाली होती!

नाना खांबाला टेकून खांबासारखे उभे होते, आणि त्यांच्या डोळ्यांत पाणी नव्हते. सुम्मी विहिरीत पडल्याचे त्यांना कसे काही काय वाटले नाही याचे मला फार आश्चर्य वाटले. आईचा चेहरा भिजला होता, तिचा आवाज न ओळखण्याइतका फाटून गेला होता. पण नाना मात्र खांबाप्रमाणे गप्पच. त्यांच्या कपाळावरची शीर मात्र ताठली होती, व डोळे दाबल्यामुळे बाहेर पडतात की काय, असे वाटण्याजोगे मोठे झाले होते. रडताना आई एकदम थांबली, व चटकन उठून ती नानांकडे गेली. "हे काय? असं काय?" ती भेदरून म्हणाली. तिने नानांना हात लावताच अंग झाडतच नाना खाली कोसळले; आणि बटबटीत फुटक्या कपाच्या तुकड्यासारख्या डोळ्यांनी निर्जीवपणे वर पाहू लागले.

'जारे कारट्या पळ, रामभाऊंना बोलव," आई ओरडली. मी शेजारी धावत जाऊन रामभाऊंना बोलावले. ते आले. शामराव आले. त्यांनी आईच्या मदतीने नानांना अंथरुणावर झोपवले. कुणीतरी जाऊन सावनूर डॉक्टरांना बोलावून आणले. त्यांचा आवाज मऊ होता, आणि तो ऐकला की, आजाराची भीती वाटत नसे. त्यांनी मान हलवली, व हलक्या आवाजात ते आईला म्हणाले, "झटका आलाय. मी सांगतो औषधे, कुणाला तरी पाठवून द्या."

नाना अंथरुणावरच पडून राहिले. ते सारखे पाठीवर पडून राहत, व आढ्याकडे रागीट डोळ्यांनी पाहात. त्यांना फक्त उजवा हात आणि मान चांगल्या तऱ्हेने हलवता येत होती. त्यांना काही पाहिजे असेल तर सैल पडलेले ओलसर ओठ हलवून ते निसरडे बोलत. मला तर त्यांचे बोलणे समजत नसे की त्यांच्या चेहऱ्याकडे पाहवत नसे. आई मात्र कसल्याशा तेलाच्या बाटल्या घेऊन त्यांचे हातपाय तास न् तास चोळत असे, त्यांना मधूनमधून कोमट चहा पाजवी. कुणी काही सांगितले नव्हते तर श्रीपूमामा आपल्या खर्चाने सुम्मीच्या गावी जाऊन आला, आणि येताना त्याने तिच्या चार बांगड्या आणल्या. खरे म्हणजे त्या पितळेच्या होत्या व त्या त्याने कशाला आणल्या कुणास ठाऊक!

नानांविषयी कृष्णीला कसे समजले कोण जाणे. नंतर दोनचार दिवसांत ती हबकलीच. तिच्या डोळ्यांतून सारखे पाणी पाझरू लागले. तिला आता उभे राहवेना, आणि वरून टाकल्याप्रमाणे ती जमिनीवरच पडून राहू लागली. आता ती बाहेर जात नसे; म्हणून बंडू दररोज दहा पेंड्या आणून टाकायचा, व आई तांब्याच्या पंचपात्रातील खुर्द्यामधून दोनदोनदा मोजून त्याला पैसे द्यायची. पण कृष्णी रात्री टाकलेल्या तीन पेंड्यांपैकी मूठभरदेखील गवत संपवत नसे. रात्री झोपण्यापूर्वी मी आणि आई कंदील घेऊन गेलो की ती तेथल्या तेथे मान उंचावून बघे, व पुन्हा निपचित पडे.

एक दिवस सकाळी मी तोंड धुण्यासाठी न्हाणीघरात गेलो. येताना मी पाहिले तो कृष्णी मान खाली टाकून पडली होती. अंगावर पुष्कळशा माश्या बसत, पण एकदाही तिचे अंग थरथरले नाही. मी एका काठीने तिला हळूच डिवचून पाहिले, तर एक नाही की

दोन नाही! आई हातातले काम टाकून आली, चौकटीला टेकून पाहतच राहिली. ''आणखी एक संपून गेलं!'' उसासा सोडत ती म्हणाली, ''कारट्या, तुझ्या बारशाला आणली होती रे कृष्णी!'' श्रीपूमामा दररोज भेटून जात असे. त्याने कुणाला तरी सांगितले. दारात बैलगाडी येऊन उभी राहिली. मागे मला खूप वाटायचे, जोंधळ्याची पोती घेऊन बैलगाडी आमच्या दारात यावी. ज्या वेळी बैलगाडी आली, त्या वेळी असली आली! दोघांतिघांनी कृष्णीला फळ्यावरून उचलून बाहेर आणले, तर चौकटीला तिची शिंगे खटखट बडवली, मान लडबडली. नंतर त्यांनी तिला गाडीत टाकले, त्या वेळी आई बाहेरसुद्धा आली नाही. कृष्णी महिना दीन महिन्यात बाहेर पडली नव्हती. आता गेली ती गाडीत बसून. कायमची. असल्या गाईचे पुढे काय करतात ती माणसे कुणास ठाऊक!

मी नानांच्या खोलीत गेलो. तेथे जायला मला फार भीती वाटली. आता त्या खोलीला आजारी माणसाचा वास चिकटला होता. तेथे गेले की वाटे, एकदम बाहेर जावे, तुतीच्या झाडाखाली उभे राहावे, धूळ पायाने उडवावी, मोकळ्या मैदानावर खूप पळावे. मी त्यांच्याजवळ गेलो आणि म्हणालो, ''कृष्णी गाय मेली!'' नानांनी चेहरा वळवला, त्यांनी ओठ हलवले व त्यांच्या डोळ्यांत पाणी आले. त्यांनी भिंतीकडे मान वळवली व नंतर बराच वेळ त्यांची बोटे हलत होती.

नंतर ते घर देखील आम्ही बदलले. जायच्या आधी मी तुतीच्या झाडाकडे जाऊन आलो. त्यावर आता तुती नव्हत्या. मी हळूच एक लहानशी फांदी मोडून घेतली व आत आणून ठेवली. बाहेरच्या खोलीत ब्रह्म अजूनही लाल डोळ्यासारखा होता. आम्ही कधीही त्याला नारळ दिला नाही. बाहेर पडताना आई म्हणाली, ''नारळ दिला नाही, पण पुष्कळ घातलं त्याच्या मढ्यावर!'' खरंच, पुष्कळच. सुम्मीला तेथले रायआवळे आवडत. त्याच घराचे दार उघडून दादा बाहेर पडला. नानांनी तेथेच लुगडी आणली, आईच्या हातात पत्र देऊन त्याच घरात खांबाला टेकून ते उभे राहिले, तेथेच कृष्णी खटखट आवाज करत गाडीत चढली. हे सारे ब्रह्माने पाहिले व गिळून टाकले. बाहेर पडल्यावर, 'मागे वळून पाहू नको रे, कारट्या!' आईने मला बजावले. श्रीपूमामा नानांना मोटरीत घालून पुढे गेला व मी आईबरोबर गाडीच्या मागोमाग चालू लागलो. मी तुतीची फांदी आईला नकळत सदऱ्याखाली लपवली होती, पण तिचे पान गळ्याबाहेर आले. ''ते पान कसलं रे, कारट्या?'' तिने कपाळाला आठ्या घालून विचारले. मी म्हटलं, ''कसलं नाही. ती तुतीची फांदी आहे. नव्या घरात ती लावली की झाड येईल की!'' तिने काही न बोलता ती फांदी सदऱ्याखालून ओढून काढली व गटारात टाकून दिली. आईला खरेच सामानाचा फार हव्यास. एखादी फाटकी चटई टाकायची म्हणजे तिच्या जिवावर येत असे. ती अमक्या वेळी घेतली, ती घेऊन मी विठोबाच्या देवळात कीर्तनाला जात असे, असल्या हकीकती ती सांगत बसे. मग दादा चिडत असे, व ती चटईच नव्हे तर

फाटकी लुगडी, भाजीच्या जुन्या करंड्या, तुटकी शिंकी, लाह्या भाजायची भोकं पाडलेली गाडगी, सगळी गोळा करून कचऱ्याच्या कुंडात फेकून देत असे. पण आता कितीतरी सामान आम्ही जुन्या घरातच सोडले. त्यात कृष्णीची दावी, खरारे होते, पाण्याचा जुना गंजलेला हौद, झाडण्या, जुना पाटा, दुपट्याची गाठोडी, मोडक्या खुर्च्या, सारे तस्से टाकून दिले. तरी सामानाच्या गाडीमागून जाताना मला लाज वाटली. आमच्या पेट्या धुरकटलेल्या, जुन्या होत्या, वळकटीवरील जमखान्यांना ठिगळे लावली होती. त्यातही आईने रंग गेलेला मोडका पाळणा कशाला घेतला कुणास ठाऊक! सुम्मीच्या खेळण्यांची करंडी तशीच. तिच्यातील एक बाहुली काही धड नव्हती. मी खाली मान घालून चाललो होतो. रस्त्यात आपल्या वर्गातील कुणी पोरे भेटतील की काय अशी मला फार भीती वाटत होती. पण कुणी भेटले नाही. गाडी वळताना खेळण्याच्या करंडीतील दोन बाहुल्या आणि तीनचार लोटकी गटरात पडली, पण रस्त्यातच वेळ फार लागू नये म्हणून, हे मी आईला सांगितलेसुद्धा नाही.

हे घर मला बिलकूल आवडले नाही. आधी घर म्हणजे दोन अंधाऱ्या खोल्या होत्या. त्यांच्यात पाऊल ठेवताच एकदम कुबट वास आला. तेथे जायचे म्हणजे दुसऱ्यांच्या दोन सोप्यांवरून जावे लागे. आणि परसात पाण्याला जाताना आईला दुसऱ्या बिऱ्हाडावरून जावे लागे. आम्हांला परसू नाही की अंगण नाही. मी आईला म्हटले, ''आई, असलं कसलं ग घर हे? माझ्या वर्गातील मुलं हसतील की!'' तर आई हसली नाही की रागावली नाही. ती म्हणाली, ''तू मोठा झालास की तुला पाहिजे तसलं तीन माड्यांचं घर बांध.'' तिने सामान लावले. नानांना एक स्वतंत्र खोली दिली, पेट्या आणि कपाट त्याच खोलीत ठेवले. दुसऱ्या खोलीत मी आणि आई झोपत असू, पण सकाळी उठून आईने चूल पेटवली की धुरामुळे मला तेथे बसवत नसे. त्या घरात मला एकच गोष्ट आवडली. अंधाऱ्या स्वयंपाकघरात दुपारी सूर्याचा एक कवडसा येत असे आणि त्या निळ्या पट्ट्यात उडत असलेले बारीक कण पाहताना तास न् तास निघून जात. काही वेळा तो जमिनीवर जेथे पडत असे तेथे आरसा ठेवला, की चटदिशी दुसरा एक तसलाच किरण वर उडत असे, आणि त्या कमानीतून इकडून तिकडे जाताना फार गंमत वाटे. आई हल्ली स्वयंपाक फारच लौकर करून बाहेर जात असे. जेवण माझे मलाच वाढून घ्यावे लागे. मी संध्याकाळी शाळेतून आलो की, ती लगेच बाहेर पडत असे, ती आठ-साडे आठला परत येत असे मी विचारले, तर मी जांभेकरांच्या घरी बसायला जाते असे म्हणाली. संध्याकाळी नानांच्या खोलीत मीच दिवा लावत असे; पण तो लावून ठेवताना त्यांच्या तोंडाकडे पाहायला मला भीती वाटत असे. डोळे मिटून ते गप्प पडलेले असत, काही वेळा त्यांचे ओठ हलत. एकदा त्यांनी चुकून मलाच सुम्मा, म्हणून हाक मारली! अनेकदा ते तसे पडले असता त्यांच्या डोळ्यांतून पाणी पाझरत असे. त्या वेळी मला कृष्णीची आठवण होत असे. तीदेखील अशीच एकटी डोळे ओले घेऊन, गवताची काडी न

विसकटता रात्रभर गप्प पडून असायची. त्या वेळी मला वाटे, ‘कृष्णी का रडते? तिला कसल्या आठवणी येतात?’ जनावरांनाही घरदार, आईबाप यांच्या आठवणी येतात? आई कधीतरी नानांना अंथरुणातच उठवून तक्क्याला टेकवून बसवे, व बाजूची लहान खिडकी उघडत असे. त्यातून नानांना समोरच्या घराची खिडकी, तिच्यातील तुळशीची कुंडी दिसे, केव्हा केव्हा मधल्या रस्त्याने गुरे जात, पोरे गोट्या खेळत, हे सारे दिसे. सुम्मीच्या लग्नानंतर आईने तिचा रग मला दिला होता, तो तिने काढून घेतला. दादाची निळी पाने असलेल्या कापडाची गादीदेखील तिने गुंडाळून ठेवली. माझ्याकरिता तिने एका चादरीला आपले लुगडे शिवून एक गरम रजई शिवून दिली. तीदेखील छान होती. शिवाय तिच्यात मला आईजवळच झोपल्यासारखे वाटे, कारण तिला आईचा वास होता. हल्ली आई मला लौकर उठवायची, व अंघोळ झाल्यावर बारा नमस्कार घालून घ्यायची. प्रथम माझे हात दुखले, पण नंतर सवय करावी लागली; कारण त्याशिवाय चहाच मिळत नसे. केव्हा एकदा बारावा नमस्कार येतो, असे मला होऊन जात असे. पण मोजताना चुकणेदेखील शक्य नव्हते, कारण सगळे नमस्कार होईपर्यंत आई समोर पोलिसासारखी उभी असे.

त्या दिवशी संध्याकाळी श्रीपूमामा आला, त्या वेळी त्याच्या हातात एक पत्र होते. त्याने विचारले, “कुठाय रे तुझी आई?” मी म्हणालो, “जांभेकरांकडे बसायला गेली आहे.” “जा, बोलावून आण तिला पाच मिनिटं,” तो म्हणाला आणि चटईवर बसला.

मी जांभेकरांकडे कधीच गेलो नव्हतो, आणि त्यांच्यातल्या कुणाचीच मला ओळख नव्हती, आणि आई त्यांच्यातच कशाला बसायला जाते, हेही मला माहीत नव्हते. मी आत गेलो, पण सोप्यावर माणसे आहेत म्हणताच मला थोडी भीती वाटली. “कोण हवं रे तुला?” चाळशी घातलेल्या एका माणसाने मला विचारले. मी म्हटले, “आमची आई आलीय इथं बसायला.” “वा! आमची आई काय! छान, कोण हो तुम्ही?” तो माणूस हसून म्हणाला व इतरही हसले. मी कोण हे त्यांना काय सांगणार? तोच अगदी आत दारात आई दिसली. तेथूनच ती मला आत यायला खूण करत होती. तिने हळूच मला चिमटा काढला व ती पुटपुटली, “कारट्या, इथं कशाला आलास? मला न विचारता इथं यायचं नाही म्हणून सांगितलं होतं ना?” “अग पण श्रीपूमामा आला आहे,” मी म्हटले, “त्यानं बोलावलंय तुला.” “तो थांबेल रे दहा मिनिटे,” ती म्हणाली व कामाला लागली.

मी तेथेच रेंगाळलो. माझ्या पोटात वखवखू लागले होते, आणि स्वयंपाकघरात छान वास सुटला होता. आईच स्वयंपाक करत होती, तिच्यासमोर पोळ्या पडल्या होत्या. मला वाटले एक तरी पोळी मिळावी आपणाला, थोडे तूप घालून. “आई, मला एक पोळी पाहिजे त्यांतली खायला,” मी म्हणालो तोच रेशमी लुगड्यातील एक बाई आली, तिच्या हातात सोन्याची खूपशी कांकणे होती. ती हसून म्हणाली, “तुलाही द्यायची की

पोळी! सगळ्यांची जेवणं झाली की, तुला पाठवून देते हं दोन पोळ्या कमळाबाईबरोबर.'' आईने ओठ घट्ट दाबून धरले व तिने माझ्याकडे पाहिलेसुद्धा नाही. पंधरावीस मिनिटांनी ती माझ्याबरोबर आली; पण घरापर्यंत येईतो एक नाही दोन नाही. श्रीपूमामाने आईला पत्र दाखवले. दोघेही प्रथम काही बोलले नाहीत.

''कसली जळ्ळी मिरवणूक ती?'' पत्र परत करत आईने विचारले.

''कसली कुणास ठाऊक, कमळी, मला तरी काय ठाऊक?'' श्रीपूमामा म्हणाला, ''सहा महिने?'' आईने विचारले, ''दंड दिला तर. नाहीतर आठ महिने!'' श्रीपूमामा म्हणाला ''कमळी, तू काही काळजी करू नकोस. लागलं-सवरलं तर सांगत जा. काय करायचं? नशिबाचे भोग म्हणायचे झालं. जातो. आता, बाजारात जायचं आहे अजून.'' आईने मान हलवली. श्रीपूमामा उठला व माझ्या डोक्यावर चापट मारून निघून गेला. आई नानांकडे गेली, व तिने चहा पाहिजे काय, म्हणून विचारले. नानांनी मान हलवली. पांघरूण सावरताना नानांनी आईच्या बोटांवर हात ठेवला, व तिच्या कांकणांवरून बोटे फिरवली. आई झटदिशी वळून बाहेर आली, व पुन्हा जांभेकरांकडे गेली. माझ्याकडे तिने पाहिलेसुद्धा नाही. त्यापेक्षा तिने मला मारले असते तर बरे झाले असते असे मला वाटले, व एकदम रडू आले. मी धावत तिच्यामागे गेलो आणि म्हणालो, ''आई, मला पोळी नको, दूधसाखर नको, काही नको.'' ती म्हणाली, ''जा घरात, आणि घर सोडून जाऊ नको कुठं!''

त्या रात्री आई नेहमीपेक्षाही उशिरा आली, व एका पिशवीत पुष्कळसे सामान घेऊन आली. आल्याबरोबर तिने नानांसाठी आटवल केले व त्यांना तक्क्याला टेकवून चमच्याने भरवले. तोपर्यंत मलाही अतिशय भूक लागली होती. त्यातले थोडे आटवल उरावे व ते आपण लिंबाच्या लोणच्याबरोबर खावे असे मला फार वाटले. पण तिने ते वाटीभरच केले होते. पण मी बोललो नाही की खायला मागितले नाही. मी तस्सा चटईवर पडून राहिलो. मी किती वेळ झोपून राहिलो होतो कुणास ठाऊक, कारण आईनेच मला बकोटीला धरून उठवून बसवले. ''जा तोंड धुऊन ये,'' ती म्हणाली. ती मला या वेळी कारट्या म्हणाली नाही म्हणून मी घाबरलो. कशीबशी चूळ भरून आत आलो व पानावर बसलो. आज आईने खूप खायला केले होते व चुलीसमोर चार जाड पोळ्याही होत्या. त्यांना अगदी जांभेकरांच्या घरातल्याप्रमाणे वास होता. मी स् स् करत ओठ हलवले व टाळी वाजवली. ''जांभेकरांनी पोळ्या दिल्या?'' मी विचारले. आईने बसल्या बसल्याच हात लांब केला, आणि काडकन मुस्कटात दिली. ''का ग? का ग?'' मी कळवळत म्हणालो. ''कारट्या, आजपासून लक्षात ठेव, तू भिकारड्याचा मुलगा नाहीस,'' ती म्हणाली, ''असं लोकांच्या घरी खायला मागशील तर जीभ डागून देईन. माझे हातपाय उरावर आले नाहीत अजून. असलं भिकारड्यासारखं जगायला शिकू नको. खा, गीळ ती पोळी, ती आपलीच आहे.'' तिने पोळीवर तूप घातले. थोडी दुधातदेखील भिजवून

दिली. पण फारच रात्र झाल्यामुळे माझी भूकच गेली. मी कसेबसे दोन घास घेतले तो डोळे पेंगू लागले. मी हात धुऊन पुन्हा चटईवर जाऊन पडलो. आई आली व तिने लुगड्याची रजई माझ्या अंगावर घातली, ''त्या सगळ्या ठेवते. उद्या खा रे त्या कारट्या!'' जाता जाता ती म्हणाली.

पूर्वीच्या शाळेत महिना तीन आणे फी सुरू केली म्हणून श्रीपूमामाने मला देवळातल्या शाळेत घातले. ती शाळा बसवाण्णाच्या देवळात भरे. तिला खोल्या नव्हत्या की, बसायला फळ्या नव्हत्या आणि सगळी मुले एकत्रच बसायची. मास्तरांना मास्तर म्हटले की फार राग यायचा. त्यांना म्हणे 'गुरुजी' म्हणायचे. मी एकदा चुकून मास्तर म्हणालो व एक सणसणीत छडी खाल्ली. त्या शाळेत माझी कुणाची ओळख नव्हती की, मला कुणी खेळायला घेत नसत. मधुकर म्हणून एक घाऱ्या डोळ्यांचा मुलगा होता, तो चित्रे फार गमतीची काढत असे व तो मला फार आवडे. पण तोदेखील माझ्याशी कधी बोलत नसे. पोरे मात्र सगळी मळकट आणि अगदी ढ होती. कुण्णाला शेंडीचा श आणि पोट फोडायचा ष बरोबर काढता येत नव्हता. मला तर बाराचा पाढा येत होता. मग परीक्षा आली. गुरुजींनी टेबलावर तीनदा छडी आपटून सांगितले, सगळ्यांनी चांगले कपडे घालून या. दिपोटी येणार आहेत परीक्षेला! त्या संध्याकाळी मी श्रीपूमामाला म्हटले, ''मला एक नवीन सदरा पाहिजे. उद्या आमची परीक्षा आहे रे, आणि मी सदरा मागितला म्हणून आईला सांगू नको. ती संतापेल.'' ''आधी तर सांगायचं नाही?'' तो म्हणाला, ''रात्री कापड आणून सकाळपर्यंत कसा होईल सदरा? बराय बघू.'' दुसऱ्या दिवशी अगदी पहाटेलाच तो आला. आईने विचारले, ''का रे, एवढ्या सकाळी आलास?'' तर श्रीपूमामा म्हणाला, ''कमळी, तुझ्या पोराची आज परीक्षा आहे. म्हटलं त्याला एक नवा सदरा द्यावा. पण ऐनवेळी कापडच कमी पडलं बघ.'' ''अरे कशाला उगाच?'' आई म्हणाली, ''त्याला आहेत मस्त दोन-चार सदरे!'' पण तिने तो सदरा मला घालायला दिला. कापड कमी पडले म्हणून कापडाच्या रेघा हातावर गोल गोल कांकणासारख्या आल्या होत्या. वर्गात गुरुजींनी विचारले, ''हा नवा सदरा कोणत्या सुताराने शिवला हो?'' आणि सारी पोरे हसली. मला त्या सगळ्यांचा फार राग आला. मला तो सदरा फार आवडला होता. शिवाय श्रीपूमामाने रात्रभर बसून माझ्यासाठी शिवून आणला होता तो. आणि रेघा सरळच पाहिजेत असे कुणी तुम्हांला सांगितले? होय, आमच्या रेघा गोल येतात. तुम्हांला काय करायची पंचाईत?

दिपोटींनी प्रश्न घातले, तोंडचे हिशेब घातले. मी 'देवाजीने करुणा केली, भाते पिकुनी पिवळी झाली' ही कविता म्हटली. परीक्षेनंतर दोन दिवस सुट्टी होती, व शनिवारी पास-नापास होते. त्या दिवशी सकाळी मी अगदी लौकर तयार होऊन बसलो. 'कारट्या, मग लगेच घरी ये हं' म्हणून सांगून आई जांभेकराच्या घरी गेली. गुरुजींनी मी पास झाल्याचे सांगितले, व वर्गात पहिला आल्याबद्दल मला 'नीतिबोध' पुस्तक बक्षीस

मिळाले. मधुकरचा नंबर दुसरा आला होता व त्याला 'जिंजीवास' हे पुस्तक बक्षीस मिळाले. त्याचे पुस्तक माझ्यापेक्षा जाड होते. पण त्यात गोष्टी नव्हत्या, आणि चित्रेही नव्हती. मधुकर माझ्याकडे आला, व माझ्या शेजारी बसला. "तू पहिला नंबर मिळवलास, आज आमच्या घरी चल शाळा सुटल्यावर," तो म्हणाला. शाळा सुटेपर्यंत आम्ही माझ्या पुस्तकातून दोन गोष्टी वाचल्या. एका गोष्टीत नारळ, शंकरपाळे असली नावे असलेली मुले होती. दुसऱ्या गोष्टीत एका आईचा मुलगा हरवतो, मग ती आपले केस देते, डोळे देते, त्याला परत घेऊन येते, असली हकीकत होती. शिवाय 'जीमूतवाहन' म्हणून कुणाचीतरी गोष्ट होती, पण आम्ही ती वाचली नाही. पण मधुकरने शिसपेन्सिलीने चित्रातल्या एका बाईला मिश्या काढल्या व आम्ही खूप हसलो. शाळा संपली. "चल आता आमच्या घरी," मधुकर म्हणाला, "सुट्टीनंतर मी मग सांगलीला शिकायला जाणार." तो जाणार म्हणून मला एकदम वाईट वाटले. आपणही नंतर या शाळेत येऊ नये, असे मला तेव्हाच वाटू लागले. एकदा मी म्हणालो, "मी घरी जातो रे, आई वाट बघेल. तिला पुस्तक दाखवायचं आहे." तर तो म्हणाला, "आमच्या घरी येऊनच जा, मी सांगलीला जाणार, मग भेटणार नाही पुन्हा." म्हणून मी त्याच्याबरोबर गेलो.

आम्ही देसाई गल्लीत आलो, तेव्हा मी मधुकरला विचारले, "अरे, तुमचं घर कोणतं?" तर त्याने घर दाखवले ते आमचेच! मी म्हणालो, "अरे, आम्ही इथं राहत होतो पूर्वी. परसात तुतीचं झाड आहे." मग तो टाळी वाजवून म्हणाला, "होय रे होय, बरोबर!"

मग आम्ही परसात गेलो. सुम्मीला आवडणारे रायआवळ्याचे झाड कुणीतरी तोडून टाकले होते; पण तुतीचे झाड मात्र होते. त्यावर आता हिरवट लाल, अगदी पिकून जांभळ्या झालेल्या तुती अंग भरून लागल्या होत्या. मी अर्धा खिसा भरून तुती काढून घेतल्या. त्या वेळी मला सुम्मीची फार आठवण झाली. कृष्णीच्या गोठ्यात त्यांनी आता लाकडे रचून ठेवली होती. मी यायला निघालो, त्या वेळी मधुकरच्या आईने मला एक करंजी खायला दिली. त्यांच्या घरी मधुकरच्या बहिणींचे लग्न होते. मधुकरला पुष्कळ कपडे शिवायला टाकले होते. त्याचा दादा येणार होता. सगळीकडे अगदी गडबड होती. मी मधुकरच्या आईला म्हणालो, "आम्ही पूर्वी याच घरात राहत होतो. इथं बाहेरच्या खोलीत ब्रह्म आहे." "ब्रह्म असला तर असला!" मधुकरची आई हसून म्हणाली, "तो काय आम्हांला खातोय की काय!पंधरवड्याला एक नारळ त्याच्यापुढे फोडला की काम झालं!"

मला एकदा वाटले, डोळ्यासारखा दिसणारा हा ब्रह्म पुन्हा एकदा हळूच बघावा. पण मग आई रागावते म्हणून मी तिकडे गेलो नाही. मी बाहेर पडलो, आणि मधुकरने दारातूनच हात हलवला. तो नंतर सांगलीला जाणार, कुणास ठाऊक, नंतर तो मला

भेटणारही नाही. आमची मैत्री एक दिवसात सुरू झाली, एक दिवसात संपून गेली! त्याची एकच आठवण राहिली, ती म्हणजे चित्रातील बाईला काढलेल्या मिश्या!

घरी आलो, त्या वेळी आई अद्याप आली नव्हती. हळूच दरवाजा उघडून मी आत नानांकडे गेलो. जाताना आईने तेथे उदबत्ती लावून ठेवली असावी, कारण अजूनही तिचा थोडा वास उरला होता. मी नानांना पुस्तक दाखवले, आणि म्हणालो, ''नाना, मी पास झालो. पहिला नंबर. हे बघा पुस्तक!'' त्यांनी हात उचलल्यावर मी पुस्तक देऊ लागलो, पण त्यांनी पुस्तक घेतले नाही, त्यांनी माझ्या तोंडावरून हात फिरवला, व ते भिंतीकडे पाहू लागले.

आई घरी आल्याबरोबर मी तिच्यासमोर 'पास! पास!' म्हणून ओरडलो. श्रीपूमामाही तिच्याबरोबर आला होता. तो काही न बोलता बाजूला बसला. आईने मला जवळ बोलावले, आणि खिशांतील तुती चिरडून जातील की काय, असे घट्ट मला जवळ घेतले. आई किती बदलून गेली आहे हे तेव्हा मी अगदी जवळून पाहिले. तिचा चेहरा चेपल्यासारखा झाला होता, व हाडे खूप वर आली होती. सुम्मीने कासव दाखवताना विहीर दाखवली होती; आईचे डोळे बघताना मला त्या आत खोल गेलेल्या विहिरीची आठवण झाली. श्रीपूमामाने पुस्तक उचलले, व तो त्यातील चित्रे पाहू लागला.

''कारट्या, कोणती परीक्षा पास झालास रे तू?'' तिने विचारले. मी म्हणालो, ''पहिली!''

''म्हणजे अजून मॅट्रिक झाला नाहीस? बी. ए. झाला नाहीस?'' ती म्हणाली आमची आई कित्येकदा अगदी खुळ्यासारखी बोलते. मॅट्रिकला कितीतरी अभ्यास करायचा असतो. आणि पहिलीच्या परीक्षेला बसून कोण मॅट्रिक होते?

''आई, तुला तुती पाहिजे? आपण मागं राहत होतो ना, त्या घरात मधुकर राहतो, तो आता सांगलीला जाणार आहे.'' मी सांगू लागलो खरा, पण आईचे तिकडे लक्षच नव्हते. ती मला म्हणाली, ''कारट्या, तू बी. ए. हो अगर होऊ नकोस. पण आतून बाहेरून मात्र, अगदी दगड हो!'' तिने माझ्या छातीवर टिचकी मारली, व ती पुन्हा म्हणाली, ''अगदी घट्ट, डोंगरी दगड हो बघ!''

मी नमस्कार घालायला लागल्यापासून माझे दंड घट्ट होऊ लागले होते. मी म्हणालो, ''बराय आई!''

पण आईला तुती आवडतच नव्हत्या. त्या घरात असताना एकदाही तिने तुती खाल्ल्या नाहीत. ''श्रीपूमामा, तुला तुती पाहिजेत?'' मी विचारले. त्याने हात पुढे केला. ''कसली देऊ सांग?'' मी म्हणालो. त्याने हात मागे घेतला, व म्हटले, ''आण कसली तरी.'' म्हणजे त्याला तुतीविषयी काहीच माहिती नव्हती. आणि मी त्याला तुती दिली नाही तर त्याने पुन्हा मागितलीही नाही. सुम्मीने मला घट्ट धरून ठेवून बळजबरीने माझ्या खिशातून हव्या त्याच तुती काढून घेतल्या असत्या!

"पण मी म्हणतो, कमळी," श्रीपूमामा म्हणाला, "जरूर असेल तर दवाखान्यात नको ठेवायला? त्या गावात जाऊन राहावं लागेल इतकंच ना? चल, मीही येतो तुझ्याबरोबर. तुझं तरी काय, आणि माझं तरी काय, काय आहे या गावात आपलं? कुठंही काम करायचं, जगायचं. मग हॉस्पिटलमध्ये ठेवून तरी बघू."

आई भिंतीला टेकून बसली, आणि अगदी दमल्याप्रमाणे उसासा सोडून तिने पाय लांब सोडले आणि त्यावर हात बांधल्याप्रमाणे ठेवले. "तू म्हणतोस तेही खरंच म्हणा," ती श्रीपूमामाकडे न पाहता म्हणाली, "पण या गावाचं आतडं तुटत नाही बघ."

आमचे तुतीचे गुपित सुम्मी-दादाला माहीत होते. तुती खाताना अगदी पिकून मऊ जांभळी झालेली असते ना, ती खाऊ नये. ती टचदिशी खाल्ली की, तोंड गोड होते हे खरे, पण जीभ ओठावर पुसली की सारे संपले! तुती थोडी कच्चीच असावी. म्हणजे अगदी कच्ची नव्हे तर थोडी पिकलेली, अगदी पिकलेली नव्हे तर थोडी कच्ची म्हणजे गोडही लागते आणि आंबटही लागते. जीभ रवरवते, आणि गोडही लागते. मग तुती बराच वेळ ध्यानात राहते. हे सुम्मी-दादाला माहीत होते, पण ते आता इथे नाहीत. आई-श्रीपूमामाला ते काही माहीत नाही. श्रीपूमामाला तर कशाचेच काही माहीत नाही. आता या घरात ते गुपित फक्त एकाच माणसाला माहीत आहे.

मला!

साधना : दिवाळी १९६१

बा धा

आतापर्यंत अर्धे स्वयंपाकघर ओलसर होऊन गेले होते, आणि भिंतीच्या कडेने मांडलेली सारी भांडी पाण्याने भरली होती. भरून आणलेली कळशी रमाने तशीच जमिनीवर ठेवली, आणि आता हे पाणी कुठे ओतावे याचा ती विचार करू लागली. मोठी पातेली, तपेली तर राहू द्याच, पण लहान वाट्या, तामली, वापरात नसलेला एक काळामिट्ट तांब्यादेखील तिने पाण्याने भरला होता, आणि चुलीभोवतालची थोडी जागा सोडली तर आता तेथे तीळ ठेवायला कोरडी जागा नव्हती. इकडे तिकडे पाहत असतानाच तिला जाणवले की, आपले अंग सारे भिजले आहे. तिला आता काकडल्यासारखे वाटू लागले होते. तिने घाईघाईने कोंचण पिळले. शेवटी तिने फळीवरील पितळी डबा काढला, व त्यातील साखर सुपात ओतली. डबा रिकामा करताना तिचे लक्ष त्यावरील नावाकडे गेले. 'रमेश-शांतूकडून भेट.' रमा उगाचच हसली, व डब्यात पाणी ओतू लागली. तो भरून वाहू लागला तरी तिने कळशी तशीच ओतली, कारण पाणी ओतत असता ती शांतूच्या पाठीवर थाप मारून हसत होती, तिची वेणी ओढत होती, आणि तिच्या हिरव्या कांकणाचे कौतुक करत होती...

"रमे, अग दहा वाजायला आले, पाणी संपले की नाही अजून?" किंचित त्रस्त आवाजात म्हणत आई आत आल्या, पण पाण्याने भरलेली भांडी, सर्वत्र झालेली ओल, आणि मध्यभागी राहून स्वतःशी हरवलेली रमा, हे सारे पाहून "हे काय विलक्षण!" म्हणत त्यांनी ओठावर हात ठेवला व त्या पाहतच राहिल्या. रमाने भानावर येऊन वेंधळेपणाने पदर पिळला, व किंचित शरमून ती त्यांच्याकडे पाहू लागली.

"बावळट! हज्जार खेपा घातल्या असशील तळ्याकडे! जळ्लं ते तरी जवळ आहे?" हताशपणे आई म्हणाल्या, "जा आता, लुगडं तरी बदल. परवा खांद्यापर्यंत भिजलीस, आता अगदी न्हाऊनच आलीस. कसलं व्रतबीत घेतलं आहेस की काय? आणि हे इतकं पाणी कशाला आणलंस? काय गावजेवण घालणार आहेस की तळं

आटणार आहे उद्या? गाढव!''

रमाचे लक्ष त्यांच्या शब्दांकडे नव्हतेच. ती त्यांच्याकडे निरखून पाहत होती. त्यांची चेहरा वाळल्यासारखा होता, व धुण्याचा पिळा चुकून वाळत घालायचा राहून जाऊन सारा दिवस तसाच राहावा त्याप्रमाणे त्या कुसकरल्यासारख्या दिसत होत्या. आता जणू दुसऱ्याच क्षणी त्या जमिनीवर आडव्या होणार व प्राण सोडणार असल्याप्रमाणे रमाच्या मनात कालवाकालव झाली.

''तुम्हांला सोवळ्याचं पाणी लागतंय पुष्कळ,'' ती म्हणाली, ''संध्याकाळी थेंब उरत नाही काही वेळा. ते काय तुम्ही आणणार? चार पावलं टाकली की तुम्हांला धाप लागते. मग माझ्याशिवाय कोण आणणार बरं? आता चार दिवस पाण्याची काळजी नाही बघा तुम्हांला!''

डोळे मोठे करून आई गप्प राहिल्या, कारण काय बोलावे हे त्यांना समजेना. हे सारे पाणी उद्या का वापरायला येईल, म्हणून विचारावे असे त्यांना वाटले, पण रमाच्या चेहऱ्याकडे पाहून त्यांना एक शब्द हलेना. त्या एकदम संतापल्या, व त्यांनी तिच्याकडे पाठ वळवली.

''बरं जा आता. पाणी पुरे आज. पान घाल,'' त्या म्हणाल्या, ''त्याची जायची वेळ झाली.'' रमा लुगडे बदलण्यासाठी आत आली त्या वेळी त्यांना वाटले, कसली बाधा झालेय कारटीला कुणास ठाऊक!

त्या गावात कुठेही बाधा होऊ शकली असती, अशी जुनाट कळा त्यावर होती. भूतकाळाचा पिंजर चिकटल्यामुळे सारे गावच भुताप्रमाणे वाटे, आणि लग्न झाल्यापासून रमाने ते कधीच जिवंत झालेले पाहिले नव्हते. गावाच्या एका बाजूला मोठे पोपडे उठल्याप्रमाणे डोंगर होते, व त्यांवर शेकडो वर्षांपूर्वीचे एक देऊळ, किल्ल्याचा पडका तट, आणि एका वाड्याचे अवशेष होते. कुणी अज्ञात शिल्पकारांनी रात्रीचा दिवस करून तेथले काळे खडक माणसाळले होते. त्यांनी त्यांत अखंड खांब कोरून त्यांवर नाजूक दगडी साखळ्या निर्माण केल्या. त्यांवर लवचिक कमरेच्या, पुष्ट नितंबांच्या देवतांना एक विशिष्ट नृत्यरीतीने उभे राहायला लावले, व ते सारे स्वतःची मुद्रादेखील कुठे न ठेवता नाहीसे झाले. ते खांब व त्या स्तब्ध कोरीव देवता जणू त्यांच्या येण्याची वाट पाहत विंध्याप्रमाणे तशाच उभ्या राहिल्या. देवळात मूर्तीच नाहीत, व गाभारा आंधळ्या खोबणीप्रमाणे आहे. त्यामुळे हे सारे शिलामय रेषाधुंद जग सुटकेच्या क्षणाची वाट पाहत बंदीवासात असल्याप्रमाणे अतृप्त, असहाय वाटे. वाड्याचे आता समोरील बत्तीस खांब मात्र आहेत, व त्यांमधून अरुंद पायऱ्यांचा उंच जिना खालच्या तलावातील अगदी निळसर पाण्यापर्यंत उतरला आहे.त्यावरून एके काळी खांबावरील देवतांप्रमाणे वाटणाऱ्या स्त्रिया लचकत डौलाने लाटेप्रमाणे हलत जलक्रीडेसाठी खाली उतरल्या. पण आता तिकडे कुणी क्वचितच जाते. बाहेरून आलेला एखादा प्रवासी वणवण करीत त्या

थडग्यांभोवती फिरतो. काही वेळा मोजमाप, फोटो घेऊन वहीत नोंद करतो व जातो, परंतु पुन्हा तोच प्रवासी परत येत नाही. पाचदहा वर्षांत भिंतीचा एखादा भाग कोसळे. लोक तेथील दगड आणून पाटे-उखळ करत, पायऱ्या म्हणून वापरत. खाली गावात दोन रस्त्यांवर चौकोनी दगड बसवले होते. हजार वर्षे त्यावरून चालत गेल्यामुळे ते झिजून गुळगुळीत झाले होते. त्यांवरून नालाच्या जाड वहाणा घालून लोक चालले की, खणखणाट होत असे. रात्र झाली की, धूर सोडणारे दिवे लावून दहाबारा दुकाने उघडी राहत, आणि साडेआठला सारे गाव विझल्याप्रमाणे होऊन अंधारात रुतून बसे. परंतु सूर्यास्ताच्या वेळी देऊळ, पायऱ्या, बत्तीस खांब यांचे प्रतिबिंब खालच्या पंपासरोवरात पडले, की पाण्यातून एखादे तंतुवाद्य वर आल्याप्रमाणे वाटे, आणि त्या उदास सोनेरी क्षणी नृत्यमग्न आकृतींना देखील बाधा झाल्याप्रमाणे होत असे.

चारचौघींसारखेच रमाचे लग्न झाले. चारसहा ठिकाणी कुंडली, हुंडा यांसाठी मोडल्यावर ती गोपाळरावांच्या घरी आली. तिला त्याबद्दल कुणीसुद्धा विचारले नाही. तिला शाळेत दोनच मैत्रिणी : शांतू आणि अंबू. पण त्यांच्यापैकी कुणीसुद्धा लग्नाला आले नाही, कारण त्यांना कुणी बोलावलेच नाही. रमाने सारे संस्कार मूकपणे सहन केले. गौरीहरापुढे स्तब्ध बसायला तिला फारसा त्रास पडला नाही. पूर्वीचे नाव कमला गेले त्या वेळी मात्र तिच्यात असहाय हुरहुर निर्माण झाली, पण तीदेखील नंतर विरून गेली. शेवटी ती त्या मरगळलेल्या, म्हाताऱ्याच्या पाठीवरील आवाळूप्रमाणे वाटणाऱ्या गावात आली. प्रथम तर तिला आपले कान एकदम गच्च झाले की काय असा संशय येई. पण तीही शांतता तिने पचवली. आल्या दिवसापासूनच खांद्यावर पिळे घेऊन धुणे वाळत घालायला सुरुवात केली. तिने कामाचा रगाडा मानेवर घेतला आणि आपल्या कण्याभोवती ती गोपाळरावांचा उग्र, केसाळ वासाचा संसार बिनतक्रार फिरवू लागली.

इतक्या वर्षांत रमा एकदाच माहेरी आली होती. त्या स्तब्धतेतून शहरात आल्यावर आवाजाचा एक फटकाराच तिच्यावर आदळला. रस्त्यातून बँड गेला तर रमा लहान मुलीप्रमाणे धावली, आणि काडीचे आईस्क्रीम घेऊन ती अर्धा तास चघळत बसली. दादाचा संसार वाढला होता, पण तो अगदी एकाकी, त्रस्त झाला होता. त्याने एक सुरेख, वीतभर काठाचे रेशमी लुगडे आणून दिले. अंबू भेटली व तिच्याकडून बरीच माहिती समजली. शांतूला बाळंतपण मानवले नाही. ती कोळ्याच्या जाळ्याप्रमाणे झाली व ती निघून गेली. रमाच्या लग्नानंतर तिची एकदाही भेट झाली नव्हती. ती कमरेवर गोऱ्यापान पोटाचा बारीकसा पट्टा दाखवायची, आणि रमाने तेथे हळूच बोट लावले की, हुळहुळून खूप हसायची. गप्पा मारता मारता रमाचे शब्दच संपले. तिला दिवाकराविषयी बोलायचे होते, पण शब्दच येईनात. अंबू झाली तरी आपल्याच नादात बडबडणारी मुलगी. इतके तिने सांगितले, पण दिवाकराविषयी एक शब्द त्यात नव्हता. रमा दिवाकराशी कधी एक शब्दही बोलली नव्हती. परंतु अंबूच्या घरी गेले की, ती त्याची ओळख करून देईल असे

तिला वाटे, व त्या कल्पनेने तिचे अंग थरथरत असे; पण ते कधी झाले नाही. पण तो नेहमी भोवताली, कुठे ना कुठे असायचाच. हो, ते चित्र दिवाकराने काढलंय, हे त्याचे कपड्यांचे कपाट. छे ग, मी काय वाचते इंग्रजी कप्पाळ! ही सारी त्याची पुस्तके... पुष्कळदा एकटी असताना रमाला वाटे, दादाने तेथे एकदा विचारून पाहावे, फार तर नाही म्हणतील. त्याची तिला सवयच झाली होती. शाळिग्रामसारख्या एका रेव्हेन्यू कारकुनाने तिला नकार दिला होता. एका सिमेंटचुनावाल्या ओव्हरसियरने पाच हजार हुंडा मागितला होता! पण तेही झाले नाहीच. अखेर अंबूच्या साऱ्या जंजाळात तो मुंबईला गेला. तेथे त्याला बऱ्यापैकी नोकरी आहे एवढीच माहिती मिळाली. नंतर संभाषण संपले. शब्दांची पावले जड झाली, व ते मागे आले. अंबूने चहा घेतला, कुंकू लावून घेतले, आणि ती निघून गेली. ती गेल्यावर रमामधील कमला नाहीशी झाली. रमा परत त्या गावात आली आणि तेथल्या कुंद वातावरणाच्या बुरशीत गुरफटली.

त्या बुरशीने कदाचित रमाला कायम गिळून टाकले असते, पण तिचे वागणे बदलून हे असे झाले, आणि ते कितीतरी दिवस चालू होते. शेजारीपाजारी कुजबुजू लागले होते. तोंडाळ, गोचिडीप्रमाणे चावरी रखमाकाकू तर मुद्दाम वेळ काढून यायची, कुत्सित प्रश्न विचारायची व नंतर गावभर खाजुर्ली वाटत हिंडायची. ‘‘काय हो लक्षुंबाई, पाहावं ते एकेक अरिष्टच तुमच्या रमेचं! पिंपळाला महिन्याच्या प्रदक्षिणा एकाच दिवशी घालतेय काय, भिकारणीला पातेल्यासकट भात देऊन टाकते काय! अहो, तुम्ही आमच्या गौरीला नाक मुरडलंत, आणि असलं अर्धवट पदरात घेतलंत! दाखवा तरी कुणा देवरशाला! बनशंकरीला एक माणूस आहे, चांगला सांगतोय. मागं एकदा माझ्या नणंदेला...’’

त्या बडबडीत आई गप्प बसत. त्यांनी कुणाला नकळत दोघा जंगमांना विचारलेही होते, पण कुठे काही गुण नाही. त्यांनी एकदा ताईत करून आणला, तर राघूने सदऱ्याचे एक झगझगीत लाल बटण घेऊन तो कुणाला तरी देऊन टाकला. आईंनादेखील हे सारे कसे समजले नाही. खरे म्हणजे ओबडधोबड, झाडाच्या बुंध्यासारख्या गौरीपुढे रमा केळीच्या सालीसारखी होती. ती दिसायला केवड्याच्या कणसासारखी, वागायला इरकली लुगड्यासारखी कुलवंत. पाचसहा वर्षे संसार कसा देवीच्या आरतीसारखा झाला. पण दोनचार महिन्यांपासून हे सारे सुरू झाले. त्या दिवशी संध्याकाळी एक कळशी तळ्यावरून आणली, आणि अगदी करकरीत संध्याकाळी अर्धा तासभर उंबऱ्यावर पाय सोडून भ्रमिष्टासारखी बसली. खरे म्हणजे लक्ष्मी यायच्या वेळी रमा अंगण झाडून उंबऱ्यावर रांगोळी घालून आत असायची. पण हे सारे विपरीत पाहून आई तिला ताडताड बोलल्या.तिच्या लहानपणीच वारलेल्या आईचादेखील त्यांनी उद्धार केला. एकदम गोठून गेल्याप्रमाणे रमा सुन्न झाली. तिने थिजलेल्या चेहऱ्याने रात्रीच्या भांड्यांचा ढिगारा संपवला. अंथरुणे घातली, धुतलेल्या कपड्यांच्या घड्या घातल्या आणि सगळ्यांमागून अंथरुणावर पडून ती तासभर हुमसत राहिली. केंबळा लोंबणारे वाशांचे

छप्पर, जाड काळवंडलेले दरवाजे, आईंच्या पार फुटक्या फुटक्या टाचा, गोपाळरावांच्या अंगाचा कपाळात तिडीक आणणारा उग्र वास, राघूचे वेडेवाकडे दात–ही सारीच तिच्या मनाचे लचके लचके तोडू लागली, आणि रमा त्या लहानपणीच वारलेल्या आईच्या पदराखाली लहानपणीप्रमाणेच रडली.

त्या दिवशी पाण्याला गेली असताना ती प्रथमच वरच्या देवळात गेली होती. त्या गावात आल्यापासून तिला ते देऊळ जणू बोटाने खूण करून आपल्याकडे बोलावत होते, व तिलाही तिकडे एकदा जाऊन येण्याची भीतियुक्त उत्सुकता होती. उंचउंच शेदीडशे पायऱ्या चढून ती जेडाच्या सईबरोबर वर आली, व बावरलेल्या मुलीप्रमाणे थोडा वेळ भटकली. अनेक वर्षांच्या कोंदलेल्या शांततेने ओलसर झालेल्या फरशीवर तिची पावले उमटली. खांबांवरील देवतांना तिच्या बोटांचा हलकाच स्पर्श झाला. तिच्या दुप्पट उंचीच्या दोन अजस्र द्वारपालांचे हात तुटले होते. त्यांच्यापुढे उभी राहताच तिचे अंग थरथरू लागले. डोक्यात वारा घुमू लागल्याप्रमाणे चमत्कारिक आवाज होऊ लागला, आणि डोळ्यांवर पातळ, लालसर पापुद्रा चढल्याप्रमाणे सारेच लालसर दिसू लागले. सई बाहेर पडली होती. दुबळे पाय ओढत, तिला हाक मारण्याचा प्रयत्न करत रमा तेथून भेदरून निघाली. परंतु तिला कोणीतरी उभ्या जागी कायमची शिलाकृती केल्याप्रमाणे ती खिळली. कोपऱ्यातील अंधाऱ्या खांबाकडे कुणीतरी उभे होते. तो त्या अर्धवट अंधारातच थोडा बाजूला झाला. त्याला पाहताच रमाला आपल्या भीतीचा क्षणभर विसर पडला, व ती एकदम ओठांवर बोट ठेवून विस्मयाने म्हणाली, ‘‘तू इथं रे कसा? इथं कसा आलास दिवाकर!’’ परंतु दिवाकर काही न बोलता फक्त तिच्याकडे पाहून हसला.

बाहेरून सईची हाक ऐकू आली, आणि रमाच्या हाताचे थरथरणे थांबले, डोक्यातील सुसाट आवाजही बंद झाला. रमाने शून्य नजरेने समोरच्या खांबाकडे पाहिले, आणि ती निमूटपणे बाहेर पडली. वाटेत सई वर गजगे उडवल्याप्रमाणे खूप बडबडली, परंतु रमाचे ओठ मात्र हलले नाहीत. आपणाला न सांगता सईने रमाला त्या भयाण ठिकाणी नेले म्हणून आई फार रागावल्या. त्यांच्या पुढ्यातले मूठभर शेंगदाणे घेऊन तोंडात टाकत सई कोडगेपणाने हसली आणि निघून गेली. पण रमा मात्र तेव्हापासून बदलली.

गेल्या महिन्यात तर फारच. ती जणू वरचे टरफल काढून टाकूनच जगत होती. संध्याकाळी पाण्याला गेली की, तिला फारच उशीर लागू लागला. सूर्य मावळू लागला की, त्या देवळातून सोनेरी प्रवाह पायऱ्यांवरून खाली आल्याप्रमाणे तलावाचे पाणी पिवळसर होऊन जात असे. साऱ्या पायऱ्या पाण्यात उतरत, व त्यांच्याकडे पाहत राहता रमाचे मन भरल्या सुपाप्रमाणे होत होते. नंतर एक दिवस अगदी वरच्या पायरीवर तो दिसला. हळूहळू पायऱ्या उतरून तो तिच्याकडे येत होता. परवा तो

अगदी दांडीभर अंतरावर आला होता. रमा छातीभर पाण्यात उभी होती. तेच हसणे, तेच मूक आमंत्रण. पण अगदी ऐनवेळी धागा तुटला, आणि पाण्याचा सोनेरी रंग नासल्याप्रमाणे विटून गेला. तिला एकदम राघूची आठवण झाली. आपण येण्याची वाट पाहत पोर भुकेजून राहिले होते; आणि भोळ्या कांबळ्यासारख्या खेडवळ पण उबदार मनाचे, आपणाला बसळीची भाजी आवडते म्हणून कुठे कुठे तरी हिंडून खिसाभर पाला आणणारे गोपाळराव! त्यांचीही यायची वेळ झालीच. या साऱ्या आतड्याच्या वेटोळ्यांनी तिचे पाय गुरफटले. अर्धीच कळशी डचमळत ती वात झाल्याप्रमाणे घरी आली, आणि सगळेजण आपली वाट पाहत काळजी करत आहेत हे पाहून तिचा जीवही अगदी डचमळून गेला.

दुसऱ्या दिवशी रमा पाचच्याऐवजी चारलाच उठली, व झपाटल्याप्रमाणे अंधारातच अंगण झाडू लागली. हे काम प्रथम आईच करत. त्यांना झोपच येत नसे. कुठे टपू झाले की विरत चाललेली, कशीबशी जगत असलेली झोप नाहीशी होत असे. पण त्यांना हल्ली धुळीचा फार त्रास होऊ लागला, म्हणून रमानेच त्यांच्या हातातील झाडणी हट्टाने हिसकावून घेतली होती. रमाने आता स्वत:चे अंगण झाडता झाडता शेजाऱ्याचेही अंगण लख्ख करून टाकले. आत येऊन झाडणी ठेवता ठेवता ती म्हणाली, ‘‘बघा तरी, आज मी असं झाडलं आहे की तुम्हांला आता महिनाभर पाहायला नको.'' तिचे हसणे पाहून आईचा त्रस्तपणा पुसला व त्यांना भडभडून आले. अशा सोन्यासारख्या संसाराला कुणी चेटूक केले हे त्यांना समजेना. त्यांनी रमाला, ‘‘तुला काय होतंय? आईप्रमाणे सांग मला मोकळेपणानं,'' म्हणून पुष्कळदा विचारले. पण दर खेपेला ती ‘‘छे! मला काय होतंय?'' म्हणून हसायची. पण त्या वेळी तिच्या गळ्याची शीर ताटायची, डोळे आत ओढल्यासारखे दिसायचे. आणि मग हताशपणे ‘‘कारटीला कसली बाधा झालेय कुणास ठाऊक!'' असे म्हणून आई गप्प बसत असत.

रमाने घाईघाईने लुगड्याचे पोतेरे बदलले, व चटकन पान वाढले. पण बाजूलाच एक छोटे, जेवलेले स्टेनलेसचे ताट होते. राघूस त्याच्या मामाने दिलेले. साऱ्या गल्लीत तसले एकच ताट होते. जेडाची सई कधी तरी टेकायला आली की त्यात आरशाप्रमाणे चेहरा पाहायची, आणि नाकातील मुगबट उगाचच सावरायची.

‘‘म्हणजे राघू जेवून गेला की काय?'' रमाने आश्चर्याने, किंचित रागाने विचारले.

‘‘त्याला तर आज घाईच झाली होती जायची,'' हात झिडकारत आई म्हणाल्या, ‘‘वचावचा दोन शितं चघळली झालं कशीतरी.''

‘‘पण त्याला मी वाढल्याखेरीज चालत नाही.''

‘‘मी वाढलं म्हणून बिघडलं कुठं? मी काही वाटेवरची नाही,'' चिडून आई म्हणाल्या, ‘‘तू कुठं गेलीस हेदेखील त्यानं विचारलं नाही.''

रमा चिडल्यासारखी झाली. खरंच? मग इतके दिवस तो हट्ट धरून बसायचा तो, ते

सारे खोटेच? तिने ताट उचलून न्हाणीत ठेवले. तेथूनच तिनं मोठ्या विजयी आवाजात विचारले, ''मग तुम्ही त्याला लिंबाचं लोणचं घातलंय? त्याला फार आवडतं ते.'' आईकडून काही उत्तर न आल्याने तिला हायसे वाटले; लिंबाच्या लोणच्याच्या गुपिताचा एक धागा अद्यापही तिच्या हातात राहिला होता.

गोपाळराव माडीवरून खाली आले, आणि खाली मान घालून पानावर बसले. हातात कांकणे असली तर बायको, नाही तर आई वाढत आहे एवढे त्यांना समजे. भात, भाकरी, भात या तीन अवस्था झाल्या, की त्यांचे जेवण आपोआप संपत असे. मध्ये भाकरी न वाढता पुन्हा भात वाढला, तर आपण आज भाकरी खाल्ली नाही हे त्यांच्या ध्यानात आलेच असते असे नाही. ते शेवटचा एक घास बाजूला पानात ठेवत. पाणी पिताना भांड्याला उजव्या पालथ्या हाताने आधार देत, व दात घासण्यासाठी मीठ घेऊन हात धुण्यासाठी उठत. आज कांकणाचे हात भाकरी वाढत असता त्या गोऱ्या अशक्त हाताकडे त्यांचे लक्ष गेले. त्यावर रुंद, जांभळसर रंगाचा भाजलेला डाग होता.

''हे काय करून घेतलं आहेस आज आणखी?'' त्यांनी विचारले.

रमा एकदम दचकली त्यांच्या बोलण्याने. जेवताना बोलण्याचा प्रसंग हा अगदी आकस्मिक. तिने गोंधळून हाताकडे पाहिले, व पदराने तो डाग पुसण्याचा प्रयत्न केला. तो न जाता आतली आग मात्र किंचित उजळली, व तिने बोट मागे घेतले.

''काही नाही. मला वाटतं काल इस्त्री लागली,'' ती शरमून म्हणाली.

गोपाळराव खाली मान घालून जेवू लागले. आई काही बोलल्या नाहीत. पण एकमेकांच्या मनात काय चालले होते ते दोघांनाही माहीत होते. आता साडेदहा वाजून गेले होते. रमाने मागला भात वाढला, व ती लगबगीने माडीवर गेली.

तेथे तिने काल रात्र जागून इस्त्री करून ठेवलेल्या कपड्यांचा ढिगारा होता. शर्ट-कोटापासून चादरीपर्यंत तिने सगळ्या कपड्यांना वेडीवाकडी इस्त्री केली होती. इस्त्री नंतर विझत गेल्यामुळे नंतरचे काही कपडे कुमट झाले होते. आपल्या या कामाकडे पाहून तिला फार अभिमान वाटला. आपण जर हरघडी मदत केली नसती तर गोपाळरावांना दररोज धुतलेला शर्ट तरी मिळाला असता की नाही कुणास ठाऊक! अगदीच भाबडा सरळ स्वभाव आहे त्यांचा! थोडा वेंधळाही. टोपी तेलकट झाली आहे, व खिशात हातरुमाल मिळायचा नाही. कधी त्यातून भाजी, फुले आली की तो हरवलाच. मग तो कधी तरी कपाटाखाली दिसायचा किंवा उंदराने पळवलेला असायचा! तिने त्यांचा एक शर्ट काढला, व त्याला बटणे लावली. पण हाती दोनच बटणे लागताच ती बावरली. कालच्या घाईत ते कुठे घरंगळले कुणास ठाऊक! तिने जमिनीवर हात टेकून टेबलाखाली कोपऱ्यातदेखील शोधून पाहिले. पण नाही. तिने घाईघाईने सुई-दोरा घेतला, व खालच्या काजाला एक टाका घातला. शर्टाला तिच्या मळकट हातची धूळ लागली, व त्या कुमट कपड्याला चिकटून बसली. बरं झालं बाई आधी पाहिलं ते, नाही तर ऐनवेळी गडबड झाली असती.

ती खाली परत आली, त्या वेळी आई हलक्या आवाजात गोपाळरावांशी बोलत होत्या, म्हणून रमा तेथेच रेंगाळली.

''अरे गोपाळ, असं किती दिवस चालायचं रे? माहेरी तरी पाठवतोस का बघ तिला चार-सहा महिने.''

''होय, मी तरी त्याचाच विचार करतोय. पण इथं तुझं कसं होणार? तुला तर तांब्यादेखील उचलत नाही.''

रमाचे मन ताणल्यासारखे झाले. साऱ्या संसाराचा भार आपल्यावर आहे हे पाहून ती हसली, तिने उगाचच पदर खोचून घेतला.

''माझं काय, मी सांभाळेन कसंतरी!'' आई म्हणाल्या, ''लग्नाआधी तीच होती की काय? नशिबात असेल ते काही चुकत नाही हेच खरं.''

रमा सैलावली. तिला एकदम पोकळ वाटले. मनाचा एक पीळ सुटून गेला. पण तिला ते खरे वाटले नाही. आई सगळं सांभाळतील आपलं? उपास, सोवळओवळं यांतूनच त्यांना वर येता येणार नाही. मग बाकी काय जमणार, कपाळ? छट्‌ नाही म्हटलं तरी सारा आटाला आपणच सांभाळला पाहिजे. आपले हात आता कायमचे गुंतून गेले आहेत!

ती आत येताच आईंनी विषय थांबवला, व गोपाळराव हात धुवायला गेले.

''म्हणजे तुम्ही सगळं सांभाळाल, सोवळं, उपासतापास?'' रुखरुखीने रमाने विचारले.

आपले शब्द तिने ऐकले, म्हणून आई किंचित शरमल्या. पण लगेच हसल्याही.

''मग काय करणार बरं सांग? तुलाच थोडी विश्रांती मिळेल. चार महिने राहा, सहा महिने राहा. बरं वाटलं की तुझा दादा तुला आणून पोहोचवीलच की!''

रमाने एक नि:श्वास सोडला, व उष्टे काढण्यास सुरुवात केली. फार दिवस असलेली एखादी जुनी पेटी कायमची फेकून द्यावी त्याप्रमाणे तिच्या आयुष्यातील एक कोपरा सुना झाला : म्हणजे आई आता स्वतंत्रपणे राहू शकतील तर! तिला थोडे हायसे वाटले. पण हुरहुर देखील. काही तरी कायमचे संपले अशी विषण्णता तिच्यात निर्माण झाली. लग्न झाल्यापासून तिने आईंना अंगावर तोलून धरले होते. आता त्या आपल्या मदतीशिवाय राहू शकतील. एका ऋणानुबंधाची गाठ सुटली.

आई मात्र स्वत:शी विचार करत होत्या. रमाने आपले शब्द ऐकले हे एका दृष्टीने बरेच झाले म्हणायचे. नाही तरी आज ना उद्या तिला सांगावे लागलेच असते म्हणा! आता या रविवारी तिला माहेरी पाठवून द्यायला हरकत नाही. राहील बिचारी तिथे! नाही तरी गोपाळच्या संसाराकडे पाहायला नको का? असल्या बाईशी कसला संसार नि काय! सीताबाई कालच सांगत होत्या, कुठल्या तरी वेड्या बाईने म्हणे नवऱ्याच्या डोक्यात वरवंटाच घातला. तेव्हा आता गोपाळाने दुसरा मार्ग पाहावा हेच बरे. सीताबाईंचीच एक

भाची होती लग्नाची. फारशी शिकलेली नाही, पण कामाला कशी खणखणीत, वीस जणांचा आटाला रेटून नेईल! रमाच्या लग्नात पैचाही हुंडा मिळाला नव्हता. आता तोही मिळेल, साऱ्या घराला फरशी करता येईल... ओलसर भुईवर पावले उमटत हिंडणाऱ्या रमाकडे पाहून आईंना आपल्या विचारांची भीती वाटली, पण हट्टाने त्यांनी तिच्याकडे रोखून पाहिले, व त्या म्हणाल्या, ''मग काय झालं? गोपाळच्या संसाराकडे पाहायला नको का मला?''

हात धुऊन गोपाळराव माडीवर आले. त्यांना नेहमीप्रमाणे वेळ झालाच होता. त्यांनी लगबगीने शर्ट उचलला, व अंगावर पसरला. तिसऱ्या काजाला टाका असल्याने तो अडकल्यासारखा झाला, व त्यांनी चिडून हिसका देऊन तो तोडून टाकला; परंतु शर्टाच्या कुबट वासाने त्यांची चीड वाढलीच.

''काल तुमच्या सगळ्या कपड्यांना इस्त्री केली मी,'' रमा उंबऱ्यावरून भीत भीत म्हणाली.

''हो. ते दिसतंच आहे,'' गोपाळराव तुटकपणे म्हणाले, ''याचं आणखी एक बटण कुठं आहे?'' ज्या प्रश्नाला रमा घाबरत होती तो प्रश्न अखेर आलाच. ''मी सारं शोधून पाहिलं, पण कुठं मिळालं नाही. म्हणून टाका घालून ठेवला मी.'' ती म्हणाली. तिचे डोळे कुत्र्याप्रमाणे ओलसर दीन होते.

त्यांच्याकडे पाहून तर गोपाळरावांचा संताप फार वाढला. तिचे तोंड असले दीन नसते तर तिला केव्हाच हाकून देता आले असते. पण आता ही तात गळ्याला कायमची बसली. त्यांनी बोलण्याकरिता तोंड उघडले, पण त्यांनी तो प्रयत्न सोडला. थोड्या वेळाने ते शांतपणे म्हणाले, ''हे बघ, तू कपड्यांना इस्त्रीबिस्त्री करू नको. कशाला उगाच त्रास घेतेस? मला नुसती धुतलेली शर्ट चालतील! नाही तर पंधरवडा महिन्याने देऊ लक्ष्मणकडे.''

''ते घरच्यासारखे कसे होतील?'' रमा उतावीळपणे म्हणाली, 'गेल्या खेपेला त्याने एका कोटाची कशी चाळण करून टाकली होती.'' तिने पुन्हा साऱ्या घराची जबाबदारी तळहातावर घेतली.,

''मग फक्त घरी धूत जा,'' गोपाळराव म्हणाले. त्यांनी कपडे संपवले व ते खाली आले. चीड व असहायता यांनी त्यांचे मन ओरबडून टाकले होते. रमाने जर सरळ आपल्या डोळ्यांकडे पाहिले तर आपला गुन्हा उघडकीला येईल, म्हणून त्यांनी तिच्याकडे पाहायचे टाळले होते. दोन दिवसांपूर्वी ते कुणाला न कळत देशपांड्यांची मुलगी पाहून आले होते. पण या ओलसर डोळ्यांच्या रमाला कसे झिडकारून टाकावे हे त्यांना समजेना. कुबट वासाने भरलेली माडी, वेड्यावाकड्या घड्यांच्या कपड्यांचा ढिगारा, अंगातील शर्टावरचे बोटांचे मळकट डाग! त्यांना एकदम फार शरम वाटली. ऑफिसमध्ये त्यांना तोंड वर करायला जागा नव्हती. रमाने आईचा फार जुना पीतांबर

साबण लावून बडवून बडवून कसा धुऊन काढला होता, हे सगळ्यांना माहीत होते. राघूला कुत्री आवडतात, म्हणून तिने मुरलीधराच्या देवळाजवळ पडलेले कुत्र्याचे पिलू उचलले, व तलावावर त्याला धुऊन मुलाप्रमाणे कडेवरून घरी आणले, ही हकीकतही कानोकानी झाली होती. रमा स्वत:च हट्टाने पाण्यासाठी तलावावर जात असे. तिला पाहताच बायका गुबूगुबू एका बाजूला जात, लगबगीने नाहीशा होत. पण आता गोपाळरावांनादेखील बाहेर कुचमल्यासारखे होऊ लागले. कुणी तरी भेटून 'काय कसं काय?' म्हणून कुत्सिततेने विचारतील म्हणून ते त्या गांवढ्या गावातही आडवळणाने कचेरीत जात, व तेथे इतरांशी बोलण्याचे टाळत. ते उकिरड्यासारखे गाव, घाण्याच्या बैलासारखे काम, आणि वेड लागलेले घर! यांच्या आठवणीने त्यांच्यात त्रासिक वैराग्य निर्माण झाले. त्यांना वाटले, जावे हे सारे सोडून कुठे तरी! नाही तर मेल्याखेरीज सुटका नाही यामधून.

आपण मेल्याखेरीज — अगर रमा!

त्या बेबंद विचाराने त्यांना उधळल्यासारखे झाले व त्यांनी तो विचार झटकला. पण देशपांडेकडे पाहिलेल्या मुलीचे चित्र जास्त रेखीव झाले, व गोपाळराव वासनेने आसुसले. ते गडबडीने बाहेर पडू लागले. रमा तेथेच उभी होती. आयुष्य हातून निसटू लागताना डोळ्यांत येणारा भाबडा विसराळूपणा तिच्यात होता.

"हे बघ, माझ्या कपड्यांचं मी पाहीन उद्यापासून! तुला झेपत नाही काम आताशा," गोपाळराव म्हणाले, व ती बोलण्याच्या आत लगबगीने बाहेर पडून मोकळ्या हवेत आले.

रमा आता आली आणि चुलीपुढे गप्प बसली. आई माजघरात जाऊन चटईवर पसरल्या होत्या. आज त्यांचा उपवास होता. निखाऱ्यावर मंद राख जमत आली होती, आणि मधूनच ओरखडल्याप्रमाणे लालसर रेषा दिसे. दूध हळूहळू वर येत होते, पण रमा गालाला हात लावून गोठल्याप्रमाणे बसली होती. तिच्यात काहीतरी उकळल्यासारखे होत होते. आणि निखाऱ्यातील लाल रेषा डोळ्यांत जाऊन बसल्याप्रमाणे किंचित लाल कडांच्या दिसू लागल्या होत्या. गोपाळराव घरातून गेल्यानंतर आयुष्याचे एक टेकण गेल्याप्रमाणे ती हादरली होती, व तिला आता स्वत:च्या घरात उपरे वाटू लागले हाते. आई स्वतंत्र झाल्या : गोपाळरावांनीदेखील स्वत:ला सोडवून घेतले.

ती त्या दिवशी जेवली नाही. डोळ्यांत लालसर रेषा घेऊन ती दुपारभर राबली. स्वयंपाकघरातच पाटावर ती आडवी होते न होते, तोच संध्याकाळी राघू धावत आला. त्याने फेकलेल्या दप्तराच्या आवाजाने तिची ग्लानी गेली. तिच्या डोक्याला मुंग्या आल्यासारख्या वाटत होत्या, व तिने दोन्ही बाजूंनी थापट्या मारून त्या घालवण्याचा प्रयत्न केला. ती राघूपुढे आली, व म्हणाली, "अरे, आत वाटीत शेंगदाणे गूळ ठेवलाय, खाऊन घे."

पण राघूची धांदल उडाली होती. ''मला नको खायला,'' म्हणत त्याने गडबडीने सदरा चड्डीतून उपसला, तर खुंटीवरील दुसरा त्याने अंगात चढवला. ''मुरलीधराच्या देवळात आज नाटक आहे आमचं. मी जाणार!''

रमाचे अंग नव्या उत्साहाने भरले, व ती हसली. ''अरे, मग तुझ्या वर्गातली मुले येणार. कपडे चांगले घालून जा. ती नवी चड्डी शिवली आहे ना ती घाल की! आता काय, तुला वर्षभर पुरतील एवढ्या नव्या चड्ड्या शिवल्या आहेत मी.'' तिच्या शब्दांनी राघूच्या कपाळावर आठी चढली हे तिच्या ध्यानात आले नाही. तिने आपली जुनाट काळसर ट्रंक उघडली. तिच्यात ती राघूचे कपडे, त्याचे पैसे ठेवण्याचा सिगरेटचा डबा, त्याच्या रंगीत गोट्या ठेवत असे. तिने हिरवट रंगाची एक चड्डी काढली व झटकन् ती राघूपुढे धरली. ''वा, बघ कशी छान आहे! ही चड्डी घाल की!'' स्वत: कापड निवडून अंदाजाच्या मापाने तिने ती स्वत: शिवली होती. पण राघू दणादणा पाय आपटू लागला. त्याने ती एकदा वापरली होती. त्या वेळी सगळ्या पोरांनी ''हिरवा राघू हिरवा राघू' म्हणून त्याला बेजार केले होते. शिवाय बसताना ती कमरेला ताणत असे.

''शी:! कसला रंग आहे तिचा! ती नको, आहे तीच राहू दे मला,'' तो म्हणाला. रमाने चटकन् पाठ वळवली, व घडी करून तिने चड्डी ट्रंकेत ठेवली. या मुलाला आपला चेहरा दाखवण्याची तिला लाज वाटली. तिने तो ओढून पुन्हा हसरा चेहरा केला. ''बरं राहिलं माझं,'' ती म्हणाली. ''तू शेंगदाणे खाणार नसशील तर खिशात घालून ने. मध्ये खाता येतील. मी येऊ का तुमच्याबरोबर देवळात?''

''नको, नको. मग मुले हसतात. अजून आईला बरोबर घेऊन येतो म्हणून बाबल्या म्हणतात.''

''बाबल्या!'' एकदम हसून रमा म्हणाली. ''होय रे होय, तू अजून बाबल्याच आहेस मला.'' त्याचे केस गमतीने विसकटताना कोवळ्या मक्यातील दूधदाण्याप्रमाणे तिच्या आयुष्याचा कण न् कण आनंदाने भरला. ''बरं, मी तुझ्याबरोबर देवळात येत नाही. तेथपर्यंत तुला पोहोचवते आणि येते. संध्याकाळी लांब शिंगांची गुरेढोरे येतात.''

परंतु राघूने कपडे संपवले, व तिचा हात झटकून तो पळाला देखील. ''सांभाळून रे—'' म्हणत रमा ओरडली, पण ती त्याला ऐकू गेली की नाही कुणास ठाऊक!

राघू तर आपल्या रक्तामांसाचा गोळा. तो गेल्यावर तिला एकदम हलके दुबळे वाटू लागून तिच्या आयुष्याचा सारा पीळच तुटला. तिला भयाण वाटू लागले. सारे घर टेकडीवरील एकाकी देवळाप्रमाणे अंधारे, उजाड आहे, आणि आपण बोटे लावू ती आकृती वितळून चालली आहे. तेथे आपण एकट्या हिंडत आहो. एकटी म्हणताच तिचे अंग थरूथरू लागले. डोळ्यांतील लालसर रेषा फुंकर टाकल्याप्रमाणे रेखीव झाली.

अंगातील कणकण दुपारपासून वाढत होती व आता तिचे अंग तापलेल्या तव्याप्रमाणे झळ टाकू लागले.

सारे घर आता शांत होते. अंगावर शाल घेऊन आई परसात कापूस निवडीत बसल्या होत्या. त्या शालीला रमाने लावलेले ठिगळ स्पष्ट दिसत होते. कारण तिला रात्री जोड कापडाचा रंगच समजला नाही. पाण्याने भरलेली भांडी, दांडीवर वाळत घातलेले लुगडे, फणेरी पेटी, काळसर ट्रंक, धुरकटलेला लक्ष्मीचा फोटो... या साऱ्या वस्तू परिचित, परंतु प्रत्येकीपासून आतड्याचे वळसे सुटत गेल्याप्रमाणे ती एकटी पडली होती. सगळ्यांनीच आपणाला टाकून दिले हेच खरे. आई, गोपाळराव स्वतंत्र झाले. राघूही आता मोठा झाला. त्याचे डोके आता कमरेला लागले. तो काही आता बाबल्या राहिला नाही. बाबल्या शब्द आठवताच ती खूप हसू लागली, व स्वतःचे अंग तिला आवरेना. एका कोपऱ्यात फेकल्याप्रमाणे ती अव्यवस्थित बसली, आणि समोर कुणीसुद्धा नव्हते तरी पदर तोंडापुढे धरून अंगाला हिसका देऊन खिदळू लागली, आईंनी एकदा दचकून मान वर करून पाहिले पण त्या काही बोलल्या नाहीत.

रमाचे अंग आता जळल्यासारखे होऊ लागले, आणि समोरील प्रत्येक वस्तूत लाल शीर टचटचीत दिसू लागली. एकदम आठवल्याप्रमाणे ती उठली, व स्वयंपाकघरात आली. सगळी भांडी पाण्याने भरलेली तशीच होती. तिने कळशी उचलली, तो तिच्यात थोडे पाणी अद्याप होते. ते तिने बदाबदा न्हाणीत ओतले. कळशी कमरेवर आदळत ती म्हणाली,

"एक कळशी पाणी घेऊन येते हं." आणि बाहेर पडली.

"रमा, ए रमा-" म्हणत आईंनी उठण्याचा प्रयत्न केला, पण उठायला त्यांना वेळ लागला. तोपर्यंत रमा रस्त्यावर गेली होती. "दिवेलागणीची वेळ होईल आता, आता कशाला मरायला गेली पाणी आणायला कुणास ठाऊक!" त्या चिडून पुटपुटल्या, आणि कापूस संबळीत भरून आत आल्या.

झपझप पावले टाकत रमा पाटलाच्या पिंपळाकडून उजवीकडे वळली, त्या वेळी हातात एक बोचके घेऊन निघालेली जेडाची सई तिला भेटली.

"आमच्या जावेला ताप भरलाय," सई म्हणाली, "जाऊन येतेय वाडीला. सांजचंच परतणार की! आणू का तुमची कळशी झटकन्!"

"नको ग, तू जा. मैल दोन मैल तुला चालून यायचंय. रात्र होईल तुला," रमा म्हणाली. सईचे डोळे शांतूप्रमाणे होते. तिचे केस अंबूसारखे. पण सईभोवती उदबत्तीने गिरवल्याप्रमाणे लाल रेघोटी होती. "आणि हे बघ सई, तुला माझी ही सोनेरी कांकणं फार आवडली होती नव्हे? ही चार कांकणं घेऊन टाक तुला."

ती काही बोलायच्या आत रमाने कळशी पायाशी ठेवली, व एकेक कांकण हातात ठेवून बाकीची सईच्या हातात दिली. "हे हो काय?" म्हणत सईने फार संकोच

दाखवला. पण रमाने तिचे काही ऐकले नाही. ''तू जा आता, नाही तर अंधार होईल. माझं काय, मी नागपंचमीला नवीन भरेन की!''

ती जायला निघाली तशी सई पाहतच राहिली. मग मागून मोठ्याने म्हणाली, ''येताना पाला आणते मी मेंदीचा दुरडीभर. जावेकडे रान माजलंय. मग बोटं लाल रंगवून देते हं तुमची कुंकवासारखी.''

जाताना रमा स्वत:शी हसली. हाताची बोटे लाल कुंकवासारखी; कपाळावर कुंकू निखाऱ्यासारखे आणि समोर सगळीकडे निखाऱ्यांच्या रेषा; आज सगळीकडे आगपंचमी आहे, आगपंचमी...''

पायाखालचा दगडी चौकोनांचा रस्ता संपला, नंतर मऊ धूळ लागली, ओलसर चिखलाने पाय थंड झाले. रमा तलावाजवळ आली. तलावाच्या मागे टेकडीवर पायऱ्यांच्या उंच चढावावर वाड्याचे सुबक रेखीव खांब असहायपणे उभे होते, आणि सूर्य अद्याप त्यांच्यात अडकला नव्हता. किंचित थरथरणाऱ्या पाण्यावर सगळ्यांचेच प्रतिबिंब हुरहुरल्याप्रमाणे वाटत होते. वारा नव्हताच. पण समोरचे पाणी प्रचंड वेगाने वर चढून त्या देवळात, वाड्यात ओतत असल्याप्रमाणे रमाच्या कानांत मोठा घुमारा सुरू झाला होता, आणि देऊळ पेटू लागल्याप्रमाणे त्याच्या भिंती- खांबांतून लाल पालवीप्रमाणे आगीच्या जिभा फुटू लागल्या होत्या.

तलावावर शेवटची एकेक घागर नेण्यासाठी जमलेल्या तीनचार बायका होत्या. रमा येताच एकीने विचारले, ''काय रमाक्का, आज उशीर झाला!'' पण रमा घुम्मी राहून तिच्याकडे एकटक पाहू लागताच ती विरमली. रमाने आपली कळशी उचलली, व वरच्या बाजूला अगदी पायऱ्यांच्या कडेला जाऊन उभी राहिली. त्या बायका निघून गेल्या, व तलावावर कुणी राहिले नाही. मळक्या अंगठ्यासारखे दिसणारे गुराख्याचे एक पोर दोन गाई व एक शेळी घेऊन वरच्या पाऊलवाटेने चालले होते. त्याने एक दगड उचलला व पाण्यात फेकला. तलावाने हळूच आपले एक तोंड उघडले, व तो दगड गिळून टाकला. शेळीच्या गळ्यातील घुंगूर मधून मधून हलले आणि तिथल्या स्तब्धतेवर किणकिण टिकल्या ठेवून पोरामागे निघून गेले.

रमा दोनचार पायऱ्या उतरून पाण्यात आली. पाणी गुडघ्यापर्यंत आले आणि तेथे लोकांनी टाकलेले निर्माल्य थबकून थबकून तिच्या पायावर आपटू लागले. तिने कळशी कठड्यावर ठेवली, व ती त्याला टेकून उभी राहिली. कळशीवर सूर्यप्रकाश पुसल्यासारखा झाला, व तिच्यावर तिला स्वत:चे नाव दिसले.

''कमळीसाठी भेट–दादा.'' त्या जुन्या नावाने हाक मारणारा आता एकटाच दादा राहिला होता. पण ते नाव आता दूर राहिले, दारातल्या प्राजक्तात अडकून. अंबूजवळ देखील ते असेल — कदाचित. इथली घागर फार मोठी होते म्हणून दादाने ही कळशी तिला मुद्दाम आणून दिली. मोटार भरदुपारी रस्त्याला आली. तेथून उन्हातच हातात

कळशी घेऊन तो चालत आला. पण लगेच संध्याकाळी निघून गेला. मोटारीत कशाला तरी लागून त्याचे धोतर टरकले होते, त्याची चिंधी तो जात असता वाऱ्याने हलत होती. दादाच्या आठवणीने रमाच्या मनात सळकल्यासारखे झाले. गेला महिनाभर त्याला एक कार्ड पाठवावे, त्याला इकडे बोलवावे असे तिला फार वाटत होते; पण त्याला तरी आता आतडे उरले असेल का? की लग्नानंतर त्यालाही आपल्याशिवायचा निराळा मार्ग मिळाला असेल? तिला तो विचार नकोसा वाटला. आपण त्या गोष्टीचा तरी निर्णय लावला नाही हे बरेच झाले असे तिला वाटले. कुणास ठाऊक, फळ पिकले आहे का हे पाहण्यासाठी फोडून पाहायचे, तर आत भलतेच काही दिसायचे! पण नाहीच. त्याचे आतडे काही असे आकसाचे नाही. पुस्तकात ठेवण्यासाठी कुठून तरी मोरपीस आणून देणारा, केळीच्या पानाची पिपाणी करून देणारा, आई आजारी असता आपली वेणी घालणारा, लग्नात घायकुतीने सगळीकडे धावपळ करणारा, पाहुण्यांना बसण्यासाठी एक प्रचंड जाजम स्वत:च्या खांद्यावरून आणणारा आणि आपण इकडे येताना एकदम डोळेभर पाणी काढणारा दादा! एकाकी, संतापी, परंतु चाफ्याच्या फुलासारख्या मनाचा हा भाऊ, त्याच्या कलाने घेणारे कुणी तरी त्याला कायमचे असावे असे तिला वाटले व तिने एक नि:श्वास सोडला.

ती हळूहळू नकळत आणखी दोन-चार पायऱ्या उतरली. पाणी कमरेपर्यंत आले, आणि त्याचा स्पर्शही एकदम आग्रही झाला. गुडघ्याभोवती हिंदकळणारे निर्माल्य पदरात अडकू लागले. सारा तलाव आता सोनेरी पाण्याने भरला होता, व त्यात सारे प्रतिबिंब कोरून ठेवल्याप्रमाणे स्थिर होते. पण आता वारा बेबंद झाल्याप्रमाणे तिच्या कानांतील आवाज विलक्षण घुमू लागला. पाणी अदृश्य लाटांनी तिच्यावर आदळून प्रचंड झोताने नाहीसे होत असल्याप्रमाणे त्याची गर्जना होऊ लागली. वरचे देऊळ आता सारख्या सळसळ फिरणाऱ्या, झावळ्यांसारख्या जाळाच्या तुकड्यात पुरे सापडले होते, व त्याचा गोपूर हळूहळू त्या लालभडक भोवऱ्यात खचत होता. पाण्याची एक चुणी सरकत आली, आणि तिच्यावर आदळली. तिच्या तुषारांनी तिचे केस, चेहरा भिजून चिंब झाला, कानातील आवाज एकदम थांबला, व डोळ्यांतील लाल वेदनाही थांबली. हाताने तोंड पुसून रमा समोर पाहू लागली. समोरचे देऊळ आता स्वच्छ झाले होते, व सूर्य खांबाखांबांत गुरफटून राहिला होता.

प्रतिबिंब विलक्षण रेखीव झाले होते. वाड्याच्या पायऱ्या अगदी वरपासून तिच्यापर्यंत पसरल्या होत्या, आणि त्यावरून हसऱ्या चेहऱ्याचा दिवाकर पायऱ्या उतरून तिच्याकडे येत होता. त्याने खऱ्या पायऱ्या तर ओलांडल्याच होत्या, पण प्रतिबिंबातीलही अर्ध्या पायऱ्या उतरून तो तिच्याकडे येत होता. तेच हसणे, तेच मूक आमंत्रण. सूर्य खांबांतून मोकळा होऊन खाली निसटण्याच्या आधीच तो शेवटच्या

पायरीवर येणार हे रमाला माहीत होते. येथून जरा पुढे गेले की त्या शेवटच्या पायरीजवळ सहज आता येईल असे तिला वाटले, व ती आणखी एक पायरी उतरली. आता पावले अडखळवणारी आतड्यांची बंधने नाहीत. तिला एकदम हलके हलके वाटू लागले, व स्वत:च एक लाट असल्याप्रमाणे ती तरंगू लागली.

सूर्य निसटून निघून जायला अजून वेळ आहे. पण फारच थोडा. त्यापूर्वी तो क्षण येणार आहे.

सोन्याचा. सुटकेचा.

सुटकेचाच.

दीपावली : दिवाळी १९६१

अखेरचा दिवस

वास्तविक नानांनी अंगणात काम करायला लागल्यापासून फार तर अर्धापाऊण तास झाला असेल, पण आताच त्यांचे खांदे दुखू लागले व मणक्यांची दोरी ताणून रग लागल्यासारखी झाली. त्यांनी खुरपे तसेच मातीत टाकले व ते पायरीवरच बसले. परंतु दोनचार दिवसांत कामही काही कमी झाले नाही, तेव्हा आज जास्त काही केले नाही तरी चालण्याजोगे आहे, असे त्यांनी समाधान करून घेतले. आज दुपारी आपण कपडे धुतले, शिवाय आज सकाळी वडगावला तिसरी फेरी झाली व त्यामुळे साहजिकच आता अंग पिळून गेल्यासारखे झाले, असे कारण त्यांनी प्रथम स्वतःला सांगितले. पण मनात कुठे तरी खुद्द त्यांनाही खरे कारण माहीत होते. तू आता उताराला लागला आहेस. कीर्तन संपायला आले. आता तू चटई गुंडाळायला हवीस. त्यांच्या बरोबरीचे सारे पुढे गेले होते. परवा दिवशीच त्यांना ती बातमी समजली. एकाच वेळी, एकाच शाळेत, त्यांच्याबरोबर हजर झालेला दादा परुळेकर सुद्धा अर्धांगाने संपला होता आणि तो त्यांचा शेवटचा मित्र होता. पण हे कारण नाना शक्य तो बाजूला टाकण्याचा प्रयत्न करत. वडगावला जाऊन जायचे म्हणजे तीनसाडेतीन मैलांचा फेरा आहे, थट्टा नव्हे! त्यांनी स्वतःला पुन्हा बजावले. त्या श्रमानेच तू दमला आहेस. बाकी काही नाही.

अंगणात तशी झाडे फारशी नव्हतीच. एका कोपऱ्यात जाळासारख्या लाल फुलांची कर्दळ होती व तिच्यावर कळ्यांचा आणखी एक झुबका अर्धवट बाहेर आला होता. नानांनी आज खालची जमीन भुसभुशीत करून तिच्यावर शेजारच्या गायरीतील बुट्टीभर ओले खत आणून ओतले होते. त्याशिवाय सोनकेळीची दोन झाडे होती व खाली त्यांच्याभोवती जमिनीतून हिरवी बोटे वर येत असल्याप्रमाणे ढेकळे आग्रहाने बाजूला करून हिरवे कोंभ वर येत होते. आता आणखी थोड्या दिवसांनी केळीला घड येईल. आताच नानांना घरोघरी पिकल्या केळफण्या वाटत चाललो आहो असे चित्र दिसू लागले. त्यांच्या भोवतालच्या चौकोनात त्यांनी झेंडूच्या बिया टाकल्या होत्या व त्यावर

दोनचार तांबे पाणी शिंपले होते! त्यांची आता सारी तयारी झाली होती. आता येऊ द्या केव्हाही पाऊस! पण या साऱ्यात आपण मात्र उपरे. आपल्या जीवनाला वाढत जाणारा धागा नाही, कोंभ नाहीत. आपल्याला एवढी माहिती आहे, पण विचारायला आपणहून कोणी उंबरा ओलांडत नाही. या विचाराने पाहता पाहता त्यांचे मन खिन्न होऊन झाकोळून गेले. कशासाठी ही धडपड? आपल्याला पट्दिशी काही तरी झाले तर या झाडांचे काय होणार? चरायला जाताना गुरे तोंड घालतील, चराचरा पाने ओरबाडतील आणि थोड्याच दिवसांत इथे अंगण होते याची खूणही राहणार नाही. मग आपले आयुष्य सारखेच होऊन जाणार. पाच-पन्नास वर्षे आयुष्याचे कोडे सोडवायचा प्रयत्न केला, पण उत्तर मिळाले नाही. उत्तरासाठी पुढील अंक पाहा.

त्या विचाराने त्यांचा कामाचा उत्साहच मावळला व आपण आतून विरजत चालल्याप्रमाणे त्यांना वाटले. खुरपे उचलून ते आत आले. एकदम झपाटून आलेल्या या उदासपणातून सुटण्यासाठी काय करावे हे त्यांना समजेना. ते खाटेवरच बसले व शून्य मनाने सगळीकडे पाहू लागले.

ते ज्या घरात राहत होते तो एक गाडीखाना होता. मागच्या देवळाचा रथ अनेक वर्षे तेथे ठेवलेला असे, पण आता तो थोरल्या देवळाकडे गेला आणि पांडू पुजाऱ्याने लगेच मध्ये पत्रा घालून दोन खोल्या केल्या व जागा भाड्याने दिली. मागचे दारदेखील पत्र्याचेच व त्याची कडी इतकी सैल होती की, बाहेरून हात घालून ती आत अडकवता येत असे. नानांनी पहिल्या सोप्यावरच आपली सारी पुस्तके, पोथ्या, जुनी वर्तमानपत्रे यांचा ढिगारा भरला होता. दर महिन्याला पैसे वाचवून घेतलेली अनेक मालांची पुस्तके व त्यांवर त्यांच्या नावाचा रबरी शिक्का; पण आता त्यांना कसर, झुरळे लागून पाने सुटू लागली होती. एकदा त्यांच्या मनात येई, कुठल्या तरी वाचनालयाला देऊन टाकावी ही सारी! पण मग अशी जतन केलेली पुस्तके सार्वजनिक करायला त्यांचे मन तयार होत नसे. शिवाय मध्येच कधी तरी एखादे जुने पुस्तक वाचण्याची त्यांना लहर येई. 'धडाड्‌ धुडुम धाड्‌ —' ही सावळ्या तांडेलाची सुरुवात त्यांना फार नाट्यमय वाटे. 'वैभवाच्या कोंदणात' — सगळ्या सज्जन माणसांनी भरलेले जग व शेवटी सुखीच होणारे त्यांचे जीवन ही त्यांना शुक्रवारच्या कहाणीसारखी दूरची पण पवित्र वाटत. चिपळूणकरांचे अरेबियन नाइट्सचे भव्य भाषांतर. त्याची पाने आता शिळ्या भाकरीच्या पापुद्र्यासारखी मोडू लागली होती, पण ते त्यांना फार आवडे. विशेषत: त्यातील 'शानदार' हा शब्द. छानदारपेक्षा सुरेख आणि परका. मोरोपंतांची कविता सारी खूप जुनी, कसर लागलेली, बोंदरी. वर्तमानपत्रांच्या ढिगातील कागद धुरकटून काळेमिट्ट झाले होते व त्यांना हाताळताना कुबट वासाचा भपकारा येत असे. नानांच्या वडिलांनी पहिले साप्ताहिक काढले होते. त्यात त्यांनी अनेक भूपाळ्या, स्तोत्रे दिली. लहानांना उपदेश हे सदर चालवले, संध्या नियमित करावी, मुलींनी दररोज तुळशीला पाणी घालावे असा उपदेश

केला. साप्ताहिक पाच वर्षांनी बंद पडले. पण त्या अवधीतले सारे अंक व न खपलेले अंक नानांनी अगदी जपून ठेवले होते. नंतर वडिलांनी छापखान्यात काही पोथ्या, धार्मिक कहाण्या, शिकंदराचे चरित्र, नेपोलियनची शकुनवंती इत्यादी पुस्तके छापली.

तांबूस कागदावर लठ्ठ ढोबळ्या अक्षरांत छापलेली ती पुस्तके तशीच पडून राहिली व छापखाना विकावा लागला! नाना अनेकदा 'सुबोध'चे अंक काढून पाहत व त्यातील ज्ञानाने दिपून जात. मग गल्लीतल्या कुठल्यातरी पोराला धरून आणत व त्याला मूठभर दाणे देऊन बसवून घेत. मग खूप शोधून एक मळकट अंक काढत व म्हणत, "पाहा, यात संतांचा उपदेश आहे. प्रत्येक मुलाने तो वाचावा." त्यांचा खालचा ओठ सोलल्याप्रमाणे थोडा जास्तच खाली पडे व तो नेहमी ओलसर असे. त्यामुळे पोरांना त्यांची शिसारी येत असे. ते पोर दाणे संपेपर्यंत पाच-दहा मिनिटे थांबून जाऊ लागे. नाना प्रेमळपणे विचारत, "हा अंक हवा तुला वाचायला? घेऊन जा की. पण आणून दे हो परत." ते पोर संकोचू लागले की, ते हसत व म्हणत, "अरे, त्यात लाजायचं काय! घेऊन जा की." काही पोरे फटकळपणे म्हणत, "ह्यः, त्यात काय वाचायचं? मला नको." मग कुणीतरी अकस्मात चेहऱ्यावर प्रहार केल्याप्रमाणे नानांना प्रथम खूप आश्चर्य वाटे. काय वाचायचे त्यात! रात्री डेस्कवर केरोसीनची चिमणी ठेवून वडील हे तास न् तास लिहीत असत, नंतर नानाला बोलावून वाचून दाखवत. त्यातच त्यांनी सारे आयुष्य घालवले आणि एक पैचा फायदा नसता! कृष्णा मेहेंदळे त्यांच्याच बरोबरीचा. त्याने जिरेमोहरीचे दुकान घातले व आज त्याच्या मुलाची तीन घरे गावात आहेत. उलट वडील वारले त्या वेळी त्यांचीच अंगठी विकून लाकडे घ्यावी लागली. काय वाचायचे त्यात? ही 'अजाण बालकाची गोष्ट' घरोघरी रामरक्षेप्रमाणे वाचली जावी, पण एवढ्यात ते पोर बाहेर निघून गेलेले असे! मग पुन्हा वरच्या फायली काढून नाना अंक क्रमवार ठेवत. आपल्यामागे या पोथ्या-पुस्तकांचे होणार तरी काय? वडगावच्या त्या पुस्तकात आपली एखादी कविता घ्यायला हरकत नव्हती; पण नाही, त्यांनाही वाटले असावे — काय वाचायचे त्यात? काय आहे त्या कवितांत? वडगावला आपण उगाच तीनदा धावपळ केली असे नानांना वाटले. आधीच आपणाला कळायला पाहिजे होते. त्यांनी महिन्यापूर्वी कुठेतरी वाचले की, वडगावला कोणी गावातील कवींचा एक प्रातिनिधिक संग्रह काढणार आहे. नानांनी नियमाप्रमाणे सोबत आपल्या दोनच कविता घेतल्या. त्यांत आदल्या दिवशी लिहिलेली 'मम बागेच्या फुलाफुलांनो' ही देखील होती. तिच्यात त्यांनी एकेका फुलाला गुरू केले होते. कर्दळीपासून अल्पसंतोषीपणा, सदाफुलीपासून कर्तव्यांची जाणीव, जाईपासून मनाचा सरळपणा कविमनाने नम्रपणे शिकून घेतला होता. ती कविता लिहिल्यावर त्यांना आनंदाची हुरहुर वाटली होती. मन भुसभुशीत मातीप्रमाणे मोकळे झाले होते. त्या कविता घेऊन पत्ता शोधीत ते दोन मैल गेले. पहिल्या दिवशी भेट झाली नाही. दुसऱ्या दिवशी संपादक दोन्ही कवींशी बोलत असता भेटले. त्यांनी कविता ठेवून घेतल्या, पण नानांना

बसा म्हटले नाही. वास्तविक त्या कवितांना चाल होती, नानांना त्या म्हणून दाखवायच्या होत्या. आज सकाळी ते पुन्हा गेले, तेव्हा एका कवीनेच त्या त्यांना परत दिल्या. त्या त्याला फार शालेय वाटल्या होत्या. नानांनी त्या कविता डेस्कमध्ये अगदी व्यवस्थित बांधून ठेवलेल्या कागदांत तारीखवार ठेवून दिल्या.

नाना स्वत: शाळेत काम करत असता 'मुलांचा मेवा' नावाचे साप्ताहिक काढत होते. त्यात त्यांनी कोडी दिली. तीन अक्षरी देश आहे. पहिले दुसरे घेतले तर ओझे असा अर्थ होतो. पहिले तिसरे घेतले तर जेवणातील एक पदार्थ होतो. तो देश कोणता? उत्तरासाठी पुढील अंक पाहा. काही आंबे असे वाटून द्या की, रामाला त्याच्या बहिणीपेक्षा... उदाहरणे दिली. शंभर दीडशे एकपानी प्रती ते काढून घेत, व खिशातून रोख पैसे देत. त्यांपैकी काही ते गणपाचे किराणी दुकान, पेपरमिंटी विकणाऱ्या पैचे सायकलदुकान या ठिकाणी ठेवत. मग दोनचार दिवसांनी सगळीकडे फेऱ्या टाकत. पोरे येत, रंगीत कांड्या घेत; पण मेव्याला हात लावत नसत. गणपाच्या दुकानातला ढिगारा तसाच राही, पैच्या दुकानात एखाद दुसरा अंक खपे, आणि उरलेले अंक तो रद्दी म्हणून विकत असे. नंतर गावातील वकील, डॉक्टर दर महिन्याला आठ आठ आणे द्यायला नाखुष होऊ लागला. तेव्हा नानांनी मेवा हस्तलिखित केला. कुणालाही तो दोन पैशांना घरी वाचायला न्यायला मिळे. त्यांनी चार अंक काढले व बांधून घेतले. पण आपणहून कुणीदेखील तो न्यायला आला नाही व मेवा बंद पडला! शेवटच्या अंकात 'मेवा' का बंद केला, याची त्यांनी कारणे सांगितली होती, तीदेखील कुणी पाहिली नाहीत. त्यांना वाटे, हे आपले असे का होते? आपला काहीच उपयोग नाही? दोन पैशांना घरच्या घरी एवढी माहिती कुठे मिळते? पण नंतर त्यांच्यात हताश कडवटपणा येत असे. ते म्हणत, "कुणब्या-न्हाव्याला संसार साधतो, तो आपल्याला जमला नाही. मग हे काय साधणार आपल्या हाताला!"

परंतु विशेषत: रिटायर झाल्यावर तर अंगावर दगड कोसळल्याप्रमाणे रिकामा वेळ त्यांच्यावर आदळला. त्यांनी पांढऱ्या कागदावर बोरूने लिहून रद्दाच्या तुकड्यावर एक बोर्ड लावला. "सुवाच्य अक्षर आणि शुद्धलेखन शिकविले जाईल. शिवाय मोडी लिपी." त्यांना वाटले, हल्ली कुणाला मोरोपंतांच्या हजारो आर्या पाठ येतात? दादोबाचे व्याकरण कुणी वाचले आहे? पण कुणी शिकवणीला आले नाही. सगळ्यांचे अक्षर सुवाच्य होते, भाषा व्याकरणशुद्ध होती. मग ते रात्री एक कप दूध घेतल्यावर वडिलांप्रमाणेच त्यांच्या डेस्कवर बराच वेळ लिहीत बसू लागले. डेस्कवर कंदील ठेवून तेलाचे एक वर्तुळच झाले होते. आतापर्यंतच्या लेखनात त्यांनी खूपशा कथा, कादंबऱ्या, नाटके लिहिली होती. मागे एकदा गावात गंधर्व नाटक मंडळी एका औषधी कारखान्याच्या इमारतीत उतरली होती. तेथे त्यांनी आपले 'हाती कावडी' नाटक नेले होते. तेथल्या मंडळींना, त्यांच्या वैभवाला पाहून ते दिपून गेले होते. त्यांच्या डोळ्यांपुढे

दरिद्री रंगूच्या भूमिकेत वीतभर जरीच्या पातळाऐवजी दोनच बोट जरीची पातळे नेसलेले गंधर्व दिसू लागले. पण नाटक दुसऱ्याच दिवशी परत आले. विधवा रंगू पाणी ओढल्यावर विहिरीवर गात बसते, या प्रसंगाला कुणीतरी हसले होते. नानांना वाटले, सिंधू ज्या वेळी रडत असावी त्या वेळी गात आहेच की! अगदी तासन् तास. 'एकच प्याला'ला समोर ठेवूनच त्यांनी ते नाटक जुगारावर लिहिले होते. पण त्या हसण्यामुळे त्यांच्या हृदयात सळकल्यासारखे झाले. आपले नाटक गेले खड्ड्यात! ती मंडळी रंगूला म्हणजे सुभद्रेला हसली होती. म्हणजे सुभद्रेचे अपार दुःख आपल्याला शब्दांत पकडता आले नाही हेच खरे. त्यांची बहीण सुभद्रा विधवा होती. घरोघरचे पाणी ओढून झाले की, साखरेच्या पाकाच्या तारेसारख्या आवाजात ती गवळणी-कृष्णाची गाणी म्हणे, सूर्याची शपथ देऊन वाघाला परत येण्याचे वचन देऊन आलेल्या गाईचा वासराला उपदेश म्हणत असे. एक दिवस विरून गेलेल्या तिने, विहिरीत उडी घेतली. विहिरीने तिला जगवले होते, पण त्या पाण्यावर वाढलेले आयुष्य तिने वैतागाने परत देऊन टाकले होते! पण लोक तिला हसले, आणि तेही तिच्या मृत्यूनंतर अनेक वर्षांनी. नानांनी नाटक परत आणले व विहिरीत टाकल्याप्रमाणे डेस्कमध्ये टाकले. अनेक कविता, मुलांसाठी छोटी नाटके, मेळ्यासाठी संवाद. त्यात दोनचार कादंबऱ्याही होत्या. एक ऐतिहासिक, शिवकालीन. अंबाबाईच्या मूर्तीखाली भुयार, किल्ल्याच्या दरवाजावर हत्तीचे तोंड, ते खाली काढताच स्वराज्यस्थापनेसाठी शिवाजीला मिळालेला बहुमोल रत्नांचा खजिना - पण ही कादंबरी अर्धीच राहिली. कारण, त्यांनी त्या वेळी 'दुर्दैवी वेणू' ही सामाजिक कादंबरी लिहायला घेतली होती तिच्यात त्यांनी सासुरवासाच्या जाचाचे वर्णन केले होते. वेणूला दिवस दिवस उपवास घडतात, लाकडाने मार खावा लागतो, डागण्या मिळतात. मग तिला वेड लागते व वस्त्रांची शुद्ध न राहता ती रस्त्यातून धावत हिंडते. ती कादंबरी पण अर्धीच राहिली. त्यांना पुढे लिहवेचना. ती मुळी कादंबरीच राहिली नाही. तिच्यातून खऱ्या जीवनाचा लांब नखांचा, केसाळ हात नाचू लागला होता. ही कुठली वेणू? ही तर शेजारच्या शालूताईंची कृष्णा! वरातीत शालीनपणे बसलेली, पण नंतर लोकांनी नाव घ्यायला सांगावे म्हणून पुढे पुढे करणारी. हुंड्याचे उरलेले पैसे आले नाहीत व ती रस्त्यावरच्या वाटसरूंना अब्रू दाखवत गाणे म्हणत हिंडू लागली.

नानांनी सारे कागद उचलले, व हाताचा फटकारा मारून झाडले. त्यांना वाटले, हे सारे आपुले आयुष्य! डेस्कवर तापलेले मन शांत केले, आठवणींचे काटे मोडले, आतले दुःख शाईने कागदावर पसरले. पाहिले ते लिहून ठेवले, अनुभवाने जे शिकलो त्याचा उपदेश मांडला आणि शेवटी राहिले काय हातात? तर रिकामे घर, निर्जीव आयुष्य. त्या आयुष्याचे केलेले हे खूपसे कपटे!

त्या साऱ्यांत फक्त एकच घटना आली नव्हती. त्यांना तिच्याविषयी लिहावेसे वाटले नव्हते असे नाही, पण लिहायला बसले की, दर वेळी दोनचार ओळींतच आठवणींनी

बांधून गेल्याप्रमाणे होऊन ते असहाय होत, शरमेने अंग चिंब होत असे. धारेचे जळते शब्द अंगावर पडत व ते त्यांना नकोनकोसे करून सोडत. मरत असलेला माणूस त्याच वेळी तो अनुभव लिहून ठेवत आहे असे त्यांना वाटे. त्या हकीकतीत लांब नखाचा केसाळ हात फक्त दिसतच असे, असे नाही, तर तो ताडकन् पुढे येऊन त्यांच्या जिवाचा कचकच खेळ करत असे. सावित्री. ते नाव त्यांना नको होते. पण ती जरी निघून गेली होती, तरी तिच्या वास्तव्याच्या खुणा त्यांनी तशाच घरी राहू दिल्या होत्या. तिचे थोडे कपडे घरात आहेत. तिच्या कुंकवाचा करंडा फणेरी पेटीत आहे. तिच्या पायांतील जोडवी फडताळातील डबीत काळवंडत आहेत. खुद्द ती, एका खुळ्या आशेला झुलवत, नानांच्या मनात अजूनही राहत आहे. त्यांच्या पहिल्या बायकोला बऱ्याच वर्षांनंतर वातीसारखे मूल झाले. नानांनी मोठ्या कौतुकाने त्याचे नाव गौतम ठेवले. गौतमासारखे शांत, खोल ज्ञान असावे, दुःखाची जाणीव असावी; पण आयुष्य मात्र खाली कमळासारखे उमलावे! पण पत्नी व गौतम दोघेही एका मागोमाग निघून गेली! जणू त्यांना एकमेकांशिवाय अर्थ नव्हता. ती पुढच्या दाराने आली व मागल्या दाराने निघून गेली. राहिली वाटेत दोनचार ओलसर पावले!

सावित्री एका खेड्यातील थोराड अंगाची मुलगी. घरात सावत्र आईने लग्नाला संमती दिली, आणि पायांत जोडवी घालून ती नानांबरोबर या घरात आली. पहिल्या दिवशी नानांनीच स्वयंपाक केला. जेवण झाल्यावर तिने सारी रात्र वळकटीला टेकून बसूनच काढली. मध्ये तासभर ती मोठमोठ्याने रडत होती. सातआठ महिन्यांच्या सहवासात नानांना तिच्याविषयी काहीसुद्धा समजले नाही. त्यांनी एकदा तिच्या खांद्याला नुसता स्पर्श केला, तर तिने रागाने हातातील कपबश्या आदळून चक्काचूर करून टाकल्या! ती कधी घराबाहेर पडली नाही की कधी तिने त्या पुस्तकांवरील धूळ झाडली नाही. नंतर एक दिवस माहेरी जाते म्हणून ती गेली. आठवडा झाला, दोन झाले पण पत्ता नाही. नाना मग तिच्या माहेरी गेले. सावत्र आईने कपाळावर हात मारला व शेजाऱ्यांनी ऐकू नये म्हणून अगदी हळू बोलायला सांगितले. सावित्री तेथे आलीच नव्हती. चौकशी करत ते तिच्या बहिणीच्या घरी आले. बहीण मरून मस्त पाच-सहा वर्षे झाली होती. पण आता तिच्या मुलांच्या पालनासाठी सावित्री तेथे जाऊन राहिली होती. तिने त्यांच्यावर लाखोली वाहिली, कलाकला तोंड केले, आणि त्या माणसांत तुम्ही मरा, मी येत नाही, म्हणनू साफ सांगितले. नंतर नानांनी चारपाच पत्रे पाठवली, व तिचा नाद सोडून दिला. महिना दोन महिने शेजारी चौकशी करत. नाना सांगू लागले, 'पोटाचा अल्सर झालाय, ती मिरजेच्या हॉस्पिटलमध्ये आहे.' थोडी सहानुभूती मिळाली त्याखाली दडून नाना वावरले. पाचसहा वर्षे झाली. आजूबाजूचे शेजारी बदलले. नव्या भाषा ऐकू येऊ लागल्या. सुवाच्य अक्षर, शुद्धलेखन, डेस्कवर जळणारा कंदील, दररोज झोपण्यापूर्वीचे लेखन, सीतेचा निरोप, सुभेदाराची सून — एक नाटक, रातराणीचा वास, एक कविता

रातराणींचा वास, अप्सरांचा श्वास, आल्हादितो मनास, कोमल स्पर्शे...

पण अनेकदा ते खुळ्यासारखे बसत, दिवस नेहमीसारखा न जाता बळक्कन् ओतून गेल्याप्रमाणे त्यांना रिते वाटे. पुष्कळदा त्यांच्या मनात येई, यावे सावित्रीने परत घरी. मागचे सारे विसरून जाऊन आपण तिला क्षमा करू. पुन्हा आपल्या संसाराला आकार येईल. आणि कुणास ठाऊक, हो, कुणास ठाऊक एक नवा... पण नंतरच्या त्या अति आशेला ते फार वेळ थारा देत नसत. पण त्या कल्पनेने त्यांना आनंदाची हुरहूर वाटे, पुढे आलेला ओलसर ओठ थरथरल्यासारखा होत असे, हे मात्र त्यांना लपवता येत नसे.

त्यांनी विषण्ण मनाने कागद डेस्कमध्ये ठेवले. डेस्कच्या बाजूलाच साऱ्या जुन्या पसाऱ्यात जिवंत वाटणारी एक जुनीच पण छोटी, सुबक काळी पेटी होती. त्यांनी तिच्यावरील धूळ पुसताच तिचा रंग जास्तच उजळ झाला. त्यांनी विमनस्कपणे तिचे दार उघडले. फंडाचे सतराशे रुपये आल्यावर त्यांनी त्या नोटा लोकरीच्या धाग्याने नीट बांधून एका कागदात ठेवल्या होत्या. त्याशिवाय एक लहान पांढरी बाटली, आईची नथ, यांखेरीज पेटीत काही नव्हते. त्यांना पहिल्या दिवशी वाटले होते, आता हिच्यात इतके पैसे आहेत, तिला आता कुलूप लावत जावे. पण तो विचार आला तसाच गेला. चाळीस वर्षे त्यांनी ती पेटी तशीच वापरली, पगाराचा पैसा ठेवला, सारे झाले. आता किल्लीच्या घालकाढीची कटकट नको! त्यांच्या थोरल्या भावाने आपली सारी शिल्लक तीन हजार रुपये 'युवर ओन बँकेत' ठेवली होती. ती बँक बुडाली आणि त्याने हाय खाऊनच आत्महत्या केली! त्या दिवशी त्याने उगाचच नानांना बोलावून घेतले होते. सकाळी त्यांनी पाहिले तो अंथरुणाजवळ ती पांढरी बाटली, व एक चिठ्ठी. "नाना, आता हेच बरे. आशीर्वाद!" नानांनी बाटली लपवून घरी आणली, व चिठ्ठी जाळून टाकली, व सारे प्रकरण गवगवा न करता मिटून टाकले. पण तेव्हापासून त्यांचा बँकांवरचा विश्वास उडाला. 'जेथे मी तेथे माझा पैसा!' ते म्हणत. या नोटाही आयुष्याचे कपटेच की, डेस्कमधील कपटे, आणि या नोटा. यांना किंमत आहे, त्यांना पाहिल्यावर लोकांच्या तोंडावर हसू दिसते. डेस्कमधील कागदांना कुणी कुत्रे विचारत नाही. चुलीत ते घातले तर जाळदेखील विझून जाईल! त्यांनी नोटा खाली ठेवल्या, बाटली वरूनच पुसली, आतली पावडर उगीचच हलवून पाहिली, आणि पेटी झाकून टाकली.

पुन्हा जड, सुस्त असा वेळ समोर पडलेलाच. पण आता त्यांना साऱ्यांचाच एकदम वैताग आला. ते अस्वस्थपणे उठले व खाटेवर पडले. आता अंधारू लागले होते व सगळेच एकदम भकास दिसू लागले होते. दोन खोल्यांचे घर पण ते एखाद्या गुहेप्रमाणे वाटू लागले. ते पुन्हा उठले व त्यांनी कंदील लावला. कंदिलाची काच धुरकटली होती. आता ती पुसावी लागणार या कल्पनेनेच ते त्रस्त झाले. पण त्यांनी तो तसाच डेस्कवर वर्तुळावर ठेवला. आता रात्री दूध तापवून कपभर घेतले, आणि तास अर्धा तास लिहीत बसले की दिवस संपला! आणखी एक गंधगोळी आयुष्यावरून उतरली व कोरडी होऊन

डब्यात पडली. टिंबाएवढे एक टिंब. आज काय लिहावे बरे? लिहिले नाही तर कुणाला काही सुद्धा वाटणार नाही, लिहिले तर कुणी वाचणार नाही. टिंबापुढे टिंब, अक्षरापुढे अक्षर. कागदाची थडगी! त्या शब्दांनी ते दुखावले. सावित्रीचे शब्द, पण काय चूक होते त्यात? आपण त्यात पुरल्याप्रमाणे जगतो. बाहेर रस्त्यावरून लोक सिनेमाला जातात, सर्कशीचा बँड जातो, मुली शाळेतून खिदळत परततात, वेण्या विकणारा माणूस ओरडतो, मुले भांडतात. जर आपण जन्मलोच नसतो तर यात काय पोकळी राहून गेली असती? आणि जन्मून जगलो म्हणून मागे काय खूण राहणार आहे? तरीदेखील तासाला तास जुळवून पाच पन्नास वर्षे काढलीच!

त्यांच्या मनावरील दडपण वाढले. स्वत:च्या मनात, आपल्या रक्तावर पोसून, फांद्या सोडत असलेले दु:ख त्यांना नकोसे वाटू लागले. आजच्या दिवसाने जाताना फार ताण दिला आयुष्याला. आज लिहिणे नको, काही नको! इतक्या दिवसांत असा निरुत्साह त्यांना प्रथमच वाटत होता व त्यांचे त्यांनाच थोडे आश्चर्य वाटले. खांदे अद्याप दुखत होते. तसेच खाटेवर पडून राहावे असे त्यांनी ठरवले; पण मागचे दार उघडे होते. ते बंद करून यावे म्हणून ते कंटाळत उठले व मागच्या खोलीत आले.

चुलीकडील कोपऱ्यात कुणी तरी हलले. त्यांचा क्षणभर विश्वासच बसला नाही; कारण कांकणांचा आवाज झाला होता. त्यांचे हृदय धडधडू लागले व किंचित कापऱ्या पावलांनी ते कंदील आणण्यासाठी वळले. तोच त्या बाईने खाली पडून त्यांच्या पायांवर डोके ठेवले व ती हुंदके देत रडू लागली. नाना जागच्या जागी खिळल्यासारखे झाले आणि त्यांच्या साऱ्या अंगाचे वारूळ झाले. खरे का हे? सावित्री? छट्, ती असणे शक्यच नाही. आपल्या डोक्यावर परिणाम झाला आहे. पण पावले ओली झाली होती, त्यांच्यावर उष्ण श्वास पडत होता. सावित्री? इतक्या दिवसानंतर?

"सावित्री, आत चल. तू आलीस, केव्हा, कशी?" त्यांनी घोगऱ्या आवाजात विचारले. आपला आवाज चिमटीत घट्ट धरला पाहिजे म्हणजे तो इतका कापणार नाही; आपण आपल्या डोळ्यांवर ताबा ठेवला पाहिजे, नाही तर आपणही लहान मुलासारखे रडू लागणार असे त्यांना वाटू लागले.

"नाही, नाही. मला टाकणार नाही असं वचन द्या. मी पापीण आहे, मला क्षमा करा; मी फसले," न उठता सावित्री म्हणाली. दोनतीनदा नानांनी बोलण्याचा प्रयत्न केला, पण घसा फक्त घरघरला. त्यांनी तिला थरथरणाऱ्या हातांनी उठवले, व ते सोप्यावर आले. "घर तुझंही आहे. तू केव्हा पाहिजे त्या वेळी राहा. माणूस चुकतं," ते म्हणाले, पण नंतर त्यांना काही सुचेना. माणूस चुकते? माझ्या आयुष्यातील इतक्या वर्षांचे काय? रात्रीच्या रात्री जळत्या डोळ्यांनी घालवल्या, गुन्हेगाराप्रमाणे लोकांची तोंडे चुकवली, त्याचे काय? कागद बरबटणे, रद्दी भरलेले मसण हे शब्द, त्यांचे काय करायचे?

पण तू स्वत: कधीच चुकला नाहीस? भावाने एकदा पंचवीस रुपये मागितले होते, ते

दिलेस? माझ्या घरी पाऊल टाकू नकोस असे रागाच्या भरात का होईना, तू म्हटले ना सुभद्रेला? वडील आजारी असताना हे पुरे झाले, त्यांनी मरावे आता, त्यांची सुटका होईल आणि आमचीही; असे तू एका शेजाऱ्याजवळ म्हटले नाहीस? ''हे बघ, मी विसरायला तयार आहे,'' ते हसून म्हणाले, ''चुकतं माणसाचं, पण यापुढे तरी जबाबदारीनं वाग. खरं सांगू? तू कधीतरी पुन्हा यावंस असं मला फार वाटायचं —'' पण या भावना बाहेर पडताच ते एकदम गप्प झाले.

''आता नाही होणार चूक,'' डोळे पुसत सावित्री म्हणाली, ''मी मोलकरणीसारखी राहीन, अन्नावारी राबेन, पण आज घालवू नका मला इथून.''

नानांचे मन स्वत:च्या उदारपणाच्या जाणिवेने पसरले व त्यांना तिच्याविषयी अनुकंपा वाटली. तिचा रानवट, ओबडधोबड चेहरा ओल्या घायपाताच्या पानासारखा दिसत होता. गळ्यातील मंगळसूत्र तिच्या चोळीआड दडले असावे. पण वर मात्र बारीक बोरमण्यांची माळ दिसत होती. तिने चोळी घातली होती. ती दंडात खूप रुतली होती. अगदी करकचून दंड दाबून धरल्याप्रमाणे.

नानांनी एकदम तोंड फिरवले व मन झाडल्यासारखे केले. नंतर आठवल्यासारखे करून ते सदरा अडकवू लागले. ''आता काही बोलू नको. त्याला नंतर वेळ आहे,'' ते पाठमोरे राहूनच म्हणाले, ''तू तुझ्याच घरी आहेस.''

सावित्री चटकन् उभी राहिली व तिने काळजीच्या स्वरात विचारले, ''पण आता कुठं चालल्लात?''

''अग घरी खायला काही नाही. मी संध्याकाळी जेवत नाही,'' नाना म्हणाले, ''हॉटेल बंद होण्यापूर्वी काहीतरी घेऊन येतो तुझ्यासाठी.''

''नको, आता कुठं जायला नको. उद्या पाहू,'' त्यांना अडवत सावित्री म्हणाली, ''मला काही नको. मी येताना खाल्लं आहे थोडंसं.''

''मग आज एक दिवस देशपांड्यांच्या राधाबाईंना तरी बोलावून आणतो. काही लागलं सवरलं तर.''

सावित्रीने चेहरा बदलला व ती पुन्हा हुंदके देऊ लागली. ''नको, माझ्यावर एवढी दया करा. मला इतक्यात चव्हाट्यावर मांडू नका. मला इथंच राहू द्या पाप्यासारखं. थोडे दिवस कुणी यायला नको, जायला नको. मला आता तुम्हीच आधार देऊन माणसांत आणा.''

नाना पुन्हा खाटेवर बसले. त्यांना खूप बोलायचे होते, पण कसे बोलावे हे समजेना. सावित्री खाली मान घालून उभी होती. डेस्कवर घड्याळ सारखे टिकटिकत होते. सावित्रीने पुन्हा डोळे पुसले व आजच्यापुरते सारे बाजूला टाकले. तिच्यात व्यवहारीपणा आला, शब्द वापरातले झाले. ''तुम्ही बसा आता. मी दूध ऊन करते. ते घ्या व झोपा आता,'' ती म्हणाली व आत गेली.

नाना तेथेच बसले खरे, पण या आकस्मिक अनुभवाने ते हादरून गेले होते. सारे आयुष्य एकदम ढवळून निघाल्याप्रमाणे त्यांचे मन अस्वस्थ, कासावीस झाले व ते कशावरच ठरेना. हे कसे झाले? अशी अचानक सावित्री कशी आली? पण ती खरेच आली आहे का? खरेच म्हणजे काय, ती आत आहे. ती पिशवीमधील कपडे काढत आहे. आता चूल पेटेल. जशी पेटावी तशी पेटेल. निदान ही तरी कादंबरी लिहिल्याशिवाय पूर्ण होणार म्हणायची! हळूहळू तृप्तीच्या स्पर्शाने जी सैलसर जाणीव निर्माण होते, ती त्यांच्यावर पसरली. बाहेर पावसाची बारीक झिमझिम सुरू झाली. त्यांना कळ्यांनी ओझावलेल्या कर्दळीची आठवण झाली व पाण्याची वाट पाहत असलेल्या झेंडूच्या बिया आठवल्या. बियांची टरफले निघतील व त्या अंधारात वाढू लागतील. हळूहळू आपल्याच आयुष्यावरील टरफले निघत असल्याप्रमाणे त्यांना आनंदाची हुरहूर वाटू लागली व आतल्या हालचालीकडे कान लावून साधासुधा आवाजही ते हावरेपणाने टिपू लागले.

मागचा दरवाजा उघडला व सावित्रीची कांकणे वाजली. तिला काय हवे बरे आता? ते तत्परतेने उठले व मधल्या उंबऱ्याजवळ आले. सावित्री मागल्या दारात उभी होती व हात पसरून वाऱ्यात वर खाली हलवत होती. नानांची चाहूल लागताच तिने पटकन् दरवाजा लावला व गोंधळून ती नानांकडे पाहू लागली.

''तुम्ही झोपा जा. मी दूध तिथंच आणून देईन,'' ती फुरंगटून म्हणाली.

''पण तू परसात गेलीस. मला वाटलं विहिरीकडे जाशील. घरी पाणी आहे आज रात्रीपुरतं,'' ते म्हणाले, ''पण काय करत होतीस तू?''

सावित्री चमकली. ती किंचित घाबरली, पण लगेच खाली पाहत हसली व म्हणाली, ''मला वाटलं पाऊस सुरू झाला. पण तो समोरच्या देवळातला पिंपळ सळसळतो आहे!''

परत बाहेर येताना नानाही किंचित हसले, ते स्वत:देखील फसले होते. तो आवाज अगदी पावसासारखा येत होता. मध्येच ते म्हणाले, ''आणखी एक दिवा आहे छोटा. तो लावून घे की.''

''कशाला दिवा नि बिवा! इथं दिसतंय. नुसतं दूध तर तापवायचं आहे,'' सावित्री म्हणाली. तिनं येताना पांढरसळ पातळ नेसले होते व त्याचे काळे काठ अंगाभोवती हावरेपणाने वळवळत हिंडले होते.

नाना बाहेर आले, पण त्यांच्या साऱ्या शरीराचा एक कान होऊन राहिला होता व तो आत तिच्या कांकणाचा आवाज, पदराची फडफड आतुरतेने शोषून घेत होता. सावित्रीने तोंड धुतले व पिशवीतून घडी केलेले पातळ काढून तिने ते झटकले. ती कपडे बदलत होती.

नानांचे हृदय धडधडू लागले. त्यांनी आपला थरथरता उजवा हात डाव्या हाताने दाबून धरला. प्रथम त्यांना त्या विचाराची शरम वाटली व तो त्यांनी झटकून टाकण्याचा

प्रयत्न केला, पण त्याचा ताण वाढत होता. हळूहळू सारे शरीर तापल्यासारखे होऊ लागले व एकच एक चित्र मनात जळत्या लाल कर्दळीप्रमाणे डोलू लागले. पाठमोरी, पुष्ट सावित्री, तिच्या दंडात चोळी अगदी रुतून गेली आहे! तिच्या उफाड्याच्या शरीरात ताणून भरलेल्या उष्ण रक्त मांसाच्या कल्पनेने ते झिंगल्यासारखे झाले. ती आता आत कपडे बदलत होती. ते आवेगाने उठले, हिसक्यासरशी डेस्कवरचा दिवा त्यांनी उचलला व आत येऊन दिवा किंचित उंचावत हावऱ्या, उपाशी नजरेने त्यांनी सावित्रीच्या अंगावर डोळे फिरवले. तिने पातळ बदलले होते, पण अद्याप तिचे नेसणे पूर्ण झाले नव्हते.

चेहऱ्यावर काडकन् प्रहार झाल्याप्रमाणे त्यांचा तोल गेला व आंधळेपणाने त्यांनी भिंतीचा आधार घेतला. साऱ्या शरीरभर परसलेली आग ओसरली व त्यांचे डोळे कवड्यांसारखे मळकट झाले. ते पुढे झाले. त्यांनी सावित्रीचा हात करकचून धरला आणि नैराश्याने डोळ्यांत बोटे खुपसून घेतल्याप्रमाणे त्यांनी पूर्णपणे तिच्याकडे पाहून घेतले. आता संशय नव्हता. सावित्री तशीच मटकन् खाली बसली आणि रडू लागली.

''मी मघाच सांगितलं मी पापीण आहे,'' ती म्हणाली, ''तुम्ही म्हणालात ना मला टाकणार नाही म्हणून? मग असं का? सांगा ना मला, नाही तर मी आताच्या आता विहिरीत उडी घेते, नाही तर डोकं फोडून घेते —''

पण नानांचे तिकडे लक्ष नव्हते. आत काही तरी उष्ण फुटल्यासारखे झाले होते व ते हळूहळू जळत डोक्यापर्यंत चढत होते. त्यांचा घसा कोरडा झाला, खरंच? नसेल रे, नसेल काय मूर्खा, समोर पाहा. पण आता पुन्हा पाहण्याची गरजच नव्हती, त्यांच्या मनावरची तृप्तीची छाया केव्हाच नाहीशी झाली होती. सावित्री यावी हा विचार मनात येताच त्याबरोबर एक आशाही त्यांच्या मनाला स्पर्श करून जायची, ती तर तुटक्या, लोंबकळणाऱ्या हाताप्रमाणे भेसूर, निर्जीव हलू लागली. वातीसारखा गौतम, आपल्या मांसाचा गोळा, वातीसारखा विझून गेला आणि आता... पण त्याबरोबर त्यांच्या मनात एक भयंकर शंका आली व सारे शरीर सळकले, गौतम तरी — का तोही ... त्यांनी मुठी घट्ट आवळून धरल्या व डोक्याच्या आत पिंजू लागलेली वेदना शांत करण्यासाठी डोक्यावर आपटायला सुरुवात केली. नंतर ते आढ्याकडे पाहत बराच वेळ तसेच पडून राहिले. सावित्रीचे रडे थांबले होते. तिने मळके पातळ घडी घालून पुन्हा पिशवीत ठेवले. ती दोनदा बाहेर आली व काड्यांची पेटी कुठे आहे म्हणून तिने विचारले. हे नानांना समजले देखील नाही.

तीन-चार ठिकाणी खडाखडा करून सावित्रीने काड्याची पेटी कुठे मिळते का पाहिले, पण तिला ती मिळाली नाही. शेवटी तिने कंदीलच खाली घेतला.

नाना किती वेळ खाली पडून होते कुणास ठाऊक, पण आता दहा वाजले होते. डोळे चुरचुरणारा मंद धूर खोल्यांत पसरला होता व फुंकणी आदळल्याचा आवाज मधूनमधून येत होता.

नानांनी उठून छोटा दिवा लावला व तो डेस्कवरील तेलाच्या वर्तुळात ठेवला. आता त्या आघाताचा परिणाम ओसरला होता व सारे शरीर शिवणीत उसवल्यासारखे सैल, विसविशीत वाटत होते. ते शांतपणे डेस्कजवळ बसले. त्यांनी काळी पेटी उघडली व तिच्यातून नथ व बाटली काढली. नोटांचे पुडके! त्यांच्या बोटांनी त्याला स्पर्श केला. साऱ्या आयुष्याचे मोल सतराशे रुपये! त्या किमतीत आपण सारे आयुष्य रद्दीवाल्याला देऊन टाकले. तेथेही व्यवहारात फसलोच आपण. या एवढ्यासाठी दररोज सहा तासांच्या मजूर पाळीने आपण रक्त आटवले. त्याची किंमत आता कवडीही नाही. त्यांनी पुडके आत टाकले व पेटी बाजूला सरकवली.

''काड्याची पेटी कुठं आहे! सारखा धूर होतोय,'' सावित्रीने पुन्हा येऊन विचारले. नाना दचकले व काचेच्या डोळ्यांनी त्यांनी तिच्याकडे पाहिले. ही कोण केशरी पातळातली? हो. ही सावित्री. त्यांनी न बोलता कोनाड्याकडे पाहिले, तेथील काड्याची पेटी सावित्रीने उचलली व ती जाऊ लागली, पण जाताना तिने सुपासारखी नजर टाकून सगळे डोळ्यांत भरून घेतले. तीच ती जुनी पुस्तके, कागद, वर्तमानपत्रांचा ढिगारा; उबगेचा जुना बुरसा तिच्या मनावर चढला. तोच तिचे लक्ष काळ्या पेटीकडे गेले आणि अपेक्षेने ती हावरी झाली. ती एकदम पुढे आली व पेटी उघडत तिने विचारले, ''काय आहे त्यात?''

''त्यात माझे फंडाचे पैसे आहेत. सतराशे रुपये,'' तिच्याकडे न पाहता खाली मान घालून नाना म्हणाले.

''सतराशे! अय्यो!!'' तोंड मोठे करून छातीवर हात ठेवत सावित्री म्हणाली, ''आणि ते असे उघडे टाकलेत! हज्जार माणसं यायची-जायची इथं. उद्या त्याला कुलूप लावून टाकू. तोपर्यंत आतच ठेवते मी ती.''

नानांनी तिच्याकडे निर्विकार डोळ्यांनी पाहिले. तिने पेटी उचलली व आत नेली. फडताळातील दोनचार भांडी हातानेच बाजूला सारत तिने ती आत ठेवली. ''सतराशे रुपये!'' ती पुटपुटली व तिची बोटे लालसेने नोटांवर फिरली.

नानांनी नथ कडोसरीला लावली व बाटली खाटेखाली सरकवली. त्यांनी डेस्कमधून सारे कागद काढले व ते आत आले. अद्याप धूर होता व सावित्री पुन्हा शेणकुटावर तेल ओतून चूल पेटवण्याचा प्रयत्न करीत होती.

''मी तापवतो दूध,'' नाना म्हणाले.

''मला द्या ते कागद. तेवढ्यावरच तापेल ते. मी दूध बाहेरच आणून देईन मग,'' सावित्री म्हणाली व तिने कागदांना हात लावला. नानांनी तो झटकून टाकताच ती भेदरली व कपाटाजवळ निमूट उभी राहिली. नाना चुलीपुढे उकिडवे बसले व एकेक कागद त्यांनी निर्विकारपणे चुलीत कोंबायला सुरुवात केली. इथे नाटक गेले. त्याचबरोबर सुभद्रा, तिची गोड गाणी नाहीशी झाली. बाहुल्या क्षणभर जिवंत होऊन नाचून झाल्यानंतर

नाहीशा झाल्याप्रमाणे सारे आयुष्यच कागदा-कागदाने जागे झाले व जळून संपून गेले! कृष्णा वेड्यासारखी रस्त्यांतून बेभान हिंडली, पण वेणूबरोबरच तिची भ्रमंती संपली, कुठे तरी तिला हुंड्याचे उरलेले पैसे मिळावे, तिचे वेड सुटावे. ही कथा सावळ्या गाईची. अत्यंत गरीब, चरून घरी येताना तिच्या पाठीवर दोन-तीन छोटी मुले ऐटीत बसलेली असायची, पण एकदा मालकाने राक्षसाप्रमाणे मारताच तिने दावे तोडले व ती कचाकचा नाचली. हा मालक कुठला? ते तर आपले गुंडूकाका. त्यांची बुब्बुळे बाहेर आली होती. जिला सारे जण वांझ-वांझ म्हणून चिडवत ती, आपणहून घरात सवत आणणारी सत्यभामाबाई; अत्यंत विद्वान श्रीपादभट, पण तोतरा असल्याने श्राद्धाचेही आमंत्रण त्याला मिळत नसे. गावभर उनाडपणा करत हिंडणारी दारुड्या आपटेची काशी — सारी पुन्हा जगली. आपापली नेमून दिलेली कामे करताना त्यांच्यावर झळाळी आली आणि ती विझून गेली. गौतमास आशीर्वाद. वाचायला तो जगलाच नाही. हरिश्चंद्राख्यान! रोहिदासाचा मृत्यू वर्णन करताना नाना स्वत: तासभर रडले होते. आता सारी अक्षरे मेल्या मुंग्यांप्रमाणे जळून गेली.

सारे कागद संपले. ते निदान आपणच संपवले, आपल्या पाठीमागे भटक्या गुरांनी वचा-वचा तोंड तरी घालायला नको! दुधाचे पातेले काळवंडून तेलकट झाले होते व खूप पाणी घातलेले बाजारी दूध खळखळू लागले होते.

कोंदलेला धूर बाहेर जाण्यासाठी त्यांनी मागचे दार उघडले व ते बाहेर आले. बाहेरच्या थंड वाऱ्याचा स्पर्श त्यांना एकदम अधीर, हावरा वाटला. दार उघडलेले पाहून कुणी तरी आले असे त्यांना वाटले. त्यांनी चमकून विचारले, ''कोण आहे?'' पण त्यांना वाटले, असणार कोण? देवळाच्या धर्मशाळेत रात्र काढण्यासाठी दोन-चार लोक तरी असतच. त्यांपैकी असणार कुणी तरी? ''अहो! जरा पाणी द्या हो, काड्याची पेटी देता का? तुमच्याजवळ चाकू आहे?'' पण त्या माणसाला काहीच नको होते. ''कुणी नाही. मीच. इथं जरा विडी पेटवायला थांबलो होतो,'' तो म्हणाला व विडीचा झुरका घेत तो देवळाच्या कट्ट्यावर चढला. आवाज ऐकून सावित्री हातातील पातेले तसेच ठेवून लगबगीने बाहेर आली होती. ''असेल हो कुणी तरी,'' किंचित धापा टाकत ती म्हणाली, ''तुम्ही दरवाजा लावून या आत. अशा वेळी कुणाकडे जाऊ नका.''

''तू जा आत. विहिरीवरचा दोर रात्री आत आणून ठेवावा लागतो. तू राहू नको इथं,'' नाना म्हणाले. अंधारात सापाच्या अंगाला स्पर्श झाल्याप्रमाणे त्यांच्या आवाजातील निराळेपणा तिला जाणवला व ती मागे फिरली. पिंपळाच्या पानांनी सळसळणाऱ्या अंधारातून नाना विहिरीपाशी आले व त्यांनी कडोसरीची नथ काढून हळूच विहिरीत टाकली. हा आईचा निरोप! सुभद्रेने ही कधी तरी घालावी ही तिची इच्छा, पण तसा प्रसंग आला नाही. आता ती कुठे तरी सुभद्रेजवळ राहील तरी. सात आठ वळशांचा दोर त्यांनी उचलला व ते परतले. तो माणूस देवळाच्या कट्ट्यावर होता.

कारण, त्याने पेटवलेली विडी लालसर गोल दिसत होती. नानांनी कपाळाला एक आठी घातली व ते आत आले.

ते सरळ बाहेर आले व गुडघ्यांवर हात ठेवून खाटेवर बसले. आता काय करायचे राहिले आणखी? कुणाला पत्रंबित्रं नाही. थोरल्या भावाप्रमाणे आता हेच बरे, पण आशीर्वाद मात्र कुणाला नाही. डेस्कवर त्यांचा काचेचा टाक होता. तो वरखाली केला की, त्यातील पाणी चढत उतरत असे. खोतांच्या छोट्या, केवड्याच्या कणसांसारख्या, पाय-नाचऱ्या उषेला तो फार आवडायचा. तिला तरी तो देऊन टाकायचा होता. पण आता उशीर झाला व ते राहून गेले. तसे पाहिले तर खूपच राहून गेले की! आयुष्यात आपण कुठलाच धबधबा पाहिला नाही. गावापासून तीस मैलांवर धबधबा आहे, पण इतकी वर्षे इथे काढून ते आपल्याला झाले नाही. कधी तरी गळाबंद रेशमी कोटही करून घ्यायला हवा होता. उसाच्या मळ्यातच बसून रस प्यायला आपणाला कुणी तरी बोलवायला हवे होते. एका तरी पुस्तकावर आपले नाव छापून आले पाहिजे होते. वडिलांच्या नावाने सज्जनगडाला एक पायरी बसवायला हवी होती. अंगणात झेंडूच्या बियादेखील टाकायला नको होत्या. पाण्याने भिजून त्या हिरव्या अपेक्षेने वर येतील, पण पुढे काय? काही नाही. सारे मध्येच पूर्ण. अर्थहीन, अर्धवट. त्यात पाहायचे काय आणि त्यात वाचायचे तरी काय?

सावित्रीने कपात दूध ओतले व ती हलकेच दरवाजापर्यंत आली. नाना स्वस्थ, अर्धवट झोपल्याप्रमाणे पडलेले पाहून ती परतली. तिने पिशवी उघडली व तिच्यातून एक पुडी काढली. तिने वरचे दोन-चार कागद अगदी आवाज न करता सोडले व चुलीत टाकले. शेवटी पुडीतील पांढरट भुकटी तिने दुधात घातली. नंतर दोन चमचे साखर घालून कणाकणा ढवळले. तिने हात स्वच्छ धुतले व एका झाकणीत कप-बशी ठेवून ती बाहेर आली.

"ठेव तिथं," डोळे न उघडता नाना म्हणाले.

"पण घ्या ते लवकर. नाही तर थंड होऊन जाईल," किंचित उतावीळपणे ती म्हणाली व तेथेच उभी राहिली. घड्याळ टिकटिकत होते. आता अकरा वाजायला आले होते व सावित्री त्यावर डोळे चिकटून राहिल्याप्रमाणे तिकडे पाहत होती. मध्येच खेकसत ती म्हणाली, "घ्या आता एकदा ते."

झोपेतच असल्याप्रमाणे नाना उठून बसले. त्यांनी कपाला हात लावला व तो चटकन् मागे घेतला. सावित्री एकदम अस्वस्थ झाली व पुढे सरकली. नानांनी डोक्यावरून हात फिरवला व कपाळ दाबत, बोंदरे झालेले मन एकत्र आणण्याचा प्रयत्न केला. ते सावकाश उठले व आत येऊ लागले.

"आता काय आणखी?" ती चिडून म्हणाली. तिच्या आवाजात खरखरीतपणा आला. "दूध थंडच घ्यायचं होतं, तर तापवायला तरी कशाला सांगितलंत मला?"

चपराक मारल्याप्रमाणे नाना थबकले. डोळ्यांचे एकदम फार ओझे झाल्याप्रमाणे त्यांनी ते वर उचलले व तिच्याकडे पाहून ते म्हणाले, ''परसात कपडे धुऊन घातलेत मी. तसेच राहिले ते. मघा ध्यानात आलं नाही.''

''तुम्ही घ्या दूध. मी आणते कपडे,'' ती त्यांच्यासमोरून घसटत जात म्हणाली. जाताना तिच्या ताणलेल्या शरीराचा त्यांना ओझरता स्पर्श झाला व तिच्या उग्र, रानवट वासाने त्यांना भोवळल्यासारखे झाले. उफाड्याचे निर्लज्ज घट्ट मांस, दुसऱ्या कुणाचे तरी बीज घेऊन आपल्या घरात एका सोप्यावरून दुसऱ्या सोप्यावर हिंडत आहे! नानांचे पोट कुणीतरी आतून उलटवल्याप्रमाणे त्यांना शिसारी आली व ते एकदम वळले. त्यांनी खाटेखालून पांढरी बाटली काढली व त्यातील मळकट पांढरी पूड त्यांनी दुधात ओतली आणि यांत्रिकपणे ते चमच्याने दूध ढवळू लागले. मागच्या दाराची कडी वाजली आणि सावित्री आत आली. तिने तिन्ही कपडे चुरगळून खुंटीवर आदळले.

''मी ते दूध साखर घालून ढवळलंय चांगलं, आता घेऊन टाका एकदा,'' ती अधीरपणाने म्हणाली व पुन्हा त्यांच्यासमोर बसली.

जणू एखाद्या तिऱ्हाइताच्या हालचालीकडे पाहावे त्याप्रमाणे नाना आपल्याकडे अलिप्तपणे पाहू लागले. हे डोके, यात काही तरी जळत आहे. त्याचा मागचा भाग आता तडकणार. हा हात, त्याचा आपला काही संबंध नाही. तो दूध ढवळतो. त्यातील चमचा बशीत ठेवतो. त्याने उचललेला कप डचमळतो, कारण तो थरथरत आहे, त्याच्यात त्राण नाही. ही सावित्री त्याला मदत करायला उठते. तोच मांसाचा घामट वास आणि वक्राकार आकार...

''तू दूर हो. मी घेतो,'' ते घोगरेपणाने ओरडले. त्यांनी दुधाचा एक घोट घेतला व त्यांच्या तापलेल्या चेहऱ्यावर पाण्याचा शिडकावा झाल्याप्रमाणे तो तडकला. कळकून गेलेल्या ताकाच्या भांड्यावरून जोराने जीभ फिरवल्याप्रमाणे जीभ रिवरिवून आत ओढल्यासारखी झाली. शरीरातील सारे धागे एका गाठीत धरून पिळल्याप्रमाणे सारे शरीर ताणल्यासारखे झाले व ते धापा टाकत असता डोळे बाहेरच येतात असे वाटले. अंगाचा उबट वास, कळकट चव, फुगलेला आकार. त्यांनी चेहरा वाकडा करताच सावित्रीचे ऊर धडधडू लागले. कप पडून दूध सांडू नये म्हणून तिने कांकणे किणकिणत कपाला हात लावला. नानांनी तो हिसडून टाकला व दोनतीन घोटांत दूध संपवून धापा टाकत ते पालथे पडले.

सावित्री सैलावली व तिच्या चेहऱ्यावरून अधीर चिंता सालीप्रमाणे गळून पडली. ''तुम्ही झोपणार ना आता?'' तिने उत्सुकतेने विचारले, नाना काही न बोलता पलंगपोस नखांनी ओरबाडत होते. तिने चादर त्यांच्या अंगावर पसरली व ती थोडा वेळ तशीच पाहत उभी राहिली. नंतर तिने कप उचलला व डेस्कवरील दिवा किंचित बारीक केला. आता बारा वाजायला आले होते. ती आत आली व तिने कपावर बदाबदा पाणी ओतले.

नंतर तो साबणाने स्वच्छ धुऊन तिने कपाटात ठेवून दिला. तेथे तिने पेटी उघडली व नोटांचे पुडके हातात घेतले. त्यांच्यावरून हावरेपणाने हात फिरवताच परपुरुषाच्या आलिंगनाप्रमाणे तिचे अंग वासनेने तापले व ती खिळल्यासारखी झाली. कोणत्याही परपुरुषाच्या नव्हे, तर रेशमी शर्ट घालणाऱ्या बाळा सरदेसाईच्या! तिच्या डोळ्यांत आता ईर्ष्या चमकली. तो आता आपल्याकडे ढुंकूनही पाहत नाही, पण या नोटा नाचवल्या की, तो काय, त्याचा मेलेला बाप येईल नाचत! पोटाचे ओझे काय, टाकणे फारसे अवघड नाही. झुळझुळीत पातळे, कधी मिळाले नाही असे खाणे-पिणे! आयुष्याच्या निर्णयाविरुद्ध टिच्चून घ्यायच्या सुखाचा आनंद नोटांच्या स्पर्शाने तिच्यावर पसरला. मग देवळात वाट बघत बसलेला गोधड्यासारखा भगवंत गेला मसणात. त्याचे काम आता संपले! तिने पुन्हा एकदा नोटा कुरवाळल्या व कागद न चुरचुरता पिशवीत घातल्या.

चुलीतील कागद आता सारे विझले होते. तिने एका फुटक्या तव्यात ती राख भरली व बाहेर टाकली. नंतर तिने सारे स्वच्छ झाडून घेतले व ती बाहेर आली. नाना आता कुशीवर वळले होते व तोंड उघडे टाकून ते घोरत होते. तेच जुने, परिचित, रेड्यासारखे घोरणे! ऐकल्यावर तेथे काढलेले सातआठ महिने तिच्या मनात आयुष्यावरील नायट्याप्रमाणे भगभगू लागले. आणखी काय होते या घरात? नथ होती, मुलाच्या गळ्यातील गाठले होते. काय झाली ती? विकून खाल्ली असतील झाले! आणि उरले काय? तर रद्दी — रद्दी. तिच्या मनात संतापाचा एक वळ उमटला. मघाशी त्यांनी कागद जाळले त्याप्रमाणे दोन-चार काड्या घेऊन ते सारेच जाळून टाकावे असे तिला वाटले. कोनाड्यात एक लाकडी खोका होता, पण त्यात लाकडी खेळण्यांखेरीज काही नव्हते. नाक मुरडून तिने तो परत आदळला. तिने रागाने जमिनीवरची बाटली लाथाडली व ती आत आली. रिकामे डबे, तेलाच्या बाटल्या, दोनतीन कप, पाचसात कळकट भांडी, रस्त्यावरच्या भिकाऱ्याचा संसार यापेक्षा चांगला असतो! तिने मागचा दरवाजा उघडून शुक शुक केले व तो मनुष्य देवळाच्या कट्ट्यावरून तिच्याकडे आला.

''झालं सारं ठीक!'' त्याने हलक्या आवाजात विचारले.

''अगदी सारं ठरल्याप्रमाणे झालं. भगवंता, अजून किती वेळ आहे रे गाडीला? इथं राहायचं म्हणजे पोटात ढवळतंय मला,'' सावित्री म्हणाली.

''तासभर राहू आणखी. उगाच संशय नको मनाला,'' भगवंताने इकडेतिकडे पाहत उत्तर दिले. ''पण तुला कुणी पाहिलं नाही ना? त्यानं कुणाला जाऊन सांगितलं नाही?''

''छे रे, तू गप्प बस. मी ती सारी व्यवस्था केली,'' ती अभिमानाने म्हणाली. ''थांब हं इथंच. मी पाहून येते.''

हलक्या पावलांनी ती आत आली. नानांचा चेहरा कुसकरल्यासारखा झाला होता व तो दमट, शेवाळल्यासारखा वाटत होता. गचके देत देत घशातून वर श्वास येई. पण गळ्याच्या तोंडाशी घुटमळत राही. तिने एका हाताने कांकणे धरली व आत उभ्या

असलेल्या भगवंताला खूण केली. तो हलकेच आत आला व ती दोघे श्वास रोखून नानांकडे पाहू लागली. त्याने तिला यायची खूण केली, व ती येताच त्याने मान हलवली. सावित्रीने सुटकेचा निःश्वास सोडला व तिला मोकळे वाटले. तिने पुढच्या दरवाजाला कडी लावली व डेस्कवरील दिवा फुकून टाकला. ''जायला अजून किती उशीर आहे?'' तिने विचारले.

''अजून अवकाश आहे गाडीला. पण जाऊ चल आपण. आता घाबरायला नको,'' भगवंता म्हणाला. सावित्रीने फडताळ लावले व आपले काही शिल्लक राहिले नाही याची खात्री करून घेतली. पण भगवंत एकदम थांबला. ''त्यांच्याजवळ ती बाटली कसली होती?'' त्याने घाबरून विचारले.

''असेल कसली तरी त्यांच्या औषधाची,'' सावित्री अधीरपणे म्हणाली, ''त्यांचं कसला ना कसलं तरी औषध चालूच असे.''

''हे बघ, कसली का असेना ती. उगाच संशय नको. भानगड नको. घेऊन ये बघू ती,'' भगवंताने सांगितले.

कंटाळत सावित्री पुन्हा आत आली व चाचपडत तिने बाटली उचलली. नाना आता शांत झाले होते व ते आचकेदेखील थांबले होते. ती घाईघाईने बाहेर आली व तिने ती बाटली भगवंताला दिली. मग पिशवी उचलून ती बाहेर आली व बाहेरूनच तिने आत कडी अडकवली. आता या घरचा संबंध नको. कुबट कागदांचा वास नको. खतातील अळीचे आयुष्य नको. तिने मोकळ्या, बाहेरच्या हवेत मोठा श्वास घेतला. आताच तिच्या नव्या आयुष्याचा स्पर्श झाला. बाटली घेऊन भगवंता अस्पष्ट दिसणाऱ्या विहिरीकडे आला व त्याने बाटली हळूच आत टाकली. डुबुक असा आवाज झाल्यावर तो समाधानाने वळला व म्हणाला, ''चला, काम झाले.''

रस्ता निर्जन होता, तो सुस्त सापाप्रमाणे वळशावळशाने पुढे गेला होता व त्याच्या कडेने दिव्यांची टिंबे होती. दुसऱ्या वळणापर्यंत जाईतो पिंपळाची सळसळ वांझोट्या पावसाप्रमाणे ऐकू येत होती. थोडे चालल्यावर भगवंताने विडी पेटवली व तो तिच्याजवळ आला.

''किती मिळाले?'' त्याने विचारले.

''आहेत की बरेच,'' सावित्री सावधपणे म्हणाली.

''म्हणजे आम्हांला माहिती मिळाली, तेवढे हजार तरी आहेत ना?'' त्याने विचारले व सावित्रीने मान हलवली, ''अग मग ठीक आहे की! आणखी मिळालं काही?''

''होय, मिळाली माझी हाडं!'' किंचित चिडून सावित्री म्हणाली. तिला भगवंताचा दुस्वास होऊ लागला होता. ''आहे काय तिथं! रिकामे डबे, ढीगभर कागद.'' थोडा वेळ ते तसेच चालले. अगदी दूर स्टेशनचे लाल निळे दिवे दिसू लागले.

''आण ती पिशवी माझ्याकडे. मी येईन म्हणतो,'' हात पुढे करत भगवंत म्हणाला.

सावित्रीची बोटे पिशवीच्या बंदांवर घट्ट झाली व तिने पिशवी अगदी अंगाशीच धरली.

"राहू देत माझ्याकडे. आहेत फक्त दोन कपडे. त्यात कसलं आलंय ओझं!" ती म्हणाली.

"बरं तर राहिलं," भगवंत म्हणाला, "माझ्याकडे काय, तुझ्याकडे काय, सगळं सारखंच की!"

आणि तो हसला. ओठ मुरडून अगदी थोडे, स्वत:शीच.

साधना : दिवाळी १९६९

माकडाचे काय; माणसाचे काय?

अंगावर तलम शालीप्रमाणेच पसरलेली झोप हलकेच उडाली, व सुब्राव जागे झाले. त्यांना आता फार प्रसन्न वाटले. अंगातील ताप निघून दोन दिवस झाले होते, व आज सकाळी तर त्यांना नेहमीप्रमाणे भूक लागली होती. सारे अंग पिंजून तलम केल्याप्रमाणे हलके वाटत होते, आणि ते तशाच सुखमोकळ्या अंगाने थोडा वेळ पडून राहिले. आता आपण बाहेर पडल्यावर खूपशी माणसे भेटणार, महिना-दीड महिना दूर राहिलेल्या जगाशी पुन्हा आपला संबंध जुळणार, याची त्यांना फार उत्सुकता वाटली. इतके दिवस ही मंडळी हरीला विचारून आपली चौकशी करत असतील. रस्त्याला पायांनी टाके घालत चालल्याप्रमाणे वाटणारे जज्जसाहेब आज आपणाला नक्की भेटणार. दगडी पाटा टोचून घ्यायचा असला तर तिच्या तोंडापुढे तो नुसता धरावा, असे फाडफाड बोलणारी सरोज येईल. रात्री दिव्यासाठी नेहमी रॉकेल उसने घेऊन जाणारा जकातनाका कारकून देखील भेटेल. आज नाही तर उद्या. त्याशिवाय नेहमी दोन काळ्या शेळ्या बरोबर घेऊन हिंडणारा रखवालदार, पोस्टमास्तर देशपांडे, किती तरी लोक... आताच त्या सगळ्याच्या आठवणीने त्यांच्या मनाचे धागे बाहेर पडून त्यांना चिकटू लागले.

बाहेर गेट उघडल्याचा आवाज झाला, व सुब्रावना आश्चर्य वाटले. आता या वेळी कोण आले असणार हे त्यांना समजेना. हरी दुपारचे जेवण देऊन केव्हाच गेला होता, आणि आता रात्रीपर्यंत तो येणार नव्हता. मग कोण आले असेल? रामदास पुन्हा आला असेल? गेल्या खेपेस तो याच वेळी आला होता. हा विचार मनात येताच उत्कंठेने त्यांचे मन ताणल्यासारखे झाले. पण त्यांनी ती झिडकारून टाकली. त्याला आता तीन-चार महिने बिलकूल रजा नव्हती. मग कोण आले बरे? या कुणाच्या तरी आकस्मिक येण्याने त्यांना त्रस्त तर वाटलेच नाही, उलट हायसेच वाटले. ही तर बाहेरच्या जगाची पहिली चाहूल आहे. त्यांनी सावकाश अंगात स्वेटर घातला, व फिरायला जायच्या वेळची वाघाचे छोटे डोके बसवलेली काठी घेऊन ते हळूहळू बाहेर आले. तोपर्यंत खिडकीतून

काही तरी आत टपदिशी पडले, पुन्हा पायरीवर पावले वाजली, आणि गेट बंद होताना खणदिशी आदळले. नंतर त्यांना आठवले, पाच वाजून गेले आहेत, तेव्हा पोस्टमन येऊन गेला असावा आणि ते स्वत:शीच हसले. ते बाहेरच्या सोप्यावर आले, व खुर्ची खिडकीजवळ ओढून बसले.

पोस्टमनने फक्त एक मासिक आत टाकले होते. आजही रामदास, मोहिनीकडून पत्र नाही म्हणताच ते थोडे उदास झाले. आजारी आहे म्हणताच रामदास धावत आला होता, पण रजा नाही म्हणून औषधपाण्याची व्यवस्था करून लगेच परत गेला होता. पण परत गेल्यापासून त्याने एकही पत्र पाठविले नाही. का? सारी कामे बाजूला टाकून एक पत्र लिहावे असे सणक उठल्याप्रमाणे न राहवणारे प्रेम त्याला, कुणालाच वाटत नाही? त्यांना तो विचार आवडला नाही. पटलाही नाही. रामदास कामाचा माणूस आहे. मोहिनी आता काही झाले तरी परक्याची. वाटेल त्या वेळी येऊन जायला ती का आता स्वतंत्र आहे? शिवाय पाच-सहा महिन्यांत तिकडेही एक नातवंड येणार, तिचाही संसार वाढताच आहे...

त्या कल्पनेने त्यांना हुळहुळल्यासारखे वाटले. तिचाच नव्हे, तर आपलाही — आपल्या अंगाची मुले, एक मुंबईला तर दुसरी बंगळूरला. या दूर ठिकाणी आपली मुले गेली, त्यांची स्वतंत्र रोपटी झाली. जणू ती गावेच त्यांच्या आयुष्याला कायमची चिकटून गेल्याप्रमाणे सुब्रावना फार अभिमान वाटला. तसे पाहिले तर कोणता माणूस एकाकी बेटासारखा आहे? त्यांना वाटले, रामदास व त्याची मुले, मोहिनी आणि तिचे येणारे बाळ, स्वत:च्या पैशाने बांधलेले हे घर, स्वत: लावलेली बागेतील फुलझाडे, हे सारे धागे स्वत:ला चिकटले आहेत. त्याशिवाय कॉलेजमध्ये शिकवत असता त्या केळकराला ऐन वेळी परीक्षेची फी दिली होती. तो आता कुठे तरी बँक मॅनेजर आहे, त्याच्याकडूनही कधी पत्र आले नाही, परंतु त्याच्या मनात ती आठवण असणार. सुमती देशपांडेला त्यांच्या चिठ्ठीमुळे टाइपिस्टची नोकरी मिळाली होती, ती आता कुठे आहे कुणास ठाऊक, पण तिला प्रो. कामत यांची आठवण असणार! प्रत्येक क्षणावर आयुष्यात पाऊल पडले, की कुठून तरी एक नवा धागा निघतो, कुठे तरी जाऊन मिळतोच आणि जर आपण नाहीसे झालो तर काही सुते तर तशीच निर्जीव लोंबकळत राहतील. सुब्रावांचे हात अगदी विरून गेले होते, व त्यांवरील कातडे फार वेळा धुतलेल्या कापडाप्रमाणे खरखरीत झाले होते. ते नुसते खोलीतून बाहेर आले, तरी त्यांचे हृदय धडधडत होते.

आता नाहीसे व्हायला फारसे दिवस नकोत. आता आपली दिवसाची नाणी संपत आली. मग आपल्या या घराचे, बागेचे काय होणार? येथे मग कोण राहायला येईल? येथे खुर्ची ओढून खिडकीतून बाहेर पाहत कोण बसणार? रामदासने मुंबईलाच कायम राहायचे ठरवले त्या दिवशी ते सारा दिवस जेवले नाहीत. एकाकी, भुताप्रमाणे ते घरात हिंडले. घराची फरशी अगदी लालभडक होईपर्यंत पुसून काढली, गुलाबांची उगाच छाटाछाट केली, आणि परसात गुडघाभर वाढलेले गवत वचावचा उपटून फेकून दिले.

इतक्या हौसेने टेकडीच्या उतारावर हे घर बांधले पण त्याला मात्र इतर कोणाच्या आयुष्यात स्थान नाही. येथे कोणीही येऊन राहो, रामदासला त्याचे काही नाही. दीड महिन्यापूर्वी उष्ण वादळाप्रमाणे त्यांना ताप चढला त्या वेळी त्यांना वाटले होते, हे घर असेच टाकून आपण जाणार! रामदास येईपर्यंत सारे संपून जाणार! तापलेल्या डोळ्यांनी अंथरुणावर पडून असता त्यांना सारखे वाटत होते, हे घर म्हणजे आपल्याभोवती वाढलेली सूज आहे व त्यात मध्यभागी ठसठसणाऱ्या वेदनेप्रमाणे आपण आहो. पण रामदास धावत आला होता. त्याची दाढी वाढली होती व हातात एक पिशवी होती. बाजूला बसून त्याने कपाळावर हात ठेवताच त्यांचा अर्धा ताप उतरला होता. पण विशेष काही बोलायच्या आतच तो परतला होता, व आजही त्याच्याकडून पत्र नाही! पण त्यांना वाटले, नाही तर नाही पत्र, तो-मोहिनी काही आपल्याला विसरणार नाहीत. लहानपणी शाळेहून येऊन रामदास-मोहिनी आपल्या येण्याची वाट पाहत पायरीवर बसून राहत. आपण गेल्यावर आपली आठवण त्यांच्या आयुष्याच्या पायरीवर कायमची बसून राहणार. या विचाराने त्यांना हायसे वाटले. रामदास-मोहिनीचे आजही पत्र नाही म्हणताच आखडलेले मन सैलावले. त्यांनी पोस्टमनने टाकलेले मासिक उचलले व चाळण्यास सुरुवात केली.

ते मासिक इंग्रजी होते आणि ते फुकट येत असे. पण ते आपल्याला कोण पाठवते हे त्यांना कधी समजले नाही. मधून केव्हा तरी ते त्यावर नजर टाकत. अमक्या ठिकाणी इतका गहू पिकला, तमका कालवा इतका मैल लांब झाला. मुख्यप्रधान काचकाच तीन तास कसल्या तरी विषयांवर बोलले... असलीच कंटाळवाणी माहिती त्यात असे. पुष्कळदा त्यांना वाटे, या देशात माणसे नाहीतच की काय? नुसते रकान्यातले आकडे, त्यांवर शून्यावर शून्ये! त्यांनी दोन-चार पाने उलटली व नंतर डोळ्यांतच विविध रंग फुटल्याप्रमाणे पानपानभर त्यांना रंगीत चित्रे दिसली. त्यांच्यात उत्कंठेची एक झरझर उठली. तारे, ग्रह, तेजोमेघ, तारामंडळे यांची चित्रे आणि आभाळाची अपार श्रीमंती यांचे दर्शन त्यांच्यासमोर होते. सुब्रावांना त्याबरोबर आयुष्यातील एक निराशाही आठवली. त्यांनी कॉलेजमध्ये शिकवत असता निवळ आवड म्हणून तसली बरीच पुस्तके वाचली होती, पण जिच्यांतून निदान शनीची कडी तरी दिसतील असली स्वतःची एक दुर्बीण घेणे त्यांना काही जमले नाही. शनीला कडी आहेत, मंगळावर निळेपिवळे डाग आहेत, आणि आपण मात्र आंधळ्या भिकाऱ्याप्रमाणे, त्या साऱ्याखाली बसून काहीच न पाहता आयुष्य काढले! असली साऱ्या वैभवानिशी रंगीत चित्रे त्यांनी प्रथमच पाहिली होती. एक चित्र अनंत काळापूर्वी आभाळात फेकलेल्या, चांदीच्या तबकाप्रमाणे दिसणाऱ्या देवयानी तारामंडळाचे होते. अभ्रकाची पूड फेकलेल्या आभाळात ते अतिमानवी विशाल जग आपल्याच वेड्या गतीत भिरभिरत होते. नंतर हंसमधील अत्यंत तरल अशा बुरख्याप्रमाणे तरंगणारा तेजोमेघ, अंगठीतील रत्नाप्रमाणे दिसणारे मृगामधले रंगीत

वर्तुळ, कोट्यवधी सूर्य पोटात घेऊन बसलेल्या देवयानी तारामंडळाकडून प्रकाशकिरण इथपर्यंत यायला वीस लाख प्रकाश वर्षे लागतात हे वाचून त्यांचे मन दडपून गेले. एखाद्याचे बहिरेपण काढून घेऊन त्याला राक्षसी यंत्राजवळ बसवावे त्याप्रमाणे ते चकित होऊन बावरले. वीस लाख प्रकाशवर्षे! म्हणजे किती? मोहिनी अडीच—तीनशे मैलांवर आहे. रामदास चारशे मैलांवर आहे हे समजते. अमेरिका पाच-सहा हजार मैलांवर. पण पुढे काय? सुब्रावांचे मन शून्यांच्या मागे धावू लागले, पण आता फसवे क्षितिज देखील विरून गेले. त्यांना वाटले, लेखणीच्या फटकाऱ्याने आपण शून्ये लिहीत जातो, परंतु त्या अंतराचे चित्र कधी तरी मनात येते का? अरे, या चित्रातील फोटोसाठी फिल्मवर आदळलेला प्रकाशकिरण कदाचित माणूसच निर्माण होण्याच्या आधी देवयानीमधून निघाला असेल, आणि कुणास ठाऊक, हा म्हातारा, केस विरळ झालेला सुब्राव ते चित्र पाहत असता मधल्या काळात ते तारामंडळ नष्टही झाले असेल! म्हणजे आज आभाळात खरे तारे किती आणि ताऱ्यांची भुते किती हे त्यांना समजेना. आणि अशा तऱ्हेचे विशाल शून्य नि:शब्द विश्व पाहिल्यानंतर करून कुणी तरी वेगाने आपणाला फेकून दिले असे वाटून त्यांचे अंग किंचित कापू लागले.

मघा आत मासिक फेकून गेलेला तो खरोखरच पोस्टमन होता का? नसावा. बिनचेहऱ्याची एक सावली वरून कुत्सिसपणे खाली उतरली, देवयानीमधून प्रकाशाच्या एका कणाचे भूत आले आणि वेडावून आपला सारा दिवस नासवून गेले. सुब्रावांना वाटले, त्याची पावले वाजताच आपण बाहेर यायला हवे होते, म्हणजे निदान ही शंका राहिली नसती! त्यांच्या राहत्या बंगल्याभोवती खूप मोठे आवार होते. त्यात पुष्कळशी आंब्याची झाडे होती, ती मधून मधून सळसळत. समोरचा रस्ता गेटसमोरच अंग वळवून टेकडी चढून गेला होता. त्यावरील अजस्र झाडांच्या फांद्यांनी फाटून गेलेला प्रकाश सावल्यांचे डाग अंगावर घेऊन डाल्माशियन कुत्र्याप्रमाणे पायऱ्या चढण्याचा प्रयत्न करत असे. त्या हिरव्या गर्दीत काळ्या तोंडाची भीषण माकडे असत, व ती पत्र्यावर जोराने दात घासल्याप्रमाणे आवाज करत. काही वेळा पानांत ती अगदी स्तब्ध बसली, त्यांच्या शेपट्या अगदी स्थिर झाल्या की वर एखाद्या हिरव्या श्वापदाने जबडा उघडून दात दाखवल्याप्रमाणे वाटे. अंधार जमू लागला की तोदेखील हिरवट बुरशीसारखा वाटे. सोप्यावर बसले की पुष्कळदा सुब्रावांना आपण विहिरीच्या तळाशी आहो असा भास होई. येथे काहीही घडू शकेल. सावल्या माकडाप्रमाणे दात विचकतील, आणि खरबरीत बुंध्याची झाडे येऊन फांद्यांनी आपल्याला कवटाळतील.

तसलाच कुणी हा पोस्टमन होता? आला, आणि देवयानी, अगस्ती, त्रिशंकूकडे बोट दाखवून, वेडावून निघून गेला? आपला ताप उतरला, आणि हिंडू फिरू लागलो हे त्याला पाहवले नाही; व मग त्याला देवयानीने वीस लाख प्रकाशवर्षांच्या दिक्कालातून दूत म्हणून पाठवले. सुब्रावांना हा विचार आला, व ते उदासीनपणे किंचित हसले. त्यांना आठवले,

लहानपणी ओल्या वाळूत समुद्रकिनारी खेळत असता दुरून एक लाट येई व त्यांच्या मागे लागे. त्या वेळी त्यांना नेहमी वाटे, त्या लाटेला पांढरे डोळे आहेत, तिने आपल्याला पाहिले आहे, आणि ती नेमकी आपल्यालाच भिववण्यासाठी मागे धावत आहे. तिला आपली ओळख कशी पटते हे त्यांना कधीच समजले नाही. देवयानीमधून निघालेला एक प्रकाशकण नेमका आपला शोध घेत धावत आला म्हणताच त्या आठवणीने त्यांच्या आयुष्यावरील वर्षे गळाली, व ते लहान मुलाप्रमाणे हसले. म्हणजे माणूसच निर्माण होण्यापूर्वी, शंभर फूट लांबीचे प्राणी चिखलात धिंगाणा घालून एकमेकाला नष्ट करीत असता तो किरण निघाला होता, आणि त्याच्यामागून लगेच पुन्हा निघालेला दुसरा किरण येथे येण्याच्या काळातच ते तारामंडळ बुडबुड्याप्रमाणे फुटून नाहीसे झाले! असे एखादे तारामंडळ असू शकेल की ज्याच्या किरणाचा प्रवास सुरू झाला त्या वेळी सूर्यमालाही अस्तित्वात नसेल, व तो येथपर्यंत पोहोचण्याच्या आधीच ती पाचोळ्याप्रमाणे बाजूला लोटली गेली असेल. या असल्या अतिमानुषी छत्राखालची आपली सुखदुःखे! ताप उतरल्याचा आनंद; रामदास-मोहिनीकडून पत्रे नाहीत म्हणूनची विषण्णता; दोन दिवस निपचित पडून एकदाही शेपटी न हलवता, न भुंकता निर्जीव झालेली लहानपणची कृष्णी कुत्री; केळकरच्या मनातील कृतज्ञता; देशपांडेला दिलेली मदत; सारी नुसती आंधळी टिंबे! आणि असली राक्षसी विश्वे स्वतःच्या प्रकाशात अणुरेणूप्रमाणे फिरवणारा तो निर्माता! तो एखाद्या क्षुद्र आयुष्यात डोकावतो; तो खरे बोलतो की खोटे, शेजाऱ्याला फसवतो की त्याच्यावर प्रेम करतो, असल्या गोष्टी म्हणे नोंदून घेतो, आणि त्याप्रमाणे शिक्षा-बक्षिसे वाटत बसतो! आणि असल्या मनाच्या पुरळीवर आपली नीती, आपले धर्म आधारलेले! छट्. सद्गुण-दुर्गुणाच्या पायावर सरपटणारे किडे, सुखदुःखाच्या डोळ्यांनी त्रिशंकूकडे पाहणाऱ्या अळ्या! त्यांतीलच एक सुब्राव! गणिताचा एक सेवानिवृत्त प्राध्यापक. शून्यांशी खेळून शून्य झालेला. निरनिराळ्या शून्यांच्या जिन्यावरून सरपटत दूर कुठे तरी, अर्थ असलेल्या आकड्याकडे निघालेला, पण दमछाक होऊन तिसऱ्या-चौथ्या शून्यात बुडबुड्याप्रमाणे नाहीसा होणारा सुब्राव! या विचाराने सुब्रावांचे अंग अगदी विरूनच गेल्यासारखे झाले. राहिली ती फक्त निरायम भावना. समुद्रात खडा बुडत असता त्याला वाटेल तसली दीन, आग्रहहीन.

त्याच भावनेने ते उठले व बाहेर बागेत आले. आता ते मासिक आपल्यामागे भुताप्रमाणे येते की काय असेदेखील त्यांना वाटून गेले. पण बाहेरच्या मोकळ्या हवेने मनातला डोळे चुरचुरणारा धूर बराच कमी झाला, व ते हळूहळू बागेत हिंडू लागले.

गेल्या दीड महिन्यात ते बागेत आले नव्हते. हरी दररोज पाणी घालायचा खरा, पण ते बदाबदा ओतून जायचा. त्याच्या कामात आतडे नाही. वाफ्यांत ठिकठिकाणी गवत वाढले होते, आणि बाजूच्या झाडांचा पाचोळा जमला होता. पण फुलझाडे वाढली होती. काहींच्यावर फुले देखील दिसत होती. ते पाहून मात्र त्यांना निराशा वाटली. आपल्या

येण्याची ती आसुसतेने वाट पाहत असतील असे त्यांना वाटले होते. हरीने तर अनेकदा म्हणून दाखवले होते की, त्यांनी पाणी घातले की झाडे जास्तच जिवंत दिसायची. पण ती मात्र त्यांच्याकरिता थांबली नाहीत. आपण बी टाकले, बस्स इतकेच. एक झारी पाण्याइतका आपला संबंध. मग ते पाणी कुणीही घालो.

ते बागेत हळूहळू फिरू लागले, परंतु देवयानीचा प्रकाशकण अद्याप त्यांच्या मनात रेंगाळत होता. समोरची फुले म्हणजे वरचे आभाळच लहान होऊन उतरल्याप्रमाणे वाटू लागले. तरारून वाढलेल्या पेटुनियाची फुले देवयानीप्रमाणे दिसली. ग्लॅडिओला मृगातील तेजोमेघाच्या आकाराचे वाटले. आपला देवयानी मृगाशी काही संबंध नाही, तसेच फुलांच्या बाबतीतही. ही फुलेदेखील हरीच्या पाण्यावर निर्विकार स्मृतिहीन वाढत राहतील! सुब्राव कोपऱ्यात ठेवलेल्या निवडुंगाच्या कुंड्यांपाशी आले. आणि तेथले रंगीत दृश्य पाहून ते खुलले. एका निवडुंगाच्या गोल काटेदार आकारावर पुष्कळशी छोटी फुले उमलून बसली होती. म्हणजे स्वत:प्रमाणे त्याचाही विस्तार वाढला होता. त्यालाही फुले येत होती. आता त्याची मुळे दूर पसरतील व त्यांना स्वतंत्र कोंभ येतील. पण एकदम त्यांच्या उत्साहावर पाणी पडले. निवडुंगावरच्या एका पुस्तकातील वाक्य त्यांना एकदम अशुभपणे आठवले. एखाद्या निवडुंगाला फुले येऊ लागली एवढ्यावरच खूष होऊ नका, कारण काही वेळा झाड मरत असता फुलांनी भरून जाते. पुनरुत्पत्तीच्या मदतीने ती जात टिकवून धरण्याचा निसर्गाचा तो एक प्रयत्न असतो. आणि हे वाक्य आठवताच त्यांना त्या फुलाकडे पाहवेना. अकारण त्यांना मोहिनीची आठवण होऊ लागली. त्या निवडुंगाला खास आपल्यालाच काही तरी सांगायचे आहे असे सुब्रावांना वाटू लागले. आणि नेमके तेच त्यांना नको होते. बाजूच्या सावलीत त्यांनी जाड, पाणसर पानांची झाडे ठेवली होती. फुलासारखीच झाडे. झाड आणि फूल एकच. म्हणजे इतर झाडांच्या बाबतीत कधी ना कधी होणारी ताटातूट त्यांच्यात नाही. आतड्यांचे एकत्व झालेले, हेवा निर्माण करणारे त्यांचे आयुष्य. त्यांच्यात आणि फुलात तीन-चारशे मैलांची अंतरे नाहीत! पण लहानशा ताटाएवढे वाढलेले एक फूल आता कुरूप, म्हातारे दिसत होते. त्यावर ठिकठिकाणी नांगर ओढल्याप्रमाणे पुष्कळशा रेघोट्या उठल्या होत्या. सुब्रावांनी खाली वाकून पाहिले. त्यावर एक पुष्ट हिरवा किडा चरत होता, व तो तोंड खाली वाकवून तृप्त उद्योगीपणाने एका रेघोटीमधून पुढे सरकत होता. सुब्रावांनी लाकडाच्या दोन सालींमध्ये त्या किड्याला उचलले. उचलताच त्याचे अंग आखडू पसरू लागले. त्याचे बटबटीत, डांबराच्या ठिपक्यासारखे डोळे पाहून त्यांतील घमेंडीचा सुब्रावांना फार राग आला. असेच चार दिवस चरत त्याने सगळे फूल खाऊन टाकले असते, आणि मग त्याच्याचसारख्या गुबगुबीत घाणेरड्या किड्यांनी आपापल्या कोशात किड्याच्या या निसर्गावरील विजयाची अद्‌भुत वर्णने केली असती! आणि रस्त्यावरच्या त्या बुंध्याभोवती फिरायला दोन–तीन मिनिटे लागणाऱ्या अजस्र वड-पिंपळांना कल्पनाही नसेल की, हा किडा आला व आपल्यावर

विजय मिळवून परत गेला. सुब्रावांनी त्याला चिरडण्यासाठी दोन्ही साली किंचित दाबल्या; परंतु त्या क्षणी ते डोळे सपाट निर्जीव झाले, व त्याच्या तोंडावर असहाय माणसाची भावना दिसली. एका ओळखीच्या माणसाची आपण हत्या करत असल्याप्रमाणे सुब्रावांनी तो सालीसकट बाहेर फेकून दिला. डांबराच्या थेंबासारखी दोन काळी शून्ये, कोट्यवधी सूर्य पोटाखाली उबवत बसलेल्या तारामंडळाचे शून्य, आणि मध्येच उभे राहून त्यांच्याकडे आळीपाळीने पाहणारी दोन म्हातारी शून्ये. नुसता सारा शून्यांचा बुजबुजाट झाला आहे. अर्थ असलेला आकडा कुठे तरी लपून राहतो आणि आपल्या हृदयाच्या स्पंदनाने शून्यांचे बुडबुडे उडवून फोडत बसतो.

आपल्या हृदयाची धडधड ऐकत ते बागेच्या दुसऱ्या कोपऱ्यापर्यंत आले. हवेत किंचित गारवा आला होता, तेव्हा आता आपण आत जावे असे त्यांनी ठरवले. कोपऱ्यातील आंब्याला गेल्या वर्षीही फळ धरले नाही. या वर्षी तरी तो फळणार की नाही कुणास ठाऊक! ते वळता वळता मध्येच थांबले. त्यांना प्रथम स्पष्ट दिसले नाही म्हणून ते किंचित पुढे गेले व त्यांनी निरखून पाहिले. त्या आंब्याच्या झाडाखाली माकडाचे एक पिलू पाठीवर पडले होते, व त्यांच्याकडे बटणासारख्या डोळ्यांनी पाहत होते. हे आकस्मिक दृश्य पाहिल्यावर सुब्राव प्रथम हादरले, व आता काय करावे हे त्यांना समजेना. हरी आता अगदी रात्र करून येणार. पण त्या माकडाला रात्रभर तसेच आवारात पडू देणे त्यांना बरे वाटेना. हे नसते लचांड आपल्याच बागेत कुणी तरी मुद्दामच टाकले असावे असे त्यांना वाटले, व त्यांनी रागाने वर पाहिले. वर उंच रस्त्यावरील झाडांचे एक छप्परच झाले होते, व त्या गुंतवळ्यात अडकल्याप्रमाणे अनेक माकडे गोठून स्तब्ध बसली हाती. खाली लोंबकळणाऱ्या त्यांच्या शेपट्याही जाड पारंब्यांप्रमाणे स्थिर होत्या. सुब्रावांनी वर पाहताच दोन माकडे झटकन् सावल्यांप्रमाणे वरच्या फांद्यांवर चढली. बाकीच्या वेळी धिंगाण्याने झाडे वाकवणारी माकडे काही वेळा पानही न वळवता कशी बरे हलू शकतात? पण त्या नि:शब्द हालचालीनंतर पुन्हा सारे गोठले. पाच-पंचवीस माकडे आता आपण काय करणार हे वरून पाहत आहेत हे सुब्रावांना जाणवले. त्यांनी काठी जमिनीवर आपटून शुकशुक करत त्या पिलाला हाकलण्याचा प्रयत्न केला. पण नंतर डिवचले तरी ते असहायपणे डोळे न हलवता त्यांच्याकडे पाहत पडूनच राहिले.

सुब्रावांना आता फार चीड आली. इतक्या दिवसांनी आपण बागेत येतो, तर हे घाणेरडे माकड बिनपापणीच्या डोळ्यांनी पाहत आपल्याला तावडीत धरते. या वेळी सगळ्याच माकडांविषयी वाटणारा आयुष्यभरचा संताप त्यांच्यात तापाप्रमाणे पसरला. फुलेफळे यांचा विध्वंस करणारे, दररोज पाचसात कौले फोडणारे हे घाणेरडे, मळकट प्राणी, यांना गोळ्या घालत बसणे म्हणजे देखील वेळेचा अपव्यय आहे. त्यापेक्षा काय करावे, पिकल्या केळांचे चारसहा घड घ्यावेत. त्यात प्रत्येकात अर्धा चमचा सायनाइड भरून केळी झाडांवर लटकवावीत. तासात माकडांचा ढीग पडेल. मग त्यावर रॉकेल

ओतून काडी लावावी! किंवा सायनाइड जर मिळत नसेल तर... एखादा निर्ढावलेला गुन्हेगार बसल्या-बसल्या खुनाचे आराखडे करतो, त्याप्रमाणे सुब्रावांनी अनेक उपाय तयार ठेवले होते. पण शिव्या देत दगड मारण्यापलिकडे त्यांचे धैर्य गेले नव्हते. पण आता माकडांनी आपली अवलादच कुत्सितपणे त्यांच्या आवारात आणून टाकल्यामुळे ते संतापले होते. जर त्या माकडाला मरायचेच होते, तर सारे जग सोडून आपल्याच आवारात पाठ मोडून पडायला कशाला पाहिजे होते? निदान जिसू झाडूवाल्याला दिसेल अशा ठिकाणी तरी पडायचे. तो असली मेलेली माकडे गोळा करायचा, व त्यांच्या मिरवणुकीसाठी आपल्या वस्तीत पैसे गोळा करायचा. माणूस मरत असता तांब्याभर पाणी न देणारे मेलेल्या माकडासाठी आठबारा आणे देत, व जिसूला गावठीसाठी चार-सहा रुपये सहज उरत. किंवा खालच्याच मोठ्या रस्त्याने दररोज शेकडो ट्रक्स जात असतात. सुब्रावांनी एकदा एक वानर ट्रकचा धक्का लागून वीस फूट उडून मडक्यासारखा फुटलेला पाहिला होता. त्याखेरीज विजेचे खांब आहेतच. दोन-चार महिन्यांपूर्वी एक माकड त्यावर पालथे पडले, व एकदम फाटल्याप्रमाणे ओरडून गप्प झाले. ओले ताट चुलीत जळत असल्याप्रमाणे ते चरचरचर, ठिणग्या टाकत अर्धा तास जळत होते, तसे का मेले नाही हे? त्यातही भर काय, तर हे पूर्ण मेलेही नाही, तर पाठ मोडून निव्वळ वाट पाहत पडले आहे! हे त्याचे नातलग, मित्र त्याला उचलून का नेत नाहीत? की ते आपल्यातून गेले हेदेखील त्यांना माहीत नाही?

पण आता आधी त्या बेवारशी पोराची कशी काय विल्हेवाट लावायची हा मोठा प्रश्न होता. सुब्रावांनी इकडे तिकडे उतावीळपणे पाहिले. पाण्याची पाइप आत आणण्यासाठी भिंतीला एक छोटे भगदाड पाडले होते. त्यातून ते माकड बाहेर ढकलून देण्याचे सुब्रावांनी ठरवले. एकदा ते बाहेर गेले की संबंध संपला. मग कुणी त्याला डॉक्टरकडे नेवो अथवा तोंडात पाणी घालो, किंवा त्याला मुंग्या लागोत. सुब्रावांनी प्रथम त्याला काठीने थोडे ढकलले, परंतु ते थोडे लवंडून पुन्हा त्याच निर्जीव थिजत चाललेल्या डोळ्यांनी त्यांच्याकडे पाहत राहिले. त्यांनी माकडाला ढकलायला सुरुवात करताच झाडावरील माकडांत हालचाल सुरू झाली. एका सावलीमागोमाग दुसरी अशी ती पलीकडे गेली, व शेवटी रस्त्याबाजूच्या आंबराईत नाहीशी झाली. परंतु एवढ्या अंतरावरूनही त्यांचा धिंगाणा ऐकू येत होता. आता त्यांचा पिलाशी संबंध संपला होता, व त्याला त्यांनी आठवणीमधूनही काढून टाकले होते.

सुब्रावांनी माकडाला तीन-चारदा ढकलून भोकापर्यंत तर आणलेच. पण त्यातून बाहेर रेटणे हे तर फार महत्त्वाचे होते. त्यांनी आता काठीचे टोक त्याच्या छातीत रुतवले. तेथे काठी लागताच माकडाने प्रथमच आवाज काढला. ते अशा तऱ्हेने चीत्कारले की, सुब्रावांना आपल्या अंगात अगदी मऊ ठिकाणी कुणी तरी सर्रदिशी पात्याची धार ओढली असे वाटले, व झटकन् त्यांचा हात मागे आला. पण आता त्याखेरीज मार्ग नव्हता. त्यांनी काठी पुन्हा घट्ट

रोवली, व त्याला नेटाने दाबून भोकात कोंबले व दरदरत बाहेर फेकून दिले.

तेव्हा त्यांना हायसे वाटले. थोडासा पालापाचोळा गोळा करून त्यांनी भोकाच्या तोंडाशी लावला, व कपाळावरील घाम पुसत ते लगबगीने परतले. आपण हे कृत्य करत असता कुणी पाहिले का, हे त्यांनी हळूच बघून घेतले. पण आजूबाजूला कुणीच नव्हते. रस्ता निर्जन होता. बाजूच्या नाडकर्णींचा बंगला बंद होता. आणि समोरचे हत्तंगडी तर दोन महिन्यांपूर्वीच गावी गेले होते. ते आत आले व त्यांनी दरवाजा लावून घेतला. त्यांनी खिडकीची फक्त एक फट उघडी ठेवली, व धापा टाकत ते खुर्चीवर गुन्हेगाराप्रमाणे अंग चोरून बसले.

रस्त्यावर बराच वेळ कुणी नव्हते. प्रकाश हळूहळू धूसर होऊन विरजल्यासारखा झाला. आता उजव्या बाजूकडून जज्जसाहेब आपल्या नेहमीच्या फिरण्यासाठी चालले होते. एका पावलाला दुसरे पाऊल जोडून जणू रस्ता मोजीत ते चालत, व त्यांचे शरीर म्हाताऱ्या प्रश्नचिन्हासारखे दिसे. ते फक्त कोपऱ्यापर्यंत जात व परतत, पण त्यालादेखील त्यांना तास-दीड तास लागे. पंच्याऐंशी वर्षांच्या आयुष्यात ते इतके विरून गेले होते की, त्यांच्या तोंडून एक शब्दही साऱ्या अंगभर खळबळ उडवल्याखेरीज बाहेर पडत नसे. तीस-चाळीस वर्षे नियमितपणे ते त्या रस्त्यावरून जात. तेव्हापासून त्यांची पँट काळ्या रंगाची होती, छत्रीही ते नेहमी उजव्या काखेत धरत. तेव्हादेखील ते अगदी वाकूनच सावकाश चालत. जणू ते कोपऱ्यापर्यंत जाऊन तेथे बसलेल्या कुणाला तरी प्रश्न विचारत, व अजून वेळ आहे म्हणताच मागे परतत. त्यांना आता नात्यागोत्याचे कुणी नाही. इतर कुणीही त्यांच्याशी बोलायला क्वचितच थांबत, कारण त्यांना हल्ली माणसांची ओळख राहिली नव्हती. अनेकदा ते नागेश वर्णेकरला बापू गावकर समजत व त्याच्याशी एक वाक्य बोलत. बापू गावकरने अठरा वर्षांपूर्वी नागेश्वर तलावात जीव दिला होता. शांताराम वर्टीकराला ते इंग्रजीचा प्रोफेसर नानू शिरूर समजत. शांताराम गोव्याहून चोरून सोने आणतो, बंगले बांधतो, आणि डाल्माशियन कुत्रे मोटरीत घालून गावभर भटकतो, तर नानूला घशाचा कॅन्सर झाला आहे. आता जज्जसाहेबांचा जगाशी संबंध फक्त संध्याकाळच्या फिरण्याच्या धाग्याने उरला आहे. जर फार दम लागला तर ते सुब्रावांच्या गेटपुढे उभे राहत, 'बरा आहेस?' म्हणत, व सारे काही विसरून गेलेल्या डोळ्यांनी पाहत गप्प राहत व मध्येच निघून जात. जज्जसाहेबांना रस्त्यावर पाहताच सुब्रावांना फार बरे वाटले, निदान ते थांबतील तरी. जज्जसाहेब हळूहळू गेटपाशी आले, व थांबले. त्यांना गेट उघडण्यासाठी सुब्राव उठले, पण पुन्हा जागी बसले. जज्जसाहेब गेटकडे न पाहता बाजूला पडलेल्या माकडाकडे पाहत होते. ते अधिकच वाकले, व त्यांनी छत्री उजव्या काखेतून डाव्या काखेत घेतली. ते क्षणभर घोटाळल्यासारखे झाले. नंतर त्यांनी एखादे जुनाट ओबडधोबड एंजिन वळवल्याप्रमाणे पावले वळवली, व कधी नाही ते मागल्या पावली परत फिरले.

सुब्राव थोडे विषण्ण झाले. दारापर्यंत येऊन जज्जसाहेबांनी आपली चौकशी केली नाही याचा त्यांना विषाद वाटला. पण ते असे परत का गेले, याचेही त्यांना फार आश्चर्य वाटले. जणू त्यांनी आपणाला झिडकारून टाकल्याप्रमाणे सुब्राव अस्वस्थ, अवमानित झाले. पण नंतर त्यांच्यासमोर सरोज येत असलेली त्यांना दिसली, व ते उत्साहाने खिडकीपाशी उभे राहिले. ती नक्की येणार असा त्यांचा विश्वास होता. ती हातात औषधाची बाटली घेऊन जात होती, व तिचा सतत फिकट दिसणारा चेहरा श्रमाने लालसर दिसत होता. ही मोहिनीच्याच वयाची पोरगी. तिच्याबरोबर लहानपणी नेहमी घरी यायची. सुब्रावांनी मोहिनीची वेणी घातली की ती आपलीही वेणी घालायचा हट्ट करे. मग त्यांनी गावंढळ हाताने कशाबशा बांधलेल्या झिंज्या डोक्यावर नाचवत त्या एकमेकींच्या खांद्यावर हात टाकून साऱ्या कॉलनीतील आवारातून फुले चोरत हिंडत. तसे पाहिले तर खुद्द सरोजचा बंगला मैलभर लांब-रुंद होता व तेथे दोन माळी काम करत. पण कुत्र्याचा डोळा चुकवून हेगडेच्या बंगल्यातून हजार मोगऱ्याची गावरान फुले चोरून आणण्यात तिला धन्य वाटे. शाळेत मुलांशी देखील बिनदिक्कत मारामारी करणारी सरोज अशी फिक्कट का झाली? तिच्या चालण्यातील डौल काय झाला? ती आल्यावर मोहिनीविषयी ती बोलणार, त्या वेळी तिच्याकडून पत्र नाही म्हणून तक्रार करण्याचे त्यांनी ठरवले, व ते वाट पाहू लागले.

सरोज समोर थांबली ते पायातील वहाण निसटली म्हणून. तिने सुब्रावांकडे एकही दृष्टिक्षेप केला नाही. पण अचानक माकडाकडे लक्ष जाताच ती दचकली व तिने आजूबाजूला पाहिले. नंतर रस्त्यावरचा एक दगड उचलून तिने माकडाकडे फेकला. तो उरी लागला असावा, कारण पुन्हा तेच धारदार चीत्कारणे ऐकू आले, आणि तो दगड स्वत:च्याच छातीवर बसल्याप्रमाणे सुब्राव आकसले. आता बाहेर आणखी कुणाचे तरी आवाज ऐकू आले. थोड्याच वेळात डावीकडून लठ्ठ, डुलत चालणारी मास्तरीण, व तिच्याबरोबर घरी परतणारी शालिनी, या आल्या. मास्तरणीने सुब्रावांकडून अनेकदा पाच-दहा रुपये उसने घेतले होते. त्यांना वाटले, तिने का येऊन बोलू नये? निदान पैसे देण्यासाठी तरी? मास्तरीण थांबली व जाड कवडीसारख्या डोळ्यांनी माकडाकडे पाहू लागली. ''माकड पडलंय इथे,'' ती म्हणाली. वास्तविक ती गोष्ट अगदी उघड होती. ''मेलंय वाटतं?'' ''नाही जिवंतच असावंसं वाटतं अजून,'' सरोज म्हणाली, पण तिला आपण मारलेल्या दगडाची आठवण झाली. व ते कुणाच्या ध्यानात येईल म्हणून ती सांगू लागली, ''मरायला काय झालंय? आता कुणी पाणी पाजवलं तर उद्या पुन्हा येईल दात विचकत चिकू नासवायला!''

तोपर्यंत शालिनीने झुडपातून एक लांब फांदी काढून तिची पाने ओरबडून टाकली होती. तिने त्या काठीने माकडाला ढोसले. जराशी हालचाल झाली. पुन्हा तोच कापड टरकल्यासारखा आवाज झाला. पण आता त्यातील धार गेली होती.

त्यात आता तक्रार नव्हती, कापड फाडताना अगदी शेवटी आल्यावर येतो तसला आवाज होता.

''बघा जिवंत आहे ते!'' विजयाच्या स्वराने सरोज म्हणाली.

तो आवाज ऐकून शालिनी खिदळू लागली, व मध्येच धपापून भात्याप्रमाणे खोकू लागली. घशात जाळे बांधल्याप्रमाणे तिचे खोकणे होते.

''तरी सांगते तू श्रम घेऊ नकोस म्हणून,'' मास्तरीण चिडून म्हणाली, ''आता कुठं ताप कमी झालाय. आणि आता वाटेल ते खातेय, वाटेल तेथे पाणी पितेय. हो, पाणी म्हणताच आठवण झाली, आज तुमच्या नळाला पाणी आलं होतं?''

''छे, हो,'' सरोज म्हणाली, ''पाच मिनिटं सुतासारखं पाणी राहिलं. आणि बादली ओली व्हायच्या आत गेलं.''

''हल्ली सगळीकडे असंच होतं. आठ वाजेपर्यंत पाणी म्हणायचं, तर ते सातलाच बंद! संध्याकाळी पाचला बस आहे म्हणायचं, ती सात वाजेपर्यंत येत नाही. आज मला चालत यावं लागलं.''

मास्तरणीने वारभर टॉवेल पिशवीतून काढला, व आपल्या अजस्र, पोचे पडलेल्या घागरीसारख्या चेहऱ्यावर तो टिपायला सुरुवात केली.

शालिनीचा खोकला थांबला. तिने पुन्हा एकदा काठी ढोसली. ते माकड ओरडले की नाही कुणास ठाऊक, कारण तेवढ्यात मास्तरीण ओरडून म्हणाली,

''हां. शालू, आत मात्र मार मिळेल हं. त्या काठीला काटे आहेत, हातात जर एखादा गेला तर मग बसशील ओरडत.''

सुब्रावांच्या मनात जाळ पेटू लागला. नाहीशी झालेली कणकण पुन्हा तापते की काय असे त्यांना वाटू लागले. बाहेरची बडबड काठ्या ढोसत असल्याप्रमाणे त्यांना त्रस्त करू लागली. मनात ते सारखे पुटपुटू लागले, 'जा, चला आता, चालते व्हा. चव्हाट करू नका इथे,' त्यांना त्या माकडाचाही विलक्षण संताप आला. त्याला दरादरा ओढून दूर परसात उकिरड्यावर फेकले असते तर बरे झाले असते असे त्यांना वाटू लागले. समोरून एक मोटर गिअर बदलून चढ चढत निघून गेली, व एका खिडकीतून कुत्र्याचे डोके दिसले. मास्तरीण जायला वळली. सरोज देखील निघाली, तोच समोरच्या बंगल्यातून तागासारख्या केसांची, चाळशी लावणारी उमाबाई बाहेर आली. तिच्या हातात शेवग्याच्या शेंगा होत्या.

''काय म्हणत होत्या मास्तरीणबाई?'' माकडाकडे पाहिले न पाहिल्यासारखे करून ती म्हणाली.

''म्हणायचं काय! आज बस मिळाली नाही म्हणून चालावं लागलं म्हणे,'' सरोज फणकाऱ्याने म्हणाली, ''काय झालं एक दिवस चाललं तर! निदान अंग तरी उतरेल.''

''तर काय!'' उमाबाई म्हणाली, तिने हातातील दोन-चार शेंगा सरोजपुढे धरल्या.

''घे की शेंगा. हत्तंगडी गावाला गेलेत. कुणी ना कुणी घेऊन जाणारच. तेव्हा म्हटलं आपणच न्याव्यात.''

''छे, मला नकोत. तुम्हांलाच राहू द्यात हो,'' सरोज मागे सरकत म्हणाली, मग घे ग, नको नको यात थोडा वेळ गेला. अखेर सरोजने शेंगा हातात घेतल्या. उमाबाई मागच्या पायवाटेने वळून मागच्या रस्त्याकडे गेली. ती वळलेली पाहून सरोज कंपाउंडच्या भिंतीजवळ आली व तिने हात उंचावून शेंगा हळूच गुलाबाच्या वाफ्यात टाकल्या, व ती निघून गेली.

आता संध्याकाळ दाटली, व सारे अस्पष्ट वाटू लागले. सरोज, मास्तरीण, उमाबाई सगळ्या गेल्या, व रस्ता वळाप्रमाणे राहिला. आता एकदा उठून त्या माकडाकडे पाहून यावे, असे सुब्रावांना वाटले. पण आता त्यांना दुबळे वाटू लागले होते. शिवाय रस्त्यावर कुणाच्या तरी नालाच्या वहाणा वाजू लागल्या. मळकट निळा शर्ट घातलेला जिसू झाडूवाला दिसताच सुब्रावांना आठवले, आज बुधवार. आज जिसू येतो. मग त्यांना वाटले, आपण सारे श्रम फुकट घेतले. त्याला सांगितले असते तर त्याने माकड उचलले असते. जिसूच्या हातात बुट्टी होती, व खांद्यावर लांब दांड्याची झाडणी होती. तो अर्धे गेट ओलांडून गेला होता, पण बाजूला कसला तरी आवाज झाला म्हणून त्याने वळून पाहिले. त्याने खांद्यावरील झाडणी खाली घेतली, व दांड्याने त्याने ढोसून पाहिले. आता कसलाच आवाज झाला नाही. सुब्राव आता गोठल्याप्रमाणे बसले, व शरमेने त्यांच्या अंगावर काटा आला. जिसूने ढकलत ढकलत माकड रस्त्यावर काढले, व काठीनेच त्याला तिरप्या केलेल्या बुट्टीत ढकलले. त्याने बुट्टी डोक्यावर घेतली, तेव्हा माकडाची शेपटी बाहेर लोंबत होती. दोन्ही बाजूच्या नि:शब्द झाडांमधील अस्पष्ट प्रकाशावर लोंबणाऱ्या शेपटीचे हेलकावे आपटत नालाच्या आवाजात जिसू निघून गेला, व वळासारख्या रस्त्यावरील वेदना संपली.

ती सुब्रावामध्ये जागी झाली. खोकणारी मुलगी, फिकट, मेणासारखी दिसणारी सरोज, प्रश्नाचे उत्तर मिळाल्याप्रमाणे अर्ध्यावरूनच परतणारे, प्रश्नचिन्हासारखे जज्जसाहेब - जणू सुब्रावांनी मृत्यूचे पुस्तकच फर्रदिशी पाने परतवून पाहिले होते. भोवती अजस्र, ज्यात आपले प्रतिबिंबही दिसणार नाही अशी तारामंडळे, तेथला किरण आपल्या डोळ्यांत शिरण्याआधीच नष्ट झालेले तेजोमेघ, आपल्याला क्षुद्र करणारी पृथ्वी, ज्याच्यापुढे पृथ्वी क्षुद्र आहे तो सूर्य, कोटी सूर्यांपेक्षा तेजस्वी व्याध, आणि कोट्यवधी व्याधांना गिळून आकाशभर पसरलेली आकाशगंगा. शून्याभोवती शून्य, बुडबुड्यातून निर्माण होणारे बुडबुडे. जर एखादे कमी झाले, तर कुठे फट दिसणार? कुठे धागा उसवल्यासारखा वाटणार?

आणि डिवचल्याप्रमाणे त्यांनी खिडकी बंद केली, नव्हे ते करणार होते. पण आता लोखंडी गेट खाडदशी वाजले. क्षणात मात्रा दिल्याप्रमाणे त्यांना उत्साह वाटला, व हावऱ्या

आशेने ते उठले. कुणी तरी का होईना आठवणीने भेटायला आले, कुठे तरी आपल्यामुळे फट निर्माण झाली याची त्यांना कृतज्ञता वाटली. पण गेट उघडून आलेला माणूस नवीन, अनोळखी होता. त्याने निळा बुशशर्ट घातला होता, व त्याच्या मिश्या झाडणीसारख्या होत्या. त्याच्या हातात कसली तरी पिशवी होती. तो आत आला, बागेत फिरताना त्याने एक पेटुनियाचे फूल तोडले व चुरगळून टाकले, व घराभोवती वळसा घेण्यासाठी तो कोपऱ्याला वळला. सुब्रावांनी दार उघडले व चिडून विचारले, ''कोण पाहिजे तुम्हांला?''

एखाद्या झाडालाच एकदम आवाज फुटल्याप्रमाणे तो माणूस एकदम दचकला; पण लगेच हसून म्हणाला, ''माफ करा हं, इथं कुणी राहत आहे याची मला कल्पना नव्हती. मी घराच्या शोधात आहे, मी कोपऱ्यावर जकातनाक्यात चौकशी केली. तेथल्या एकाने सांगितलं, हे घर दीड-दोन महिने रिकामे आहे. सहज नजर टाकावी म्हणून मी आत आलो. माफ करा, पण हे घर द्यायचं आहे का भाड्याने?''

सुब्राव ताबडतोब बोलले नाहीत. त्यांचे अंगच विरघळू लागले. काहीही न बोलता आत जाऊन निवांत अंथरुणावर पडावे असे त्यांना वाटू लागले. पण समोरचा माणूस उत्तराची अपेक्षा करीत उभा होता.

''हो आहे, पण त्याला अद्याप अवकाश आहे. दोन महिने, चार महिने तरी!'' ते चिरडलेल्या निर्जीव आवाजात म्हणाले, तो माणूस हसला. पण त्याच्या हसण्याने सुब्राव फारच अस्वस्थ झाले. दोन महिने, चार महिने म्हणताच त्यात हसण्याजोगे काय आहे? की आपल्याला माहीत नाही असे काही त्याला जास्त माहीत आहे?

''माफ करा. मग उगाच तसदी दिली,'' तो पुन्हा चिडवण्यासारखे हसला व बाहेर पडला.

''चालायचंच,'' सुब्राव म्हणाले. पण त्यांच्या आवाजात हरकतीची धार नव्हती. फक्त होती ती वेदना, आणि ती आता त्यांच्या मनाच्या कडेवरून बाहेर असहाय निर्जीवपणे हेलकावू लागली.

त्यांनी दरवाजा लावला व दिवा न लावताच ते अंथरुणावर जाऊन पडले. हिरवट अंधार काळवंडला, व रस्त्यावरील झाडांचे बुंधे अंधाऱ्या छताच्या खांबासारखे दिसू लागले, व फांद्या आभाळाच्या टचटचीत शिरांप्रमाणे वाटू लागल्या. आता कुठे तरी दोन-चार चांदण्या दिसू लागल्या. फुलांनी भरलेल्या निवडुंगात काही तरी मरत असेल, सालीसकट टाकलेला काळ्या ठिपके डोळ्यांचा किडा कुठे तरी पडला असेल, बुट्टीत घातलेले माकड कुठे तरी कोपऱ्यात ठेवले गेले असेल, अंधार पोखरत सुब्राव कुठे तरी खोल खोल घसरत असतील, तर देवयानीचे तारामंडळ, व्याधाचा तारा कुठेतरी उगवला असेल, व त्यापलीकडे अगदी दूर कुणी तरी कोठे तरी काही तरी... घडत असेल...

मराठवाडा : दिवाळी १९६१

पा र धी

अखेर पारध संपली, आणि खटल्याचा निकाल लागला. निकाल ऐकल्यावर दादासाहेब बाररूममध्ये आले, त्या वेळी त्यांचे अंग थरथरल्यासारखे वाटले, तरी मनावरचे एक दडपणही कमी झाले होते. इतकी वर्षे त्यांनी कोर्टात घालविली, शब्दांच्या जंगलातून कौशल्याने माग काढत इतक्याजणांना त्यांनी आपल्या जाळ्यात पकडले तरी निकाल ऐकण्याच्या वेळी नेहमी त्यांची हीच मन:स्थिती होत असे. त्यांनी हातातली बॅग टेबलावर टाकली, व थोडे निवांत बसण्यासाठी एक ऐसपैस मोठी खुर्ची निवडली. दोनचार वकिलांनी त्यांचे औपचारिक अभिनंदन केले, ते त्यांनी हसून स्वीकारले. परंतु त्यांचे त्यांच्या बोलण्याकडे विशेष लक्ष नव्हते. आपण 'प्लेअर्स' सिगरेटचा केस उघडताच या लोकांना आपल्याशी काही ना काही बोलण्याची इच्छा होते ही गोष्ट त्यांनी केव्हाच हेरून ठेवली होती. पण दरखेपेला ते अत्यंत सौजन्याने हसून सिगरेट पुढे करत; काड्याची पेटी परत मिळाली की 'थँक्यू' म्हणत. पहिल्या काडीने जर सिगरेट पेटली नाही, तर 'आय ॲम सॉरी' म्हणत पुन्हा पेटी देत, व ती परत आल्यावर पुन्हा 'थँक्यू' म्हणत. या आपल्या सौजन्याची लोक आपल्यामागे थट्टा करतात हेदेखील त्यांना माहीत होते. रस्त्याने जाताना म्हशीला जर धक्का लागला तर ते 'आय ॲम सॉरी' म्हणतात, आणि जिना उतरत असताना जर कुणी त्यांना मागून ढकलून दिले तर 'थँक्यू' म्हणून कपडे झाडून चालू लागतात, असा त्यांच्याविषयीचा लौकिक होता. पण बाहेरच्या सौम्य हसण्यामागे त्यांचे स्वत:चे एक खाजगी हसणे असे, व ते टपलेल्या पारध्याप्रमाणे सदैव जागे असे, हे मात्र कुणाला माहीत नव्हते.

त्यांनी सिगरेटी वाटल्या, इतर वकिलांच्या चेहऱ्यावरील कावेबाज भाव त्यांनी हेरला, काळजीपूर्वक टिपला, व तो मनात ठेवून ते किंचित हसले. 'मला तुम्ही बनवलंत असं तुम्हांला वाटतं; पण मी तुम्हांला खेळवतो आहे. एका सिगरेटच्या किमतीत एक माकड नाचवायला मिळतं. ही गंमत झाली आहे!' त्यांना वाटले, व सगळ्यांकडे पाहत त्यांनी स्वत:ची सिगरेट पेटवली.

त्यांचे सौजन्य हे फक्त स्वत:च्या मिजासीसाठी होते. आता करड्या होऊ लागलेल्या मिश्यांना ते बाहेर पडताना अत्तर लावत, त्याप्रमाणेच त्यांचे सौम्य हसणे, अदबीने वागणे, हे सारे खास स्वत:साठी असे. नाहीतर समोर बसलेल्या प्रत्येकाविषयी त्यांच्या मनात विषारी उपहास होता. सापळ्यात सापडलेल्या उंदराकडे पाहावे त्याप्रमाणे ते त्यांच्याकडे पाहत. दुसऱ्यावर जगणारी ही दुबळी, कणा नसलेली माणसे! अच्युत केळकर हा एवढा एम. ए., एलएल. बी. माणूस, पण त्याची बायको शाळेत काम करून त्याचे पोट भरते. अस्वलासारखा दिसणारा तो हलप्पण्णावर, त्याच्यात काळ्या कोटाखेरीज वकिलीचे एक चिन्ह नाही. आणि उंटासारख्या उंच मानेचा अण्णाजी इनामदार! सट्ट्यात पैसे घालवून त्याने घराचा तबेला केला. पोरगा दाढी वाढवून घरोघरी साबणाच्या वड्या विकतो, आणि बायको थोरामोठ्यांच्या घरी स्वैंपाकात 'मदत' करते, आणि चारसहा दिवसांनी 'उसने' म्हणून पाचसात रुपये उचलते. कुणालाही डौलदार तर राहोच, पण बरोबर असे एक इंग्रजी वाक्य बोलता येत नाही. तो चारआठ आणे दारूबंदीखटलेवाला देसाई तर 'रेडिओ लाव' म्हणताना 'अप्लाय द ब्रॉडकास्ट' म्हणतो! या साऱ्याविषयी विचार करताना दादासाहेबांच्या मनातील उपहास जास्तच तीव्र झाला. त्यांना वाटले, एकदा गंमत म्हणून कधीतरी बदल करावा. आज सकाळी आपल्या घराशेजारी कामाला आलेला बुरूड आपल्या अवजड धारदार कोयत्याने बांबूचे खटाखट तुकडे करत होता, त्याप्रमाणे आपण तसला एक कोयता घेऊन, आपण सिगरेटकेस उघडताच हालचाल करणारी ही मळकट बोटे सारी खटाखट छाटून टाकावी! या सगळ्यांच्या घोळक्यात त्यांना अनेकदा फार एकाकी वाटे. असल्या प्राण्यांशी कसली आली आहे स्पर्धा, आणि त्यांच्यावर कसला आला आहे विजय!

आजचा विजयही त्यांना फारसा अभिमानाचा वाटला नाही. यल्लूभीमाला जन्मठेपेऐवजी फाशी झाली असती तर गोष्ट निराळी. नव्हे, त्याला फाशीच होणार अशी त्यांची खात्री होती. पण सगळेच काही यंत्राप्रमाणे सहज, निर्जीव झाले. यल्लूभीमाने सुरुवातीसच सरळ गुन्ह्याची कबुली दिली. त्याने शांतपणे निकाल ऐकला आणि जाताना त्याने जज्जाला आणि आपल्या वकिलाला नमस्कार केला. शेवटी त्याने दादासाहेबांनाही हात उंचावले व तो निघून गेला. त्याच्या चेहऱ्यावर राग अथवा भीती नव्हती. त्याला निर्दोषी म्हणून सोडले असते तरी त्याच्या जुन्या वहाणांसारख्या चेहऱ्यावर हर्ष दिसला असता की नाही कुणास ठाऊक! जणू त्याने देवाण्णावर कुऱ्हाड घातली त्याच वेळी त्याच सारे आयुष्य स्फोटाने क्षणात संपून गेले, व सारे शरीर तेव्हापासूनच जन्मठेपेची शिक्षा भोगू लागले होते. पोलिसांच्या छळामुळे आपण कबुलीजबाब दिला, आपण त्या वेळी गुन्ह्याच्या ठिकाणी नव्हतोच, — या नेहमीच्या युक्त्यादेखील त्याने वापरल्या नव्हत्या. नाहीतर डाव फार चांगला रंगला असता. कुत्सित प्रश्न विचारून दादासाहेबांनी तो गावातच होता हे त्याच्या तोंडूनच मान्य करून घेतले

असते. त्या बाईच्या चारित्र्याविषयीही त्यांनी असे फसवे प्रश्न विचारले असते की यल्लूभीमा हळूहळू त्याच्या पारधजाळ्यात पूर्णपणे सापडला असता. पण यांतले काहीच घडले नाही. इतक्या सहज विजयाची त्यांना धुंदी वाटली नाही. यल्लूभीमाचा त्यांना थोडा रागच आला. ज्यासाठी गेला आठवडाभर त्यांचे मन ताणल्यासारखे झाले होते ते यश हाती आले; पण त्यात कसलीच धग नव्हती. आपले नेहमी असेच का होते, जीव तोडून एखाद्या गोष्टीमागे शिकाऱ्याप्रमाणे बेभान धावावे, आणि शेवटी हाती पडते काय, तर रक्ताने न्हालेले, असहाय, किळसवाणे प्रेत! हा आपल्या आयुष्याचा शापच आहे. ही आपली जन्मठेप. आणि त्याबद्दल आपण यल्लूभीमाप्रमाणे वाटेत दिसणाऱ्या दोनचार मूर्तींना नमस्कार करतो...

माईच्या वडिलांकडे ते कशाला तरी गेले होते. त्या वेळी त्यांनी माईला बागेत उभी असलेली पाहिली होती. तिच्या भरदार, किंचित उन्मत्त आकृतीला डौल देणारा रेशमी लुगड्याचा आकार त्यांच्या डोळ्यांत कायम राहिला होता, व त्या लक्ष्याकडे सारे आयुष्य बाणाप्रमाणे रोखले गेले होते. त्याच वेळी त्यांनी स्वत:ला वचन दिले. बस्स, — पुन्हा लग्न करशील तर त्याच पोरीशी! त्या मिजाशी मुलीने आपल्याकडे वळूनही पाहिले नाही. का? नंतर तिच्या वडिलांना लाकूड-कंत्राटामध्ये फार मोठे नुकसान आले, आणि राहत्या घरावरही टाच आली. त्या वेळी कर्जाची जबाबदारी दादासाहेबांनी स्वत: स्वीकारली, आणि त्यांच्याकडे वळूनही न पाहणारी माई खालच्या मानेने त्यांच्या घरात दुसरेपणावर आली. पण तिने घरात पाऊल ठेवताच ईर्ष्या संपली. तेवढा आयुष्याचा ताणच कमी झाला. त्यांनी क्लबमध्ये बिलियर्ड खेळण्याची वेळ साडेअकराहून खाली आणली नाही.

मोठ्या अपेक्षेने त्यांनी सिगरेट पेटवली होती, परंतु अर्ध्यावर आल्यानंतर त्यांचे लक्ष उडाले. जमलेली लांब राख व थोटूकही त्यांनी फेकून दिले, व ते उठले. पट्टेवाल्याने लगबग करून फडफड दरवाजा बाजूला धरला, व ते बाहेर आले. येताना त्यांनी त्याच्या हातावर एक रुपया ठेवला. यल्लूभीमाला फाशी झाली नाही याची सर्वांत जास्त निराशा त्या पट्टेवाल्याला वाटली. नाहीतर त्याला दोन रुपये मिळाले असते. दादासाहेब येताच राजाराम ड्रायव्हरने अपराधी चेहऱ्याने विडी फेकून दिली, व गाडी चालू केली. गाडीत बसून विडी ओढण्याची त्यांनी राजारामला सक्त बंदी केली होती; पण आपण तिकडे पाहिलेच नाही असे दाखवून ते आत बसले.

यल्लूभीमा कोर्टातून गेला होता, परंतु दादासाहेबांना मात्र तो राहून राहून आठवत होता. एखादा खुनी माणूस वाटावा असा तो क्रूर, अवाढव्य मुळीच नव्हता. उलट तो कातड्याच्या चिंध्याचिंध्यांनी शिवल्याप्रमाणे अगदी फाटक्या अंगाचा होता व त्याच्या चेहऱ्यावर खुळ्या वासराची कळा होती. त्याच्याकडे पाहिले म्हणजे हा माणूस गुरे राखत मरणार किंवा आपल्या खेड्यात कट्ट्यावर हातमशीन घेऊन खेडवळ चोळ्या शिवीत

आयुष्य काढणार असे वाटले असते. त्याच्याकडून खून होईल याची कल्पना कुणालाच आली नसती. पण एका धगधगीत क्षणी तसे घडले होते खरे. आणि तो खून झाला तोही एका काळसर, तेलकट, अशा पण बेरड बाईसाठी! दादासाहेबांना वाटले, माणूस सारा जीव पणाला लावून अशा तऱ्हेने एखादा खून का करतो? त्या वेळी असे काय मिळते की वाटते, याच कृत्यामुळे आपल्या आयुष्याला अर्थ, आकार येईल?

ती बेरड बाई काही यल्लूभीमाची लग्नाची बायको नव्हे. ती त्याच्याजवळ बरेच दिवस राहत असे इतकेच. पण आपण बाहेर गेलो की देवाण्णा घरी येऊन जातो, अशी चुगली कोणीतरी त्याच्याजवळ केली. त्याने पाळत ठेवून सारा प्रकार पाहिला. त्याच क्षणी जर त्याने कुऱ्हाड घेऊन देवाण्णावर घाव घातला असता तर त्यात काही विशेष नव्हते. पण उलट त्या दिवसापासून यल्लूभीमा त्याच्याशी फार सलगीने वागू लागला. त्याला घरी जेवायला बोलवू लागला. दोघांनी मिळून खाणीतून दगड काढण्याचे एक लहान कंत्राटही घेतले. त्या दिवशी रात्री यल्लूभीमाने कोंबडीचे जेवण केले. मोगाभर गावठी आणली, आणि त्याने देवाण्णाला जेवायला बोलावले. रात्री अकरा वाजेपर्यंत ते बोलत बसले. बाई डोळे उडवत मधून मधून हसत होती, व हात नाचवत होती. देवाण्णा आतल्या डोळ्यांनी तिच्याकडे पाहायचा, व तिच्याकरिता खास ओठ दुमडून एवढेसे संतुष्ट हसायचा. यल्लूभीमाने एकदोन जांभया दिल्या. बाई उठली व अंथरायला चिरगुटे आणायला आत गेली. यल्लूभीमाने चटकन बाहेरच्या दरवाजाला कडी लावली, व भिंतीवरील लखलखीत फरशी हातात घेतली. रेड्याप्रमाणे सुस्त पडलेल्या देवाण्णाला काय झाले हेही समजले नसावे. लाकडी ओंडक्याच्या खाप्या काढाव्यात त्याप्रमाणे यल्लूभीमाने देवाण्णाचे तुकडे केले. पहिल्या ओरडण्यानंतर यल्लूभीमाने तिच्याकडे पाहताच बाईची बोबडीच वळली, व गोठलेल्या डोळ्यांनी सारे पाहत ती जागच्या जागी खिळून राहिली. यल्लूभीमाने तुकड्यांचा सारा ढिगारा कचऱ्याप्रमाणे पायाने कोपऱ्यातच ढकलला. त्याने हातपाय धुतले, व राखेने घासून फरशीदेखील पूर्वीप्रमाणे झाकदार केली. नंतर सदरा बदलून त्याने कुऱ्हाड खांद्यावर टाकली व तो कोतवालीत गेला. तेथे एका कोपऱ्यात तो उकिडवा बसला व त्याने शांतपणे विडी पेटवली होती.

दादासाहेबांना वाटले, असला फडतूस माणूस; पण त्या वेळी कोणत्या भावनेने पेटला होता? त्या बाईविषयीच्या आसक्तीने त्याने ते कृत्य केले? ती तर शिसारी निर्माण करण्याइतकी कुरूप होती. गुन्ह्याच्या आधी एक महिनाभरातील त्याच्या मनातील घडामोडींचे चित्र जर त्यांना पाहायला मिळाले असते, तर त्यांनी हजार रुपये आनंदाने दिले असते. त्यांनी पुष्कळ अंदाज केला. आपल्या जाणिवांचे जाळे त्याच्यावर टाकून त्याला पकडण्याचा त्यांनी पुष्कळ प्रयत्न केला. पण यल्लूभीमा सगळ्यांना नमस्कार करून नेहमी त्यातून निसटून जायचा. काय काय घडले होते त्याच्या मनात? त्याची त्याला तरी आठवण होती का? तो आगीचा ताण ओसरल्यावर यल्लूभीमा ओल्या भिंतीवरील

पोपड्यासारखा झाला होता. तो गुन्हा करणारा माणूस अकस्मात जन्मला व तसाच मेलाही. मग ही शिक्षा कुणाला दिली? कुणी? का? खुद्द दादासाहेबांना त्याच्याविषयी कोणतीच वैयक्तिक भावना नव्हती. एका विशिष्ट कलमाच्या दावणीने बांधलेला तो माणूस. फक्त आरोपी. कोर्टाला तरी तो हाडामासाचा माणूस वाटत होता का? ज्यूरीतील लोक सारखे घड्याळाकडे बघत. पोलीस कंटाळलेल्या चेहऱ्याने उभे राहत. कारकून खालच्या मानेने लिहून घेत. या सगळ्यांत तो उष्ण रक्ताचा शिडकावा कुठे आहे? सारखी फरशी फिरवणारा तो यल्लूभीमामधला माणूस कुठे गेला? मुख्य म्हणजे त्याने हे का केले? कितीतरी दिवस दादासाहेब विचार करीत होते; पण त्यांचे समाधान होण्याजोगे उत्तर त्यांना मिळाले नाही. ते जर मिळाले असते, तर शिकारीची मुंडकी दिवाणखान्यात लावावी त्याप्रमाणे त्यांनी यल्लूभीमाचा मळका चेहरा स्मृतीत कुठेतरी कोपऱ्यात ठेवला असता व ती केस पूर्णपणे निकालात निघाली असती. पण तसे झाले नाही.

गाडी आता गावाबाहेर वाडीजवळ आली होती. तेथे वळशाला दादासाहेबांनी नेहमीच्या सवयीप्रमाणे मुरलीधराच्या देवळाकडे पाहून नमस्कार केला. तेथून बरोबर तीन मिनिटांच्या अंतरावर त्यांचा बंगला होता.

ते गेट उघडून आत आले व त्यांनी मोठ्या अपेक्षेने वर गच्चीकडे पाहिले. तेथे काही कुंड्या ठेवल्या होत्या. तेथील एका झाडावर आज सकाळी साकळलेल्या रक्ताप्रमाणे दिसावी इतक्या गडद लाल रंगाची नीग्रेटा गुलाबाची कळी उमलत होती. त्यांना वाटले होते की, येईपर्यंत आघात झालेल्या मांसाप्रमाणे ते फूल उमललेले दिसणार! नीग्रेटाचा वास त्यांना फारसा मोहक वाटला नव्हता, परंतु त्या फुलाच्या रंगात रानटी श्वापदाच्या डोळ्यांप्रमाणे काहीतरी आकर्षक होते. इतर झाडे सौम्य, सुगंधी फुलांनी पूर्ण होतात. पण या झाडाच्या अंतरंगात असे काय आहे की ते रक्ताच्या डागाप्रमाणेच प्रकट व्हावे? पण दादासाहेबांची निराशा झाली. कारण वरच्या बाजूला ते फूलच नव्हते. ते किंचित चिडले. पण अद्याप कोपऱ्यातील मांडवाचे काम पूर्ण झाले नाही, हे पाहताच ते भडकले. तेथे त्यांना जाईचा वेल चढवायचा होता, व तेवढ्यासाठी त्यांनी सकाळी बुरुडाला बोलावले होते. त्याने दोन-चार वासे पुरले आणि तो कुठेतरी नाहीसा झाला होता. अद्याप दोन वासे, त्याने खट्‌खट्‌ तोडलेल्या बांबूच्या गाठी आणि त्याचा लखलखीत धारेचा कोयता ही तेथेच पडली होती.

"रामा, कुठाय्‌ रे बुरूड हा?" त्यांनी विचारले.

"बुरूड दुपारी जेवायला गेला. अद्याप त्याचा पत्ता नाही."

"मग उचल हा कचरा इथून," ते म्हणाले, 'आणि तो कोयता नेऊन ठेव आत कुठंतरी. नाही तर घेऊन जाईल कुणीतरी."

बागेकडे पाहताच त्यांचे असमाधान वाढले. ही हरामखोर कृतघ्न झाडे! अमाप खत खाऊन पुष्ट झाली, वाढली. पण सारी वांझोटी! बेशरम ! जिरॅनियमच्या फांद्या हत्तीरोग

झाल्याप्रमाणे सुजल्या; पण त्यांवर फुले येऊन कितीतरी महिने झाले. निशिगंधाचे हारीने लावलेला गड्डे पाणी पिऊन पाने सोडीत; पण दीड वर्षात एकालाही एका कळीची कृतज्ञता नाही. जशी भोवतालची माणसे, तशी झाडे! जरी ते अद्याप बाहेरच होते, तरी त्यांना घरातच आल्यासारखे वाटले. रामाने कोयता उचलला व खिडकीत पितळी भांड्यात पाम ठेवला होता त्याशेजारी ठेवला.

आत येऊन दादासाहेबांनी कोट काढून हँगरवर लावला व आतल्या खिशातून नोटांचे एक भेंडोळे काढले. त्यांना कातडी पाकीट ठेवणे कधी जमलेच नाही. खिशात हात घातला की लगेच पैशाची ऊब लागली पाहिजे, असे ते हसून म्हणत. त्यातील पंधरा रुपये त्यांनी परत खिशात ठेवले व बाकीच्यापैकी एक छोटे बंडल कपाट उघडून आत ठेवले. उरलेले पैसे ठेवण्याची जागा फक्त त्यांनाच माहीत होती. पण कपाट उघडल्यावर ते क्षणभर थांबले व स्वत:शी हसून त्यांनी ते बंद केले. काल संध्याकाळी त्यांनी निळसर दोऱ्याने बांधून पासष्ट रुपये तेथे ठेवले होते ते आता तेथे नव्हते. बऱ्याच दिवसांपूर्वी त्या कपाटाची दुसरी किल्ली कुठेतरी हरवली होती. दोन-तीन ठिकाणी त्यांनी ती शोधून पाहिली; पण अखेर ती त्यांना मिळाली नाही. तेव्हापासून येथे ठेवलेले पैसे नियमितपणे नाहीसे होत.

ते परत आले व बाहेर ईझी-चेअरवर बसले. आत सुधीरची गडबड चालली होती. त्याचे कपडे घालून झाले होते व तो क्लबला जाण्याच्या तयारीत दिसत होता. तो बाहेर आला. त्याने हातातील इंग्रजी वर्तमानपत्र दादासाहेबांना दिले व हसून तो त्यांच्यासमोर उभा राहिला. ‘‘थँक्यू’’ म्हणत त्यांनी वर्तमानपत्र घेतले व ‘काय’ अशा आशयाने त्याच्याकडे पाहिले.

‘‘दादा, ते रेडिओचे व्हॉल्व्ह घातले ना, त्याचं बिल द्यायचं राहिलंय,’’ सुधीर म्हणाला, ‘‘आज तो देशपांडे विचारीत होता सकाळी.’’

‘‘होय का? आम ॲम सॉरी,’’ आश्चर्याने दादासाहेब म्हणाले, ‘‘मग देऊन टाक ना आत्ताच.’’

पैसे देण्यासाठी ते उठू लागताच सुधीरने त्यांना थांबवले व तो घाईघाईने म्हणाला, ‘‘छे छे! आत्ताच नकोत. उद्या दिलेत तरी चालेल. मी आता क्लबला चाललोय.’’

‘‘मग उद्या तरी देऊन टाक आठवणीनं,’’ हसून ते म्हणाले.

सुधीरने मान हलवली. ‘‘वर डॉक्टर येऊन बसलेत,’’ जाता जाता तो सहज म्हणाला.

तो गेल्यावर दादासाहेबांनी वर्तमानपत्र बाजूला टाकले व ते शांतपणे पडून राहिले. रेडिओचे साडेसतरा रुपये बिल त्यांनी गेल्या महिन्यात तीनचारदा दिले होते. हा आईच्या डोळ्यांचा, आईवेगळा मुलगा, — असे का करून घेतले त्याने आपले आयुष्य? जाताना त्याने आपल्या खिशातून दहाची नोट नक्कीच उचलली असणार! पाच आणि

दहाच्या नोटा असताना तो पाचाची नोट घेईल हे शक्यच नव्हते. आता तो दहाअकरा वाजेपर्यंत रमी खेळेल, सारे पैसे घालवील, आणि जन्मठेपेसाठी यल्लूभीमा काळ्या मोटरीत शिरल्याप्रमाणे तो या घरात शिरून काही तरी वचावचा खाऊन आडवा होईल.

ते तसेच डोळे मिटून पडले असताना माई माडीवरून खाली आल्या आणि समोरच्या खुर्चीवर बसल्या. ''आज म्हणे निकाल तुमच्यासारखा झाला,'' हसत त्या म्हणाल्या, व त्यांनी पदराची सावरासावर केली.

''हो ना! केस आमच्यासारखी झाली; पण फाशी मिळाली नाही. जन्मठेपेवरच भागलं,'' दादासाहेब म्हणाले. सवयीप्रमाणे ते हसलेही व त्यांनी माईंकडे निर्विकारपणे पाहिले. माईंना पातळ चापूनचोपून नेसण्याची फार आवड होती आणि त्यामुळे त्यांचे पूर्ण तारुण्य कपड्यांच्या रेषेबाहेर येई. त्या नेहमी साटीनचे ब्लाऊज वापरत, आणि त्यांच्या झगझगीत वळशांवर नजर फिरताना कोणाच्याही बाबतीत ती लालसेने रक्तरेषेप्रमाणे झाली असती. त्या पुष्ट, आग्रही देहाला आपण केव्हा स्पर्श केला होता हे दादासाहेबांना आठवले; पण तसा स्पर्श करण्याची तीव्र इच्छा होऊन किती वर्षे झाली हे त्यांना आठवेना. ते संध्याकाळी परत येत त्या वेळी त्या बहुधा क्लबला गेलेल्या असत. जेवायच्या वेळी त्या इतर बायकांविषयी बोलत. कलेक्टरिणीची नवी कार, नलू बापटचा हेअर-डू, आणि अलिमचंदानीची नवी नवी, उंच उंच किमतीची, जास्त जास्त झिरझिरीत पातळे... रात्री दादासाहेब कागदपत्र वाचीत असताना त्या अंथरुणात असत. अनेकदा घोड्याच्या शेपटीसारखे केस बांधून, कुठल्या तरी देशात हिंदी संस्कृतीची प्रतिनिधी असल्याप्रमाणे त्या बिनबाह्यांचे माडाम-ब्लाऊझ घालून रेडिओपुढे पसरत. एकंदरीने खाऊन सोकावलेले, जिरॅनियमचे आयुष्य! वांझोटे जिरॅनियमचे झाड!

''हो, पण तुला कसं समजलं इतक्यातच?''

''मला ना?'' लाडीकपणे माई म्हणाल्या, ''डॉक्टर कोर्टाकडे गेले होते. त्यांचं कसलं तरी काम होतं. तिथून ते सरळ इकडेच आले.'' त्यांना माडीकडे तोंड वळवले व हाक मारली, ''डॉक्टर, चहा झाला असल्यास या इथंच.''

हातरुमालाच्या घडीने ओठ टिपीत डॉक्टर खाली आले व दादासाहेबांच्या शेजारी खुर्चीवर बसले. त्यांच्या हातात पूर्ण उमललेले नीग्रेटा फूल होते. ते त्यांनी आपल्या स्वच्छ नेहरूशर्टाच्या काजात खोवले. दादासाहेबांनी किंचित हसून सिगरेट पुढे केली. डॉक्टरांनी टचटचीत हिरवट शिरा असलेला अशक्त हात पुढे केला व सिगरेट उचलली. त्यांनी ती पेटवण्याचा प्रयत्न केला; पण हात सारखा थरथरत असल्यामुळे ती पेटेना.

मग दादासाहेबांनी काडी धरली व डॉक्टरांनी विमनस्कपणे एक झुरका घेतला.

''मला कोर्टातच समजलं. काँग्रॅटस्!'' ते म्हणाले.

''थँक्स!'' त्याच ताणलेल्या हसण्यामागून दादासाहेब म्हणाले व गप्प झाले.

डॉक्टर रात्रंदिवस काळा चष्मा वापरीत. त्यामुळे त्यांचा पेरवासारखा चेहरा अपुरा

वाटे, व तोंदेखील नेहमी उन्हात असल्याप्रमाणे तापलेला लालसर वाटे. ते दादासाहेबांपेक्षा सात-आठ वर्षांनी लहान होते. परंतु त्यांचे केस अगदी विरळ झाले होते. त्यांच्याकडे पाहताना दादासाहेबांना वाटले, पाहता पाहता हा माणूस डोळ्यांसमोर अगदी किडून गेला. प्रथम त्यांनी प्रॅक्टिस सुरू केली त्या वेळी प्रकाशाचे पातळ पापुद्रे काढणाऱ्या धारदार इस्त्रीच्या सुटात ते फार रुबाबदार दिसत. त्यांच्या दवाखान्यापुढे मोटरींची रांग असे. पण टी. बी. हॉस्पिटलमध्ये ठेवलेल्या एका वकिलाच्या, साटिनी डोळे आणि धगधगीत रेशमी अंग असलेल्या बायकोला घेऊन ते खूप फिरले, आणि त्यांचे नाव घटस्फोटाच्या खटल्यात अडकले. तो खटला काढून टाकला गेला; पण तेव्हापासून डॉक्टर खचले ते कायमचेच. त्यांच्या आयुष्याचा कणाच कुणी तरी काढून नेला. प्रॅक्टिसवरील त्यांचे लक्ष उडाले. महिना महिना ते दवाखान्यात येत नसत. रात्री झडणाऱ्या रंगीत मैफली आता एकाकी होऊ लागल्या. संध्याकाळी ते क्वचितच शुद्धीवर असत. दोन-चार वर्षांत त्यांनी स्वत:ची सारी घरे विकून टाकली. आता ते समोरच्या छोट्या घरात राहत, व त्याचे सहा महिन्यांचे भाडे त्यांनी दादासाहेबांना पोहोचवले नव्हते. प्रॅक्टिस सोडून इतके दिवस झाले, पण ते नेहमी गळ्याभोवती स्टेथास्कोप बाळगीत. पूर्वायुष्यातील ती एक चिंधी आयुष्याला लावून ते थरथरत्या हातांनी ग्लासभर व्हिस्कीत तरंगत राहिले होते.

त्यांनी हातरुमालाची घडी केली. खिशातील किल्ल्यांचा जुडगा, नोटा काढून टेबलावर ठेवल्या. मग हातरुमाल व्यवस्थित खिशात ठेवून सारे सामान पुन्हा परत ठेवून दिले. नोटांवर निळसर दोरा होता हे दादासाहेबांनी पाहिल्या न पाहिल्यासारखे केले. माई काही तरी म्हणत होत्या. डॉक्टर मागे रेलून भकास चेहऱ्याने दादासाहेबांच्या सिगरेटचा धूर सोडीत होते.

"आज डॉक्टरांना जेवायला बोलवायला हवं," माई पुन्हा लाडीकपणे म्हणाल्या, "आज तुम्ही केस जिंकलीत ना!"

"ओ यस्! जरूर!" हसून दादासाहेब म्हणाले, "मला वाटलं, तू आधीच त्यांना सांगितलं असशील. आपली ती इतक्या दिवसांची पद्धतच आहे."

डॉक्टरही किंचित हसले. त्यांच्या हसण्यात कुत्सिततेची झाक होती. त्यांनी आणखी एक सिगरेट हक्काने घेतली व मोठ्या प्रयत्नाने पहिल्या थोटकावर पेटवली.

"बरं का डॉक्टर, मग जेवूनच जा आता तुम्ही. तोपर्यंत मी थोडे कागदपत्र पाहतो उद्याचे," उठून दादासाहेब म्हणाले, "आणि डॉक्टरना कंटाळा येणार नाही हे पाहण्याची जबाबदारी तुझी बरं का!"

माईंनी आपले सारे अंग मत्स्यकन्येच्या डौलाने हलविले. ते एक मद्यपात्र असल्याप्रमाणे त्यांचे त्यातील तारुण्य धुंद लचकीने हलले व स्थिरावून पुन्हा टपून राहिले.

"म्हणजे मी डॉक्टरांना गाणं म्हणून दाखवीत बसू की काय?" सापाच्या

खवल्याखवल्यांची गळ्यातील सोन्याची माळ बोटाने फिरवीत त्या म्हणाल्या. त्यांचा आजचा ब्लाऊज फारच उतरत्या गळ्याचा होता, आणि माई फारच आकर्षक गोऱ्यापान होत्या. त्या मांसल गोऱ्या शरीराची धुंद नाडी असल्याप्रमाणे ती माळ चमकली. चमकली आणि स्थिर झाली.

दादासाहेब आपल्या ऑफिसात आले. कातडी बांधणीच्या जाड जुन्या पुस्तकांच्या सान्निध्यात त्यांना हायसे वाटले. खरे म्हणजे आता दोन दिवस त्यांना काही काम नव्हते. फार दिवस विश्रांती मिळाली नाही तेव्हा हे दोन दिवस पूर्णपणे बागेत काढायचे असे त्यांनी ठरवले होते. पण बाहेरच्या त्या वातावरणात बसावे असे त्यांना वाटेना. कशाने तरी डागळलेली, भुई पोखरून खालच्या दमट, अंधाऱ्या जागेत हिंडणारी ती माणसे, – त्यांच्या समोर ते मुखवट्याचे हसणेदेखील टिकवणे त्यांना फार कठीण वाटू लागले. माईंनी आपले आयुष्य सिनेमाचा पडदा केले होते. टेबलावरचे नुसते वर्तमानपत्र घेतानासुद्धा जर कुणी पाहत असेल तर ती अंगाला अकारण लचके देते, पदर जरुरीपेक्षा जास्त बाजूला करते, आपण अत्यंत धूर्तपणे वागतो या समजुतीने सुधीर मूर्खासारखा वागतो, – खिशातून पाचदहा रुपये चोरतो. त्याच्या हातून कधी मोठी चोरी व्हायची नाही. सारे आयुष्य पणाला लावून चंद्रज्योतीप्रमाणे क्षणात जळून जावे असला जुगार त्याच्याकडून कधी व्हायचा नाही. एक सिक्वेन्स, पै-पॉइंट, याच हिशेबाने तो आयुष्याचा रतीब घालील. अळीसारखे आयुष्य कुरतडेल. अळीसारखाच कुणाच्यातरी पायाखाली टचदिशी चिरडून मरेल! आत्ताच उघड्या पायाखाली अळी चिरडल्याप्रमाणे त्यांना एकदम मलिन वाटले, व त्यांनी सुधीरला मनातून हाकलले.

पण त्यांना राग आला तो डॉक्टरांचा. त्यांनी बनवलेल्या कोणत्याच पिंजऱ्यात ते सापडेनात. हा माणूस काळा चष्मा घालून आपल्यासमोर ऐटीत बसतो. थरथरत्या हाताने आयुष्य कुरवाळतो. आपले फूल, सिगरेट, आणि पत्नीही हक्काने घेतो. पण त्याच्या वागण्यात आपण या दादासाहेबाला फसवत आहो असा छुपेपणा, धूर्तपणा तरी असायला हवा होता. या त्यांच्या ताठरपणामुळे दादासाहेबांना गोंधळल्यासारखे वाटू लागले. बाकीच्या माणसांत ते मुखवटा घालून हिंडत; त्यांच्याकडे तिसऱ्या डोळ्याने पाहत. ते सारे प्राणी त्यांनी आपल्या जाळ्यात धरले होते. कोणत्याही क्षणी आपण त्यांचे मुखवटे टरकावून काढू हे त्यांना समाधान होते. पण हे डॉक्टर? आपल्यापेक्षाही एक जास्तीचा पदर त्यांच्या हातात आहे की काय?

दादासाहेबांना फार अस्वस्थ वाटू लागले. यल्लूभीमादेखील जाळ्यात सापडला नव्हता. त्याने का केले हे सारे? त्या बाईसाठी? छे:! ते त्याच्या बाबतीतही शक्य नव्हते. शिक्षा झाल्यावर सगळ्यांना नमस्कार करणारा यल्लूभीमा त्या बाईकडे ढुंकूनही न पाहता चालता झाला. कधी त्याने तिची एकदाही भेट घेतली नाही. आणि एकदा तुरुंगाचे दरवाजे बंद झाले की तो त्यांच्यामधून पुन्हा जिवंत बाहेर येईलसे वाटत नव्हते. मग का?

कशासाठी? शिवाय, त्यालादेखील त्या बाईने केलेला विश्वासघात हा धक्का देण्याइतका नवा अनुभव वाटला असेल? चाळीस-पन्नास वर्षे जगलेल्या पुरुषाला—सापाला विष असते, वाघळाला घाण असते, त्याप्रमाणे स्त्रीला निर्लज्जपणाचे अंग असते, ही गोष्ट माहीत नसेल? साप अंगाखांद्यावर खेळवता येतो खरा; पण त्याने दंश केला तर कुणाला आश्चर्य का वाटावे? मग यल्लूभीमाने कुऱ्हाड का उचलली? देवाण्णाबरोबर त्या बाईचीही का खांडोळी केली नाहीत? त्या वेळी कोणती भावना त्याच्या मनात ठसठसली?

इतके दिवस झाले;पण आपल्या मनात तरी कोणती भावना आहे! डॉक्टर आपल्या गैरहजेरीत येतात, तासनूतास माईशी बोलत माडीवर बसतात, हे सगळ्यांना माहीत आहे. सुधीरला, रामाला, स्वैपाकिणीला. माहीत नाही ते फक्त आपल्यालाच! त्या माईविषयी काय वाटते आपल्याला?... दादासाहेबांनी आपले मन तपासण्याचा प्रयत्न केला. पण तेथे आकार असलेले काही नव्हतेच. तोंड न फुटलेल्या सुजेप्रमाणे सारे बेढब, निर्जीव! ईर्ष्येने त्यांनी माईंना घरात आणले, त्याच वेळी उन्माद संपला. शिकारच संपली आणि तीदेखील येथे आली ती जाळ्यात सापडलेल्या श्वापदाप्रमाणे! पण तिला आपल्या एकेकाळच्या श्रीमंतीचा कधीच विसर पडला नाही. चहात चमचा ठेवून दादासाहेब कधीतरी चहा पिऊ लागले की ती थट्टेच्या स्वरात म्हणे, 'अजून माधुकरीच्या आयुष्याचा रंग तुमच्यावरून गेला नाही!' प्रथम प्रथम दादासाहेबांना या थट्टेतील धार जाणवे; तिच्यातील विषामुळे दिवस बिघडे. पण नंतर त्यांना समजले, – बस्स, ही फक्त सुटण्याची धडपड आहे, पाय झाडणे आहे, असहाय चावरेपणा आहे. तिला वाटते, आपण यांना फसवत आहो; पण आपण फसवले जात आहो याची आपल्याला पूर्ण जाणीव आहे. ती जाळ्यात आहे व जाळ्याची दोरी आपल्या हातात आहे. मग मात्र दादासाहेब हसत. डॉक्टरांप्रमाणे हातरुमालाने ओठ नाजूक टिपणे त्यांना कधीच जमले नाही. ते आपल्या कारकुनाबरोबरही सेकंडक्लासमध्ये बसून आनंदाने सिनेमा पाहत. माई? हो! डौलदार अंगाची, चापूनचोपून कपडे घालणारी स्त्री! पण तिच्याविषयी तुम्हांला काय वाटते? काहीसुद्धा नाही. सुधीर? आईच्या डोळ्यांसाठी त्याला पाच-दहा रुपये द्यायचे. त्याने ते डोळे गहाण ठेवायचे व पैसे उचलायचे, हा रोखठोक व्यवहार. त्यात रक्ताचा एक थेंब हलत नाही; पण डॉक्टरांविषयी मात्र दादासाहेबांना संताप वाटला. पण का, हे समजेना. पण मग एकदम ठसठसणाऱ्या वेदनेला हात लागावा त्याप्रमाणे त्यांना चमकून वाटले, हा राग विश्वासघाताचा आहे! माईच्या नव्हे, तर डॉक्टरांच्या. आपल्यासारख्याच एका पुरुषाच्या. माई काय स्त्रीच आहे. डॉक्टर नाही तर वैद्य, नाही तर प्राध्यापक, अगदीच नाही तर भूगोलाचा मास्तर! वेली काय, वनिता काय, टेकण्यासाठी उकिरड्याच्या भिंतीवर चढतील. पण अरे, डॉक्टर हा पुरुषच. त्यातही कुणी अनोळखी, वाटेवरचा वाटसरू नव्हे. आपल्या घरी अनेकदा अन्नाचा तुकडा मोडलेला! त्याने तरी अशा प्रसंगी आपल्याला आधार द्यायचा, आपुलकीने आपल्या मदतीला धावायचे!...

या क्षणी दादासाहेबांना यल्लूभीमा समजला. त्या साऱ्या संघर्षात ती बेरड बाई अगदीच क्षुद्र होती पण देवाण्णाला समजायला पाहिजे होते की ती भावाची हत्या आहे. खरा खुनी तोच होता. त्या विश्वासघाताने यल्लूभीमा पेटला. आणखी इतर कोणा पुरुषाचा विश्वासघात नको, म्हणून त्याने देवाण्णावर कुऱ्हाड घातली, आणि तो वणवा संपल्यावर राख होऊन सगळ्यांना नमस्कार करून यल्लूभीमा निघून गेला!

पण नाहीच. यल्लूभीमा अद्यापही त्यांच्या जाळ्यात सापडला नाहीच. निव्वळ हूल दाखवून तो निसटला. कारण महत्त्वाचा प्रश्न तसाच राहिला. हेच जर कारण होते तर तो एक महिनाभर का थांबला? यल्लूभीमाचे मळके कपडे, त्याने नमस्कारासाठी उचललेले कुत्र्याच्या पायासारखे हात, यांची जणू एक बाहुली होऊन दादासाहेबांच्या डोळ्यांना चिकटल्याप्रमाणे तो त्यांच्या नजरेसमोरून हलेना. आता त्याची त्यांना फार चीड आली. त्यांना वाटले, त्याला फाशीच व्हायला हवी होती. त्या उंच, शिरांचे भेंडोळे असलेल्या मानेभोवती दोरीचा करकचून पाश पडायला हवा होता, आणि दाबलेल्या फळांतून बिया बाहेर निसटाव्यात त्याप्रमाणे ते बटबटीत डोळे बाहेर लोंबायला हवे होते. कुठल्या भिकार खेड्यातला हा प्रेतासारखा माणूस. स्वत: जन्मठेपेला जाताना नमस्कार करून ही अशी शिक्षा आपल्याला देण्याचा त्याला काय अधिकार होता? आपल्यासमोर नमस्कारासाठी हात उचलताना त्याच्या चेहऱ्यावर कुत्सितता असली पाहिजे – होतीच, – 'डॉक्टर आले आहेत' म्हणून सांगताना सुधीरच्या आवाजात होती तसली. आपल्याकडे पाहताना, आपली सिगरेट घेताना, निळ्या दोऱ्याने बांधलेल्या नोटा राजरोसपणे आपल्यासमोर ठेवताना डॉक्टरांच्या वागण्यात दिसली तसली कुत्सितता.

जंगलात वणवण हिंडत असल्याप्रमाणे दादासाहेबांना गोंधळल्यासारखे होऊ लागले. श्वापदाचा माग लागेना. पाऊवाट दिसेना. तोच मागच्या झाडावरील फांदीवरून साप सळसळ उतरावा त्याप्रमाणे त्यांच्या मनात एक संशय आला आणि त्यांचे सारे जीवनच हादरून गेल्यासारखे झाले... असे असेल का? आपल्याला सारे माहीत आहे, ही गोष्ट डॉक्टरांनाही माहीत असेल का?...

आणि त्या विचाराने मात्र त्यांचा ताबा सुटला. डॉक्टरांना माहीत आहे म्हणजे माईलाही माहीत असणार. म्हणजे आपण त्यांच्यावर जाळे टाकून आहो ही आपली आतापर्यंतची समजूत वेडगळपणाची होती तर! उलट, त्या दोघांनी मात्र आपल्या छातीत भाला रोवून आपल्याला आयुष्यात खिळून टाकले आहे. या जाणिवेने त्यांना आतापर्यंतच्या आपल्या आयुष्याची अर्थहीनता एकदम बोचू लागली, व स्वत: पोखरल्यामुळे अगदी किडून गेलो असे त्यांना वाटू लागले. सिगरेट उचलणारे वकील, नीग्रेटा हुंगणारे डॉक्टर, लाडीक बोलणारी माई, ही सारी आपापल्या जाळ्यातून सुटून त्यांच्याभोवती श्वापदांप्रमाणे ओरडत फिरू लागली, आणि ते स्वत:च त्या जाळ्यात सापडल्याप्रमाणे त्यांचे मन सुटण्यासाठी धडपडू लागले! हे सारे आपल्या आयुष्याचे

श्रेय! हे असे आहे, हे असे घडते, हे पाहत आपण वेड्यांच्या जगात जास्तच वेडाचे सोंग घेऊन वावरलो. नाटकात एक लहानसे नाटक केले. एकेक अळी ज्ञानाचा कण म्हणून उचलली व डोक्यात साठवली. आणि शेवटी समजले काय? तर ज्याला आपण सोंग समजलो तेच आपले खरे स्वरूप ठरले. पारधी होताना आपलीच पारध होऊन गेली!

आता मात्र साऱ्या गोष्टींचा निर्णय घेतला नाही, तर आपल्या आयुष्याला सडलेल्या प्रेतापेक्षा जास्त किंमत राहणार नाही, असे त्यांचे ठाम मत झाले. ते खुर्चीमधून उठले व ऑफिसमध्येच येरझाऱ्या घालू लागले. एक महिन्याने का होईना, यल्लूभीमाने निर्णय घेतला. आपल्यालाही तो केव्हातरी घेतलाच पाहिजे. नाही तर त्याचा नमस्कार आपला कायमचा पाश म्हणून राहील. आपण त्याला जन्मठेपेला पाठवला; पण कुत्सित हसून रोडक्या हातांच्या नुसत्या हालचालीने तो जाताजाता आपल्याला जन्मठेप देऊन जाईल!

त्यांच्या येरझाऱ्या वाढल्या व डोक्यात तापलेल्या तारांची गुंतवळ फिरू लागली. इतक्यात रामा त्यांना बोलवायला आला. त्याचा किंचित बेफिकीर आवाज ऐकून ते संतापले. ''बराय! तू नीघ इथून!'' ते खेकसले. तुलाही सारे माहीत आहे, मला माहीत आहे हेदेखील! म्हणून हा उर्मटपणा येतो आवाजात. पाठ फुटेपर्यंत फोडून काढले पाहिजे हरामखोराला! रामा क्षणभर खिळल्यासारखा झाला व आपण काय केले हे त्याला समजेना. पण तो लगबगीने बाहेर आला व उगाचच फडके झटकू लागला.

दादासाहेब जेवणासाठी मधल्या सोप्यावर आले त्या वेळी माई आधीच टेबलाशी बसल्या होत्या. डॉक्टर नीग्रेटाचा सुगंध हुंगीत, कोपऱ्यातील टेबलावर असलेल्या, सोंडेचा विळखा घालून हात उमळून टाकणाऱ्या हत्तीच्या आकृतीकडे पाहत होते. दादासाहेबांनी खुर्ची ओढली व ते बसले. माईंनी आपल्या भुवया उंचावल्या व आपली नापसंती त्यांना कळावी म्हणून त्या बराच वेळ तशाच ठेवल्या. परंतु त्यांनी माईंकडे बांधलेल्या म्हशीकडे शिकाऱ्याने उपेक्षेने पाहावे त्याप्रमाणे पाहिले व उदबत्तीचा धूर सरळ डोळ्यांत येत होता म्हणून झाड बाजूला सरकवले. डॉक्टरांनादेखील आश्चर्य वाटले. इतक्या वेळा त्यांनी त्या टेबलावर जेवण केले; पण पाहुणा बसण्याच्या आधी दादासाहेब खुर्चीवर बसलेले त्यांना आठवले नाही.

अखेर डॉक्टर आपण होऊनच खुर्चीवर बसले व त्यांनी नीग्रेटा बाजूला ताटाजवळ व्यवस्थित ठेवला. माईंनी थोडा आग्रह केला. डॉक्टरांनी थोडे जास्त खाल्ले. दादासाहेबांचे जेवणाकडे लक्ष नव्हते. त्यांनी अन्न चिवडल्यासारखे केले, आणि तिकडे कुणाचे लक्षही नव्हते. स्वैपाकीण वाढताना किंचित हसत आहे असे त्यांना वाटले. आणि तिचे बावळट, साबणाच्या तुकड्यासारखे हसणे पाहून त्यांची खाण्याची इच्छाच गेली. माईंना जेवणासाठी पोषाख बदलण्याची गरज नव्हती; पण त्यांनी एक तलम रेशमी पातळ काढले होते. केसही पुन्हा रचल्यासारखे दिसले. त्या किंचित पुढे वाकल्या की अत्तराचा मंद मोगरी वास जाणवत असे. इतर वेळी त्या अत्तराच्या गंधाने दादासाहेबांना

प्रसन्न वाटले असते. पण डॉक्टरांच्या लिबलिब ओठ हलवण्याने, त्यांच्या आवाजाने, गिळताना हलणाऱ्या गळ्यातील गाठीच्या वरखाली होण्याने त्यांची डोकेदुखी वाढली. फसवले जात आहो असे दाखवून आपण फसत नव्हतो. हे आपले सामर्थ्य होते. सामर्थ्य? की दुबळेपणाची विशिष्ट रीत होती ती? आणि सारा वेळ लालसर चेहऱ्याचा हा डॉक्टर आपल्यापेक्षाही एक धागा जास्त घेऊन आपल्याला जाळ्यात कोंडत होता; ते ओलसर ओठ दुमडून आपली असहायता पाहत होता. आपले मंत्रनाम शत्रूला समजल्याप्रमाणे दादासाहेबांचे सामर्थ्यच ओसरले आणि त्यांना दुबळे व चिरडल्यासारखे वाटू लागले. त्यांना तेथे बसवेना. डॉक्टर कोणत्यातरी सिनेमाचे कथानक सांगत होते, माई टेबलावर हात टेकून कौतुकाने ऐकत होत्या, मोगरा मंदपणे हलत होता, स्वैपाकीण हसत होती. नीग्रेटा ताज्या रक्ताच्या डागाप्रमाणे तजेलदार स्थिर होता, आणि सांदरीत सापडलेल्या जनावराप्रमाणे दादासाहेब अंग आखडून खुर्चीत पडले होते. त्यांनी हाताची बोटे घट्ट आवळून धरली. त्यात त्यांनी डॉक्टरांचा गळा पकडला व तो पिळून सावकाश फिरवला. त्यांचा आवाज घरघरून थांबल्यासारखा झाल्यावर ते टेबलावरून उठले.

जेवणानंतर डॉक्टर उठले व जायला निघाले. दादासाहेब बाहेर खिडकीपाशी उभे होते व पितळी भांड्यातील पामवरील धूळ टिचकीने उडवीत होते. त्यांचे मन आता पूर्ण ताणले होते. त्यांनी आयुष्याला एक प्रश्न विचारला होता व ते उत्तराची वाट पाहत उभे होते. आता निकालाची वेळ होती, आणि यल्लूभीमाप्रमाणे ते पिंजऱ्यात उभे होते. माई बाहेर आल्या व त्यांनी सुवासिक सुपारीचे सफरचंद डॉक्टरांपुढे धरले. त्यांनी नाजूक चिमूट घेतली व ते दादासाहेबांजवळ आले.

''पुन्हा काँग्रेट्स दादासाहेब! दररोज मी जेवायला यावं, इतकं यश यावं तुमच्या वाट्याला,'' ते म्हणाले व थरथरणारा हात त्यांनी पुढे केला. दादासाहेबांनी सवयीप्रमाणे 'थँक्स' म्हटले; पण त्या हाताला स्पर्श केला नाही. सापाच्या डोळ्यांनी आकृष्ट केल्याप्रमाणे त्यांचे सारे लक्ष शर्टात पुन्हा खोचलेला नीग्रेटा, नोटांवरील निळसर दोरा, काळा चष्मा, लालसर चेहरा यांच्याकडे होते. या सगळ्यांचे एका मागोमाग आपल्यावर रंगीत डाग पडत आहेत असे त्यांना वाटले, व त्यांनी पाठ वळवली.

मागे माईंनी डॉक्टरांना खूण केली व त्या मोठ्याने म्हणाल्या, ''डॉक्टर, तुमचा स्टेथास्कोप वरच राहिला वाटतं?''

''अरे हो की!'' डॉक्टर म्हणाले. ते हसलेही. ''बाकी विशेष काही त्याची जरुरी भासली नसती म्हणा.'' ते जिना चढून जाईपर्यंत माई थांबल्या. नंतर त्या अधीरपणे म्हणाल्या, ''यांना तो मिळतो की नाही कुणास ठाक! नाहीतर असायचा एकीकडे आणि शोधत बसतील दुसरीकडे.'' त्यांनी मान हलवली. माणकांच्या कुड्यांवरून प्रकाश झळझळला, रक्ताचा थेंब इकडून तिकडे गेल्यासारखा झाला, आणि दात आवळल्यामुळे आपल्या तोंडात रक्तबिंदू येणार असे दादासाहेबांना वाटले. माई चटचट वर गेल्या. त्यांचा

पदर सरकून खांद्याच्या अगदी टोकावर आला आणि त्या वळल्यावर पदरावरील शेवटची जरीपट्टी भाजल्याप्रमाणे चमकून त्यांच्या मागे नाहीशी झाली.

दादासाहेब खिडकीपाशी राहिले. भिंतीवरील घड्याळाचा लंबक टकटक आवाजाचे थेंब टाकीत हलत होता. डॉक्टर येईनात. दादासाहेब आत गेले व त्यांनी जेवणाच्या टेबलावरून स्टेथास्कोप बाहेर आणला. तो त्यांनी पितळी भांड्याआड ठेवला व ते गजांना धरून उभे राहिले.

आता डॉक्टर खाली आले, — पण एकटेच!

''माई दमल्या आहेत. त्या आता खाली येणार नाहीत म्हणे!'' न विचारताच डॉक्टर म्हणाले. दादासाहेबांनी घड्याळाकडे पाहिले. नऊला अद्याप पाच मिनिटे होती. म्हणजे डॉक्टर अवघी दहा मिनिटे वर गेले होते. पण तेवढ्या अवधीत दादासाहेब दोन जन्मठेपा भोगून बसले होते.

''पण तुमचा स्टेथास्कोप मिळाला का?'' त्यांनी विचारले.

''हो तर! मिळाला की!'' खिशावर हात आपटीत डॉक्टर म्हणाले व हसले — राजरोसपणे कुत्सिततेने.

दादासाहेबांचा ताबा सुटला व डोळ्यांसमोर काहीतरी लालभडक दिसले. ओठांवरून जीभ फिरवली. मुखवट्यामागे चेहरा असून चालत नाही. तो आहे असे कधीतरी दाखवणेही जरूर असते असे त्यांना क्षणभर वाटले. छट्! तसे नाही. तो खरा चेहरा फक्त स्वत:लाच माहीत असावा. त्यापेक्षा दुसऱ्याचा मुखवटा टरकावून त्यामागचा चेहरा पाहावा. पावलांवरून माग काढता यावा, पण पारध्याने स्वत:चा मात्र माग मागे ठेवायचा नसतो. त्यांना वाटले, हा क्षण काळ्या स्फटिकाचा आहे. त्यात आता आपला तरी चेहरा स्वत:ला दिसला पाहिजे किंवा डॉक्टरांचा तरी. त्यांचा हा लालसर, निर्जीव चेहरा खरवडून काढून त्यामागे काय आहे हे पाहिलेच पाहिजे.

— नाही तर आयुष्य म्हणजे जन्मठेप होऊन जाईल!

रामाने मघा खिडकीत ठेवलेला बुरुडाचा कोयता त्यांनी हळूच उचलला व त्याच्या धारेवर प्रकाशाबरोबरच आपली नजर फिरवली. त्या जड वस्तूमुळे त्यांच्या भरकटलेल्या मनाला नांगर मिळाला.

''बराय्, गुड नाइट!'' वहाणांत पाय सरकवीत असता डॉक्टर म्हणाले, व मान वर करून त्यांनी पुन्हा एकदा हात पुढे केला.

पण दोन्ही हातांनी कोयता धरून स्तब्ध उभ्या असलेल्या दादासाहेबांना पाहून त्यांचा हात कोयत्याने छाटल्याप्रमाणे सटकन् खाली आला. त्यांचे पाय वितळल्यासारखे झाले. चेहरा सोलल्याप्रमाणे होऊन त्यावरील हटेल उर्मटपणा नाहीसा झाला. आंधळ्या बोटांची धडपड करून त्यांनी चेहऱ्यावरून काळा चष्मा ओरबाडून काढला व फुटून चिंब झालेल्या आवाजात विचारले, ''दादासाहेब, ऑं? हे — हे काय?''

त्यांच्या फिकट, नासलेल्या मांसासारख्या चेहऱ्याकडे पाहून दादासाहेबांना उमळून आले. डोळे तर अधूच होते, व ते आता भीतीने निर्जीव झाल्यामुळे दोन किडे चिरडून चेहऱ्यावर टोचल्याप्रमाणे दिसत होते. एक परपुष्ट अळी समोर उभी राहून 'हे काय' असे विचारीत होती. दोन काड्यांनी धरलेली अळी भेदरून लांब व्हावी, आखडावी व पुन्हा पसरावी त्याप्रमाणे त्यांचे सारे आयुष्य समोर वळवळत आहे, हे दादासाहेबांना जाणवले. त्यांच्या हातून कोयता चारसहादा फिरल्यासारखा झाला. दर खेपेला अळीचे अंग छाटून एक चकती उडत होती. पण कुठेच लालसर, उष्ण रंगाची चिळकांडी नाही. निवळ काळसर हिरव्या द्रव्याचे बुडबुडे. एक चकती निघाली की उरलेला भाग विचारी. 'हे काय?' व पुन्हा दुसरी चकती निघायची. दादासाहेबांचे मन शिसारीने भरले व त्या दुर्गंधामुळे त्यांचे डोके भणभणू लागले. त्यांनी डोके हलवले. अळी, हिरवट द्रव, उडून पडलेल्या चकत्या, — सारे कोपऱ्यात पायाने ढकलल्याप्रमाणे समोरून नाहीसे झाले.

समोर डॉक्टर उघड्या, दुबळ्या चेहऱ्याने त्यांच्याकडे पाहत उभे होते.

याला मारायचे? याला शिक्षा देऊन त्यावर आपल्या आयुष्याचा डोलारा उभा करायचा? त्यांना वाटले, म्हणावे, — 'जा, चालता हो! माईला घेऊन जा. निळसर दोऱ्यांनी बांधलेल्या आणखी नोटा घेऊन जा. तुला शिक्षा कसली? शिक्षेला, सुडाला माणूस बरोबरीचा हवा. आत्ताच तुझं सारं आयुष्य उलटीप्रमाणे गळ्यापर्यंत आलं. भीतीमुळे चोरटे सुख नासून गेले. तुझ्यावर कसला सूड?'

पण मुखवट्यामागचा तो चेहरा पाहून दादासाहेबांचा सारा आत्मविश्वास परत आला. एका फटकाऱ्याने त्यांनी भोवती ओरडत हिणवत हिंडणारी सारी श्वापदे पुन्हा जाळ्यात पकडली. ते एकदम नम्र झाले व सौजन्याने हसले. ''आय ॲम् सॉरी, डॉक्टर!'' ते म्हणाले, ''काही विशेष नाही. बुरडाचा कोयता इथं खिडकीत होता. तिथून तो कुणाच्या तरी पायावर पडेल म्हणून मी खाली जमिनीवर ठेवणार होतो...'' दादासाहेब खाली वाकले. डॉक्टरांच्या छातीवरून पडलेला नीग्रेटा त्यांनी उचलला व तो अदबीनं डॉक्टरांपुढे धरला. ''हे तुमचं फूल. खाली पडलं होतं.''

डॉक्टर लगबगीने निघून गेले. दादासाहेबांनी एक दिवा घालवला व अद्याप सुधीर येणार असल्यामुळे दुसरा तसाच ठेवून ते ऑफिसमध्ये आले.

पारध्याचा दिवस संपला होता!

हंस : दिवाळी १९६१